D1771069

இரண்டு உலகங்கள்

இரண்டு உலகங்கள்
வண்ணநிலவன் (பி. 1949)

இயற்பெயர் ராமச்சந்திரன். தந்தை உலகநாதன், தாய் ராமலட்சுமி. *கண்ணதாசன், கணையாழி, அன்னைநாடு, புதுவை குரல், துக்ளக், சுபமங்களா* ஆகிய பத்திரிகை களில் பணியாற்றியுள்ளார். குறிப்பிடத்தக்க மொழி பெயர்ப்புகளுடன் ஐம்பதுக்கும் மேற்பட்ட கவிதைகள், நூற்றைம்பதுக்கும் மேற்பட்ட சிறுகதைகள், ஏழு நாவல்கள், முந்நூற்றுக்கும் மேல் கட்டுரைகள் எழுதி யுள்ளார்.

'கடல்புரத்தில்' நாவலுக்காக இலக்கியச் சிந்தனை விருது, 'தர்மம்' சிறுகதைத் தொகுப்புக்காகத் தமிழக அரசு விருது ஆகியவற்றுடன் புதுதில்லி ராமகிருஷ்ண ஜெய் தயாள் மனிதநேய விருது, சாரல் இலக்கிய விருது, எஸ்.ஆர்.வி. தமிழ் இலக்கிய விருது, வாலி விருது, விஜயா வாசகர் வட்டத்தின் ஜெயகாந்தன் விருது, உலகத் தமிழ்ப் பண்பாட்டு மைய விருது, கோவை கொடீஷியா வாழ்நாள் சாதனையாளர் விருது, அமெரிக்காவாழ் தமிழர்கள் வழங்கும் புதுமைப்பித்தன் நினைவு விளக்கு விருது ஆகியவற்றைப் பெற்றுள்ளார். 'அவள் அப்படித்தான்' திரைப்பட வசனகர்த்தாக்களுள் ஒருவர். 'கடல்புரத்தில்' தூர்தர்ஷனில் பதின்மூன்று வாரத் தொடராக ஒளிபரப் பானது. வண்ணநிலவனின் மனைவி பெயர் சுப்புலட்சுமி. இவர்களுக்கு இரண்டு மகள்களும் ஒரு மகனும் உள்ளனர். தற்போது சென்னையில் வசித்துவருகிறார்.

கே.என். செந்தில் (பி. 1982)
தொகுப்பாசிரியர்

பெற்றோர்: நடராஜன் – கண்ணம்மாள். சொந்த ஊர் அவிநாசி. மேலாண்மையியலில் இளங்கலைப் பட்டம் பெற்றிருக்கிறார். திருப்பூரில் வரி ஆலோசனை அலுவலகம் நடத்துகிறார். சிறுகதைத் தொகுப்புகள் 'இரவுக் காட்சி' (2009), 'அரூப நெருப்பு' (2013), 'அகாலம்' (2018), 'விருந்து' (2021) ஆகியன. 'விழித்திருப்பவனின் கனவு' (2016) முதல் கட்டுரைத் தொகுப்பு.

இளம் படைப்பாளிக்கான ஸ்பாரோ விருதை 2014இலும் சுந்தர ராமசாமி விருதை 2016இலும் புதுமைப்பித்தன் விருதை 2019இலும் பெற்றிருக்கிறார்.

தொடர்புக்கு:

    92, முனியப்பன் கோவில் வீதி, அவிநாசி.
    கைபேசி: 9750344855
    மின்னஞ்சல்: knsenthilavn7@gmail.com

வண்ணநிலவன்

இரண்டு உலகங்கள்
தேர்ந்தெடுத்த சிறுகதைகள்

தொகுப்பாசிரியர்
கே.என். செந்தில்

காலச்சுவடு பதிப்பகம்

● அன்பார்ந்த வாசகருக்கு,

வணக்கம்.

காலச்சுவடு நூலை வாங்கியமைக்கு நன்றி.

நூலின் உள்ளடக்கம், உருவாக்கம், அட்டைப்படம் இன்ன பிற அம்சங்கள் பற்றிய உங்கள் கருத்துகளையும் ஆலோசனைகளையும் காலச்சுவடு வரவேற்கிறது. தகவல், எழுத்து, வாக்கியப் பிழைகள் தென்பட்டால் அவசியம் தெரிவித்து உதவுங்கள். நூல் தயாரிப்பில் கடும் குறைபாடு இருப்பின் மாற்றுப் பிரதி உங்களுக்குக் கிடைக்கக் காலச்சுவடு ஏற்பாடு செய்யும்.

மின்னஞ்சல்: *publisher@kalachuvadu.com*

காலச்சுவடு நாகர்கோவில் தலைமையகத்துக்கும் கடிதம் அனுப்பலாம்.

தங்கள்
எஸ்.ஆர். சுந்தரம் (கண்ணன்)
பதிப்பாளர் — நிர்வாக இயக்குநர்

இரண்டு உலகங்கள் ♦ சிறுகதைகள் ♦ ஆசிரியர்: வண்ணநிலவன் ♦ © ராமச்சந்திரன் ♦ முதல் பதிப்பு: அக்டோபர் 2021, மூன்றாம் பதிப்பு: ஜனவரி 2025 ♦ வெளியீடு: காலச்சுவடு பப்ளிகேஷன்ஸ் (பி) லிட்., 669, கே.பி. சாலை, நாகர்கோவில் 629001

iraNTu ulakankaL ♦ Short Stories ♦ Author: Vannanilavan ♦ © Ramachandran ♦ Language: Tamil ♦ First Edition: October 2021, Third Edition: January 2025 ♦ Size: Demy 1 x 8 ♦ Paper: 18.6 kg maplitho ♦ Pages: 272

Published by Kalachuvadu Publications Pvt. Ltd., 669, K.P. Road, Nagercoil 629001, India ♦ Phone: 91-4652-278525 ♦ e-mail: publications @kalachuvadu.com ♦ Printed at Clicto Print, Jaleel Towers, 42 KB Dasan Road, Teynampet Chennai 600018

ISBN: 978-93-5523-037-9

01/2025/S.No.1030, kcp 5557, 18.6 (3) 1k

பொருளடக்கம்

முன்னுரை: கரையாத உருவங்கள்	9
1. அயோத்தி	29
2. சாரதா	34
3. பலாப்பழம்	39
4. அழைக்கிறவர்கள்	46
5. காரை வீடு	52
6. மனைவி	60
7. மிருகம்	66
8. எஸ்தர்	70
9. கரையும் உருவங்கள்	84
10. பாம்பும் பிடாரனும்	90
11. இரண்டாவது சொர்க்கம்	94
12. துன்பக் கேணி	99
13. வெள்ளித்திரை	106
14. காட்டில் ஒருவன்	114
15. தர்மம்	119
16. இரண்டு உலகங்கள்	127
17. சமத்துவம் சகோதரத்துவம்	133
18. உள்ளும் புறமும்	139

19. மனைவியின் நண்பர்	148
20. ஏக்கம்	158
21. விருந்தாளிகள்	166
22. யௌவன மயக்கம்	172
23. மெஹ்ருன்னிஸா	179
24. சரஸ்வதி	192
25. மனச் சிற்பங்கள்	200
26. மைத்துனி	209
27. அவன் அவள் அவன்	216
28. பெண்ணின் தலையும் பாம்பின் உடலும்	222
29. தேடித்தேடி . . .	228
30. ராதா அக்கா	235
31. பிழைப்பு	244
32. ஆடிய கால்கள்	255
33. தாசன் கடை வழியாக அவர் செல்வதில்லை	261
34. துஷ்டி	266

முன்னுரை

கரையாத உருவங்கள்

நாச்சியார்புரம், தெற்குத் தெரு 13ஆம் நம்பர் வீட்டைத் தேடிக்கொண்டு எமதருமன் வருகிறான். வேறு எதற்குமில்லை. அவனது அன்றாட நடைமுறைகளில் ஒன்றை ஈடேற்றிக் கொள்ள. ஆமாம். படுக்கையில் சாகக் கிடக்கும் பரிபூரணத்தாச்சிக்கு இவ்வுலகோடு உள்ள தொடர்பைக் கடைசியாகத் துண்டித்துத் தன்னோடு உடனழைத்துச் செல்வது அவனது திட்டம். நாடகபாணி உடையில் நின்றபோதும் தெருவில் முகவரியைத் துழாவுகையில் சிறார்களால் கேலி செய்யப்படும்போதும் அதுபற்றிக் கோபமோ கவலையோ அவனுக்கில்லை. ஆளும் விலாசமும் சரிதானா என உறுதிப்படுத்திக்கொள்வதிலேயே அவனது கவனம் இருக்கிறது.

அதுவரை கடந்துவந்த நாற்பது கதைகளிலும் இனிச் செல்லவிருக்கிற அரைச்சதம் கதைகளிலும் அதாவது வண்ணநிலவனின் ஒட்டுமொத்தச் சிறுகதையுலகிலும் இடம்பெற்றிராத காணவும் வாய்க்காத அபூர்வமான காட்சி (பகல் கனவு–1990) இது. முதற்கதை வெளிவந்து அதற்குள் இருபது ஆண்டுகள் ஆகிவிட்டிருந்தன. எப்போதுமே அவரது கதைகளில் இடம்பெறுகிற இவ்வுலகின் அல்லலுறும் மானுடர்களுக்கு முற்றிலும் மாறான ஒரு பாத்திரம் விண்ணுலகிலிருந்து சாவதானமாக நடந்துவந்து இக்கதைக்குள் நுழைந்து விட்டிருக் கிறது. ஆனாலும் இப்பாத்திரம் மனிதனின் குணவியல்புகளுடனேயே வார்க்கப்பட்டிருக்கிறது.

எமன் வெயிலில் நடந்துவந்த அசதியில் தண்ணீர் கேட்கிறான். அவனுக்கு ஜலதோஷம் வேறு பிடித்திருக்கிறது. பிறகென்ன? தும்மல்களின் கோலாகலம். கந்தசாமிப் பிள்ளையோடு பழகவும், கடவுள் என்பதால் கொஞ்சம் சித்துவேலை செய்யவும், பிள்ளை குத்தலும் கிண்டலுமாகக் கடவுளுடன் சமதையாக வாயாடவும் புதுமைப்பித்தன் அனுமதித்திருந்தார் (கடவுளும் கந்தசாமிப் பிள்ளையும்). ஆனால் இந்த எமதர்மன் இவ்வுலகினரின் சொல்பேச்சுக் கேட்பவன். பணிவான இயல்பினன். இருக்கட்டுமே! அதனாலென்ன என்று தொடர்ந்துசென்றால் உண்மையில் எமதர்மராஜா வரவே இல்லை போலிருக்கிறது. ஆமாம், இறுதியில் அது பரிபூர்ணத்தாச்சியின் உடன் பிறந்தவள் 'சொப்பனங் கண்ட மாதிரியில்லா இருக்கு . . .' என அங்கலாய்த்துக்கொள்வதோடு முற்றுப்புள்ளியும் வைக்கப்பட்டு விடுகிறது. பின் அவரது வழமையான இடத்தை நோக்கிக் கதை நகர்ந்தும் விடுகிறது.

இதுவும் இப்படி ஆயிற்றேயென மேலும் இரு டஜன் கதைகளைக் கடந்தால் அங்கே தட்டுப்படுகிற ஒரு நூதனத் தலைப்பு எதிர்பார்ப்புகளுடன் வசீகரிக்கவும் செய்தது. 'பெண்ணின் தலையும் பாம்பின் உடலும்' (93–94). உள்ளே சென்றால் அது பொருட்காட்சியில் பார்வையாளர்களை ஈர்க்கக் கூண்டுக்குள் கிடப்பவளின் / கிடக்கச் செய்தவரின் வயிற்றுப்பாட்டைப் பற்றிய கதை என்று தெரிகிறது. தொடக்கத்திலேயே இவ்விரு கதைகளும் உதாரணமாக முன்வைக்கப்படுவதன் நோக்கம், வண்ணநிலவனுக்கு மண்ணுலகோடும் அதில் உழலும் மனிதர்களோடும் அவர்களது தினுசுதினுசான சுபாவங்களோடுமுள்ள ஆழமான பிணைப்பை உணர்த்துவதற்காகவே. அவரிடம் வேறு கற்பனையுலகைச் படைக்கும் முனைப்பு ஒருபோதும் இல்லையென்று அடிக்கோடிட்டுச் சொல்வதற்காகவே. இதன் மூலம் எந்த அளவிற்கு அவர் தன்னை யதார்த்த உலகோடு இனங்கண் டிருந்தார், அதனுடன் விலக்கமுடியாத ஆழமான உறவைக் கொண்டிருந்தார் என்பதைச் சுலபமாகவே யூகித்துவிடலாம். மண்ணில் நிகழாத மண்ணிலில்லாத எதுவும் அவர் கதைகளில் இல்லை. அதற்காக வறட்டுத்தனமாக, சலிப்புத் தட்டும்படிக்குத் தட்டையாக, மேலோட்டமாகத் தன் புனைவுலகைச் சமைத்தார் என இதற்குப் பொருளில்லை. இவ்வகை எழுத்துக்கு முற்றிலும் மாறாகக் கலை அமைதிகூடிய, நம்ப இயலாத அளவிற்கு எப்படிச் சாத்தியம் என வியப்புக்கொள்கிற வகையிலான எண்ணிக்கையில் அமைந்த கதைகளின் வரிசையைக் கண்முன் நிறுத்தினார் வண்ணநிலவன். செவ்வியல், யதார்த்தவாதம்,

நவீனத்துவம் என வசதிக்காக இக்கதைகளைப் பெயரிட்டு வகைப் பிரித்துக்கொண்டாலுமேகூட அது அவற்றின் கலை மேன்மைக்கு எவ்விதக் குறைபாட்டையும் அளித்துவிடவில்லை.

திருநெல்வேலிக்கு அருகிலுள்ள தாதன்குளம் என்கிற சிறுகிராமத்தை பூர்வீகமாக கொண்ட ராமச்சந்திரன், இந்தியச் சுதந்திரத்திற்கு ஈராண்டுகளுக்குப் பின் பிறந்தார். நொடித்துப்போன குடும்பத்தின் வாரிசும் வாழ்ந்துகெட்ட தலைமுறையின் கடைசிக் கொழுந்தும் அவரே. எனவே பத்தாம் வகுப்போடு பள்ளியிலிருந்து நிறுத்தப் பட்டார். சிறுசிறு வேலைகள் செய்து பிழைத்து வெவ்வேறு இடங்களில் வளர்ந்தார். சிறுவயதிலேயே கல்கியை வாசிக்கும் சூழல் அவருக்கிருந்திருக்கிறது. கொடிய வறுமையிலும் வாசிப்பைக் கைவிட்டிருக்கவில்லை. எனவே அவரது பணிச்சூழலின் நிமித்தம் வல்லிக்கண்ணனுடன் அறிமுகம் ஏற்படுகிறது. பிறகு இயல்பாகவே அவருடன் கடித உறவும் தொடர் சந்திப்புகளும் நிகழ்கின்றன. அதன் உபவிளைவாக இப்போது ராமச்சந்திரன் கையில் இரண்டு கதைகள் உள்ளன. அபிப்ராயத்திற்காக வல்லிக்கண்ணனிடம் கொடுத்துவந்த அவ்விரண்டு கதைகளும் அடுத்தடுத்துப் பிரசுரமாகின்றன. அவரது இரண்டாம் பிறப்பிற்கு வண்ணநிலவன் எனப் பெயர் சூட்டியவர் வல்லிக்கண்ணன். அவரால் எழுதமுடியும் என்று கண்டுபிடித்தவரும் வல்லிக்கண்ணனே. வ.க–வைச் சந்தித்தது குறித்துத் தன் வாழ்க்கைப் பின்னணிகளை இணைத்து நன்றியறிதலோடு வண்ணநிலவன் எழுதிய கட்டுரை ஒருநாளும் மறக்கவியலாததாகும். வ.க–வுக்குப் பிறகு அவர் எப்போதும் நன்றியுடன் நினைவுகூரும் பெயர் வண்ணதாசன்.

மிகச்சில கதைகள் மட்டுமே வெளிவந்திருந்த சமயத்தில், அருகில் திருமணத்துக்கு வந்திருந்த கி. ராஜநாராயணன் நண்பர் குழாமுடனான பேச்சினிடையே ‘யுகதர்மம்’ என்கிற கதையைச் சிலாகித்துக் கூறுவதைக் கூட்டத்தில் ஒருவராக அமர்ந்திருந்து கேட்கிறார் வண்ணநிலவன். ஆரம்பகாலந் தொட்டே அவர் கதைகள் பெற்றிருந்த கலைத்தரம், அங்கீகாரத்திற்காக அவரைக் காத்திருக்க வைக்கவே இல்லை. கிட்டத்தட்ட எழுதுவதை நிறுத்தியிருந்த காலத்திலும் நீண்ட இடைவேளைக்குப் பிறகு (பத்தாண்டுகளுக்குப் பின்) தற்போது எழுதிவரும்போதும் அவரது பெயரை எவரேனும் உச்சரிப்பதோ அவரது கதையுலகைச் சிலாகிப்பதோ நிற்கவும் இல்லை. அவரது தொடக்கம் இயல்பாகவே புதுமைப்பித்தனின் பாதிப்பைக்

கொண்டிருந்தது. ஆனால் மிக விரைவாக அதிலிருந்து தப்பி தனக்கேயான வழியை அமைத்துக்கொண்டார். க.நா.சுவின் ‘படித்திருக்கிறீர்களா?’ நூலில் இடம்பெற்றிருந்த கட்டுரையில், எழுத்துபற்றி அவர் குறிப்பிட்டிருந்த ‘விதவிதமாக எழுதுவது, சோதனை முயற்சிகள் செய்தும் பார்க்க வேண்டும்’ என்கிற வரிதான் வண்ணநிலவனின் எழுத்து வாழ்வின் திசைகாட்டியாக இருந்திருக்கிறது. வடிவத்திலும் சொல்முறையிலும் மொழியைக் கையாளும் விதத்திலும் வித்தியாசங்களை முயன்று பார்த்திருக்கிறார். ஆனால் இவையனைத்தும் வாழ்வனுபவங்கள் என்னும் அஸ்திவாரத்தின்மீது கட்டப்பட்டவை, அந்தரத்தில் அல்ல. புதுமைப்பித்தனிலிருந்து, இவர் எழுதுவதற்குச் சில ஆண்டுகளுக்கு முன் எழுதவந்த வண்ணதாசனின் சில கதைகள்வரைக்குமேகூட நவீனத் தமிழ்ச் சிறுகதை தன் கொடியை முழுக் கம்பத்தில் பறக்கவிட்டிருந்தது. அந்தக் கொடி காலத்தால் நிறம் மங்கிப்போகாமலும் அக்கம்பம் புதிய காற்றில் மண்ணிலிருந்து பெயராமலும் இருக்க அதன்பின் வந்த தலைமுறையினரும் வலுவாகப் பங்களித்திருக்கின்றனர். அவர்களில் முக்கியமானவர்களுள் ஒருவர் வண்ணநிலவன்.

1970இல் முதல் கதை (‘மண்ணின் மலர்கள்’ என ஆசிரியரால் சொல்லப்பட்டாலும் தொகுப்பு ‘யுகதர்மம்’ கதையுடனேயே தொடங்குகிறது.) என்றுகொண்டால் வண்ணநிலவனின் படைப்பு வாழ்க்கை அரைநூற்றாண்டைக் கடந்துவிட்டிருக்கிறது. அவர் எழுதவந்து பொன்விழா ஆனதைக்கூட மிகச் சாதாரணமாகக் கடந்துசென்றிருக்கிறோம். வண்ணநிலவனிடம் எழுதவந்த புதிதில் இருந்த வேகம் (ஒரே ஆண்டில் எட்டு, ஒன்பது கதைகள்) மெதுவாகச் சுணக்கம் கண்டிருக்கிறது. பிறகு முன்னிலும் (91இல் மட்டும் பதினைந்து கதைகள்) வேகமெடுத்திருக்கிறது. அதன்பின் அவ்வப்போது எழுதுபவராக (ஆனால் தொடர்ச்சியாக) காணப்படுகிறார். ஏனிந்த ஊசலாட்டம்? ஏன் ஒரு பருவத்தில்மட்டும் படைப்பின் ஊற்றுக்கண் திறக்கிறது, பிறகு எழுதாக் காலங்கள் வந்துபோகின்றன போன்ற படைப்பின் ரகசியங்கள் எழுதுபவர் மட்டுமே அறிந்தவை. ஆனால் இவரைப் பொருத்தமட்டில் பத்திரிகையாளராக அலைவுறும் வாழ்க்கையே அமையப் பெற்றவர். அவரது நீண்டகாலப் பணி *துக்ளக்*கில் மட்டுமே (13 ஆண்டுகள்). தன்னால் படைப்பாளியாக வாழ முடியவில்லை என்பதை (யாருக்குத்தான் வாழ முடிகிறது?) கிட்டத்தட்ட புலம்பல் போலவும் சுய புகார் போலவும் நேர்காணல்களில் சலிக்காமல் பேசுபவராக இருக்கிறார். இவரோடு சில அம்சங்களில் ஒப்புநோக்கத் தக்கவர் மலையாளத்தின் எம்.டி. வாசுதேவன்நாயர். இவர்

பிள்ளைமார் சமூகத்தின் வீழ்ச்சியை எழுதினாரென்றால் எம்.டி., நாயர் சமூகத்தின் வீழ்ச்சியை எழுதினார். ஆம், எம்.டி.க்குக் குறைந்தவரும் அல்லர் வண்ணநிலவன். ஆனால் அவர் *மாத்ருபூமியி*ல் உதவி ஆசிரியராகவும் ஆசிரியராகவும் முப்பத்தைந்தாண்டுக் காலம் அங்கேயே தொடர்கிறார். எம்.டி.யின் படைப்புகளோ லட்சக்கணக்கான பிரதிகள் விற்கின்றன; அவருக்காகப் பதிப்பகங்கள் காத்திருக்கின்றன; போட்டி போடுகின்றன. எழுத்தைத் தொழிலாக மேற்கொண்டு சிறப்பாக வாழவும் கௌரவங்கள் பெறவும் அவரால் முடிந்திருக்கிறது. ஆனால் இங்கு எழுதுகிறவர் அன்றாடத்திற்கே போராடும் அவலநிலையைச் சந்திக்க வேண்டியிருக்கிறது. இத்தகு சூழ்நிலையிலும் இதுவரை நூற்றுக்கும் மேற்பட்ட கதைகளை (109) எழுதியிருக்கிறார் வண்ணநிலவன். ஒரே ஆண்டில் மறக்க இயலாத கதையும் (யௌவன மயக்கம்) மிகச் சாதாரணமான கதையும் (தீவிரவாதிகள் செய்த திருக்கூத்து) அவரால் எழுதப்பட்டிருக்கின்றன. எப்போதுமே கலையின் உச்சத்தில் இருக்கும் கொடுப்பினை எவருக்குத்தான் வாய்த்திருக்கிறது! ஒப்புநோக்கச் சாதாரண கதைகள் மிகக் குறைவு. மேலும் சில கதைகளின் வரிசைகளை நோக்கும்போது அவர் மனதிலேயே தேர்ந்தெடுத்த கதைகளை மட்டும்தான் எழுத வேண்டும் என்ற விருப்பம் இருந்ததோ என்கிற சந்தேகமும் எழாமல் இல்லை. குன்றாத கலைவன்மைகொண்ட கதைகளை அவர்களது சமகாலத்தவர் எவரை விடவும் மிக அதிகமாகவே எழுதியிருப்பவர்கள் என இராஜேந்திர சோழனையும் வண்ணநிலவனையுமே குறிப்பிடத் தோன்றுகிறது.

குடும்பச் சூழலால் பள்ளியிலிருந்து (அவருக்குப் படிப்பு ஏறவில்லை) நிறுத்தப்பட்ட பிறகு ஜவுளிக்கடையில், சைக்கிள் கடையில், ஓட்டலில், பெயிண்டராக, ஃபேக்டரியில் குண்டூசி அடுக்குபவராக, வக்கீல் குமாஸ்தாவாக எனப் பல்வேறு சிற்றாள் வேலைகளைப் பார்த்திருக்கிறார். இந்த வாழ்க்கை அளித்த வேறுபட்ட அனுபவங்கள்தான் அவரது தனிப்பட்ட கதைகளின், மற்றக் கதைகளின் குணாம்சங்களாகத் துலங்கிவருகின்றன போலும். அவரது மனிதர்கள் சாதாரணமானவர்கள், ‘வேலை’க்கு ஏங்குபவர்கள், பணமுடையால் கைபிசைந்து பிறரை நாடிச்செல்பவர்கள், பற்றாக்குறையால் சோர்ந்துபோகிறவர்கள், இந்த நாளைத் ‘தாண்டி’விட்டால் போதும் என நினைப்பவர்கள், சிரமதசையிலிருந்து எப்படித் தப்பிப்பது எனப் புரியாமல் சச்சரவிட்டுக்கொள்பவர்கள். ஆயினும் இத்தகைய இடர்களுக்கு மத்தியிலும் அன்பைப் போஷிக்கத் தெரிந்தவர்கள், மட்டுமல்ல அதற்கும் அப்பாலும் எதிர்முனையிலும் மனிதன் எத்தகையவன்

என்பதைக் காணத் தயங்காதவர்கள். ஆற்றாமையால் வெடித்துக் கண்கள் கசிகையிலும் சட்டென்று அதிலிருந்து மீளும் வழியை அறிந்தவர்களும்கூட. எனவேதான் கதைகள் சாதாரணமாக இல்லாதிருக்கின்றன போலும்.

இந்த மனிதர்கள் புரியும் தொழில்களை, அவர்தம் பின்னணிகளைப் பட்டியலிட்டால் அது இவரது புனைவுலகை இன்னும் புரிந்துகொள்ள ஏதுவாக இருக்கும். வெட்டியான், பிணந்தூக்கி, பிச்சைக்குக் கிளம்புபவர், பிடாரன், குஸ்தி போடுபவர், சாராயங் கடத்துபவர், வீட்டு வேலையாள், மெல்லிசைப் பாடகி, ஸ்வீட் போடுகிறவர், பொருட்காட்சியில் வித்தை காட்டுகிறவர், திருவிழாவில் ராட்டினம் சுற்றுபவர், மளிகைக் கடையில் வேலை பார்ப்பவர், புத்தகக்கடையில் பணிசெய்பவள், வயலை ஒத்திக்கு எடுப்பவர், ரவுடி, ரெக்கார்ட் டான்ஸ் ஆடுகிறவர், பலகாரம் சுடுபவள், பூசகர் மற்றும் பூசாரி. இவர்கள் அனைவரது பின்புலங்களும் முற்றிலும் வெவ்வேறானவை. எனினும் இத்தனை வகைபேதமானவர்களை இணைக்கும் பொதுச்சரடு ஒன்றுண்டு, இல்லாமை. லௌகீகத்தில் சறுக்கியபோதும் அதிலிருந்து மேலேற முடியாவிட்டாலும் பழுதில்லை, ஆனால் பள்ளத்தில் விழுந்துவிடக் கூடாது என்கிற குறைந்தபட்ச லட்சியம் மட்டுமே கொண்டவர்கள் இவர்கள்.

இல்லாதோர் தப்பவியலாத நெருப்பு வளையத்தின் பெயரைச் சுற்றிவளைக்காமல் கூறவிரும்பினால் அதைப் பணம் என்று சொல்லிவிடலாம். வேண்டிய அளவிற்குக் கூடத் தேவையில்லை; மூச்சு விடுமளவிற்குக் கிட்டினால்கூட அது அளிக்கிற விடுதலையுணர்வு அளப்பரியது. ஆகவே அரிதானது. அவரது உலகில் சொற்பக் காசுகளுக்காகத் திண்டாடும், குற்ற உணர்ச்சியால் மருகும் ஆண்களின் இயலாமைகளின்மீது எழுதப்பட்ட கதைகள் அநேகமிருக்கின்றன. மசக்கையுடன் புரண்டுபடுக்கிற செல்லப்பாப்பாவின் மனத்தையும் உடலையும் பலாப்பழ வாடையே நிறைத்திருக்கிறது. ஏனெனில் பக்கத்து வீட்டுக்குப் பலாப்பழம் வந்திருக்கிறது. அறுத்துத் தின்பதால் அவ்வீட்டுக் குழந்தைகள் சச்சரவும் ரகளையும் செய்யும் ஒலியைச் செவிமடுத்தபடியே இன்னும் சம்பளம் போடாத கணவனுக்கருகே படுத்தபடியே வாசத்தை நுகர்ந்து கொண்டிருக்கிறாள். ஸ்டவ்வுக்குத் திரியில்லாத வீடு அது. பிறகு சட்டென மனைவியுடன் சிறுபூசல் ஏற்பட்டு அமைதியடைகிறது. அப்போது கதவு தட்டப்படுகிறது. பலாப்பழமே வந்து அழைப்பதாக எண்ணிச்செல்கிறாள். ஆனால் ஏமாற்றமே மிஞ்சுகிறது. வாங்கிவருகிறேன் எனக் கிளம்பிச்சென்றவன் மிகத் தாமதமாக வெறுங்கையுடன் வீடு திரும்புகிறான்.

அந்த அகால வேளையிலும் அவளுக்கு அந்த வாடையே வீசுவதாகத் தோன்றுகிறது (பலாப்பழம்). சுருங்கச்சொல்லி விரிந்த பொருளுக்கு இட்டுச்செல்லுதல் வண்ணநிலவனின் எழுத்தியல்பாகும். அதன் கச்சிதமான உதாரணம் இக்கதை. ஒன்றிரண்டு வரிகளில் சூழலைச் சுட்டிவிட்டு நேரடியாகக் கதைக்குள் நுழைந்துவிடும் ஆசிரியர் அதற்கு வெளியே சிறிதுகூட உலவச் செல்வதில்லை. இவ்வளவுக்கும் இது அவரது தொடக்ககாலக் கதைகளுள் ஒன்று. படைப்புலகினுள் ஏதேனும் சாதனை புரியவிருப்பவர்கள் அதற்கான சுவடுகளை தங்கள் ஆரம்ப காலங்களிலேயே உணர்த்திவிடுவார்கள் போலிருக்கிறது. அவரது முதல் தொகுப்பான 'எஸ்தர்' உருவாக்கிய பேச்சுகளையும் சலனங்களையும் பெருமிதத்தோடு நினைவுகூர்வோர் இன்றும் இருக்கிறார்கள். இதேபோன்ற சுவையைப் பிரத்யேகமாகக் கொண்ட இரு கதைகள் தமிழில் ஏற்கெனவே உள்ளன. ஒன்று ரஸிகன் (நா. ரகுநாதன்) எழுதியது (பலாச்சுளை–1938). மற்றொன்று கி.ரா. எழுதிய (பலாப்பழம்–1962). காலத்தாலும் இடத்தாலும் இம்மூன்று கதைகளும் வேறுபட்டிருந்தாலும் அவை கிளர்த்தும் ஏக்க உணர்வின் பொருட்டு ஒன்றிணைகின்றன. மூன்றிலும் பெண்களே பின்னணியில் இருக்கிறார்கள். ரஸிகனுடையது பொறாமையுணர்வின் திரைச்சீலையைக் கொண்டது என்றால் மற்ற இருவருடையதும் நேரடி விருப்பத்தின் பாற்பட்டது.

இச்சிறிய கதையிலேயே தென்படும் கணவன் – மனைவி அந்யோன்யம், மனக்குறை, போதாமை, ஏமாற்றம் ஆகிய பல நிலைகளில்தாம் ஏகதேசமாக அவரது புனைவுலகு கால்கொண்டிருக்கிறது எனச் சொல்லலாம். ஒரு கூரையினடியில் வேறுபட்ட உலகிலிருந்து வந்து சேர்ந்துவாழ விதிக்கப்பட்ட இருவரது மனஉலகில், அவர்கள் தங்கள் தாம்பத்தியத்தின் பொருட்டு எதிர்கொள்ள நேர்கிற கசப்புணர்வுகளை எவ்வித மனச்சாய்வுமின்றி எவரொருவர் சார்பாகவும் தராசுத் தட்டு தாழாமல் எழுதப்பட்டுள்ள கதைகள் நிறையவே இருக்கின்றன. வேறு படைப்பாளிகள் யாரேனும் இதுபோன்றதொரு உலகை இந்த அளவிற்கான எண்ணிக்கையில் எழுதியிருக்கிறார்களா என்பது சந்தேகமே. சுபாவமாகவே இதில் ஆண்கள் கையாலாகாதவர்கள், குடும்பத்தை நிர்வகிக்க லாயக்கற்றவர்கள். இவர்களின் பொறுப்பின்மைக்கும் இயலாமைக்கும் மாறாகப் பெண்களே குடும்பத்தின் துடுப்பாக இருக்கிறார்கள். வாழத் துப்பில்லாத இந்த ஆண்கள் ஒருகாலத்தில் 'எப்பேர்ப்பட்ட வாழ்க்கை' வாழ்ந்தவர்களாம்! நொடித்துப்போன தலைமுறையின் பிரதிநிதி/வாரிசு என்பதாலேயே பழைய வாழ்க்கையின்

பெருமிதங்கள் துயர நினைவாக எஞ்சியிருக்கக் கூடும். அதுவே அவர்களின் தற்போதைய வாழ்க்கையில் இடர்களை எதிர்கொள்ள இயலாதவர்களாகவும் மாற்றியிருக்கவும் கூடும். அதனால்தான் பெற்ற பிள்ளைகளின் ஊதாரித்தனத்தால் வீடு கிரயம் ஆகிக் கைமாறின பிறகு அதைக் கட்டினவரான பெரிய பிள்ளை கையெழுத்திட்டுக் கொடுத்ததும் அவருக்குப் புத்தி சரியில்லாமல் போய்விடுகிறது (காரை வீடு). அவரைத் தனியாக விட்டுவிட்டுப் போய்ச்சேர்ந்த மனைவியை எண்ணிப் புலம்புகையில் அது புதுமைப்பித்தனின் வைரவன் பிள்ளையை (நினைவுப்பாதை) ஞாபகத்துக்குக் கொண்டுவருகிறது. இக்கதையில் மட்டுமல்ல நல்ல வீடுகளைப்பற்றிக் கூற நேர்கிறபோதெல்லாம் அதன் குளிர்ந்த திண்ணையை எழுதாமல் விடுவதில்லை. இதன் மீது வண்ணநிலவனுக்குள்ள மோகத்தைத் தனியாகச் சொல்ல வேண்டும். இதேபோல 'வாழ்ந்து கெட்டவர்கள்' என்னென்ன நிலைமைகளுக்கு ஆளாகிறார்கள் என்பது இவரது கதையுலகின் தவிர்க்கவியலாத பண்பாக இருக்கிறது.

கல்செக்கு, நாலுஜோடி மாடுகள், கடல்போல வீடு கொண்டிருந்த சிவனு செட்டியார் (ராஜாவும் வாரிசுகளும்) நொடிந்த பிற்பாடு 'நாலுநாள் நல்ல சாப்பாட்டுக்காக' குடும்பக் கட்டுப்பாடு ஆபரேஷன் செய்துகொள்கிறார். தம்பிமார்களின் செல்வாக்கில் தெற்கே கொஞ்சம் நிலமும் நாலைந்து பருவப்பனைகளையும் வைத்து மேம்பட்டு விடலாம் என்றிருந்தவள் ஏதுமற்றவளாக மாற எவ்வளவு காலம் ஆகும்? (நரகமும் சொர்க்கமும்), பரதேசி நாடார்கூட ஒரு காலத்தில் எப்படியெல்லாமோ வாழ்ந்தவர்தான்; அதுவெல்லாம் காலில் வாதம் வராத பனையேற்றக் காலத்தில். இப்போதோ நீர்மொண்டு தர ஓராயிரம் தடவை கூப்பாடு போட வேண்டியிருக்கிறது. வரும்படியில்லாதவன் சொல்லைக் கேட்க பிற காதுகளென்ன விவரமில்லாதவையா? போதாக்குறைக்கு இந்து நாடார் என்கிற பவுசு வேறு! அதுவா செல்லுபடியாகப் போகிறது? வீட்டு ஆட்களிடம் மட்டுமல்ல, கடைசியில் கோவில் கொடை வசூலிக்க வருகிறவர்களிடமும் தலைகவிழ்ந்து நிற்கும்படி ஆகிறது (இரண்டாவது சொர்க்கம்), கட்டினவன் ஜெயிலுக்குப் போகவில்லையென்றால் வண்டிமலைச்சி ஏன் ஜாமத்தில் காட்டுக்குள் சாராயக்கேனைத் தூக்கிக்கொண்டு நிறைவயிற்றுடன் ஓடப்போகிறாள் (துன்பக் கேணி), குறுக்குத்துறை டவுன்பஸ் போக இடமில்லாத அளவுக்குக் கூட்டம் நெரிபடுகிற மேடையில் சிதம்பரம் ஆடியிருக்கிறான். அந்த 'சினிமா புகழ்' சிதம்பரத்துக்கு மவுசு இறங்கி ஏதும் வழியில்லாதவனாக ஆகி ஓட்டலில் சொற்பக்கூலிக்கு தண்ணீர்

எடுத்து விடுகிறான், எச்சில் இலை எடுத்துப் போடுகிறான். கார் கழுவுகிறான். இதோ கொடை முடிந்து வெறுமனே கிடக்கும் மேடையில் அழுக்கு வேட்டியும் சோகையான பூஞ்சை உடலுமாகக் கிண்டல் கேலிகளுக்கிடையில் சுழன்று வளைந்து ஆடிக்கொண்டிருக்கிறான். எதற்கு என்கிறீர்கள். ஒரு டீ—க்காக. ஆமாம், ஒரே ஒரு டீ—க்காக. இந்த எளிய மனிதர்களை எழுதும்போது மட்டுமல்ல பகட்டும் படோடோபமும் நிரம்பிய சினிமா உலகைப் பின்புலமாக்கி எழுதிய கதைகளிலுமே கூட வீழ்ந்தவர்களையே படைத்திருக்கிறார் (வெள்ளித்திரை). தோல்வியடைந்தவர்களின் கண்ணீரிலும் இயலாதோரின் பாடுகள் மீதும் ஏன் இலக்கியத்திற்கு இவ்வளவு கரிசனம்? ஓர் அர்த்தத்தில் நவீனத் தமிழ் இலக்கியத்தை இந்த வகையான மனிதர்களே வியக்கத்தக்க சதவீதத்தில் ஆக்ரமித்திருக்கிறார்கள் என்று தோன்றுகிறது. 'வாழ்க்கை துக்ககரமானது' என்கிற வண்ணநிலவனின் சொற்களில் இதற்கான தோராயப் பதில் இருக்கலாம்.

பிறந்த மதத்தில் வாழ வக்கற்றுத் தினமும் கிடைக்கும் கோதுமைக் களிக்காகவும் குருணைக்காகவும் அன்னப்பழம் குடும்பத்தோடு வேதத்தில் சேர்ந்து மேரி ஜோஸபின் அமலோற்பவ மாக மாறிவிடுவது ஒருபுறம் என்றால், மற்றொரு பக்கத்தில் அஸரப் அலி என்கிற ஏழை முஸ்லிம் தன் மகள் நிக்காஹ்க்கு உதவி வேண்டி ஜமாஅத் தலைவர் சலாம் மரைக்காயரின் வீட்டுக்கு நடையாக நடக்கிறார். பாரா முகத்துடன் ஒதுக்கப்படும் அலி, புதிதாக இஸ்லாத்தில் சேரவருகிற கூட்டத்தை அதே மரைக்காயர் மனமுவந்து வரவேற்று உபசரிப்பதையும் பார்த்து மனம்நொந்து வீடு திரும்புகிறார் (சமத்துவம் சகோதரத்துவம்). வேறென்ன செய்ய இயலும்? இதுபோல இரண்டு தரப்பிலும் (வேறு மதத்தில் சேர்கிற அன்னப்பழம் X சொந்த மதத்தில் ஒதுக்கப்படும் அஸரப் அலி) சென்று நிற்பது அதனுள்ளிருக்கும் விரக்தியைப் பேசுவது ஆசிரியரின் இயல்பு. ஒன்றை மட்டும் நியாயம் எனக் கருதிவிடக்கூடாதல்லவா? ஒரு காலத்தில் பஜாரில் கொடிகட்டிப் பறந்த பற்பனாத பிள்ளை அதே அங்காடித் தெருவில் அற்பக் காசுக்குக் கெஞ்சியும் வேண்டியும் கூச்சமற்றுத் திரிவதை (அவர்கள்) எழுதிய வண்ணநிலவன்தான் முதலாளியின் சுடுசொல் தாங்காமல் வேப்ப மரத்தில் தொங்கும் கோபாலபிள்ளையையும் காட்டுகிறார் (விடுதலை).

இவரது புனைகதைகளில் இடம்பெறுகிற பெண்களை மட்டுமே தனிக் கட்டுரையாக எழுதிவிட முடியும். அந்த அளவிற்குக் கருணையும் பரிவும் வற்றிப்போகாத ஈரமும்

கொண்ட மனுஷிகள் அவர்கள். "தனக்கு அக்கா இல்லாத குறையும் பெண்களோடு பழகாத சுபாவமும் இதற்குக் காரணமாக இருக்கலாம்" எனக் கூறும் வண்ணநிலவன் அந்தப் பெண்களில் ஒருவரைக்கூடக் கண்ணியமற்றவர்களாகச் சித்திரிக்கவில்லை. தங்களது நல்லுணர்ச்சியால் மனத்தை நிறைத்து நெகிழச் செய்து அன்பின்கரமாக விளங்கும் இப்பெண்கள் நிலைகொள்ளாது தடுமாறும் ஆண்களுக்குத் தங்களது சொல்லாலும் செயலாலும் சிற்றகல்களாகத் திகழ்கிறார்கள். எனவே மனத்தில் சுடர்கிறார்கள். இவர்கள் இல்லாது போயிருந்தால் தட்டழியும் பாதை ஆண்களின் முன் திறந்தேயிருக்கிறது. இவர்களுக்கு மாறாக எதிர்த்திசையிலுள்ள பெண்களையும் (வீட்டுக்கார சொர்ணத்தாச்சி, ஹரியின் புத்திரி, இரண்டு பெண்கள்) எழுதியுள்ளார் என்றபோதும், துலங்கி மேலேறிவரும் முகங்கள் முன்னையவர்களுடையதே.

சிநேகிதியின் முகவரியைத் தொலைத்த சாரதா தவறுதலாகப் போலீஸாரால் பிடிக்கப்பட்டு வேசிகளின் நடுவே ஏதுமறியாதவளாக நீதிமன்ற வாசலில் நிற்கிறாள். அபராதத் தொகை செலுத்தத் தீர்ப்பு வருகிறது. ஒன்றுமற்ற அந்த அபலையைக் காக்க அந்த வேசிகளே முன்வருகிறார்கள் (சாரதா). அதன்பின் இதன் சாரத்தைப் பலரும் அதிகமாகக் கையாண்டுவிட்டதாலேயே இவ்வுணர்வு இன்று கொஞ்சம் பழையதாகத் தோன்றக்கூடும். ஆனால் வேலையின்றி எதன்மீதும் பிடிப்பில்லாது ஒட்டாமல் திரிகிறவனை அவனது அக்காவின் சொற்கள் எந்த அளவிற்குச் சென்று தொட்டிருந்தால் அவள் மடியில் விழுந்து குலுங்குவான்! அப்போது நம்முள் ஏதோவொன்று உடைகிறதே! அதன் பெயர் என்ன? (கரையும் உருவங்கள்). 'எஸ்த'ருக்குப் பிறகு எழுதிய கதை என்பதால் அல்ல, இந்த ஈரம் படர்ந்திருப்பது; இயல்பிலேயே அவரது அக்காக்கள் நேசம் மிக்கவர்கள். கோபமோ ஆத்திரமோ காட்டத் தெரியாதப் பிறருக்கு நன்மை செய்வதொன்றே வாழ்க்கையாகக் கொண்டிருக்கும் 'மெஹ்ருன்னிஸா' எந்த இலக்கியத்தை வாசித்து அப்படியான அருளாளளாக மாறினாள்? அது பிறப்பிலிருந்தே உடன்வருவதல்லவா? கட்டினவனான மீரான் முதல் அவர்களது வேலையாளான ராமையா ஈறாக எல்லாருமே அவளது அன்பின் வளையத்திற்குள் சூழப்பட்டவர்கள்தானே! எனவேதான் அவளது வீழ்ச்சியை ராமையாவினால் தாங்கமுடிவதில்லை. எவரிடமும் சொல்லாது வெளியேறி விடுகிறான். அப்பேர்ப்பட்ட மனுஷியின் தனிமையை ஒற்றை வயலின் ஈடுசெய்துவிட முடியும் என நம்ப, அவளைப்போல அவனொன்றும் பேதை இல்லையே! இவள்கூட கப்பல் முதலாளி

வீட்டுப் பெண். பீடிசுற்றும் நூர் தன் சகிக்க முடியாத வறுமையிலும் மற்றவரைக் கடிந்து பேச அறியாதவளாக இருப்பதற்குத்தான் இன்னும் அதிசயப்பட வேண்டியிருக்கிறது. அவள் தந்தை பழைய புகழை வைத்துக்கொண்டு காலந்தள்ளும் குஸ்தி பயில்வான். அவரையும் வீட்டையும் நினைத்து எரிச்சலும் புலம்பலும் புகைச்சலுமாக எந்நேரமும் வெடித்துக்கொண்டேயிருப்பவள் அம்மா அமீனா. தன் உடன்பிறந்தவர்களை அரவணைப்பது மாத்திரமல்ல, அவ்வீட்டிற்கே குளிர்ந்த நீராக உள்ள நூர் இஸ்லாமானவர்கள் தொழும் பிறைபோல தொலைவிலெங்கோ ஒளிர்கிறாள் (பயில்வான்). இத்தகைய நல்லியல்புகளை வலிந்து உருவாக்குபவராக இட்டுக்கட்டுபவராக வண்ணநிலவன் ஒருபோதும் தென்படுவதில்லை. எனவேதான் செல்லையா பார்த்துவந்த வயலுடைய ஒத்தியைக் கைமாற்றி ஓலை எழுதும் எட்வர்ட்டிடமிருந்து அவரது மனைவி ரோஸ்லின் அதை மீண்டும் செல்லையாவுக்கே வாங்கித் தரும்போது, பிறருக்கு நன்மை பண்ணச்சொன்ன யேசுவானவரின் மடியிலிருந்து துள்ளி ஓடிவரும் ஆடு, ரோஸலின்போலத்தானே இருந்திருக்கும் எனத் தோன்றுகிறது. வசமாகச் சிக்கிக்கொண்ட 'திருடனை' தப்பித்து ஓட வழிகாட்டும் கர்ப்பவதி அமலியை 'நல்லோர் ஒருவர் உளரேல் . . .' வரிக்கருகில் நிறுத்தலாம். ஒரு தேநீருக்காக அத்தனைபேர் நடுவில் பரிகாசச் சிரிப்புகளுக்கு மத்தியில் ஆடிக்கொண்டிருக்கும் சிதம்பரத்தை, அவனுடன் அந்தப் பழைய நாட்களில் ஜோடிபோட்டு ஆடிய ரஞ்சிதம் (இப்போது கூடை முடைகிறாள்) இட்லி வாங்கித்தர அழைத்துப்போவது அன்பின் நிமித்தம் மட்டுமல்ல, அது பரிவுணர்ச்சிகூட அல்ல. அவன் ஒரு மனிதனல்லவா! வேறு விஷயங்களெல்லாம் அதற்கடுத்துத்தானே! மற்றொரு கதையிலோ உயர்ந்தவர் யார் என்பதில் ஒருவிதப் போட்டியே நடப்பதைக் காணமுடிகிறது (கெட்டாலும் மேன்மக்கள்). இவர்களுள் விஞ்சியது யார் எனக் கணக்கிடுவது எத்தகைய சிறுமை!

○

தன் பால்ய வயதிலிருந்து இருபதுகள்வரைக்கும் பத்தாண்டு களுக்கும் மேலாகக் கிறிஸ்துவக் குடும்பங்களின் இடையே வளர்ந்தவர் வண்ணநிலவன். தன் பெயரை சாமுவேல் ஜெயச்சந்திரன் என மாற்றி ஞானஸ்நானம் வாங்கிக் கொள்ளுமளவிற்கு அதில் தீவிரத்துடன் இருந்திருக்கிறார். ஆனால் அதற்கடுத்த கட்டத்திற்குச் செல்லவில்லை. எனவே மிக இயல்பாகவே அவரது கதைகளில் கிறிஸ்துவக் குடும்பப் பின்புலங்கள் அவற்றிற்குரிய நிறங்களுடன் வெளிப்பட் டிருக்கின்றன.

‘கடல்புரத்தில்’ நாவலின் மொழிநடையில் பைபிளின் தாக்கத்தைக் காண முடியும். ‘ரெயினீஸ் ஐயர் தெரு’ எனும் சிறிய நாவல்கூட கிறிஸ்துவப் பின்னணி கொண்டதே (அவருடைய நாவல்களை நீண்ட கதைகளாகக் கருதமுடிகிறதே அல்லாது நாவலாகச் சொல்ல முடியவில்லை.) உச்சமாகக் கிறிஸ்து தண்டனைக்கைதியாக ஒரு கதையில் வருகிறார் (வார்த்தை). பர் லாகர்குவிஸ்டின் ‘அன்புவழி’யில் பாரபாஸ் எந்தக் ‘குமாரனை’ எண்ணித் தவிக்கிறானோ எவரது போதனையைப் பின்தொடர விரும்புகிறானோ அந்த ‘குமாரனோ’டு அடையாளப் படுத்தப்பட வேண்டியவனே இவரது கிறிஸ்துவும். இன்னும் சொல்வதென்றால் மலையாளத்தின் சக்கரியா கதைகளில் வரும் கிறிஸ்து. அவரது ‘கண்ணாடி பார்க்கும்வரை’ கதையில் வருபவரல்லர், ‘அன்னம்மா டீச்சர் – ஓர் நினைவுக்குறிப்பு’ சிறுகதையில் வருகிறவன்.

இப்பின்னணியில் அமைந்த கதைகளுக்குள் பயின்றுவரும் பைபிள் வாசகங்கள் அவை உணர்த்த விரும்புகிறவற்றின் எதிரொலிகளாக உள்ளன. அந்தப் பிதாவின் இரட்சிக்கும் கரங்கள் இந்த எளிய மனிதர்களிடத்தில் சில கணங்கள் இடம்பெயர்ந்துவிடுகின்றனபோலும். மனைவி, குழந்தைகளை விடுத்துத் தன் மகன் பிரியமானவளின் (ஒருவகையில் உறவுக்காரி) வீட்டோடு கிடக்கிறானே என வருந்தி, அழைக்கச் செல்லும் பார்வைக் குறைபாடுடைய தந்தையை அவள் ‘மாமா’ என்றே முறைசொல்லி வரவேற்கிறாள்; குற்ற உணர்ச்சியால் தவிக்கிறாள். அதைப் புரிந்துகொண்டவர், ‘கர்த்தாவை ஜெபி.. கைவிடாது ஜெபி.. அவர் உனக்கு மனச்சமாதானத்தைக் கொண்டுவருவார்’ என்றுவிட்டு நடந்துபோகிறார் (அந்திக் கருக்கல்). தான் மேடேறக் காரணமானவர் செய்கிற தீஞ்செயலுக்கு விஸ்வாசத்தினால் துணைபோவதா? அல்லது மனத்தில் ஒலிக்கும் வேத வாக்கியத்தைப் பற்றிக்கொண்டு ஓர் அப்புராணியை அவனது குடும்பத்தைக் காப்பாற்றுவதா என்கிற ஊசலாட்டத்தில் ஞானமுத்துவின் மனத்தராசு எந்தப் பக்கம் சாய்ந்திருக்கும் என எழுதி வேறு காட்டவேண்டுமா? (நட்சத்திரங்களுக்குக் கீழே). கவிஞனாக இருக்கிற பெரிய அத்தானான தாமஸ் குடித்துவிட்டு அகாலத்தில் வந்து கதவைத் தட்டும்போது காத்திருந்து சோறிட்டு அவர் துயர் தேற்றும் பரிமளாவைக் கிறிஸ்துவோடு ஒப்பிட்டுக் குழப்பிக்கொள்ள வேண்டியதில்லை. ஏனெனில் அதே வீட்டில்தானே அவளது கணவனும் அவனது தம்பியுமான யோசுவா பொறாமையோடு படுத்துக்கிடக்கிறான். (அவன் அவள் அவன்) யேசுவினால் அல்ல அக்கனிவு, வண்ணநிலவனின் பெண்களுடைய குணாம்சத்தின் பகுதி அது.

இப்புனைகதைகளுக்குள் ஊடாடிவரும் ஓர் அம்சத்தை வண்ணதாசனின் கதையுலகிலும் காணலாம்; ஆம், நிறைவேறாத காதல்கள். மணம் முடித்திருக்க வேண்டியவர்கள் எக்காரணத்தாலோ பிரிந்துவிட, அதை ஒருவித வாஞ்சையுடனும் சிநேகத்துடனும் அங்கீகரித்து அணுகும் மனவிரிவு பால்பேதமற்று வெளிப்படுகிறது. 'அயோத்தி'யில் அத்தனைச் சச்சரவுகளுக்கும் அடியில் சந்திராவின் புலம்பலும் எரிச்சலும் ஆதங்கமும் தவறாக வாக்கப்பட்டுவிட்டோம் என்பதாகவே இருக்கிறது. இது நேரடியாக அல்ல, அவளது மனஓட்டமாகவே வருகிறது. அதை உணர்ந்துகொள்கிறவனுக்கு "எந்திரி... எந்திரி... அப்படியே பால் டின் வாங்கிட்டு பாஸு அத்தான் வீட்டுக்கும் போயிட்டு வரலாம்..." என இங்கிதமாகச் சொல்லவும் தெரிந்திருக்கிறது.

மூக்காண்டி மாமாவுக்குத் துஷ்டி வீடுகளில் செய்பவற்றில் எதுவும் மாறிப்போய்விடக் கூடாது. அநேக வேலைகளைத் தன் கால்களைச் சுற்றிப்போட்டுக் கொள்பவர். கட்டினவளான மீனாட்சி அத்தையைவிடவும் அடுத்த தெரு செல்லம்மா அத்தைதான் அவருடன் பேசுவதற்குப் பறக்கிறாள். இருவரின் இடையிலும் பிரியத்தின் நுரைக்குமிழ்கள் வண்ணங்களுடன் அலைகின்றன. அதில் இன்னும் கொஞ்சம் குமிழ்கள் மிதக்க இடம்செய்து தருபவளாகவே இருக்கிறாள் மீனாட்சி அத்தை. மாமாவுக்கு முதலில் செல்லம்மா அத்தையைத்தான் கொடுப்பதாக இருந்தது என்பது கதை முடிவில் செய்திபோலச் சொல்லப்படுகிறது. இருவருக்குமே குழந்தை இல்லை என்பது கதைக்கிடையில் தட்டுப்படுகிற ஒரு வரி. வாசிப்பவர் தவிர்க்கக் கூடாதவொன்றை ஆனால் கவனிக்காமல் கடந்துவிடும்படி இவ்வாறு ஒளித்து வைத்திருக்கிறாரே என்கிற அங்கலாய்ப்பு ஏற்பட்டுவிடுகிறது (ஆதி ஆகமம்). ஒரு காலத்தில் அவள் காதலித்தவன் இன்று அலங்கோலமாகத் திரியும் தகவல் அறிந்து மனக்குமுறலுடன் அவனுக்காக ஜெபித்தபடி அவன் அலையும் ரயில் நிலையத்தைக் கடக்கும்போது அவனது சமீபத்திய தோற்றத்தைக் கண்டு மனம் வெதும்பிக் கணவன் மடியில் குலுங்கி அழுகிறாள். அதற்கு அவளின் கணவன் ஆதுரத்துடன் அவளை வருடித்தருவதை என்ன பெயரிட்டு அழைக்க? (அவனூர்). நினைவின் நரம்பை அறுத்தெறிய முடியாமல் தோல்வியையே ஒருவிதச் சுகமெனக் கொண்டு நடப்பவனின் மனவிசித்திரங்களைச் சோகக் கவிதைபோலக் காட்டும் 'மனச்சிற்பங்கள்' மௌனி பாணியிலான கதை. நிர்மலாவைக் காண வேண்டும் என்கிற வேட்கையைக் காதலெனக் கொண்டால் 'வேனிற் காலத்திலே. . .', 'அவனுடைய நாட்கள்' இரண்டிலுமே அப்படி மறைக்கப்பட்ட காதல்கள்

கண்சிமிட்டுகின்றன. வறுமையைப் பேசும் 'எஸ்த'ரில்கூட அமலத்தைக் காணவந்து அவளுடன் ஒரு சொல்லும் பேசாது புறப்பட்டுவிடுகிறவனையும் இதே கட்சியில்தான் சேர்க்க வேண்டும்.

'புதுச் செருப்பு (மட்டும்தான்) கடிக்கும்' (நன்றி: ஜெயகாந்தன்) என்றில்லை. பழையது ஆகுந்தோறும் சிலது முறுக்கிக்கொள்ளும், தோதும் சரிவராது, வழுக்கிவிடக்கூடச் செய்யலாம். சொற்பத் தேவைகூட லபிக்காத குடும்பங்களின் நானாவிதக் கசப்புகளை, மனத் தாங்கல்களை, சகிப்பின்மையை, விதியே எனச் சகித்துக்கொள்ளுதலை இத்தனை களேபரங்களுக்கிடையிலும் அன்பு பாராட்டத் தயங்காத மனிதர்களை வெவ்வேறு சாயைகளில் வண்ணநிலவன்போல எழுதிய படைப்பாளியைக் காண்பது அரிது. பின்னே சுகக்கேடு வந்த குழந்தையை வைத்தியரிடம் கூட்டிச்செல்ல முடியாத கணவனைத் தாலாட்ட அவரது மனைவிக்குக் கிறுக்கா பிடித்திருக்கிறது! (அயோத்தி). சிறிய எதிர்பார்ப்புக்கொண்ட குடும்பம் அதை நிறைவேற்ற இயலாத குடும்பஸ்தன், இந்த இருமுனைகளுக்கிடையே அலைவுறும் கதைகள் சுயசரிதையின் அத்தியாயங்களோ என ஐயமுறுமளவிற்கு அவ்வளவு நுணுக்கத்துடன் தொழிற்பட்டிருக்கின்றன. 'இரண்டு உலகங்கள்' 'துருவங்கள்' ஒன்றிணைந்ததன் பயன்!

தன் மனைவிமீது தற்காலிக மையல் கொண்டிருப்பவன் காய்ச்சலடிக்கும் குழந்தையை வாங்கும் சாக்கில் அவள் மார்புமீது கைப்படும்படியாக நடந்துகொள்வது மட்டுமல்ல, குழந்தையை முன்னிட்டு அவனது ஜாடைப் பேச்சுகளுக்கும் குறைச்சலில்லை. இவையெல்லாம் நெல்லையப்பனுக்குத் தெரியுமா? தெரியும், தெரியாது எனக் குழப்பமான பதிலைத்தான் சொல்ல வேண்டியிருக்கிறது. ஏனென்றால் குழந்தைக்கு மருந்து வாங்க அவனிடம்தானே பணம் கடன் கேட்க வேண்டும் (மனைவி). 'ஒங்கிட்ட ஒரு ரெண்டு ரூபா இருந்தாக் கொடேன்' எனும் கோரிக்கைக்காக. இந்தக் காய்ச்சலடிக்கும் குழந்தை வெவ்வேறு காலகட்டங்களில் அவர் எழுதிய கதைகளில் அவ்வப்போது வந்துகொண்டேயிருக்கிறது.

குடும்ப அலகுடன் பொருத்திக்கொள்ளவியலாத அதன் நியதிகளுக்கு ஒத்துவராதவனின் நெருக்கடிகள் என்றே இவற்றைக் காண வேண்டியுள்ளது. ஒரே நபர்தான் மாறுபட்ட பெயர்களுடன் இதுபோன்ற கதைகளுக்குள் ('உள்ளும் புறமும், தேடித்தேடி') புழங்குகிறார். ஓர் கதையில் வரும் வரியை இவற்றிற்கு முத்தாய்ப்பாகக் கொள்ளலாம் என்று தோன்றுகிறது.

“அவனுக்கு அவளைவிட வேகமாக நடக்கவரும். இது ஒன்றில்தான் அவனால் அவளை முந்திப்போக முடியும்.”

எழுத ஆரம்பித்த தொடக்க ஆண்டுகளிலேயே ஒரு படைப்பாளியின் ஆகச்சிறந்த ஆக்கமொன்று வெளிவந்து விட்டால் தீர்ந்தது கதை. அது எப்போதும் பெயரின் பின்னொட்டாகவே வந்துகொண்டிருக்கும். அதன்பின் அதே உயரத்தை வேறு ஆக்கங்களில் அடைந்திருந்தாலும்கூட பழைய அடையாளத்துடனேயே பலராலும் யந்திரத்தனமாக நினைவுகூரப்படுவார். தன் படைப்புத் தொழிலில் மங்காத புகழின் தீபத்தை இது ஏற்றுவது உண்மைதான்; என்றாலும் அதுவே அவர் வேறு பாதைகளில் நடந்து ஈட்டிய ஆக்கங்களின்மீது மௌனத்தை அல்லது சிறிய சலசலப்பை மட்டும் உண்டாக்கி மறைந்துவிடுகிறதோ என்கிற ஐயம் எழாமலில்லை. ‘எஸ்தர்’ அவ்வாறான கதையே. அவரது கலை உச்சம் வெளிப்பட்ட கதைகளென *மிருகம், எஸ்தர், பாம்பும் பிடாரனும், மெஹ்ருன்னிஸா, மனைவியின் நண்பர், பிழைப்பு* போன்றவற்றைச் சொல்லலாம். இதற்கடுத்து வைக்கத்தக்கவை ‘அழைக்கிறவர்கள்’, ‘உள்ளும்புறமும்’, ‘விருந்தாளிகள்’, ‘இரண்டு உலகங்கள்’ ஆகியவை. இதற்கும் மிக அருகிலுள்ள தட்டில் சுமார் இருபத்தைந்து கதைகளையேனும் அடுக்கிவிடலாம் என்கிற அளவிற்குள்ளது வண்ணநிலவனின் புனைகதைகள். சில கதைகள் அவை எழுதப்பட்டபோது சிலாகிக்கப்பட்டிருக்கலாம். ஆனால் இன்றில் அவை பின்தங்கிவிட்டிருக்கின்றன. ஆனபோதும் 21ஆம் நூற்றாண்டின் முதலிரு பத்தாண்டுகளைக் கடந்தபின்னும் குன்றா ஒளியுடன் எவையெல்லாம் மனத்தில் சுடர்கின்றனவோ அவற்றின் வரிசையே மேலே அமைந்திருப்பது.

“ஒன்றுபோலப் பிறிதொன்றை எழுதவில்லை, புதுமைப்பித்தனைப்போலப் பல்வேறுவகையாக முயற்சித்துப் பார்த்திருக்கிறேன்” என ஏறக்குறைய அனைத்து நேர்காணல் களிலும் சொல்கிறார் வண்ணநிலவன். அதற்குத் தக்க உதாரணம் மிருகம், எஸ்தர் கதைகளே என அவரே கூறவும் செய்கிறார். இரண்டையும் அடுத்தடுத்து ஒரே அமர்வில் எழுதினார் என்றால் அதை நம்பத்தான் வேண்டியிருக்கிறது.

பலராலும் விதந்தோதி எழுதப்பட்ட கதை ‘எஸ்தர்’ என்பதால் அதை மீண்டும் கிளறுவதற்குப் பதிலாக (இக்கட்டுரையாளர் இரக்க சுபாவி – தற்பெருமைதான், வேறென்ன? – எனவே இக்கதையைத் தானும் திரும்பச் சொல்வதிலிருந்து தப்பிக்க விரும்புகிறார்.) அதிலுள்ள சூட்சுமப்

புள்ளிகளைக் காண்பது இன்னும் சிறந்தது என்று படுகிறது. ஊரே காலியாகி வெறுமை சூழ்ந்திருக்கும் 'மிருகம்' கதையை இப்படித் தொடங்குகிறார், 'நார்ப் பெட்டியில் கொஞ்சம் சுள்ளிவிறகைத் தவிர வேறு ஒன்றுமில்லை'. 'எஸ்தரி'ல் வேறு மாதிரியாக உணர்த்துகிறார். ஏனெனில் கொஞ்சம் ஆட்கள் ஊரில் இருக்கிறார்கள். அவ்வீட்டிலுமே கிளம்புவதற்கான வருந்தத்தக்க முஸ்தீபுகள்தான் இருக்கின்றவேயன்றி இன்னும் புறப்படவில்லை. கதையின் இடையே 'ஒரே ஒரு நெருப்பு பெட்டி இருக்கிற வீடு' என்கிறார். அதிலுள்ள குச்சிகள்வரைதான் அக்குடும்பம் அங்கு தாங்கும். நெருப்பின்றி வாழ்க்கையேது? இவ்வாறு கதைகளின் நடுவே நுட்பங்களை அடுக்கிவைப்பதில் சமர்த்தர். ஆனாலும் இதுபோன்ற அவதானிப்புகளைக் கொண்டு அவரிடம் உரையாட முடியாது. 'அதெல்லாம் ஒன்னுமில்ல, என்னவோ எழுதினேன். இந்தளவுக்குச் சொல்றதுக்கு அதுல என்ன இருக்கு?' என்று நம்மைக் குழப்பத்தில் தள்ளிவிடுவார். கதை எழுதினாரே, அவரா இவர் என்கிற குழப்பம்.

ஏதோ ரஷ்ய – லத்தீன் அமெரிக்கக் கதையின் கலப்பு போலுள்ளது 'மெஹ்ருன்னிஸா'. பெயர்களை மாற்றிவிட்டால் போதும். அவள் வயலின் இசைப்பதால் மட்டும் அப்படிச் சொல்லவில்லை. அக்கதையை விவரிக்கும் சூழலே அவ்வாறு தோன்றவைக்கிறது. இக்கதையிலுள்ள மென்உணர்ச்சியும் உணர்வுநிலைகளுமே (சென்டிமெண்ட் அல்ல) இதை ஓர் இந்தியக் கதை எனக் கருதவைக்கிறது. இதுபோன்ற கதையை எழுதமுயன்று எத்தனைபேர் தோற்றிருப்பார்கள் என்கிற எண்ணமும் உடனே தொற்றிக்கொள்கிறது.

ஏன் 'பிழைப்பு' போன்றதொரு கதை எவரின் கவனத்திலும் தங்கவில்லை என்பது வியப்பாகவுள்ளது. கிட்டத்தட்ட ஆ. மாதவனின் 'சாளைப்பட்டாணி' போன்றவனே ரெத்தினம்பிள்ளையும்; வாழ்ந்துகெட்ட ரவுடி. அதிலிருந்து இக்கதையைப் பிரிப்பது பிள்ளையின் குற்றவுணர்ச்சிதான். அது பாதிக்கப்படுகிறவன்மீது மிரட்டச் சொன்னவளின்மீது படர்கிறது. தன்மேல் எழும் சுயகழிவிரக்கத்தில் பசியால் சுருண்டுவிடுகிற அவலத்திலும் பிறரை எண்ணி வருந்துகிறார் ரெத்தினம் பிள்ளை.

மனைவியும் குழந்தைகளும் குடும்பத் தலைவனைப் பிச்சைக்கு எழுப்பிக் கூட்டிச்செல்லப் போராடும் 'அழைக்கிறவர்கள்' (1973இல்) கதையின் கருப்பொருளிலும் அதைச் சொன்ன விதத்திலும் முக்கியமான கதை. மொத்தக் குடும்பமும் அவரது 'தொழிலால்'தான் வயிறாறிவருகின்றன.

எனவே அவருக்குப் போதம் திரும்ப அவர்கள் மேற்கொள்ளும் முயற்சிகளை நிறுத்துவதேயில்லை. 'சீக்காளியை ஹிம்சைப் படுத்தி உயிர்வாழும் அற்பர்கள்' என்ற வரியையெல்லாம் கடந்ததுதானே பசியும் இந்த வாழ்க்கையும்.

வண்ணநிலவனின் படைப்புலகிலேயே நாசூக்கும் நகாசுகளும் அளவெடுத்து வைக்கப்பட்ட மனக்காலடிகளும் கொண்ட கதை 'மனைவியின் நண்பர்'. பலவிதங்களில் தி. ஜானகிராமனின் 'மனநாக்கு' கதையுடன் ஒப்பிடத்தக்கது. பிறன்மனைமீது உருவாகும் ஈர்ப்பை, ஊசலாட்டத்தை, அச்சுனையைத் தொட்டும் தொடாமலும் ஆனால் பருக நினைக்கிற தவிப்பை இலைமறைகாயாக உணர்த்தும் முக்கியமான கதை இது. பெண்களின் (குமரிகளின்) மன உலகு சார்ந்த மற்ற இரு கதைகள் 'யௌவன மயக்கம்', 'மைத்துனி'. குழந்தைகள் (விருந்தாளிகள்), சிறார்களின் (இரண்டு உலகங்கள், சரஸ்வதி) அகவுலகை எழுதிய முறைமையிலும் சில கதைகள் கவனத்தை விட்டு மறைவதில்லை. அதிலும் குறிப்பாக 'இரண்டு உலகங்கள்' என்னும் தலைப்பு, அவரது மொத்தப் புனைவுலகும் காட்ட விரும்பியதைத் துல்லியமாகச் சுட்டுகிறது.

ஒன்றுக்கு இரு தடவைகள், பிறகு பருந்துப் பார்வையில் ஒருமுறையெனக் குறிப்பிட்ட நாட்களின் இடைவெளியில் இக்கதைகளைக் குலைந்த வரிசையில் வாசித்தபோது விசித்திரமான ஆனால் தவிர்க்க முடியாத ஓர் எண்ணம் எழுந்தது. முக்கால் சதவீதக் கதைகளின் அடிப்படைப் பிரச்சினை பணத்தட்டுப்பாடு மட்டுமே. அதன் பொருட்டுத்தான் அனைத்துத் துக்கங்களும் நடந்தேறுகின்றன. வேறு விஷயங்களைப் பேசும் கதைகளிலும் அது முகங்காட்டாமல் உள்ளே வந்து அமர்ந்துவிடுகிறது. சற்றே ஆசுவாசமாக மூச்சுவிடும் வாழ்க்கை அமைந்திருந்தால் இவரது புனைவுலகு இன்னும் பரந்ததளத்தில் வெளிப்பட்டு வேறு மாதிரியாக அமைந்திருக்குமோ..! வித்தியாசமாக எழுத முயன்றேன் என அவர் சொல்லிக்கொண்டாலுமேகூட வரையறுக்கப்பட்ட எல்லைக்குள்தான் அவரது கதைகள் சுற்றிச்சுற்றி வருகின்றன. அசோகமித்திரனுக்குக்கூட ஆசுவாசமாக அமரும் கொடுப்பினை வாய்க்கவில்லைதான். ஆனால் அவரது கதையுலகம் அவரது நெருக்கடிகளை விடவும் விரிவானது.

பெரிய படைப்பாளிகளின் இயல்பே அதுதான் போலும். ஏனெனில் இன்னும் கவனமாக யோசித்தால் அசோகமித்திரனின் படைப்புலகின் எல்லையைக்கூட வகுத்துவிடமுடியும் என்று

படுகிறது. அதாவது எதை எழுதினாலும் வாழ்க்கையின் மீதான அவர்களது அடிப்படை நோக்கங்களுக்கும் விஷயங்களுக்கும் தாமாகவே வந்துசேர்ந்துவிடுவார்கள். 'தாமாகவே' என்றால் அவர்களது நினைவிலியிலும் நனவிலியிலும் சேகரமானவை என்று கொள்ளலாம். இதைக் கொஞ்சம் இலகுவாக அணுகினால் கந்தசாமி பிள்ளைக்குக் கடவுளிடம் கேட்க எவ்வளவோ விஷயங்கள் இருந்தும் தான் நடத்தும் பத்திரிகைக்கு ஆயுள் சந்தா கேட்கத்தானே வாய் வருகிறது. படைப்பின் மையம் அல்லது பிரதானமான பேசுபொருள் அல்லது அதன் சாரம் அவர்கள் கடந்து வந்த வாழ்க்கை அளித்த அனுபவங்கள், பெற்றுக்கொண்ட பாடங்கள், உருவாக்கிக்கொண்ட ரசனைகள், அதன் மூலமாக அவர்களது தெரிவுசெய்த வழியில் மனம் சென்று சேரும் ஆக்கங்கள் ஆகியவற்றிலிருந்து கிளைத்து வளர்ந்து தனித்த ஒன்றாக மலர்வதுதானே! எனவே அஃது அவ்வாறு அமைந்திருப்பது இயல்பானதே.

புறவுலகக் காட்சிகள் கதைச்சூழலையொட்டி நிகழும் சம்பவங்களுக்காக இடம்பெறுகிறதேயன்றி காண்பவை யனைத்தும் இடம்பெயர்ந்து வந்துவிடுவதில்லை. அது அப்பாத்திரம் அப்போதிருக்கும் மனநிலையின் வெளிப்பாடாகக் கண்களில் விழுபவையே அகத்தில் சென்று படியுமாக இருக்கும். கையில் கத்தை கத்தையாகத் தகவல்களும் கண்முன் ஓராயிரம் காட்சிகளும் இருப்பதால் அவற்றைப் பொதிமூட்டைபோலத் திணித்து, கலையைக் கழுதை என எண்ணி அதன் முதுகெலும்பு உடையும்படி பலரும் செய்துவிடுகிறார்கள். உண்மையில் பசித்த ஒரு கழுதைக்கு அவற்றை இரையாகக் கொடுத்திருக்கலாம்.

ஆனால் தேர்ந்த எழுத்தாளர் அதைக் கதைக்குள் கொண்டு வருகையில் அதுகூடக் கதைக்கு நற்பயனை அளித்துவிடுவது போலவே, கதையை எங்கே நிறுத்தி எப்படி முடிப்பது என்பதும். இரண்டிலுமே வண்ணநிலவனிடம் அபாரமான கலைரசனையையே காண முடிகிறது. இதற்கு 'ராதா அக்கா' கதையை உதாரணமாகக் காட்ட முடியும். மழை பெய்த ஈரத்தையும் வயல்வெளிகளின் பசுமையையும் காட்டியபடியே இரண்டாம் பக்கத்தில் கதை தொடங்குகிறது. மழை, தூறலாக அவ்வப்போது கதையினுள் எட்டிப்பார்த்துக் கொண்டும் இருக்கிறது. இக்கதைக்குள் மொத்தமாகவே அலையடித்துக் கொண்டிருக்கும் ஒருவிதக் குளிர்ச்சிக்கு முகாந்திரமாகத்தான் அந்தத் தொடக்கம் அமைந்திருக்கிறதோ! ராதா அக்கா செல்லப்பாவுக்கு எப்பேர்ப்பட்டவள் எனப் புருவம் உயர்த்தி நினைத்துக்கொண்டிருக்கும்போதே தன் வாழ்க்கையைப் பங்குபோட வந்த ராதா அக்காவை அவ்வளவு சிநேகத்தோடு

அரவணைத்து ஒரே கூரையினடியில் ஒரு சுடுசொல்லும் கூறாமல் தன்னோடே வாழ அனுமதித்த லீலா அக்கா எத்தனை பெரிய மனுஷி என்கிற வியப்பும் ஏற்பட்டுவிடுகிறது. கதையின் முடிப்பில் தேரை மூடியிருந்த தகரக்கூரையில் கிருஷ்ணப்பருந்து நனைந்துகொண்டே உட்கார்ந்திருந்தது என்கிறார். கிருஷ்ணப்பருந்தைக் காண்பது அபூர்வம், அதுவும் ஈரத்துடன். அப்போதுதானே லீலா அக்காவின் மேன்மையை அவன் கேட்டு முடித்திருந்தான்!

நெல்லைச்சீமைப் படைப்பாளிகளுக்குள்ள ஊர்ப் பாசத்திற்கு வண்ணநிலவன் மட்டும் விதிவிலக்கா என்ன? வெளியேறிப் பிழைக்கச்சென்றாலும் வாழ்ந்த ஊரின் நினைவு இழுத்துக்கொண்டே இருக்கும் போலும். ‘தாமிரபரணிக் கதைகள்’ என ஒரு தொகுப்புக்கே பெயரிட்டிருக்கிறார். அதனால்தான் அவரது பாத்திரம் ஒன்று ‘அரேபியா’விலிருந்து ஊருக்கு வந்ததும், முட்டளவே ஓடுகிற மணல் நிரம்பிய ஆற்றில், உச்சிக்கு வெய்யில் ஏறுகிறவரை குளித்துக்கொண்டே இருக்கிறான்.

கதைகளினிடையில் ஆங்காங்கே ஒலிக்கும் பழைய பாடல்கள் அக்கதைகளுக்கு ஓர் அழகைத் தருவது மட்டுமல்ல கதை நிகழும் காலத்தைச் சொல்லும் ஓர் உத்தியாகவும் கருத முடியும். இருந்தாலுமேகூட இயல்பாகவே அதற்குள் மனம் சென்று தோய்வதைக் கட்டுப்படுத்த முடியவில்லை. சில கதைகளில் ஊனமுற்ற, புத்தி சுவாதீனம் இல்லாத குழந்தைகள் வருகிறார்கள். இவர்கள் இல்லாமலேயே கதை அதன் தளத்தில் நன்றாகவே வெளிப்பட்டிருக்கும். அந்தச் சூழலின் அழுத்தத்தைக் கூட்டவே அவர்களை இடம்பெறச் செய்திருக்கலாம். ஆனால் அது குறையாகவே தங்கியிருக்கிறது.

எழுத்தை எழுதுகிறவர் கைவிட்டுச் சில காலத்திற்குப் பின் திரும்பவந்தால் இப்போது எழுத்தின் முறை. முன்னர் எழுதுகிறவருக்கு வளைந்து கொடுத்ததுபோல இப்போது வளையாது போலும். மொழிப்புலத்தில் ஏதேனுமொரு வடிவத்தில் தொடர்ந்து செயலாற்றிக்கொண்டே இருப்பது அவசியம். இதற்கு உதாரணமாகவும் விதிவிலக்காகவும் வண்ணநிலவனின் முன்னோடிகளிலிருந்தே பெயர்களைக் கூறிவிட முடியும்.

சமீபத்திய தொகுப்பான ‘மழைப்பயண’த்தில் (2019) உள்ள கதைகளை அந்த ரீதியில்தான் கருத முடிகிறது. எழுதுவதை நிறுத்தாமல் போயிருக்கலாமோ என்று தோன்றும்படியான கதைகள். ஆயினும் அதிலுள்ள ‘துஷ்டி’, ‘சுந்தரத்து அக்கா’

போன்ற கதைகளில் முந்தைய வண்ணநிலவனின் தடயங்களைப் பார்க்கவும் வாய்க்கிறது. அதிலும் 'துஷ்டி'யில். துல்லியமாகத் தேர்ந்த இடத்தில் கதையை நிறுத்திவிடுகிற வண்ணநிலவன் இதில் கதை முடிந்தபின்னும் இரண்டு மூன்றுவரிகளை எழுதிவிட்டாரே என்கிற குறை மட்டும்தான். மேலும் ஒன்று வண்ணநிலவன் கதைசொல்லி அல்லர், கதையை எழுதுகிறவர்.

இலக்கியக் கூட்டங்களிலும் நண்பர்களுடனான தனிப்பட்ட உரையாடல்களிலும் தவறாமல் ஒரு கேள்வி கேட்கப்படுவதுண்டு, 'தமிழில் அவசியம் வாசிக்க வேண்டிய படைப்பாளிகள் யார் யார்?' எந்தத் தயக்கமும் குழப்பமும் இல்லாமல் பெயர்களைக் கூறுவேன். பிறகு எழுதவருவதற்கு முன்பே வெகுசிலரை வாசித்துவிடுவது அவர்களுக்குப் பெரிய நன்மையைக் கொண்டு வந்து சேர்க்கும். அவர்களிடம் கற்றுக்கொள்வதற்கும் விஷயங்கள் இருந்துகொண்டே இருக்கும் என்றும் சொல்வேன். இந்த இரண்டிலுமே வந்துவிடுகிற கலைஞர் வண்ணநிலவன்.

தொகுப்பிலுள்ள சாதாரணமான கதையில் இடம் பெற்றிருக்கும் மிக எளிய வரியைக் கடனாகப் பெற்று வண்ணநிலவனின் புனைகதைகளில் கசியும் மனிதர்களிடம் சொல்ல வேண்டும் போலிருக்கிறது, "எல்லாக் கஷ்டமும் தீர்ந்து போகாதா என்ன?"

அவிநாசி
16.05.2021

கே.என். செந்தில்

உதவியவை

1. வண்ணநிலவன் கதைகள் (முதல் பதிப்பு 2001), சந்தியா பதிப்பகம், சென்னை
2. மழைப்பயணம் – சிறுகதைகள் (முதல் பதிப்பு 2019), வண்ணநிலவன் – சந்தியா பதிப்பகம், சென்னை.
3. மறக்க முடியாத மனிதர்கள் – கட்டுரைகள் – வண்ணநிலவன் – காலச்சுவடு பதிப்பகம், நாகர்கோவில்.
4. பின்னகர்ந்த காலம் – கட்டுரைகள் – வண்ணநிலவன் – நற்றிணை பதிப்பகம், சென்னை
5. வண்ணநிலவன்: எண்ணமும் எழுத்தும் – அகநி வெளியீடு, வந்தவாசி.

அயோத்தி

அவன் வீட்டுக்குள் நுழைகிறபோதே, அவனுடைய முகத்தைப் பார்த்ததுமே சந்திராவுக்குத் தெரிந்துபோயிற்று, வெறுங்கையுடன்தான் திரும்பி வந்திருக்கிறான் என்று. குழந்தை மடியில் தூங்கிக்கொண்டிருந்தாள். நிமிர்ந்து அவனையே எரித்துவிடுகிறவளைப்போலப் பார்த்தாள். தலை குனிந்தபடியே உள்ளே நுழைந்து, கதவடியில் செருப்பைக் கழற்றிவிட்டு, குடையைத் தலைகீழாகக் கவிழ்த்துச் சுவரோடு சுவராக நிறுத்தினபின்பு சந்திராவைப் பார்த்தான். கையில் குடை கொண்டு போயிருந்தான் என்றாலும் முதுகுப்புறத்தையும் சட்டைக் கைகளையும் நனைத்துக்கொண்டிருந்தான். சட்டைப் பித்தான்களை ஒவ்வொன்றாகக் கழற்றிக் கொண்டே சொன்னான்:

'நாயுடு சாப்பிடப் போயிருக்காராம். அந்த வேலைக்காரப் பையன்தான் சொன்னான். அவர் வந்தப்புறம்தான் தரமுடியும்னு சொல்லிட்டான். சாயந்தரம்தான் கடைக்கி வருவாராம்.'

அவளுக்கு ஆத்திரமும் துக்கமும் தாங்க முடியவில்லை. அவனை என்ன செய்கிறதென்று புரியவில்லை.

'ஏன், அவர் வர்றவரைக்கும் கொஞ்சம் இருந்து வாங்கிட்டு வந்தா என்னவாம்? இங்கே என்னம்மோ பெரிய வேல பாத்து வெட்டி முறிக்கிற மாதிரிதான் ஓடியாந்தாச்சு. புள்ள முழிச்சதும் நான் என்னத்தைக் கலக்கிக் குடுக்கட்டும்?'

அவளுடைய பேச்சரவத்தில் குழந்தை புரண்டு படுத்தாள். அவன் பேசாமல் ஈஸிசேரில் சாய்ந்துகொண்டு புஸ்தகம் படிக்க ஆரம்பித்துவிட்டான். அவனுடைய லட்சியமின்மை அவளுக்கு ரொம்பவும் எரிச்சலூட்டியது. எதைப் பற்றியும் அக்கறையே கிடையாதா? இது என்ன ஜென்மம் ?

நேற்றுப் பள்ளிக்கூடம்விட்டு வரும்போதே நாயுடுவைப் பார்த்து பால் டின்னுக்குச் சொல்லிவிட்டு வந்தாள். நாயுடு நாளைக்கு வாங்க என்று சொல்லியிருந்தார். வெளியே எங்கேயும் பால் டின்னே கிடைப்பதில்லை. நாயுடுவுடைய பையன் அவளிடம்தான் படிக்கிறான் என்பதால், நாயுடு பால்டின் தரச் சம்மதித்தார். மாதக் கடைசி ஆகிவிட்டது. வீட்டுக்கார அம்மாள்தான் கடன் கொடுத்தாள். அதை வாங்கிக் கொடுத்து அவனை அனுப்பி வைத்தாள். அவனானால் வாங்காமல் வந்துவிட்டான். இவளே போயிருந்தால் வாங்கிக்கொண்டுதான் வருவாள். கடைப் பையனுக்கு இவளைத் தெரியும். இவளுடைய சிரிப்பு அவனுக்கு ரொம்பவும் பிடித்தமானது. இவள் பள்ளிக்கூடத்துக்குப் போகிறபோது, கடையில் ஆட்கள் நின்றிருந்தாலும் இவளைப் பார்க்காமல் இருக்கமாட்டான். நினைக்க நினைக்க ஆத்திரம் பெருகியது.

‘இங்கே வந்து ஈசி சேர்ல சாஞ்சு கெடக்கறதப் பாருங்களேன்? நேத்துக் காலையில் இருந்தே பாலக் கலக்கிக் குடுக்க வழியில்ல. ராத்திரி பூரா முழிச்சி முழிச்சி எத்தனை தடவை அழுதிச்சி. பாதவத்தி செஞ்ச பாவத்துக்குப் பாலும் வராம அடச்சிப் போச்சு. இன்னைக்கு ஒரு நா லீவு. தொண்டத் தண்ணியக் குடுக்காம வீட்ல கெடக்க வழி இருக்கா?’

அவன் புஸ்தகத்தை மூடி மெதுவாக வைத்துவிட்டு, கண்ணாடியைக் கழற்றி, வேட்டி முனையில் பிரேமைத் துடைத்தான். மேலே சேலை விலகிக் கிடந்தது. வெளியே பெய்கிற மழையையே பார்த்துக்கொண்டிருநதவள், சட்டென்று திரும்பிப் பார்த்துவிட்டு, சேலையைப் போட்டு மூடிக்கொண்டாள்.

‘இங்க பாக்கறதுக்கு என்ன இருக்கு? அதுதான் என்னையே உருக்கொலச்சாச்சே’ என்று வாய்க்குள் முனங்கினாள்.

இப்போது மழை வலுத்துவிட்டது. இந்த மழை இப்படி ரெண்டு நாளாகப் பெய்கிறது. தெருவில் யாருமே போகவில்லை. குளிர்ந்த சாரல் காற்று, திறந்துகிடந்த கதவுவழியாக வீசியது. அவன் நிதானமாக எழுந்துபோய்ச் சாத்திவிட்டு வந்து, ஜன்னலருகே நின்றுகொண்டு வெளியே பார்க்க ஆரம்பித்தான். ஒரே ஒரு பையன், அவ்வளவு பெரிய நீளமான தெருவில் சட்டை

போடாமல் சைக்கிள் ரிம்மில் குச்சியைக் கொடுத்து உருட்டியவாறு மழையில் நனைந்துகொண்டே வந்துகொண்டிருந்தான்.

குழந்தையைப் பற்றிய நினைப்பு மறுபடியும் வந்தது. குழந்தை அழுதால் எப்படிச் சமாதானப்படுத்துகிறது என்றே அவளுக்குப் புரியவில்லை. அவளிடம் கொஞ்ச நாட்களாகவே பால் இல்லை. வீட்டுக்கார அம்மாள் கூட ஏதோ கைப்பக்குவம் சொன்னாள். ஒன்றுமே சரிப்பட்டு வரவில்லை.

கடைச்சாமான் வாங்குகிறது முதல் வண்ணான் கடை, காய்கறிக்கடை என்று எல்லாவற்றுக்கும் அவளேதான் அலைகிறாள். ஒரு சாமான் விலைபேசி வாங்கத் தெரியாது. எல்லாவற்றுக்கும் அவளேதான் போகவேண்டும்.

அன்றோடு அவளுடைய பாஸு அத்தான் வந்து இரண்டு நாட்கள் ஆகிவிட்டன. ஒவ்வொரு நாளும் சாயந்திரம் அவனைப்போய்ப் பார்க்கவேண்டும் என்று ஆசைப்படுகிறாள். முடியவே இல்லை.

அவனைப் பற்றி நினைத்ததும் அவளுக்குத் தாங்க முடியவில்லை. கண்ணீர் வந்துவிட்டது. அவன் எவ்வளவு கெட்டிக்காரன். அவன் மட்டும் இவளுக்குக் கிடைத்திருந்தால் வாழ்க்கை இப்படி நரகமாகி இருக்குமா? எவ்வளவு சந்தோஷமாக இருப்பாள்? அவளைப்பற்றி, அவளுக்கு என்னென்ன பிடிக்கும் என்கிறதெல்லாம் அவனுக்குத் தெரியும். அவனோடு பேசின நாட்கள் எல்லாம் எவ்வளவு சந்தோஷமாக இருந்தன.

பாஸு அத்தான் அவளுக்கு முறைப் பையன். எல்லோருமே அப்படித்தான் சொன்னார்கள். அம்மாகூட அப்படித்தான் சொல்லிக்கொண்டிருந்தாள். அப்பாதான் இவனைப் பெரிய படிப்பாளி என்று ஆசைப்பட்டுக் கொடுத்துவிட்டார். இவன் வீட்டில், நகை அதிகமாகப் போடவேண்டாம், போடுகிறதைப் போட்டால் போதும் என்று சொல்லிவிட்டார்கள். அப்பாவுக்கு இதெல்லாம் ரொம்ப சௌகரியமாக இருந்தது. அதுக்காக இப்படி இவனோடு வந்து இவ்வளவு கஷ்டப்பட வேண்டியதாகி விட்டது. அவள் எவ்வளவோ நினைத்திருந்தாள். கடைசியில் இப்படி ஆகிவிட்டது.

கல்யாணம் ஆனபிறகும் பாஸு அத்தானை இவளால் மறக்க முடியவில்லை. அவனைப் பொருத்து இவளுக்கு எத்தனையோ ஞாபகங்கள் இருந்தன. ஒன்றையும் மறக்க முடியவில்லை. இப்படியெல்லாம், இவ்வளவு ஆன பிற்பாடும் அவனை மறக்க முடியாமல் சங்கடப்பட்டாள். என்ன செய்யமுடியும் அவளால்? எந்த ஞாபகத்தை எங்கே கொண்டுபோய் ஒளித்துவைக்க முடியும்?

இவனோடு எப்படியாவது தன்னைப் பின்னிக் கொள்ள வேண்டும் என்று ரொம்பவும் ஆசைப்பட்டாள். அவளுடைய பாஸு அத்தானை மறக்க எவ்வளவோ பிரயாசைப்பட்டும் ஒன்றும் முடியவில்லை.

குனிந்தபடியே குழந்தையைப் பார்த்துக்கொண்டிருந்தாள். குழந்தை அவனையே உரித்து வைத்திருந்தது. அது ஒன்றுதான் அவளுக்குச் சந்தோஷத்தைத் தந்தது. பாஸு அத்தான் குழந்தையைப் பார்க்கவேண்டும் என்று கொண்டுவரச்சொல்லி விட்டிருக்கிறான். இங்கேயே வருவான் என்றாலும் ஊரிலே பலபேர் பேசுகிறதுக்கென்று விஷயத்துக்காக அலைந்து கொண்டிருக்கிறபோது அவனால் எப்படி வரமுடியும்? இவளுடைய அம்மா வீட்டுக்குப் போனால் ஓடி வந்துவிடுவான். அவனுக்குத்தான் எவ்வளவு ஆசையிருக்கிறது. குழந்தையைப் பார்க்கவேண்டும் என்று தம்பியிடம் சொல்லிவிட்டிருக்கிறானே. குழந்தையைப் பார்க்கவா? இவளைப் பார்க்கவா?

இவன் பால்டின் வாங்கி வந்து, காய்ச்சிக் கலக்கிக் கொடுத்துவிட்டு, இனி எப்போது போவாள்?

‘நாளைக்குப் போட்டுக்கிட்டுப் போகச் சட்டை இல்லை. துவைச்சிப் போடணும்’ என்றான், ஜன்னலுக்கு வெளியே பார்த்தபடியே.

அவளுக்கு எல்லாம் வெறுத்துவிட்டது. அவனைப் பார்க்க முடியவில்லை. கண்கள் கலங்கி இருந்தன. தெளிவில்லாமல் அவனை அண்ணாந்து பார்த்தாள்.

‘ம் . . . ம் . . . துவைக்கணும். எல்லாம் எந்தலையிலதான் . . .’ என்று தலையில் அடித்துக்கொண்டாள்.

அவன் சட்டென்று திரும்பி இவளைப் பார்த்தாள். குனிந்து அவளுக்குப் பக்கத்தில் உட்கார்ந்துகொண்டான். அவன் உடம்பிலிருந்து வியர்வை வாடை அடித்தது.

‘சந்திரா . . . ஏன் ஒரு மாதிரியா இருக்கே . . .’ என்று காதுக்குள் கேட்டான்.

அவள் பதில் சொல்லாமல் அழுதுகொண்டிருந்தாள். அவளுடைய விசும்பலில் குழந்தை விழித்துக்கொண்டு இரண்டு பேரையும் திரும்பிப் பார்த்தான்.

‘அழுதியா . . . நீ? ஐயோ . . .’ என்றான்.

அவளுக்காக இரக்கப்படுகிறான். இவைதான் இரக்கத்தைக் காட்டுற வார்த்தைகளா? இதற்குமேலே ஒரு வார்த்தை சொல்லத்

தெரியவில்லை. எத்தனை புத்தகங்கள் படித்திருக்கிறான். கட்டினவள் அழுகிறாள். 'ஐயோ' என்கிற வார்த்தையைத் தவிர வேறு வார்த்தைகளே கிடையாதா? இது என்ன சுபாவம்? ஒட்டகம் மாதிரி இது என்ன அசமந்த குணம்? மேலும் மேலும் அழுகை பெருகிற்று அவளுக்கு.

'ஆமா அழுதேன். என் தலவிதியை நெனச்சு அழுதேன். தூரப் போங்க . . .' என்று மேலும் தாங்க முடியாமல் ஏங்கி ஏங்கி அழுதாள். குழந்தை அவள் மடியில் படுத்திருந்தபடியே மிரள மிரள இருவரையும் பார்த்தாள். அவன் குழந்தையையே பார்த்துக்கொண்டிருந்தான். அது இவனைப் பார்த்துச் சிரித்தது.

அவள் இவனுக்கு எதிர்ப்புறமாய்த் தோளில் முகத்தை வைத்துக்கொண்டு அழுதுகொண்டிருந்தாள். அன்யோன்யத்துடன் இருக்கும் மனைவி புருஷன் மேலே சாய்ந்துகொண்டுதான் அழுவாள். அவளுடைய அழுகை கூடிக்கொண்டே போயிற்று. அழ அழ பாஸு அத்தானின் ஞாபகம் மேலெழுந்துகொண்டே இருந்தது. இழந்துபோன சந்தோஷங்களை, ஏமாற்றங்களை நினைக்க நினைக்க அழுகையை அடக்க முடியவில்லை. வாயில் சேலைத் தலைப்பைச் சுருட்டிக் கவ்வினபடியே, அரைகுறையாய் விசும்பல்களினூடே சொன்னாள்:

'சண்டாளப்பாவியோ இப்பிடி என்னயக் கொண்டு போயி பாழுங்கெணத்துல தள்ளுன மாதிரிப் பண்ணிட்டாங்களே. பணத்துக்கு ஆசைப்பட்ட கொள்ளக்காரப் பாவியோ என்னயப் பாழாக்கிட்டாங்களே ஓ . . . ஓ . . .'

அவளுடைய அழுகையைப் பார்த்துக்கொண்டே இருந்தவன் மனம் பொறுக்க முடியாமல் 'சந்திரா . . . சந்திரா . . . அழாத. அழாதன்னா அழாத . . .' அவனுடைய வேட்டி முனையைத் தூக்கித் துடைக்க வந்தவனின் கையைத் தட்டி விட்டாள். குலுக்கலில் அவள் மடியில் கிடந்த குழந்தையின் தலை கீழே தரையில் இறங்கிவிட்டது. குழந்தையைத் தூக்கித் தோளில் போட்டுக்கொண்டான். அதன் முதுகில் தட்டிக்கொடுத்து அவனுக்குத் தெரிந்ததைச் சொல்லிச் சமாதானப்படுத்தினான். அவளைப் பார்த்து, 'சந்திரா, எந்திரி, எந்திரி . . . பால் டின் வாங்கிக்கிட்டு அப்படியே பாஸு அத்தான் வீட்டுக்குப் போயிட்டு வரலாம்' என்றான். அவனை நிமிர்ந்து பார்த்தாள் சந்திரா. வெளியே இன்னும் வேகமாய் மழையும் காற்றும் அடித்துக்கொண்டிருந்தது.

***சதங்கை*, 1973**

சாரதா

பிரம்மதேசம் வெங்கய்யர் என்ற வெங்கடா சலம் ஐயரின் மூத்தாள் புதல்வி சாரதாவைத் திருநெல்வேலி மாஜிஸ்டிரேட் கோர்ட் வராந்தாவில் உட்கார்த்தி வைத்திருந்தது.

தாமிரவருணிக் கரைமேல் போகிற கொக்கிரகுளம் ரோட்டையும் ரோட்டுக்குக் கீழே போகிற ஆற்றையும் வேடிக்கை பார்த்துக்கொண்டு உட்கார்ந்திருந்தாள் சாரதா.

சின்னப் பிள்ளையாக இருக்கையில் இதே ரோட்டில் அப்பாவோடும் அம்மாவோடும் கிட்டு மாமாவுடைய கல்யாணத்துக்காக நடந்து போயிருக்கிறாள். அப்போது அம்மா இருந்தாள். அதிகாலை முகூர்த்தத்துக்குப் பிரம்மதேசத்தி லிருந்து முதல் பஸ்ஸில் வந்து, ஜங்ஷன் பஸ் ஸ்டாண்டில் இறங்கி, சந்திர விலாஸ் ஹோட்டலில் காப்பி சாப்பிட்டுவிட்டு, ஆற்றுப் பாலம் வழியாக இதே ரோட்டில்தான் நடந்தார்கள். அது சித்திரை மாதத்து முகூர்த்தம். காலை வெயிலுக்கும்முன் லேசான குளிர்காற்று ஆற்றிலிருந்து வீசினதும், அக்கரையில் கைலாசபுரத்துப் படித்துறையில் லேசாக எரிந்துகொண்டிருந்த முனிசிபாலிட்டி விளக்குகளையும்கூட இன்னமும் ஞாபகம் இருக்கிறது.

‘ஏடே . . . இது யாரு புதுசா இருக்கே?’

‘நம்ம ஏட்டய்யாதான் புடிச்சாவ. இத்தனை வயசாகியும் பாரேன்’ என்று ஒருத்தி, கோர்ட் படிக்கல்லில் உட்கார்ந்திருந்த போலீஸ்காரரைப் பார்த்துப் பேச்சும் சிரிப்பாணியுமாகச் சொன்னாள்.

அவளைத் தொடர்ந்து, கூட இருந்த மற்றப் பெண்களின் சிரிப்புச் சத்தம் கேட்டது.

'ஏய் . . . செல்லம்மா . . . நீ நேத்துப் பொறந்துட்டு நேரே மாடத்தெருக்கு வந்திட்டவ. நம்மளப் பத்தி அழகம்மையக் கேளு. சொல்லுவா' என்று கண்ணைச் சிமிட்டியவாறே அழகம்மையைப் பார்த்தார். பின்னும் சிரிப்பும் கும்மாளமுமாகக் கிடந்தது.

சாரதாவுக்கு இந்தக் கேலிப் பேச்சுகள் ஒன்றும் புரியவில்லை. அவளுக்கு அப்பாவுடைய ஞாபகம் வந்தது. இப்போது அப்பா வந்தால் எவ்வளவு நன்றாக இருக்கும்? இந்த ஏட்டையா அப்பா சொன்னால் கேட்க மாட்டாரா? கைலாசபுரத்திலிருந்து புவனேஸ்வரி வந்து ஏட்டையாவிடம் சொல்லிக் கூட்டிக் கொண்டு போனால் கூடப் போதுமே. புவனேஸ்வரி மட்டும் வீட்டில் இருந்திருந்தால் இவ்வளவு ஆகியிருக்காதுதான்.

நேற்று இதே நேரம் இருக்குமா, ஊரிலிருந்து புறப்படும்போது சித்திக்குத் தெரியக்கூடாது என்று, குடத்துக்குள்ளே அவளுடைய ஆஸ்திகளான வெள்ளாவியில் சாயம்போன இரண்டு சேலைகள், செங்கோட்டை பெரியப்பா தைத்துக்கொடுத்த ஜாக்கெட்டு, பின்னும் ஒரு சிட்டைத்துண்டு இதையெல்லாம் அள்ளிப்போட்டுக் கொண்டு வாய்க்காலைப் பார்க்க நடந்ததும், கடைக்குப் போகிற பாவனையில் அப்பா சாக்குப்பையைத் தூக்கிக் கொண்டு கொஞ்ச நேரம் கழித்து வந்ததும் . . . சித்திக்கு எப்படியும் சந்தேகம் வராமல் இருந்திருக்காது.இப்போது அப்பாவை என்ன பாடுபடுத்துகிறாளோ சித்தி.

'சாரதா . . . இதத் தவுத்தி எனக்கு வேற வழி தெரியல. இந்த முண்ட என்னைத் தின்னது காணாதுன்னு ஒன்னையுஞ் சாப்புட்டுருவா. புவனேசுவரிகூடப் போயி கொஞ்சகாலம் இரு. சொந்தக்காராளைவிட ஸ்நேகிதாதான் நமக்கு ஒதவுவா. அவ புருஷனுக்கு அங்க நல்ல வேலதான். எஸ்.எஸ்.எல்.சி பொஸ்தகத்தை எடுத்துக்கிட்டயா? இந்த காப்பி கௌப்பு நடத்தி நான் ஒன்னையக் கல்யாணங் கட்டிக் குடுத்திரப் போறேன்னு நம்பல. ஒனக்கு புவனேசுவரியும் அவ புருஷனும் எப்படியும் பார்த்து ஏற்பாடு பண்ணுவாங்க. எல்லாத்துக்கும் மேல ஸ்வாமி இருக்கார். போயிட்டு வா . . . நல்லபடியா ஆன பெறகு லெட்டர் போட்டாப் போதும் . . . இந்த ரெண்டு ரூபாய வச்சுக்கோ. பஸ் சார்ஜ் போக கூடுதலா ஒரு ரூபா கொடுக்கணும்னுதான் நெனச்சேன், முடியலை.'

இதுதான் சாரதாவுடைய அப்பா வெங்கய்யர் திருநெல்வேலி போகிற பஸ்ஸுக்காகக் காத்து நின்றபோது சாரதாவிடம் சொன்னது. அப்பா எப்போதும் போலத்தான் பேசினார்.

ஆனாலும் நேற்றுப் பேசின பேச்சை சாரதாவால் மறக்க முடியவில்லை.

அப்புறம் என்ன? எட்டரை மணி பஸ் வந்தது. அப்பா கொண்டுவந்த சாக்குப் பையில் துணிமணிகளையும் சர்ட்டிபிகேட் புஸ்தகத்தையும் எடுத்துக்கொண்டு சாரதா பஸ்ஸில் ஏறினாள். இன்வாய்ஸ் எழுதுகிறதுக்காக பஸ் கொஞ்ச நேரம் நின்றுகொண்டிருந்தது. திடீரென்று சித்தி ஓடிவந்து, பஸ்ஸைவிட்டு இறக்கிவிட்டுவிடுவாளோ என்று பயமாகக்கூட இருந்தது சாரதாவுக்கு. நல்லவேளை, பஸ் புறப்படுகிறவரை சித்தி வரவில்லை. முருக்கனோடை தாம்போதியில் பஸ் இறங்கி ஏறும்போது, அப்பா வாய்க்கால் கரைமேல் தோளில் குடத்தைச் சுமந்தபடியே போனதைப் பார்த்தாள்.

கைலாசபுரத்திலும் சாரதாவை விதிதான் ஜெயித்தது. புவனேசுவரியும் அவள் புருஷனும் ஆழ்வார்திருநகரிக்கு மாற்றலாகிப் போய்விட்டிருந்தார்கள். புவனேசுவரி இருந்த வீட்டைக் கண்டுபிடிக்கவே மத்தியானம்வரை ஆகிவிட்டது. கையில் இருந்த பாக்கிச் சில்லறைக்கு, வெளியில் வாங்கிச் சாப்பிடக்கூட வெங்கய்யர் சொல்லிக் கொடுத்திருக்கவில்லை. அவ்வளவு ஒடுக்கமான சந்தில் குடியிருந்த புவனேசுவரி, தன் பள்ளிக்கூட ஸ்நேகிதி சாரதாவுக்கு எப்போதோ கடைசியாக, அளவற்ற பிரியத்துடன் ஒரு லெட்டர் எழுதியிருந்தாள். அந்த லெட்டரை ஊரில் இருந்தபோது தன்னுடைய எஸ்.எஸ்.எல்.சி. புஸ்தகத்துக்குள்தான் வைத்திருந்தாள். அதை சாலைக் குமாரசாமி கோயில் சன்னதியில் தூண் ஓரமாக இருந்தபடியே நேற்றுப் பல தடவை திரும்பத் திரும்பப் படித்து மனசுக்குச் சந்தோஷத்தைத் தேடிக்கொண்டாள் சாரதா. எவ்வளவு பிரியமானவள் அந்த புவனேசுவரி.

இந்த மாதிரி டவுனில், தனியே கோயிலுக்குள் உட்கார்ந்து இருந்தாலும் தப்பு என்கிறதை வெகுநேரத்துக்குப் பிற்பாடுதான் சாரதா அறிந்துகொண்டாள். அங்கேயிருந்து புறப்பட்டு பஸ் ஸ்டாண்டுக்கு வழி கேட்டுக்கொண்டு வந்து சேர்ந்தாள்.

வெங்கய்யருக்குப் பிரம்மதேசம் ரூட்டில் ஓடுகிற பஸ் கண்டக்டர்களைத் தெரியும். காலை பத்துமணி பஸ்ஸில் வருகிற கண்டக்டர் பையன் வெங்கய்யருக்கு வேண்டியவன்தான். அவனிடம் சொன்னால் ஊரில் கொண்டு போய் இறக்கி விடுவான். ஆனால் ஊருக்குப் போனால் சித்தி அவளை என்ன செய்வாள் என்று சொல்ல முடியாது. ஆனாலும் இதைத் தவிர வேறுவழி என்ன ?

அவள் துரதிருஷ்டம் காலையில்தான் முதல் பஸ் புறப்படுகிறது என்று சொன்னார்கள்.

பஸ் ஸ்டாண்ட் குழாயில் தண்ணீரை வயிறுமுட்டக் குடித்துவிட்டு, சாக்குப் பையைத் தலைக்கு வைத்துக்கொண்டு, பஸ் ஸ்டாண்ட் கூட்டத்தோடு கூட்டமாய்ப் படுத்துக் கிடந்தவளை நடுச் சாமத்தில் தட்டி எழுப்பி போலீஸ் ஸ்டேஷனுக்குக் கூட்டிக்கொண்டு போனார்கள்.

'சைலன்ஸ்...' தலையை மட்டும் வெளியே வராந்தாவைப் பார்த்து நீட்டி ராகம் போட்டுச் சொல்லிவிட்டு உள்ளே போனான் பியூன்.

எல்லாப் பெண்களும் வரிசையாக எழுந்து நின்று கொண்டார்கள். ஏட்டு அவசர அவசரமாக கோர்ட்டுக்குள் போனார். சாரதாவும் அவர்கள் நின்றதைப் பார்த்து எழுந்து நின்றுகொண்டாள். கொஞ்ச நேரத்தில் பியூன் வெளியே வந்து அழகம்மையிடம் பேச்சுக் கொடுத்தான். சாரதாவைக் காட்டி ஏதோ கேலி பண்ணினான். ஒவ்வொருத்தர் பேராகச் சொல்லிக் கூப்பிட்டார்கள். சாரதாவும் கோர்ட்டார் முன்னால் போய் அந்தப் பெண்களோடு நின்றுகொண்டாள்.

'இது என்னய்யா, புதுசா ஒரு ஆளு வந்திருக்காப்பல இருக்கே' என்று சாரதாவைப் பார்த்து ஏட்டய்யாவிடம் கோர்ட்டார் கேட்டார். கோர்ட்டார் சொன்னதைக் கேட்டதும், சட்டப் புஸ்தகங்களைப் புரட்டிக்கொண்டிருந்த வக்கீல்களும் திரும்பிப் பார்த்தார்கள். சாரதாவுக்கு ரொம்பவும் கஷ்டமாக இருந்தது.

ஆளுக்கு ஐந்து ரூபாய் அபராதம் விதித்தார். ஏட்டய்யா ஒவ்வொருவரிடமாக ஐந்து ரூபாயை வாங்கினார்.

'என்ன முழிக்கே? அபராதம் கட்டப்போறீயா, இல்ல உள்ள போறியா?' என்று சாரதாவைப் பார்த்துக் கேட்டார்.

சாரதா மெதுவாக, 'பணம் இல்லை' என்று தலையைக் குனிந்தபடியே சொன்னாள்.

'ராத்திரி எத்தனை ரூவா சம்பாதிச்ச? உள்ளதைச் சொல்லு. இல்ல நொறுக்கிருவேன்... அந்தப் பைக்குள்ள என்ன வச்சிருக்க?'

பையைப் பிடுங்கினார். பையிலிருந்து அவளுடைய இரண்டு சேலைகள், உள்பாடிகள், அழுக்கான ஜாக்கெட்டுகள், ஒரு சோப்பு டப்பா, எஸ்.எஸ்.எல்.சி. சர்ட்டிபிகேட் புத்தகம், புவனேசுவரி அவளுக்கு எழுதின இன்லேண்ட் லெட்டர் உள்பட எல்லாவற்றையும் தரையில் கொட்டினார். எல்லோரும் அதைக் குனிந்து வேடிக்கை பார்த்தார்கள். அவளுடைய சேலை, உள்பாடி, ஜாக்கெட்டுகளை எல்லாம் உதறி உதறி எடுத்துப் பைக்குள் திணித்தார். சாரதாவுக்குக் கூச்சமாக இருந்தது.

இரண்டு உலகங்கள்

சோப்பு டப்பாவைத் திறந்து அதில் கிடந்த சில்லறைகளை எண்ணிப் பார்த்து, 'முப்பத்தி அஞ்சு பைசா இருக்கு ஐயா . . . முப்பத்தஞ்சு பைசா போக பாக்கிய இன்னைக்கி சம்பாரிச்சுத் தந்திருவா' என்று சிரித்துக்கொண்டே சொன்னார். எல்லோரும் சிரித்தார்கள்.

அழகம்மை மட்டும் ஏட்டய்யாவுக்குப் பக்கத்தில் வந்து நின்றாள்.

'ஏட்டய்யா . . . என்ன ஒரேடியாத்தான் பேசிக்கிட்டே போறிய? அதப்பாத்தா தெரியலியா? என்னம்போ அகஸ்துமாஸ்தா ஒங்க கையில ஆம்புட்டுக்கிட்டு. நல்ல எடத்துப் புள்ள மாதிரி இருக்கு. எல்லாத்தையும் எடுத்து உள்ளே போட்டுப் பைய அது கையில கொடுங்க. இத்தனை ஆம்பளைக முன்னால் அது சேல துணிய வெளிய எடுத்துப் போட்டீங்களே. அது என்னமா ஒடுங்கிப் போயி நிக்கி . . . அதுக்குக் கட்ட வேண்டியத நாங் கட்டுதேன். இந்தாங்க. பைய அது கையில் குடுங்க' என்று சொன்னாள் அழகம்மை. ஏட்டு பணத்தை வாங்கி கோர்ட் கிளார்க்கின் கையில் கொடுத்தார். எல்லோரும் வெளியே வந்தார்கள். பியூன் அடுத்த கேஸுக்கு எதிரி பேரைச் சொல்லிக் கூப்பிட்டான்.

சாரதாவுக்குப் பேசக்கூட முடியவில்லை. அழகம்மை சாரதாவைக் கூட்டிக்கொண்டு மரத்தடியைப் பார்க்கப் போனாள்.

'என்ன அழகம்மக்கா, கவுல்கெடையா பாப்பாவப் புடிச்சிட்டீக போலிருக்கே' என்று ஒருத்தி வந்து கேட்டாள்.

'செம்பகம், வாய அடக்கிப் பேசு. ஒன் இதப் பொத்திக்கிட்டுப் போ தூர' என்றாள் அழகம்மை. சாரதாவிடம் எல்லாவற்றையும் கேட்டுக்கொண்டாள். சாரதாவுக்கு அவர்கள் யார் என்கிறது கூடத் தெரியவில்லை. யாரோ தன்னைப்போலக் கஷ்டப்பட்ட பெண்கள்தான் அவர்கள் என்று இன்னமும் நினைத்திருந்தாள். அழகம்மை சாரதாவை கோர்ட் கேண்டீனுக்குக் கூட்டிக்கொண்டு போய் இட்லி வாங்கிக் கொடுத்தாள். ஊருக்குப் போக பஸ் சார்ஜும் கொடுத்தாள். தனக்குத் தெரிந்த ஒரு சின்னப் பையனைக் கூப்பிட்டாள்.

'அக்காவ ஜங்ஷன் பஸ் ஸ்டாண்டுக்குக் கூட்டிக்கிட்டுப் போயிப் பிரம்மதேசம் பஸ்ல ஏத்தி அனுப்பிச்சிட்டு வா. பாப்பா போயிட்டு வாம்மா. எனக்கு இன்னுங் கொஞ்சம் கோர்ட்ல வேல இருக்கு' என்று சொன்னாள் அழகம்மை.

***கண்ணதாசன்*, 1973**

பலாப்பழம்

பக்கத்துவீட்டுக்குப் பலாப்பழம் வந்திருக்கிறது.

செல்லப் பாப்பா புரண்டு படுத்தாள். கனமான அடிவயிறுதான் சட்டென்று சிமெண்டுத் தரையின் குளுமையை முதலில் உணர்ந்தது. உடம்பெல்லாம் ஒருவிதமான கூச்சம் பரவிற்று. ஸ்டவ் அந்த அறையின் ஒரு மூலையில் சத்தத் துடன் எரிந்துகொண்டிருந்தது. பல திரிகள் கட்டையாகிவிட்டன. மாற்ற வேண்டும். சிலது எரியவே இல்லை. தீ சரியாக எரியாமல், அடுப்பில் எதை வைத்தாலும் இறக்குவதற்கு நேரமாகிவிடுகிறது. ஒரு சிறு விஷயம், திரிகளை மாற்றுவது என்பது. ஆனாலும் திரிகளை மாற்ற வில்லை அவள்.

சிமெண்டுத் தரையில் வெறுமனே ஒன்றையும் விரிக்காமல் படுத்துக்கொள்கிறது அவளுக்குச் சின்ன வயசிலேயே பிரியமான காரியம். எவ்வளவு கஷ்டமாக இருந்தாலும் அந்தக் குளிர்ச்சி எல்லா வற்றையும் மாற்றி மனசை லேசாக்கி விடும். ஆனால் இப்போது இந்தச் சின்னச் சின்ன விஷயங்கள் எல்லாம்கூட வெகுதூரத்தில் சென்று மறைந்துகொண்டுவிட்டன.

அண்ணாந்து உயரே சுவரில் தொங்கிய மர ஸ்டாண்டை வெறிக்கப் பார்த்தாள். அவளுடைய வீட்டிலிருந்து கொண்டுவந்திருந்த ஹார்லிக்ஸ் பாட்டில்களும் கிளாஸ்கோ டின்களும் புகையடை

பிடித்துப்போயிருந்தன. பல பாட்டில்களில் சாமான்களே இல்லை. இருந்த ஒன்றிரண்டு பாட்டில்களிலும் ரொம்பவும் கீழே ஏதேதோ சாமான்கள் கிடந்தன. மனசு முட்டிக்கொண்டு வந்தது. பார்வையைத் திருப்பிப் புரண்டு படுத்தாள்.

அவளை ஒட்டி சீனிவாசன் படுத்துக்கிடந்தான். அவனுடைய பனியன் பின்புற வாரைப் பிடித்துச் சுருட்டிச் சுருட்டி விளையாடினாள். கழுத்துப் பகுதியிலும் ஓரங்களிலும் அழுக்கு சேர்ந்து போயிருந்தது, அவளுடைய கைகளில் பிசுபிசுத்தது. அடி வயிறு தலையில் உரச, இன்னுங் கொஞ்சம் அவனுடைய முதுகோடு தன் வயிறும் மார்பும் ஒட்ட நகர்ந்து படுத்துக் கொண்டாள். அவனுடைய முரட்டுத் தலைமயிருக்குள் விரல் களை விட்டு அளைந்தாள். கொஞ்ச நேரத்தில் அது பிடிக்காமல் அவனுடைய பிடரியின் அடியில் முளைத்திருந்த சின்னச் சின்ன முடிகளைத் தொட்டு விளையாடினாள். அவனுடைய அடிக்கழுத்தில் கையை நுழைத்துக் கீச்சங்காட்டவேண்டும் என்று ஆசையாக இருந்தது. அப்படியே அவனுடைய இடுப்பின் மீது தலையை வைத்துப் படுத்துக்கொண்டாள். சீனிவாசன் விழித்துக்கொண்டான்.

‘இன்னம இந்தப் பக்கம் வாங்க, சொல்லுதேன். ஏய் சீதா, அங்க என்னடி ஆச்சு? நான் வந்துட்டேன்னு நீயும் அடுப்ப அப்படியே போட்டுட்டு வந்திட்டியா?’

‘இல்லம்மா . . . எனக்கு இன்னொரு சொளை வேணும்மா.’

‘அவளுக்கு மட்டும் கூட ஒண்ணாக்கும்? நான் அப்பாட்டப் போய் சொல்லப் போறேன் . . .’

‘ஏய் தடிக் கழுதைகளா . . . ஒண்ணையுமே கண்ணால பார்த்திராத மாதிரிதான் லெச்ச கெடுக்கியளே. ஒங்களுக்குப் போய் வாங்கிக் கொண்ணாந்து போடுதாங்களே, அவங்களச் சொல்லணும்.’

‘இன்னும் ஒண்ணே ஒண்ணும்மா.’

‘பாடாப் படுத்துதீங்களே. லோசுக் குட்டியைப் பாருங்க. எம்புட்டுப் புள்ள. ஒனக்கு காய்ச்சலும்மா, பண்டம் திங்கக் கூடாதுன்னு சொன்னேன். பார்த்துக்கிட்டுப் பேசாம இருக்கா பாருங்க . . . நீங்களா? பேருதான் பெரிய பிள்ளைகள்னு பேரு. பிசாசு மாதிரி . . .’

அந்தக் குழந்தைகளுக்குள்ளே ஏதாவது தகராறு வந்திருக்க வேண்டும். இரண்டு குடித்தனங்களுக்கும் தடுப்பாக இருந்த

பலகைச் சுவரில் ஏதோ வந்து மோதி விழுந்ததும், தொடர்ந்து அழுகைச் சத்தமும் கேட்டது.

செல்லப் பாப்பா அவனை அணைத்துப் படுத்திருந்தபடியே தலையை மட்டும் நீட்டி – ஒன்றும் தெரியப் போவதில்லை என்றாலும் – பலகைத் தடுப்பைப் பார்த்தாள். பலகையின் மீது மோதின அதிர்ச்சியில் ஆணியில் மாட்டியிருந்த சீனிவாசனுடைய சட்டை மட்டும் சுருட்டி எறிந்ததுபோல் தரையில் விழுந்து கிடந்தது.

திடீர் திடீரென்று அடுத்த பக்கத்திலிருந்து பலாப் பழ வாடை வீசியது.

சீனிவாசன் திரும்பி, அவள் பிரியப்பட்டபடியே அவளைத் தன் நெஞ்சோடு நெஞ்சாய் வாரியெடுத்துப் போட்டுக் கொண்டான். அவளிடமிருந்து பல்பொடி வாடை அடித்தது. அவளுடைய கனத்த வயிறு அவனுடைய வயிற்றின் மீது விழுந்து அழுத்தியபோது கேட்டான்.

‘செல்லப் பாப்பா, ஒனக்கு இப்படிப் படுத்தா வயிறு அமுங்கலியா? கஷ்டமா இருக்கா?’

செல்லப் பாப்பா பதில் சொல்லாமல் லேசாகச் சிரித்தாள். இரண்டு உதடுகளிலும் வெள்ளை வெள்ளையாய் மேல் தோல் உரிந்து பார்க்க அழகாக இருந்தது. மெதுவாகச் சிரிக்கிறபோது பின்னும் அந்த அழகு கூடிற்று. இப்போதெல்லாம் செல்லப் பாப்பாவுடைய சிரிப்பில் ஒரு சோர்வு இருக்கிறது. அந்தச் சிரிப்பு அவளுடைய முகத்தில் உண்டுபண்ணின அபூர்வமான சோபையை அவன் ரசித்தான். இன்னொரு தடவை அப்படிச் சிரிக்க மாட்டாளா என்று இருந்தது.

‘ஏய் . . . ஏய் . . . மாடு, எத்தனை தடவை சொல்லட்டும், கொட்டய எல்லாம் ஒரு எடத்துல துப்புங்கன்னு. ஏம் பிராணன ஏன் இப்பிடி வாங்கணும்?’

‘யம்மா . . . நான் பாரும்மா எல்லாக் கொட்டயவும் சேத்து வச்சிருக்கேன். இந்தப் புள்ள சீதாக் கொரங்குதான் நெடுகத் துப்பிப் போட்டுருக்கா.’

‘ஆமா . . . நீரு ஒம்ம துருத்தியை ஊதிக்கிட்டுக் கெடயும்.’

ஏதோவொரு பாத்திரம் சரிந்து உருண்டுவிட்டது. ஒரே கூச்சலும் அழுகையும். எல்லாவற்றுக்கும் மேலே பலாப்பழ வாடை மட்டும் தனியே வந்துகொண்டிருந்தது.

எல்லாவற்றையும் செல்லப் பாப்பாவும் சீனிவாசனும் ஒருத்தர் முகத்தை ஒருத்தர் பார்த்தபடிக்கே கேட்டுக்கொண் டிருந்தார்கள்.

செல்லப் பாப்பா கேட்டாள், 'ஒங்களுக்கு ஏன் இன்னுஞ் சம்பளம் போடல?'

சட்டென்று சீனிவாசனுடைய முகம் மாறிவிட்டது. அவனுடைய முகத்தைப் பார்த்தபிறகு, தான் அப்படிக் கேட்டிருக்க வேண்டாமோ என்ற யோசனையுடன் பனியன் மேலே ஏறித் திரைந்துபோய்த் தெரிந்த, முடிகள் அடர்ந்த அவனுடைய தொப்புள்குழியைப் பார்த்துக்கொண்டிருந்தாள். அவனுடைய வெதுவெதுப்பான உடம்பின் சூடு அவளுக்கு இதமாக இருந்தது.

'நாங்க எல்லோரும் சம்பளம் வாங்குறது இல்லன்னு முடிவு பண்ணியிருக்கோம். பேச்சுவார்த்தை முடிஞ்சாத்தான் முடிவு என்னன்னு தெரியும்.'

அவள் ஒன்றும் பேசாமல் இருந்தாள். இரண்டுபேருமே மௌனமாக இருந்தது அவர்களுக்கே பயமாக இருந்தது. இரண்டு பேருமே எப்படியாவது ஏதாவது பேசிவிடவேண்டும் என்று ரொம்பவும் ஆசைப்பட்டார்கள்.

இப்போது பழவாடை ரொம்பவும் காரமாக, ஒரு நெடி பரவுவதுபோல் அந்தச் சின்ன அறை முழுவதும் வீசியது.

அவன் கேட்டான், 'இது என்னம்மோ வாடை அடிக்கே, பனம்பழ வாடை மாதிரி . . .'

'இல்ல, அது பலாப்பழ வாடை' என்று சட்டென்று சொன்னாள் செல்லப் பாப்பா. அவளுடைய வேகம் அவனுக்கு ஆச்சரியமாக இருந்தது. அவளையே பார்த்தான்.

இன்னமும் பலகைக்கு அந்தப் பக்கத்திலிருந்து அழுகையும் கூச்சலும் ஓயவில்லை. கொஞ்ச நேரத்தில் அந்தப் பழ வாடை கூடப் போய்விட்டது. ஆனால் அழுகை மட்டும் நிற்கவில்லை. பழம் நறுக்கித் தந்த அம்மாவுக்காக அடுப்பைக் கவனித்துக்கொண்டிருந்த சீதாதான் அழுதுகொண்டிருந்தது. அந்த அம்மாள் கண்டபடித் திட்டிக்கொண்டிருந்தாள். வேகமாக வார்த்தைகள் வரும்போது, குரல் முறிந்துபோய் அழுதுவிடுவதுபோலத் தொண்டையை அடைத்துக்கொண்டு வந்தது. அந்தக் குழந்தைகள் படுத்துகிற பாட்டைப் பொறுக்க முடியாத தவிப்பு அந்தக் குரல் நெடுகிலும் கேட்டது. சத்தமும் அழுகையும் கூடக் கூட பழவாடையையே காணவில்லை.

‘செல்லப் பாப்பா, ரொம்பக் கஷ்டமா இருக்காம்மா? இந்தக் காப்பித் தண்ணிய மட்டும் போட்டு எறக்கி வையி. கௌப்புல போயி இட்லி ஏதாவது வாங்கிட்டு வாரேன். நீ ஒண்ணுஞ் செய்யவேண்டாம்.’ ரொம்பவும் பிரியமாகப் பேசினான் அவன்.

‘துட்டு ஏது?’

‘அதெல்லாம் இருக்கு. நேத்து அரிகிருஷ்ணங்கிட்டே ஒரு ரூவா கேட்டேன்.’

‘எந்த அரிகிருஷ்ணன்?’

‘அதுதாம்மா. நமக்குக் கல்யாணம் ஆன புதுசுல ஒரு நா சாயந்திரம் வந்து இந்த நடைவாசல் படியிலேயே இருந்து காப்பி எல்லாம் குடிச்சிட்டுப் பேசிட்டுப் போகல? அவந்தான்.’

‘ம்ஹூம் . . .’

‘சம்பளம் போட்டுருவாங்க, ஒன்னய டாக்டரம்மா கிட்டக் கூட்டிக்கிட்டுப் போலாம்னு பாக்கேன். முடியமாட்டேங்கே . . . இன்னைக்குச் சாயந்தரம் மேகநாதன் இருபது ரூவா தாரேன்னு சொல்லியிருக்கான்.’

‘ஒங்க கூடப் படிச்சாரு, பாத்திரக் கடை வச்சிருக்காருன்னு சொல்லுவீங்களே அந்த ஆளா?’

‘ஆமா, அவந்தான் எம்மேலே கொஞ்சம் உருத்து உள்ளவன். சாயந்திரம் போகணும். நேத்து பஜார்ல வச்சுப் பார்த்தேன். ஒன்னய ரொம்ப விசாரிச்சான். ஒன்னய டாக்டரம்மா கிட்டக் கூட்டிட்டுப் போகணும், பணம் கொஞ்சம் இருந்தாக்குடுன்னு கேட்டேன். கண்டிஷனா சாயந்தரம் வான்னு சொல்லியிருக்கான்.’

அவனைப் பார்த்துக்கொண்டே மேகநாதனை நினைத்துப் பார்த்தாள். அவனை அவளுக்கு நினைவில்லை. அவன் எப்படி இருப்பான் என்று மனசுக்குள் நினைத்தாள். அவனைப் பார்க்கவேண்டும்போல இருந்தது. அவனைப் பார்த்துவிட்டு வருகிறபோதெல்லாம், இவளை ரொம்பவும் விசாரித்ததாக இவன் சொல்லியிருக்கிறான். அவனைப் பற்றி இவன் பிரஸ்தாபிக்கிற போதெல்லாம் அவனைப் பார்க்க ஆசைப்பட்டிருக்கிறாள். அவனைப் பற்றியொரு சித்திரம் கூடச் செல்லப் பாப்பாவின் மனசில் இருக்கிறது.

செல்லப் பாப்பா காப்பித் தூளைப் போட்டுவிட்டு ஸ்டவ்வை அணைத்தாள். அதை நகர்த்திவைத்துக்கொண்டே அவனிடம் சொன்னாள். ‘அந்த ஸ்டவ்வு திரி எல்லாம் சிறுசாப் போச்சுப்பா. மாத்தணும்.’

‘ஆகட்டும், சாயந்தரம் வாங்கிட்டு வாரேன். சாயந்தரம் ரெடியா இரு. வந்ததும் டாக்டர் வீட்டுக்குப் போவோம்.’

‘இப்ப எதுக்குப்பா? சம்பளம் வாங்குன பொறவு போய்க் கிடலாம். வீட்டுக்கார ஆச்சிக்கு மொதல்ல வாடகையைக் குடுத்திருவோம்.’

அவனுக்குக் கோபம் வந்துவிட்டது. பதிலே பேசாமல் உம்மென்று மேலே அண்ணாந்து பார்த்துக்கொண்டு படுத்திருந்தான்.

‘என்ன கோவிச்சிட்டீங்களாக்கும்? என்னப்பா சொல்லிட்டேன்?’

‘என்னத்தைச் சொன்ன? ஈர மண்ணுந் தெருப் புழுதியும் . . .’

அவள் . . . செல்லப் பாப்பா, ஒரு காலை மடித்துக் குனிந்தபடிக்கே உட்கார்ந்திருந்தாள். காப்பியிலிருந்து, கொதிக்கிற மணங் கலந்த ஆவி காற்றிலே அலைந்துபோய்க்கொண்டிருந்தது.

திடீரென்று அந்தப் பழவாடை முன்பைவிட ஆழமாக வீசியது. ஒருவேளை அந்த அம்மாள் தன் பிள்ளைகளிடம் அந்தப் பழத்தைக் கொடுத்து அனுப்பி இருப்பாளோ என்று ஆசைப்பட்டாள்.

அவள் உட்கார்ந்திருந்த நிலை அவனுக்கு ரொம்பவும் இரக்கத்தை உண்டுபண்ணிற்று. சட்டென்று எழுந்துபோய் அவளுக்கு எதிரே உட்கார்ந்துகொண்டு அவள் நாடியைப் பிடித்து முகத்தைத்தூக்கினான். கலங்கிப்போயிருந்த கண்களுடன் அவனை ஏக்கத்துடன் பார்த்தாள்.

‘பின்ன என்னம்மா? நான் ஒண்ணு சொன்னா நீ ஒண்ணு சொல்லுத? மனுஷனுக்கு கோவம் வருமா வராதா, சொல்லு பாப்பம்?’

‘நானுந்தான் என்னத் தப்பா பெரிசாச் சொல்லிட்டேன்?’

யாரோ கதவைத் தட்டினார்கள். தொடர்ந்து ‘யக்கா . . . யக்கா . . .’ என்கிற குரல் கேட்டது.

செல்லப் பாப்பா, பின்னால் இரண்டு கைகளையும் ஊன்றி மெதுவாக எழுந்திருக்க முயன்றாள். அவன் அவளுடைய தோளைத் தொட்டு உட்காரப் பண்ணினான். அவனே எழுந்துபோனான். கேட்ட குரல் சீதாவுடைய குரலாக இருந்தது. ஞாபகமாக அந்த அக்கா குடுத்துவிட்டிருக்காங்களே என்று மனசுக்குள் சந்தோஷப்பட்டுக் கொண்டாள்.

அவன் கதவைத் திறந்தான். சீதாதான் நின்றுகொண் டிருந்தது. அவனைப் பார்த்துப் பேசாமல், அவன் நின்றிருந்த இடைவெளியினூடே இவளைப் பார்த்து, 'யக்கா, இன்னைக்குச் சாயந்தரம் புட்டாரத்தி அம்மன் கோயிலுக்குப் போயிட்டு வரலாமான்னு அம்மா கேட்டுட்டு வரச்சொன்னா' என்றாள்.

செல்லப்பாப்பா ஒன்றும் சொல்லாமல் அவனை அண்ணாந்து பார்த்தாள். பார்த்துவிட்டுச் சொன்னாள், 'இன்னைக்கி எங்கம்மா வர? அக்கா வரலையாம்னு சொல்லு.'

சீதா போகும்போது, அவளுடைய கடை வாயில் மேல் உதட்டோரமாக பலாப் பழ நார் ஒட்டிக்கொண்டிருந்ததை செல்லப் பாப்பா பார்த்தாள்.

சாயந்திரம் சீனிவாசன் சொன்னபடி வரவில்லை. ரொம்ப நேரம் கழித்துத்தான் வந்தான். கதவைத் திறந்ததும் தலையைத் தொங்கப் போட்டுக்கொண்டே உள்ளே வந்து உட்கார்ந்தான். சுவரில் மாட்டியிருந்த பெட்ரூம் லைட்டைத் தூண்டி எடுத்துக்கொண்டு வந்து அவனுக்கு முன்னால் வைத்துவிட்டு, அவனுக்கென்று எடுத்து மூடி வைத்திருந்த தட்டைத் திறந்து அவனிடம் தந்தாள். அப்படியே சென்று திரும்பவும் படுத்துக்கொண்டாள்.

திடீரென்று அந்தப் பழவாடை வீசிற்று. ஆச்சரியத்துடன் எழுந்து படுக்கையில் உட்கார்ந்துகொண்டாள்.

சீனிவாசன் குனிந்து மெதுவாகச் சாப்பிட்டுக்கொண் டிருந்தான்.

***நீலக்குயில்*, 1973**

அழைக்கிறவர்கள்

'அப்பா . . . அப்பா . . .'

'எப்பா . . . எப்பா . . .'

'என்னங்க . . . என்னங்க.'

லெட்சுமியும் குழந்தைகளும் அவரை ரொம்பவும் நம்பிக்கையுடன் கூப்பிட்டார்கள். கொஞ்சநேரம்விட்டு, கொஞ்சநேரம்விட்டுக் கூப்பிட்டு வருகிறார்கள். தினந்தோறும் சாயந்திரம் இதேபோல குறைந்தது பத்து நிமிஷத்துக்குமேல் அவரைக் கூப்பிட வேண்டியதிருக்கிறது.

அவர்களின் அப்பா தூங்கவில்லை. விழித்தே இருந்தும்கூடத் தொடர்ந்து கூப்பிடவேண்டும். அவர்கள் வீட்டில் ஒருத்தர் குரல்போல ஒருத்தருக்கு இல்லை. அவர்களின் அம்மாவுக்கு ஒரு குரல். விசித்திரம் நிரம்பிய, பூனை கூப்பிட்டு அழுகிறது போன்றது அம்மாவின் குரல். பூரணி குரல்தான் அவருக்குத் தெளிவாகக் கேட்கிறதுபோல தினந்தோறும் படுகிறது. பூரணிக்கு அடுத்தது சங்கரன். சங்கரன் குரலில் அம்மா வற்புறுத்திக் கூப்பிடச் சொன்ன பொறுப்பின்மை அவருக்குத் தெரியும். இதே வரிசையில் அயர்வில்லாமல் கூப்பிடுவது அன்றாடமாகி வெகுகாலம் ஆகிவிட்டது. ஒரு தடவை மூன்றுபேரும் வரிசையாகக் கூப்பிட்டு விட்டால் ஒரு கால அளவுக்கு (அது அவர்களுக்குத் தெரியும். அந்த அளவு கொஞ்சங்கூட இதுவரை ஒருநாளும் முன்னே பின்னே பிசகி அவர்

கண்டதில்லை. இத்தனைக்கும் அவர் மனைவி லெட்சுமி தவிர மற்ற இருவரும் சிறுகுழந்தைகள்) இடைவெளி விட்டு அவரிடம் ஏற்படும் சிறு சலனத்துக்காகக் காத்திருப்பார்கள். அவர் எழுந்திருக்க இன்னும் வெகுநேரம்வரை கூப்பிடவேண்டும் என்பது சின்னவன் சங்கரனுக்குக்கூடத் தெரியும். அவன் வயது ஐந்தரை. பூரணி வயது எட்டு. லெட்சுமி வயது 37. அவர் வயது 38.

அது சலனம்தான். அவர்களுக்கு நம்பிக்கை தரும் சலனம். நான்கைந்து அழைப்புகளில் அவர் எழுந்திருக்க வேண்டியதற்கான சிறு ஆயத்தம் மூச்சாக வெளிவரும். வேற்று ஆள் அறிந்து கொள்ள முடியாத நுட்பமான சிறு சீறல் . அப்போது அவர் அவர்களுக்கு மெச்சத் தகுந்தவர். அப்பா இன்று வெளியே புறப்படுவார் என்பதற்கு அது சிறு நம்பிக்கை. அந்தச் சீறல் அடையாளம் அந்த நிகழ்ச்சியில் ரொம்பவும் முக்கியமானது. மீண்டும் அயர்ந்துபோகாமல், அவரை அழைக்க நல்ல தருணம் அப்போதுதான் ஆரம்பமாகும். ஒவ்வொருவரும் காய்ந்துபோன உதடுகளில் மலர்ச்சியைத் தருவித்துப் பார்த்துக் கொள்வார்கள். எல்லாம் தினமும் செய்யும் காரியம்.

அந்தச் சீறலை அவரும் வெளிப்படுத்த வேண்டும். அதைத் தவிர, அவர் படுக்கையிலிருந்து எழ அவருக்கு வேறு பற்றுக்கோடு இல்லை. குழந்தைகள் இரண்டு பேர், மனைவி. இவர்களுக்காகப் புறப்பட வேண்டிய முக்கியத்துவத்தை அப்போது நினைத்துக் கொள்வார். தீவிரமாக நினைத்துக்கொள்வார். மெல்ல . . . மெல்ல, மனத்தில் தன் குடும்பம், செய்யவேண்டிய தகப்பனின் பொறுப்பு இவற்றை ஆழமாக நினைப்பது, அந்த நாட்களில் கஸ்தூரியைப் பற்றி நினைவை வளர்த்து இடையறாமல் அவளைத் தேடித்தேடிப் போனது என்று ஞாபகத்துக்கு வந்து சித்ரவதை செய்யும். கஸ்தூரி செத்துப் பல காலம் ஆகிவிட்டது. குடும்பத்தைப் பற்றி நினைக்கும்போது கூடவே கஸ்தூரி ஞாபகமும் வருவதைக் குற்றமாகவே தினமும் உணர்ந்து, அனுபவிக்கும் மன வாதையோ தாங்க முடியவில்லை. கஸ்தூரியால்தான் இக்குடும்பம் இப்படி ஆயிற்று என்று லெட்சுமி சொல்லுவாள். இன்னமும் கஸ்தூரியை அறுத்துவிட மனமில்லை. உண்மையில், கஸ்தூரி செத்துக் காலம் பல கடந்தும்.

தினமும் லெட்சுமியும் இரண்டு குழந்தைகளும் ஒரு விஷயத்துக்காக உள்ளூர ஒரு பயத்தை அனுபவித்தார்கள். என்றாவது அவரிடமிருந்து சீறல் கிளம்பாமல் போனால் என்னவாகும் அன்று? எழுப்ப ஆரம்பிக்கும்போது லெட்சுமி இதை நினைத்துப் பயப்படாத நாளில்லை. கடவுளைக்கூட வேண்டிக்கொள்வாள் தினமும்.

அந்த நேரம் ஒரு பதமான சமயம். பகலின் தொடர்பு ரொம்பவும் இற்றுப்போய், இருட்டிடம் இன்னுங் கொஞ்சம் நேரம், இன்னுங் கொஞ்ச நேரம் என்று கெஞ்சி மன்றாடும் சமயம். சிலநாள் இப்படியும் ஆகும். பகலில் சௌக்கியமாக இருந்த உடம்பில் முறைக்காய்ச்சல் வந்து அனல் அடிக்கும். ஆனாலும் கூப்பிடாமல் தீராது. இரக்கமில்லாத சுயநலமான மனைவிபோல் அவள் அவரை எழுப்புவாள். லெட்சுமி தன்னையே வெறுத்து, அற்பமாக எங்கேயாவது போய்விடலாம் என்று நினைப்பாள். துயரமிக்கக் குரலோடு கூப்பிடுவாள்.

கஸ்தூரியின் நிமித்தம் என் வாழ்வில் துயரம் வந்தது. லெட்சுமி, உன் வாழ்வின் துயரம் என்னால் வந்தது. கஸ்தூரி ஜாலக்காரி. நகைகள் கேட்டாள். பணம் கேட்டாள். இருக்க வீடு கேட்டாள். கஸ்தூரி எப்போதும் கொடியவள் இல்லை. நீ குத்துவிளக்கு ஏற்றும்போதும், கஸ்தூரி குத்துவிளக்கு ஏற்றும்போதும் அழகு வேறுபட்டது. உன் மடியில் தலைவைத்திருந்தால் பயம் இல்லை. ஆத்திரப்படாமல் உன் மடியில் படுத்து உறங்கியும் போகலாம். கஸ்தூரியின் மடியில், எந்த நிமிஷமும் கணவன் வந்துவிடுவான் போல (அவன் கஸ்தூரி சாகும்வரை வரவே இல்லை), வாசலில் சாவித் துவாரத்தின் வழியே பார்த்துக் கொண்டிருக்கிறவனைப் போல சலனம் தாங்க முடியாது. பயப்பட்டுப் படுத்திருந்த மடியில் இருந்த சந்தோஷம் உன்னிடம் தகையவில்லை. கஸ்தூரி செத்தும் காலம் பல கடந்து விட்டது. அவருக்கு அப்போது தினமும் சோர்வின்றி வரும் இதே நினைவு, இன்னும் மனவேதனையைச் சுடர்விடச் செய்யும். பக்கத்தில் மனைவியும் குழந்தைகள் இரண்டு பேரும் இருந்தும், இவ்வளவு இழிநிலையில் அழுந்திச் சாகும் போதும் சாகாதா மனம்?

சீறல்போல் விட்ட மூச்சுக்குப் பின்னால் தேவைப்படுகிற அழைப்புகள் இன்னும் இரண்டோ மூன்றுமுறையோ, லெட்சுமி, பூரணி, சங்கரன் – லெட்சுமி, பூரணி, சங்கரன் – லெட்சுமி, பூரணி, சங்கரன் என்று கூப்பிட்டதும் சுவரைப் பார்க்கப் படுத்திருந்தவர் லேசாக மல்லாந்து படுக்க முயற்சிசெய்து தன்னுடைய அடுத்த நம்பிக்கையை அவர்களுக்கு அளிப்பார். இதைச் செய்வதற்குள் அவர் உடம்புபடும் அவதியை மூவரும் கூர்ந்து பயத்துடன் கவனிப்பார்கள். அவரை இழந்தால் அவர்களுக்கு நேரும் துன்பம் அளவிட முடியாதது என்பது அப்போது அவர்கள் முகங்களில் தெரியும்.

இப்போது கொஞ்சகாலமாய்க் குடும்பத்தின் மீது கொண்ட பற்றுதல் அதிகரித்து வருகிறது. வியாதியின் கொடூரம் தூங்கவிடாமல் பண்ணும்போது குடும்பப் பற்று பலவிதமாகக் கிளைக்கிறது. ஒரு முக்கியமான விஷயம் மறக்காமல் தினமும்

நினைவுக்கு வரும். கஸ்தூரியோடு கழிந்த காலங்கள்போல ஒரு விஷயம். ஊரில் இருக்கும் மதகடி வயல் சங்கரனுக்குப் பேரனார் சொத்து. அவன் மைனராக இருக்கும்போது விற்றது செல்லாது என்று சங்கரன் மேஜர் ஆனதும் கேஸ் போட்டு கோர்ட்டில் டிக்கிரி வாங்கி சொத்தை ஸ்வாதீனத்துக்கு எடுத்துக்கொள்ளலாம் என்று, கஸ்தூரிக்காக வயலைக் கருங்குளத்து ஐயரிடம் விற்ற சமயம் பத்திரம் எழுதிய கணேசன் சொன்னான். கஸ்தூரியும் செத்துக் காலம் பல கடந்துவிட்டது.

ஊரிலேயே கஸ்தூரியின் காலத்துக்குப் பிறகும் சில காலம் இருந்தார்கள். கடைசியில் எல்லாவற்றுக்கும் வரும் கடைசிபோல் கஸ்தூரிக்கும் வந்ததே ஒரு நாள் கடைசி. ஊரைவிட்டுப் புறப்பட்டுப் தாமரைக் குளத்தின் கரைமீது வந்து கொண்டிருந்தபோது எதிரே வந்தவன் குடும்பன். அப்போது தாமரைக் குளத்துத் திசையில் இருந்து சாயந்திரக் காற்று குளிருடன் வீசினது. பின்னால் லெட்சுமி சங்கரனைப் பிடித்துக் கொண்டு நின்றாள். அவர் பூரணியைப் பிடித்துக்கொண்டு நின்றார். குடும்பன் விசுவாசம் மிக்கவன். கஸ்தூரியின் வீடு இடிந்துவிட்டது தெரியும் அவர்களுக்கு . வீட்டடி மனையை வாங்கின குலசேகரப்பட்டணத்துச் சாயபு வீட்டை அடியோடு இடித்து மட்டமாக்கிப் புதுவீடு கட்ட ஆரம்பித்திருந்ததும் அப்போதுதான். குடும்பன் ஒதுங்கிநின்று சொன்னது வேதம். அவனும் கூலிக்கு வீடு இடித்தானாம். புறவாசல் அங்கணத்தை இடிக்கும்போது, அவர் போட்டுப் போட்டுத் துப்பின வெற்றிலை எச்சில் காவி இன்னும் அங்கணத்து மூலையில் இருந்ததைப் பார்த்தேஞ்சாமி என்றானே.

‘அப்பா . . . அப்பா . . .’

சங்கரன் கூப்பிட்டு முடிந்ததும் சிறிது இடைவெளி விட்டு (அது எவ்வளவு நேரம் என்று, அவருக்கு எரிச்சல் ஊட்டாமல் தான் கூப்பிடவேண்டியது எப்போது என்பது லெட்சுமிக்குத் தெரியும்) லெட்சுமி கூப்பிட்டாள்.

இனி அவர்களுக்கு முழு நம்பிக்கையும் அளிக்கும் விதத்தில் ஏதாவது செயல்பட வேண்டும். அன்றைக்கு எழுந்து வெளியே, அவர்கள் விரும்புகிறவாறே போகப் போகிறார் என்பதைத் தெளிவாகவும் சூசகமாகவும் லெட்சுமி, பூரணி, சங்கரன் என்கிற மூன்றுபேர்கள் அடங்கிய அவருடைய நெருங்கிய குடும்ப நபர்கள் உணரும் விதத்தில் அவருடைய அடுத்த செயல் இருக்கவேண்டும். அது ரொம்பவும் லகுவானதுபோல் பார்க்கத் தோன்றினாலும் லகுவானதே இல்லை. அந்த நிகழ்ச்சி யின் மிக முக்கியமான, ஜீவன் நிரம்பிய பகுதி அதுதான். அந்தக்

குடும்பத்தாருக்குத் தன்னுடைய சூசகமான சிறுசெயலின் மூலம் அவர்களுக்குப் பெரும் நம்பிக்கையை வழங்கவேண்டிய உத்திரவாதமான நேரம் அவர் கையில் அளிக்கப்பட்டிருக்கிறது. கண்கள்கூட விரியாமலும் அவளைப் பார்ப்பதற்கான எவ்வித குறிப்பும் இல்லாமல் கருப்பு விழிகள் இரண்டும் மட்டும் அவளைப் பார்க்கப் பின்னோக்கி நிமிரும். லெட்சுமி சுதாரித்துக் கொள்வாள். உறுதியாகிவிட்டது. அன்று இரவு வெகுநேரம் கழித்து வந்தாலும் ஏதாவது வீட்டில் தயாரித்துவிட முடியும். பூரணியைச் சைகையினால் இடுப்புப் பக்கம் வரச்சொல்லுவாள். சங்கரன் சிறு பையன். அவன் செய்யக்கூடிய காரியம் எதுவும் அப்போது ஒன்றும் இல்லை. அவனும் அப்பாவை நிமிர்த்தி உட்காரவைக்க அம்மாவுக்கும் அக்காவுக்கும் உதவியாக ஏதாவது ஒரு பக்கத்தில் நின்றுகொள்வான். இனிப் பயமில்லை. ஐந்தோ ஆறுமணி நேரங்களோ பூரணியும் சங்கரனும் தனியே வீட்டில் இருட்டுக்குள் இருக்கவேண்டும். அம்மா சாயந்திரமே தயாராகத் துணிப்பையில் அப்பாவுக்கு ஆஸ்பத்திரியில் கொடுத்த மாத்திரைகள், இரவுச் சமையலுக்கு வேண்டிய மிக மிக அத்தியாவசியமான பொருட்களை வாங்குவதற்காக ஒரு சிறிய பை, பெரிய பையில் அப்பாவுக்குக் கஷ்டமாக இருக்கும்போது வாயில் ஊற்றுவதற்காக, சிறிய ஈயச் சட்டியில் அவர்களுடைய தேவையையும் மீறிப் பத்திரப்படுத்தி வைத்த தெளுத்தண்ணீர் எல்லாம் எடுத்துவைத்துவிட்டாள். பக்கத்திலேயே முக்கியமான அந்த போட்டோ பிரேம் இருக்கிறது. குடும்ப போட்டோ பிரேம்.

லெட்சுமியின் கைகளும் முழு உடம்பும் அதி சாமர்த்திய மான வேகத்தில் இயங்கத் தொடங்கின. அவள் எதிர்பார்த்த படியே, எழுந்து உட்கார்ந்ததும் அவர் படுமோசமாக இருமினார். பக்கத்துச் சுவர் மறைவுக்கு அப்பால் அவர் இருமுவதைக் கேட்டு வழக்கமாக எரிச்சல் படுகிற மாயாண்டியின் குரலைக் கேட்டாள். அநேகமாக அந்த நேரத்துக்கு அவன் இல்லாமல் போன நாளே இல்லை. இவள் துரதிருஷ்டம், அவன் சாராயம் போட்டுக்கொண்டு வீட்டுக்கு வரும் நேரம் அதுவாகிவிடுகிறது. அவர் நெஞ்சைப் பூரணி நீவிவிடுவாள். பூரணிக்கும் இப்போது சமயம் தெரிந்தது. அப்பாவைத் தூக்கி உட்கார வைக்கிற சமயத்தில் அவள் உடம்பும் அம்மாவைப்போல துரித கதியில் இயங்க ஆரம்பித்தது. அவருக்குச் செய்யவேண்டிய சிகிச்சைகள் எல்லாம் பூரணிக்குப் பாடமாகியிருந்தன. அவ்வளவு சின்ன வயசில் அம்மாவோடு போட்டியிட்டு நிற்பவளைப்போல அவள் தோன்றுவாள் அவருக்கு. லெட்சுமி அவரைத் தன் மார்போடு சேர்த்து அணைத்துச் சிறிது நேரம் வைத்திருந்தாள். பூரணி

அவர் நெஞ்சில் தடவிவிட்டுக்கொண்டிருந்தாள். சங்கரன் அருகே தகர டின்னுடன், அவருக்குத் துப்பல் வரும்போது ஏந்துவதற்கு வசதியாக நின்றுகொண்டிருந்தான். அவன் இதுபோன்ற சில விஷயங்களில் பூரணியைப் போலக் குறிப்பறிந்து நடந்து கொள்ளும் பக்குவத்துக்கு வந்திருக்கவில்லை. இன்னும் சிறிது காலம் ஆகலாம். லெட்சுமிக்கு சங்கரனைக் குறித்து நல்ல நம்பிக்கை உண்டு.

லெட்சுமி, பூரணி, சங்கரன் எல்லோருமே மிகவும் கேவலமானவர்களைப் போலப்பட்டது அவருக்கு. அல்பமான பிழைப்பு நடத்துபவர்கள். சீக்காளியை ஹிம்சைப்படுத்தி உயிர்வாழும் அற்பர்கள். சின்ன வயசாக இருந்தும் சங்கரனும் ஆகிப் போனானே இப்படி.

அம்மா தன் குழந்தைகளுக்குத் தேவையான உத்தரவு களை அவ்வப்போது இட்டுக்கொண்டிருந்தாள். கணவன்மீது பரிவு இல்லாதவள் போலத் தோன்றினாள். அவரே அறிந்து கொள்ள முடியாத வகையில் அவரைத் தேற்றித் தெருவில் கொண்டுவந்து விட்டுவிட்டார்கள்.

பூரணியும் சங்கரனும் பொறுப்புள்ள குழந்தைகளைப் போல் வீட்டு வாசலில் போய் நின்றுகொண்டார்கள். லெட்சுமி அவரை மெதுவாக அணைத்தபடியே மாம்பலம் ஸ்டேஷனை நோக்கிநடத்திக் கூட்டிக்கொண்டு போனாள். அவர் எப்போதும் இருமலாம் என்று அவளுக்குப் பட்டது.

1973

காரை வீடு

தாதன்குளத்து ஊரில் நிறைய வீடுகள் இப்போது இருக்கின்றன. ஆனாலும்கூட இன்னமும் அங்கே போய் காரை வீடு எதுவென்று கேட்டால் பிள்ளைமார் தெருவில் கடைசியில் ஒதுங்கின மாதிரி இருக்கிற ஒரு மட்டப்பா போட்ட வீட்டைத்தான் காட்டுவார்கள். இதுதான் ஊரில் முதன்முதலாகக் காரை வீடு என்ற பெயரிலே வந்தது. இந்தப் பெயரே ஊரில் பிறகு எத்தனையோ வீடுகள் வந்த பிற்பாடும் நிலைத்துப் போய்விட்டது.

எத்தனை வீடுகள் ஊரில் வந்தால் என்ன, இந்தக் காரை வீட்டைப்போல ஒன்றுகூட அமையவில்லை. கொஞ்சநாளுக்கு முன்னால்தான் நாடாக்கமார் தெருவில் தோமாஸ் நாடார்கூட ஒரு புது வீடு கட்டியிருக்கிறார். ரொம்பவும் புது மோஸ்தரில் பெரிய பங்களா மாதிரி கட்டியிருக்கிறார். எத்தனையோ நவீன நாகரிக வசதிகளையெல்லாம் வைத்துத்தான் கட்டியிருக்கிறார். ஆனாலும் இந்தக் காரை வீட்டுக்கு முன்னால் இருக்கிற ரெட்டை சாய்மானத் திண்ணைக்கு உறை போடக் காணாது அந்த வீடு.

திண்ணை என்றால் எப்பேர்ப்பட்ட திண்ணை. வழுவழுவென்று சுண்ணாம்புக் கொழுப்பைப் பூசித் தன்னுடைய லாவகத்தையெல்லாம் காட்டியிருந்தான் சங்கரபாண்டியக் கொத்தன். திண்ணைக்கு மேலே ஒட்டு சார்ப்பு இறக்கி இருந்தது. நடைவாசலை விட்டு இறங்கினால் வெயில் கொளுத்தும். ஆனால் திண்ணையில் சொல்ல முடியாத குளிர்ச்சி. வேப்ப மரத்தடியில் இருக்கிறது மாதிரி ஒரு குளிர்ச்சி சதா காலமும்

அந்தத் திண்ணையோடேயே கூடப் பிறந்திருக்கிறது. அந்தச் சுண்ணாம்புக் கொழுப்பில் சங்கரபாண்டியக் கொத்தன் என்ன மாயம் பண்ணியிருந்தானோ தெரியாது.

அந்தத் திண்ணையில்தான் காரை வீட்டுப் பெரிய பிள்ளை வழக்கமாகப் படுக்கிறது.

இத்தனை நேரத்துக்கு அவர் கருங்குளத்துத் தாமிரவருணிக் கரையில் பெருமாள் கோயில் மடப்பள்ளி ஐயங்கார், கொங்கராயக்குறிச்சி உதுமான் சாய்பு, போஸ்ட்மாஸ்டர் ஐயர் எல்லோரோடும் வேட்டியைத் துவைத்துக்கொண்டிருக்கிற நேரம்.

மேலப் பண்ணைக்குக் கறவை மாடுகள் போக ஆரம்பித்து விட்டன. ஒவ்வொரு வீட்டு மாட்டுக்குப் பின்னாலும் வீட்டுக்காரர்கள் ஹரிக்கேன்லைட்டைத் தூக்கிக்கொண்டு போவதில் அந்த வெளிச்சம் ஆடி ஆடி இவர் படுத்திருக்கிற திண்ணை மேல்விளிம்பை மட்டும் வந்து தொட்டுவிட்டுப் போகிறது. வெறும்தரையில் ஒன்றும் விரிக்காமல் படுக்க ஆரம்பித்து எவ்வளவோ காலம் ஆகிவிட்டது. இடுப்பு வேஷ்டி யைக் கழுத்துவரை போர்த்தினபடி வெறும் கௌபீனத்துடன் அந்தத் திண்ணையின் குளிர்ச்சியில் படுத்துக் கிடக்கச் சுகமாகவே இருக்கிறது. இந்தச் சுகம் இன்னும் எத்தனைமணிநேரத்துக்கு?

வீட்டுக்குள்ளே ஏதோ சத்தம் கேட்டது. சின்னவனுடைய குழந்தை லோசுக்குட்டி அழுகிற சத்தம். அதைத் தொடர்ந்து அது போட்ட சத்தத்தில் பெரியவளும் முழித்துக்கொண்டு ஏதோ முணங்குகிறது. ரெண்டுபேரையும் சுப்புலெட்சுமி சமாதானப்படுத்துகிறாள். கைக்குழந்தை சுப்புலெட்சுமி பால் குடித்துக்கொண்டிருக்கவேண்டும். அது கண்ணை மூடிக் கொண்டு மொச்சுக்கொட்டிப் பால் குடிக்கிற சத்தம் தெளிவாகவே கேட்கிறது. அவ்வளவு கஷ்டத்திலேயும் அந்தச் சத்தம் பெரிய பிள்ளையை ரொம்ப காலத்துக்கு முன்னால் கூட்டிக்கொண்டு போயிற்று.

அப்போது உலகம்மாள் இருந்தாள். அவளிடம் இந்தச் சின்னவனும் பெரியவனும், இப்போது சுப்புலெட்சுமியிடத்தில் பால் குடிக்கிறலோசுக்குட்டியைப்போலமொச்சுக்கொட்டித்தான் தூக்கக் கிறக்கத்தில் பால் குடித்தார்கள். இவர் தூங்குகிறார் என்று நினைத்துக்கொண்டு, ஹரிக்கேன் லைட்டைத் தூண்டி முன்னால் வைத்துக்கொண்டு, மாராப்பை ரொம்ப இயல்பாகக் கொஞ்சம் தாராளத்துடன் விலக்கிக்கொண்டு பால் குடிக்கிற குழந்தையையே உன்னிப்பாக லயித்துப் போய் பார்த்துக்கொண்டிருப்பாள். திடீரென்று தலைநிமிர்ந்து பார்க்கையில், இவர் போர்வைக்குள்ளிருந்து திருட்டுத்தனமாக

முகத்தை மட்டும் வெளியே காட்டிக்கொண்டு அவள் பால் கொடுக்கறதையே பார்த்துக்கொண்டிருப்பார்.

'சண்டாளி ஒத்தையிலே விட்டுட்டுப் போயிட்டாளே' என்று தனக்குள்ளாகவே சொல்லிக்கொண்டு புரண்டு படுத்தார். கண்ணீர் காதைச் சுற்றி ஓடி, திண்ணையில் இறங்கி முதுகுப் புறத்தை நனைத்தது. நடை வாசலில் அரவம் கேட்டது.

'மாமா இன்னும் நீங்க எந்திரிக்கலையா? ஆத்துக்குப் போகவேண்டாமா?'

மெதுவாகத் திரும்பிப் பார்த்தார். பெட்ரூம் லைட்டைக் கையில் பிடித்தபடிக்கே நிலைவாசல் படியில் சாய்ந்து கொண்டு சுப்புலெட்சுமி நின்றுகொண்டிருந்தாள். படுத்து எழுந்ததில் தலைமுடியெல்லாம் சுருள்சுருளாகக் கலைந்து கிடந்து பார்க்க அழகாக இருந்தது. அவள் முகத்துக்குள்ளே அரையிருள் கவிந்து கிடந்தது. சேலை இடுப்பை விட்டு அலட்சியமாகத் தளர்ந்துபோய், உள்ளே கட்டியிருந்த பாவாடையின் நாடாவும் சுருக்குகளும் தெரிந்தன. பாவாடைக்கு மேலே மஞ்சள் வயிற்றில் ஒரு கறுத்த கோடு இடுப்பைச் சுற்றி ஓடியிருந்தது. அது சேலை கட்டின கோடு. அவருக்கு, சின்ன மருமகளைப் பார்க்கையில், இவளோடு பேசுகையில், இவள் பரிமாறுகையில் எல்லாம் உலகம்மாளோடு இருக்கிறதுபோலவே இருக்கும். அப்போதும் அப்படித்தான். உலகம்மாளே கேட்டது மாதிரி இருந்தது.

இன்னும் சுப்புலெட்சுமி போகவில்லை. விளக்கை வாசல்படியில் வைத்துவிட்டுப் படியிறங்கி அவருக்கு முன்னால் வந்து நின்றாள்.

'ஏன் ஒடம்புக்குச் சொகமில்லையா மாமா?' என்று குனிந்து கேட்டாள். நெருக்கத்தில் அவளிடமிருந்து பால் கவுச்சி வாடை அடித்தது.

'இல்லம்மா . . . ஆத்துக்குப் போகவேண்டியதுதான். சும்மா ஒரு மாதிரியா இருந்திச்சி. சவம், போயி ஆத்துல முங்கிட்டு வர வேண்டியதுதான். அதுதான இப்பம் ஒழுங்கா நடக்கு?'

அவள் ஒன்றும் பேசவில்லை. சும்மா நின்றுகொண் டிருந்தாள். அவள் தெருவைப் பார்த்துக்கொண்டிருந்த சமயத்தில், சட்டென்று எழுந்து, வேட்டியை உட்கார்ந்த நிலை யிலேயே இடுப்பில் சுற்றிக்கொண்டார். அந்த அவசர வித்தை அவருக்குத்தான் தெரியும்.

'லோசுக் குட்டி முழிச்சிருந்தாப்போல . . . சத்தங் கேட்டுதே.'

‘ஆமா . . . அது வேற பாலு பாலுன்னு உயிர எடுக்கு. பாலு இருக்கோ இல்லையோ வெறுமனயாவது சவைச்சுட்டுத்தான் விடுதா. சாயந்தரம் வாங்குத பாலு ராத்திரிவரைக்கியும் கூட வரமாட்டேங்கு.’

‘வெறுவாக்கிலியத்தப் பயலுவ. புள்ளயத்தான் பெத்துப் போடப் படிச்சிட்டானுஹ. பாலு வாங்கிக் குடுக்கக் கெதியில்லாத பயலுவளுக்கு புள்ள என்ன கேடு? த்தூ ...’ என்று வெறும் வாயில் துப்பிக் காட்டினார்.

அவளுக்குக் கஷ்டமாக இருந்தது. தலையைக் குனிந்தபடியே நின்றுகொண்டிருந்தாள். தெருவில் வாய்க்காலுக்குத் தண்ணீர் எடுக்க தாலியறுத்த பெண்களும் குமருகளுமாகப் போகிற பேச்சுச் சத்தம் கேட்டது.

‘நீ போயி அந்தச் சிட்டைத் துண்டையும் திருநூத்துப் பையையும் எடுத்துத் தந்துட்டுப் போயிப் படு.’

அவள் மெதுவாக நடையேறி வீட்டுக்குள்ளே போனாள். சுவர் ஓரத்தில் கொடி கட்டியிருந்தது. சுவர் ஓரமாக அவளுடைய புருஷன் படுத்துக்கிடந்தான். அவன் வயிற்றில் தலைவைத்தபடியே பெரியவள் படுத்திருந்தாள். எட்டி, கொடியில் கிடந்த துண்டை எடுத்தபோது, அது அவன் முகத்தில் விழுந்துவிட்டது. குனிந்து துண்டை எடுக்கையில், நேற்று ராத்திரி குடித்திருந்த சாராய வாடை இன்னமும் அவன் முகத்துக்குள்ளிருந்து வீசியது.

சலிப்புடன் துண்டை எடுத்துத் தோளில் போட்டுக் கொண்டபோது, துண்டில் புழுங்கின வாடை அடித்தது. திருநீற்றுப்பையை எடுப்பதற்காக ரெண்டாம் கட்டுக்குப் போனாள். ரெண்டாம் கட்டுக்குப் போகிற வழியில்தான் அக்காவும் அத்தானும் படுத்துக்கிடந்தார்கள். அவளுடைய புருஷனைவிட அவனுக்கு ஆறுவயது கூடுதல். அக்காவுக்கு அவளைவிடப் பத்து வயசாவது அதிகம் இருக்கும். ரெண்டுபேரும் அப்படியொரு நெருக்கத்தில் படுத்திருந்தார்கள். அவளுக்கு அவர்களைத் தாண்டிப் போவதா வேண்டாமா என்று தயக்கமாக இருந்தது. போகாமலும் முடியாது. பயந்துகொண்டே போய் ரெண்டாங்கட்டுக் கதவை, தான் நுழைகிற அளவுக்கு விரியத் திறந்தாள். அவள் பயந்தபடியே கதவு ரொம்பவும் சத்தம் போட்டது. யாரும் விழித்துக்கொள்ளாமல் இருந்ததில் ஒரு திருப்தி அவளுக்கு.

மாமா திண்ணையில் காலைத் தொங்கப் போட்டுக் கொண்டு உட்கார்ந்திருந்தார். அவரிடம் துண்டையும் திருநீற்றுப் பையையும் கொடுத்தாள். அவரைப் பார்த்தபோது அவளுக்கே ஐம்பது வயசு ஆகிவிட்டமாதிரி இருந்தது.

‘ஹும் . . . இன்னையோட இந்தத் திண்ணையிலே படுத்துக் கெடந்து ஆத்துக்கு எந்திரிச்சுப் போறது சரி . . . நாளைக்கி யாரு இந்தத் திண்ணையில் படுக்கப் போறா?’ என்று சொல்லிக் கொண்டே எழுந்து நின்றார்.

‘ஒடம்புக்குச் சொகமில்லைன்னா பைய விடிஞ்சம் பொறவு போகலாமே . . .’ என்றாள் சுப்புலெட்சுமி. அந்தப் பேச்சில் இருந்த பிரியத்துக்காகக் கொஞ்ச நேரமாவது இருந்துவிட்டுப் புறப்படலாம்போல இருந்தது. ஒரு நிமிஷம் நின்றுகொண்டே யோசித்தார். சட்டென்று புறப்பட்டு, தெருவில் இறங்கி நடக்க ஆரம்பித்தார். தெருவிளக்கைத் தாண்டி இருட்டுக்குள்ளே அவர் மறைகிறவரை பார்த்துக்கொண்டிருந்துவிட்டுக் குனிந்து விளக்கைத் தூக்கிக்கொண்டு, அழிக் கம்பி போட்ட கதவைச் சாத்தினாள். அந்த வீட்டின் எல்லாக் கதவுகளுக்கும் ஒவ்வொரு சத்தம் உண்டு. முன் வாசல் அழிக்கம்பி கதவுக்குக் கீச்சுச் சத்தம். பட்டகசாலைக் கதவுக்குக் கோயில் கதவுகளைத் திறக்கிறபோது வருகிற கனத்த சத்தமும் வேறே ஒரு மாதிரியான மிருதுவான சத்தமும் கலந்த ரெட்டைச் சத்தம். ரெண்டாங்கட்டுக் கதவுக்கு இழுத்து மூடுகிறவரை, அழியாத ஒரே கனத்த சத்தம். அடுக்களைக் கதவு, பாதிக் கதவைச் சாத்தித் திறக்கிறபோதுதான் சத்தம் வரும்; அடுத்த பாதி அரவமே இல்லாமல் மூடும், திறக்கும். எல்லாச் சத்தங்களிலும் அவளுக்குப் பிரியமானது அந்த முன் வாசல் அழிக்கம்பிக் கதவுச் சத்தம்தான். அதை இத்தனை வருஷ காலத்தில் லட்சம் தடவை கேட்டிருப்பாள். ஒருதடவைகூட அந்தச் சத்தம் சலிப்பை உண்டுபண்ணியதே இல்லை. ஒவ்வொரு தடவையும் கேட்கக் கேட்கப் புதுசாக இருக்கும். பால்காரனுக்குக் கதவு திறக்கிறபோது ஒரு சத்தம் கேட்கும். மாமா குளித்துவிட்டு வீட்டுக்குள்ளே வருகிறபோது திறக்கையில் ஒரு சத்தம் கேட்கும். பெரியவள் பள்ளிக்கூடத்துக்குக் கதவைத் திறந்துகொண்டு போகிறபோது ஒரு சத்தம் கேட்கும். ஊரிலிருந்து மூக்காண்டி மாமா வந்துவிட்டால், மாமா கையால் திறக்கிறபோது ஒரு சத்தம் கேட்கும். அந்தச் சத்தம் என்னவோ ஒரே சத்தம்தான். ஆனாலும் சுப்புலெட்சுமிக்கு அது பலமாதிரியாகக் கேட்டது. அந்தச் சத்தத்துக்குப் பிரியப்பட்டு இன்னொரு தடவை திறந்து சாத்திவிட்டுப் போனாள்.

ஆற்றுக்குப் போகிற பாதையில் எல்லோரும், எல்லாமும் தாறுமாறாக நடக்கிறதுபோல இருந்தது பெரிய பிள்ளைக்கு. திரும்பி வருகிறபோது எதிரே வருகிற பண்ணை மாடுகளோடு அன்றைக்கு நடக்கவேண்டியதாகி விட்டது. கீரைத் தோட்டத்தில் கீரை பறிக்கப்போன பெண்கள், இப்போது கீரைப் பெட்டியும் சுமையுமாகத் திரும்பிவந்துகொண்டிருந்தார்கள். வாய்க்காலிலிருந்து குமருகளும் தாலியறுத்த பெண்களுமாகப்

பேசினபடியே வந்துகொண்டிருந்தார்கள். ராமசாமியா பிள்ளை பொஞ்சாதி தாலி அறுத்தவள். ஆனாலும் அவர் அவளுக்கு அத்தான் முறை வேண்டியிருந்தது.

'என்ன, அத்தானுக்கு இன்னைக்கு ரொம்பத்தூக்கம் போல. ராத்திரி எந்த வீட்டுத் திண்ணையில் படுத்துக் கிடந்தீய?' என்று கேட்டபடியே அவரைத் தாண்டிப் போனாள். அவளுடைய கேள்வியைத் தொடர்ந்து ஒரே சிரிப்பாக இருந்தது. வேறே சமயமாக இருந்தால், 'ஏன் ஒன் வீட்டுத் திண்ணையிலதான் படுத்துக்கெடந்தேன்' என்று சந்தோஷத்தோடு சொல்லியிருப்பார். அதைக் கேட்டு அவர்கள் பின்னும் சிரிப்பும் கும்மாளமுமாகப் போவார்கள். அன்றைக்குப் பேசவே இஷ்டமில்லை. பேருக்கு 'இல்லம்மா . . . கொஞ்சம் தூங்கிப் போயிட்டேன்' என்றார்.

ஆத்துக்குப் போய் இவ்வளவு நேரத்துக்குப் பிறகு குளிக்க வெட்கமாக இருந்தது. ஒருநாள் கூட இப்படி ஆனதில்லை. கடைசிக் காலத்தில் இப்படியும் ஒரு கஷ்டமா?

இன்றைக்குக் குளிக்காமல் இருந்தால் என்ன? குளித்துவிட்டு இன்றைக்கு என்ன வேலை நடக்கப்போகிறது? ரிஜிஸ்திரார் ஆபீஸில் போய் பாண்டித் தேவருக்கு வீட்டைக் கிரையம் எழுதிக் கொடுக்கிறதுக்கு என்ன குளிப்பும் முழுக்கும்? செங்கல் செங்கல்லாக அடுக்கி அடுக்கிக் கட்டின அருமாந்த வீடே கிரையமாகப் போகிறது. குளிப்பு என்ன முக்கியம்? தடிதடியாய், வேலைக்குப் போகாமல், இருந்தே சாப்பிட்டுக் கரியாக்கின பிள்ளைகளைப் பெற்ற கட்டைக்கு என்ன முழுக்கும் பூஜையும்?

சண்டாளி இதுக்கெல்லாம் இராமல் போனாளே. நீர் மட்டும் பாரும், இதெல்லாம் உம்மால்தான் பார்த்துக்கொண்டு சும்மா இருக்கமுடியும். என்னால முடியாது. நான் மானக்காரி. ஒட்டப்பிடாரத்து மண்ணு. ஒட்டப்பிடாரத்து மண்ணு சாதாரண மண்ணு இல்லை. தானாவதிப்பிள்ளை வம்சம் அவள் உலகம்மா . . .

ஆற்றுக்குப் போக முடியாதுபோல இருந்தது. கால் எல்லாம் வாதம் வந்ததுபோல தாங்க முடியாத வலி. குளிக்க என்று வந்துவிட்டபிறகு குளிக்காமல் போகவும் மனசு இல்லை. வைராக்கியத்துடன் வாய்க்கால் கரையிலேயே இறங்கினார். சரிவான மண்கரை சரசரவென்று ஆளைத் தள்ளிவிட்டதுபோல் தண்ணீரைப் பார்க்கத் தள்ளிற்று. அந்த வேகத்தில்தான் ஞாபகம் வந்தது, அது பேச்சியம்மன் படித்துறை என்று. பேச்சியம்மன் படித்துறையில் பொழுது விடிந்தாலே ஆள் குளிக்கிறது அபூர்வம். எத்தனை பேரை இழுத்துக்கொண்ட படித்துறை அது. என்ன வேகம், ஆளைப் பிடித்துத் தள்ளியது மாதிரி. எப்படியோ

பெரிய பிள்ளை உடம்பைக் கட்டுப்படுத்தித் தண்ணீருக் குள்ளே விழுந்துவிடாமல் நின்றுகொண்டார். மூச்சு வாங்கியது. யாரோ சிரிக்கிறமாதிரி இருந்தது. அந்த இருட்டில் அவரையும் மீறி அதட்டிக் கேட்டார்.

'யாரது?'

சத்தமே இல்லை. வெட்கமாக இருந்தது பெரிய பிள்ளைக்கு பெரிய பெரிய அமாவாசை இருட்டில் எல்லாம் போய்வந்த தைரியம் இப்போது உடம்பிலிருந்து எங்கே போயிற்று என்று புரியவில்லை.

'ச்சை ... பேச்சியாவது அம்மனாவது. எல்லாம் மனப் பேய் ...'

'க்ளக் ...' தண்ணீருக்குள் அவர்தான் இறங்கினார். ஆனாலும் யாரோ பெரிய கல்லைத் தூக்கிப்போட்டதுமாதிரி அந்தச் சத்தம் கேட்டது.

இந்தக் குளிரில் மேலெல்லாம் வியர்த்தது. பாண்டித் தேவருக்குப் பத்திரத்தில் கையெழுத்துப் போடுகிறவரைக்கு மாவது உடம்பில் தெம்பு வேண்டுமே. நிற்க முடியவில்லை. துவைக்கிற கல்லில் உட்கார்ந்துகொண்டார். கல்லில் இருந்த ஈரம் பின்புறத்தில் சில்லென்று பரவிற்று.

குளிக்காமலே போனால் என்ன என்றுகூட இருந்தது. குளிக்காமல் போனால் வீட்டில் இருக்கிற பயலுகளுக்கெல்லாம் பதில் சொல்லியாக வேண்டும். முக்கியமாக சுப்புலெட்சுமிக்கு. அவள் யார்? மருமகளா? உலகம்மாளா? உலகம்மாளும் இவள் மாதிரிதான் பார்த்துக்கொண்டாள். நான் தூங்காமல் இருந்தால் வருத்தப்பட்டாள். ஆத்துக்குப் போகத் துண்டு எடுத்துத் தந்தாள். பார்த்துப் பார்த்துச் சாப்பாடு பரிமாறினாள். எண்ணெய் தேய்த்துக் குளிக்கையில் வென்னீர் முகர்ந்து தந்தாள். இது சின்ன உலகம்மாள்.

வாய்க்கால் சின்ன வாய்க்கால்தான். அந்த இருட்டில் அது சமுத்திரம் மாதிரிப் பெரிசாக, இரைச்சலுடன் வண்டிப் பாலத்துக்கு அடியில் ஓடிக்கொண்டிருந்தது. முதலில் வாய்க்காலுக்கு வந்ததே தப்பு. அதுவும் இந்த வனப்பேச்சி . . . ஆடுகாலி பேச்சியம்மன் படித்துறைக்கு வந்தது தப்பு. காரை வீட்டுப் பெரிய பிள்ளை என்கிற பட்டத்தையெல்லாம் எடுத்துக் கொள்ளேன். என்னைத் தூக்கி மட்டும் நிறுத்திவிடு. தண்ணீரில் இறங்கி ஒரே ஒரு முங்கு போட்டுவிட்டு ஓடிவிடுகிறேன். பாண்டித் தேவருக்கு ரிஜிஸ்திரார் ஆபீசில் கையெழுத்துப் போடப்போய்விடுகிறேன்.

சிரிப்புச் சத்தம் பின்னால் கேட்டது. சிரிப்புத்தானா என்று பார்க்கக்கூட தைரியம் இல்லை.

ஒரு காலைத் தரையில் ஊன்றி, துவைக்கிற கல்லிலிருந்து எழுந்திருக்க முயன்றார். கல் லேசாக ஆடியது. பெரிய பிள்ளைக்கு எதிரே ஓடின வாய்க்கால், வண்டிப் பாலம் எல்லாமே ஒரு நிமிஷத்துக்கு ஆடி நின்றன.

பெரிய பிள்ளை எப்படிக் குளித்துவிட்டு வீடுபோய்ச் சேர்ந்தார் என்பது பெரிய விஷயம். சப் ரிஜிஸ்திரார் ஆபீசில் முதல் பத்திரமாகக் கிரையம் எழுதிக் கையெழுத்து போட்டதும், எல்லோருக்கும் முன்னதாக வந்து, பாண்டித் தேவர் பெரிய மனசுடன் காரை வீட்டுக்காரர்கள் வருகிறதுக்காக ஏற்பாடு பண்ணியிருந்த வில் வண்டியில் ஏறி உட்கார்ந்துகொண்டார். சின்னவன் தன் அண்ணாச்சியையும் மதினி, பெஞ்சாதியையும் வண்டியில் ஏற்றி அனுப்பிவிட்டுப் பின்னாலே வருகிறதாகச் சொன்னான். எல்லோருக்கும் அவன் எங்கே போவான் என்று தெரியும். என்றாலும், கேட்கத் துணிச்சல் இல்லை. சுப்புலெட்சுமி மட்டும் லேசாக வாயைத் திறந்தாள். அவளையும் கூடச் சாதுர்யமாக ஏதோ சொல்லி வாயை அடைத்து விட்டான். பாண்டித்தேவர் வண்டிக்காரனிடம் பத்திரமாக எல்லோரையும் வீட்டில் கொண்டு சேர்க்கும்படிச் சொன்னார். வண்டி, ரிஜிஸ்திரார் ஆபீஸ் நொண்டிக் கேட்டைத் தாண்டுகிற வரை வண்டி வில்லைப் பிடித்தபடியே நடந்துவந்து அனுப்பி வைத்தார்.

சுப்புலெட்சுமியுடைய கைக்குழந்தை லோசுக்குட்டி வண்டியின் ஆட்டத்தில் தூங்கிவிட்டது. பெரியவனும் அவன் மனைவியும் வண்டிக்குள்ளே, கல்யாணமாகி மறுவீடு போகிறது மாதிரி, சந்தோஷமாக டூரிங் டாக்கீஸில் நடக்கிற படத்தைப் பற்றிப் பேசிக்கொண்டிருந்தார்கள். சுப்புலெட்சுமி வண்டி யின் வெங்கலப்படியில் காலைத் தொங்கப் போட்டவாறே, தன்னுடைய புருஷன் மட்டும் தனியே எதிர்த் திசையில் போகிறதைப் பார்த்துக்கொண்டிருந்தாள்.

வீட்டுக்கு வந்ததும் பெரிய பிள்ளை, அந்தக் காரை வீட்டைத்தான் கட்டின பெருமையை விஸ்தாரமாக எல்லோருக்கும் சொல்ல ஆரம்பித்தார். அன்று முழுவதும் சொன்னார். அடுத்த நாளும் அதற்கடுத்த நாளும் சொன்னார். அந்த வீட்டிலிருந்து தட்டாக்குடித் தெருவில் உள்ள ஒரு சின்ன வீட்டுக்குக் குடிவந்துவிட்டபிறகும் கூட அந்தக் கதையைச் சொல்லிக்கொண்டு இருந்தார். அதாவது அவர் அந்தக் காரை வீட்டைக் கட்டின கதையை. எல்லோரும் சொன்னார்கள், அவருக்கு புத்திக்குச் சரியில்லாமல் போனதென்று.

1974

மனைவி

மழையில் நனைந்துகொண்டே வந்த நெல்லையப்பன் ஈரம் சொட்டச் சொட்ட வீட்டுக்குள் நுழைந்தான். திறந்த கதவுக்குப் பின்னால் தெரு விளக்கு வெளிச்சத்தில் மழை பெய்கிற தெரு கொஞ்சம் தெரிந்தது சிவகாமிக்கு. உடனே கதவை மூடிவிட்டான். ரெண்டாங்கட்டு வாசல்படி நிலையோடு சாய்ந்திருந்தவாறு உட்கார்ந்திருந்த சிவகாமி, அவன் முகத்தையே பார்த்தாள்.

அவன் நிதானமாக நடந்துபோய்ப் பட்டக சாலைக் கொடியில் கிடந்த பழைய துணிகளில் துண்டைத் தேடினான். கொடியில் சிவகாமியின் சேலை, அவனுடைய சட்டை, வேஷ்டி, அவளுடைய பாவாடை, குழந்தையுடைய சின்னச் சின்ன மல் துணி சட்டைகள் எல்லாம் கிடந்தன. துண்டு மட்டும் கிடைக்கவேயில்லை. அப்படியே வந்து பெஞ்சில் உட்கார்ந்துகொண்டான்.

எதிரே அவன் துண்டு தேடின கொடி இன்னமும் லேசாக ஆடிக்கொண்டிருந்தது. சுவரில் நிழல் விழுந்து, சிவகாமி இருந்த இடத்தை மூடிமூடி மறைத்து விலக்கியது.

'நீ சாப்பிட்டாச்சா?' சட்டென்று கேட்டான் நெல்லையப்பன். அவன் எப்போதுமே இப்படித் தான். ரொம்ப நேரத்துக்குப் பேசாமலே இருப்பதுபோல் அவனுடைய காரியங்கள் இருக்கும். ஆனால் திடீரென்று ஏதாவது கேட்பான். ஒன்றும் புதுசில்லை அவளுக்கு.

‘எல்லாம் ஆச்சு.’ அவனைப் பாராமல் மூலையில் போட்டிருந்த குத்து உரலைப் பார்த்தபடியே சொன்னாள் சிவகாமி.

அவளுடைய பதிலே தேவையில்லாதவன் போல எழுந்து நின்றுகொண்டு, ஈரவேஷ்டியை அவிழ்த்துக் கொடியில் காயப்போட்டான்.

‘மருந்து வாங்கிட்டு வந்தீங்களா?’ என்று கேட்டாள் சிவகாமி. அதைக் கேட்டபோது அவளுடைய முகத்தில் தெரிந்த ஆர்வத்தில் சிவகாமி பார்க்க ரொம்பவும் சோபையுடன் இருந்தாள்.

‘இல்லம்மா . . . வர்றதுக்குள்ள கடையை அடைச்சிட்டான். புள்ளக்கி எப்பிடி இருக்கு? டாக்டரம்மா கிட்டக் கூட்டிக்கிட்டுப் போனியா?’ என்று கேட்டபடியே, அவளைத் தாண்டித் தொட்டில் கிடந்த ரெண்டாங் கட்டுக்குள் போனான். பின்னாலேயே சிவகாமியும் எழுந்து போனாள். கதவுக்குப் பின்னால் சுவரில் மாட்டியிருந்த சுவரொட்டி விளக்கைத் தூக்கிக்கொண்டு தொட்டிலைப் பார்க்க நடந்தான். பின்னாலேயே சிவகாமியும் போனாள். குழந்தையுடைய கால்மாட்டில் அவன் நின்றுகொண்டான். சிவகாமி தலைமாட்டில் வந்து நின்றாள். விளக்கை அவள் கையில் கொடுத்தான்.

குழந்தை வாயால் மூச்சுவிட்டபடியே தூங்கிக்கொண்டிருந்தாள். சளி அடைத்துக்கொண்டு, கஷ்டப்பட்டு மூச்சை இழுத்து வெளியே விடுகிற சத்தம் கேட்டது. அவ்வளவு வேதனையிலும் ஏதோவொரு அமைதியுடன் குழந்தை தூங்கிக்கொண்டிருந்தாள். ஒன்றும் சொல்லாமல் நிமிர்ந்து சிவகாமியைப் பார்த்தான்.

மறுபடியும் ரெண்டுபேரும் பட்டகசாலைக்குத் திரும்பி வந்தார்கள். இன்னும் மழைபெய்துகொண்டிருக்கிற சத்தம் கேட்டுக்கொண்டிருந்தது. சிவகாமி கொடியில் கிடந்த துண்டை எடுத்து அவன் தோளில் போட்டாள். அவன் குழந்தைக்கு மருந்து வாங்கிக்கொண்டு வராமல் போனாலும், குழந்தையை வந்து பார்த்தது ரொம்பவும் திருப்தியாக இருந்தது அவளுக்கு. கடை அடைத்திருந்ததாக அவன் சொன்னதை அவள் நம்பவில்லை. அவனிடம் கையில் காசு கிடையாது என்பது அவளுக்குத் தெரியாததல்ல. அவனுக்கும், தான் சொல்லுகிற காரணங்களை அவள் நம்பமாட்டாள் என்பது தெரியும். இருந்தாலும் அப்படிச் சொல்லி சமாதானம் கொள்வதே இரண்டு பேருக்கும் விருப்பமாகப் போயிற்று.

‘அசை’யில் கிடந்த படுக்கையைக் கால் பெருவிரல்களில் நின்று உன்னி எடுத்தபோது, முடிந்திராத ஜாக்கெட் பட்டி

விலகி மார்பு வந்து விழுந்தது. இப்படி அவளை அடிக்கடி பார்க்கிறான் இப்போது. இப்படி அலட்சியமாக அவள் இருப்பது அவனுக்கு ரொம்பவும் பிடித்திருந்தது. கல்யாணம் ஆன புதுசில் அவள் இதையெல்லாம் ரொம்பவும் கவனமாகச் செய்தாள். குழந்தை பிறந்த பிற்பாடுதான் இது மாதிரியெல்லாம் ஒரு அலட்சியம் வந்துவிட்டது. இதுவும் சிவகாமிக்கு அழகாகவே இருந்தது.

அவனைவிடவும் அவள் நல்ல சிகப்பு. நல்ல உயரம். அவளோடு எங்கேயாவது போகவேண்டும் என்றால் அவனுக்குச் சங்கடமாக இருக்கும்.

கூடியவரைக்கும் அவளை மட்டும் தனியே அனுப்பி வைக்கவே பார்ப்பான். அப்படியே அவளோடு போக வேண்டியது வந்தாலும், அவன் வேகமாக முன்னால் நடக்க ஆரம்பித்துவிடுவான். அவளோடு கூட நடந்துபோக முடிந்த தில்லை. அவனுக்கு அவளைவிட வேகமாக நடக்க வரும். இது ஒன்றில் தான் அவனால் அவளை முந்திப் போக முடியும்.

தலையணையை எடுத்துப் போட்டுவிட்டு, அவள் வழக்கம்போல் சுவரை ஒட்டித் திரும்பிப் படுத்துக்கொண்டாள். நீளமான ஜடை முடியைத் தூக்கித் தலையணைக்குப் பின்னால் போட்டிருந்தாள். அது விரிப்பையும் தாண்டித் தரையில் போய்க் கிடந்தது. படுத்த கொஞ்ச நேரத்திலேயே தூங்கியும் விட்டாள். இதெல்லாம் அவளால்தான் முடியும். ஒருநாள் கூடப் படுத்தவுடன் அவன் தூங்கினதே இல்லை. அவளுக்குப் பக்கத்தில் படுக்கையில் உட்கார்ந்தபடியே யோசித்துக்கொண்டிருந்தான். தொட்டிலில் தூங்குகிற குழந்தையின் ஞாபகம் வந்துகொண்டே இருந்தது.

மறுநாள் சாயந்திரம் அவன் வேலைபார்க்கிற ஜவுளிக்கடை நிலுவைக்காகப் புறப்பட்டான். தன் சிநேகிதன் ஒருவனுடன் சைக்கிளை உருட்டிக்கொண்டு, பேசிக்கொண்டே வந்தான். தெருமுனையில் தூரத்தில் வருகிறபோதே அவனைப் பார்த்து விட்டாள் சிவகாமி. தெருவாசல் நடையில் குழந்தையோடு உட்கார்ந்திருந்தவள் எழுந்து உள்ளே போனாள்.

கல்யாணம் ஆகியிருந்த புதுசில் நெல்லையப்பன் கடையிலிருந்து நிலுவைக்காக வெளியே புறப்பட்டால் வீட்டுக்கு வராமல் போகமாட்டான். வெகுநேரம் ஆனாலும் போக மனசே இல்லாமல் அவளிடம் பேசிக்கொண்டே இருப்பான். இவள்தான் அவனை வெளியே தள்ளாத குறையாகத் தள்ளி விடுவாள். காலையிலுங்கூட இப்படித்தான். கடைக்கு நேரத்துக்குப் போகவே மாட்டான். 'வரட்டுமா வரட்டுமா' என்று

சொல்லிக்கொண்டே அவளிடம் பேசிக்கொண்டிருப்பான். அதெல்லாம் ஒரு காலமும் பிரியமும். போகப்போக எல்லாமே சாதாரணமாகிப் போயிற்று. இன்றைக்கு ரொம்ப நாள் கழித்து இப்படி சாயந்திரம் வருகிறான். அவன் வீட்டிலேயே இருக்கிற ஞாயிற்றுக் கிழமையைக்கூட அவளுக்குப் பிடிக்காது. இது மாதிரி ஒரு அரைமணி நேரம் பேசுகிறதில் உள்ள திருப்தி, அவனோடு விடிய விடிய உட்கார்ந்து பேசினாலும் ஏற்படுவதில்லை. அவன் அப்போது வருவது சந்தோஷமாகவே இருந்தது சிவகாமிக்கு. தெருவில் அவன் சினேகிதனுடன் பேசிக்கொண்டே சைக்கிளை ஸ்டாண்ட் போட்டு நிறுத்தின சத்தம் அவளுக்கு ரொம்பவும் மகிழ்ச்சியைக் கொடுத்தது. அதுமாதிரி அவன் சாயந்திர நேரத்தில் வந்து சைக்கிளை ஸ்டாண்ட் போட்டு நிறுத்துகிற சத்தத்தைக் கேட்டு எவ்வளவு காலமாயிற்று.

இரண்டுபேரும் பேசினபடியே படியேறி உள்ளே வந்தார்கள். கூட வந்தவனை, ரெண்டாங்கட்டுக் கதவோரமாக நின்றபடியே கவனித்தாள். அவனை அவள் அடிக்கடி பார்த்திருக்கிறாள். அவள் சாயந்திரம் தெருவாசல்படியில் உட்கார்ந்திருக்கும்போது, அவன் திரும்பித் திரும்பி இவளைப் பார்த்துக்கொண்டே எத்தனையோ நாள் போயிருக்கிறான்.

இரண்டுபேரும் பெஞ்சில் உட்கார்ந்தார்கள். அவனுடைய சிநேகிதன் அவனுக்குத் தெரியாமல் வீட்டைச் சுற்றிலும் பார்க்க முயற்சி செய்தான். அவளைத் தேடுகிறான் என்பது சிவகாமிக்குத் தெரிந்துவிட்டது. அவள் உள்ளே ரெண்டாங்கட்டு இருட்டுக்குள் நின்றபடியே அவனைப் பார்த்துக்கொண்டிருந்தாள்.

'ஓம் புள்ளய எங்கப்பா?'

'உள்ளதான் தூங்குவா, அதுக்குக் காய்ச்சல் ரெண்டு நாளா. அதை ஏங் கேக்க போ. மாசக் கடைசியா? ஒரு எளவும் ஓடமாட்டேங்கு. செவாமி . . . செவாமி' என்று ரெண்டாங்கட்டு இருட்டைப் பார்த்துக் கூப்பிட்டான். சிநேகிதன் ஆவலோடு இருட்டையே பார்த்துக்கொண்டிருந்தான். கொஞ்சம் உள்ளே தாமதித்த சிவகாமி தோளில் சாத்திய குழந்தையுடன் சுவரோரமாக வந்து நின்று, அவனை வரவேற்கிறது மாதிரி லேசாகச் சிரித்தாள். நெல்லையப்பன் அவளைக் கூப்பிட்டுவிட்டு அவன் பாட்டுக்குப் பேசிக்கொண்டிருந்தான். சிநேகிதன் அடிக்கடி சிவகாமியையே பார்க்க முயற்சி செய்தான். சிவகாமி குழந்தையுடன் உள்ளே போய்விட்டாள்.

கொஞ்ச நேரம் கழித்து அவன் சிநேகிதன் குழந்தையைப் பார்க்கவேண்டுமென்று சொன்னான். திரும்பவும் நெல்லையப்பன்

சிவகாமியைக் கூப்பிட்டான். சிவகாமி குழந்தையைத் தூக்கிக்கொண்டு வந்து நெல்லையப்பனிடம் தர முயற்சி செய்தாள். நெல்லையப்பன் அதைக் கவனியாதவன் போல, சிநேகிதனிடம் குழந்தையைப் பற்றிப் பேசிக்கொண்டிருந்தான். இது அவள் எதிர்பார்த்ததுதான். இப்படித்தான் ஒவ்வொரு தடவையும் அவன் இருக்கும்போதே, அவனிடம் குழந்தையைக் கொடுத்து வந்தவர்களிடம் குழந்தையைக் கொடுக்கச் சொல்ல முடியாமல், அந்நிய புருஷனிடம் குழந்தையை அவளே நேரில் கொடுக்கச் சொல்லுகிற கஷ்டத்தை ஏற்படுத்திவிடுகிறான். வேறு வழியில்லை. அவன் சிநேகிதனிடம் குழந்தையைத் தயக்கத்துடன் நீட்டினாள்.

அவன் அவசரத்துடன், அவள் எதிர்பார்த்தபடியே அவள் மார்பிலெல்லாம் கை படும்படியாகக் கைகளை நீட்டிக் குழந்தையை வாங்கிக்கொண்டான். எதுவும் புதுசில்லை அவளுக்கு. அவள் மார்பில் அந்நிய புருஷன் கைபடாமல், இதுவரை யார் குழந்தையை அவளிடமிருந்து வாங்கி யிருக்கிறார்கள்? இதையெல்லாம் அவனிடம் சொல்லித் தன் கஷ்டத்தை எப்படிப் புரியவைப்பது? அவனாகப் புரிந்து கொள்ளுகிறவனும் இல்லை.

குழந்தையைத் தந்துவிட்டு வேகமாகத் திரும்பிப் போய் விட்டாள். சிநேகிதன் குழந்தையை மடியில் கிடத்தியபடி அவள் போவதையே பார்த்தான். நெல்லையப்பன் இன்னமும் அவனிடம் பேசிக்கொண்டிருந்தான்.

'மெள்ளப்பா. காய்ச்சல் வந்து புள்ளயப் பாடாப் படுத்திட்டு. ரெண்டு நாளா அவளுக்கும் தூக்கங் கெடையாது. நானும் தூங்க முடியல . . . நீ காப்பி சாப்பிடுதியா?'

'இல்லப்பா, எதுக்கு ? அதெல்லாம் ஒண்ணும் வேண்டாம்.'

'அட சும்மா சாப்பிடலாம்ப்பா. செவாமி, காப்பி போடு . . . நம்ம கணேசன் ஒங்காப்பியச் சாப்புட்டதே இல்லியே . . . புள்ளய வேணா எங்கிட்டக் குடு. இருந்து வச்சிறப்போறா . . .'

'இல்ல . . . சும்மா இருக்கட்டும் நெல்லையப்பா.'

'அதுஞ் சரிதான். அவ தீர்த்தம் மேல விழதுக்கு உனக்குக் குடுத்து வச்சிருக்கணுமே.'

'ஜாடையெல்லாம் அம்மா மாதிரித்தான்போல. கன்னம் உதடெல்லாம் அப்படியே இருக்கே.'

'ஆமாமா . . . எல்லாம் அவ ஜாடைதான். காய்ச்சல் மட்டும் இல்லைன்னா நல்லா மொகம் பார்த்துச் சிரிப்பா.'

எல்லாவற்றையும் கேட்டுக்கொண்டேதான் இருந்தாள் சிவகாமி. அவன் காப்பி போடச் சொன்னதே அவளுக்குக் கஷ்டமாகத்தான் இருந்தது. இருக்கிற பாலை வைத்துக் காப்பி போட்டுக் கொண்டுவந்து, இரண்டுபேருக்கும் நடுவே பெஞ்சில் வைத்தாள். காப்பியை அவனுடைய சிநேகிதன் அதிகமாகவே பாராட்டிப் பேசினான். நெல்லையப்பனும் அவனுடன் சேர்ந்துகொண்டு பேசினான். சிவகாமிக்கு எல்லாம் வேடிக்கையாக இருந்தது.

கொஞ்ச நேரங்கழித்து இரண்டுபேரும் புறப்பட்டார்கள். சிநேகிதன் திரும்பத் திரும்ப சிவகாமியிடம் சொல்லிக் கொண்டான். மனசுக்கு என்னவோபோல இருந்தாலும், அவனுக்கு விடை கொடுத்தாள். இரண்டுபேரும் வாசல்படியை விட்டுத் தெருவில் இறங்கினதும், ஜன்னல் கதவோரமாக வந்து நின்று அவர்களைப் பார்த்தாள்.

'கணேசா, ஒங்கிட்டே ஒரு ரெண்டு ரூபா இருந்தால் கொடேன். புள்ளைக்கு மருந்து வாங்கணும். பணங் கொஞ்சம் கொறையுது' என்று நெல்லையப்பன் தன் சிநேகிதனிடம் கேட்டுக்கொண்டு இருந்தான்.

சுதேசமித்திரன் தீபாவளி மலர், 1974

மிருகம்

நார்ப் பெட்டியில் கொஞ்சம் சுள்ளி விறகுகளைத் தவிர வேறு ஒன்றுமில்லை. ஆனாலும் கூட பெட்டி கனமாக இருந்தது. பெட்டியை இறக்கிக் கீழேவைத்துவிட்டு, ஓரமாக நின்றிருந்த குத்துக்கல்லின் மேல் உட்கார்ந்தார் சிவனு நாடார். அவர் உடம்பிலிருந்து அடித்த நாற்றம் அவருக்கே குமட்டியது. பீடி குடித்தே ஏழெட்டு நாள்கள் ஆகிவிட்டன. ஆனால் இன்னமும் பீடி வாடை முகத்துக்குள் வீசியது.

வரிசையாக எல்லா வீட்டுப் புறவாசல்களும் சத்தமே இல்லாமல் கிடந்தன. நாலைந்து வீடுகள் தள்ளி, ஒரே ஒரு காக்கை மட்டும் ஒரு மண்சுவர்மீது உட்கார்ந்து பார்த்துக்கொண்டிருந்தது. நேற்று காலையில் வண்டிமலைச்சியம்மன் கோவில் பக்கம் போகும்போது ஒரு காக்கை தலைக்கு மேலே பறந்துபோயிற்று. அதுக்கு முன்னால் காக்கையைப் பார்த்து இரண்டு மூன்று நாட்கள் இருக்கும். மண் சுவரில் உட்கார்ந்திருக்கிறது அதே காக்கைதானோ என்று யோசித்துக்கொண்டே எதிர்த்த வீட்டைப் பார்க்கத் திரும்பினார்.

ஒரு வெள்ளை நாய் அந்த வீட்டுப் புறவாசல் கதவு இடைவெளிக்குள் முகத்தைச் செருகி, கதவைத் திறக்கப் பிரயாசைப்பட்டுக் கொண் டிருந்தது. கதவு கொஞ்சங் கொஞ்சம் திறந்து திரும்பவும் மூடிக்கொண்டது. சிவனு நாடாருக்குச் சந்தோஷமும் ஆச்சரியமும் தாங்க முடியவில்லை.

வேகமாக எழுந்து வீட்டைப் பார்க்க நடந்தார். இவர் வருகிற சத்தம் கேட்டு, நாய் இவரைப் பார்த்துவிட்டுத் திரும்பவும் கதவைத் திறக்கப் பிரயாசைப் பட்டது. குனிந்து கல்லைத் தேடினார். எங்கேயுமே கல்லைக் காணவில்லை. மழையில் கரைந்துபோய் நின்றிருந்த மண் சுவரிலிருந்து துண்டுச் செங்கல், ஒட்டாஞ்சல்லி, ஜல்லிக் கற்களைப் பெயர்த்து எடுத்து நாயைப் பார்த்து எறிந்தார். நாய் தூர ஓடிப்போய் நின்றுகொண்டது. அது பக்கத்தில் வருவதற்குள் கதவைத் தள்ளித் திறந்துகொண்டு வீட்டுக்குள்ளே நுழைந்துவிட்டார். கதவைச் சாத்தினாலும் நாய் ஓடிவந்து கதவுக்குப் பக்கத்தில் வந்து நின்றது. வீட்டுக்குள்ளே நுழைந்ததும் அவருக்கு ரொம்பவும் திருப்தியாக இருந்தது.

அந்த வீட்டுக்கு இதுக்கு முன்னால் எத்தனையோ தடவை வந்திருக்கிறார். அந்த வீட்டில் நடந்த கல்யாணத்துக்கெல்லாம் இவரே வேலை செய்திருக்கிறார். இரண்டே கட்டுள்ள வீடு அது. அந்த அடுப்படிக்கு அப்புறம் ஒரு பட்டகசாலை இருந்தது. பட்டகசாலைக்கு வெளியே அழிப்பாய்ச்சின ஒரு திண்ணை மட்டுமே உண்டு.

அடுப்படி இருட்டுக்குள் கண் தெரிய அவருக்குக் கொஞ்சம் நேரமாயிற்று. அந்த இருட்டோடு அடுப்புச் சாம்பல் கலந்த வாடை வீசியது. கொஞ்ச நேரம் கழித்துப் பார்வை தெரிய ஆரம்பித்தது. அடுப்புக்கு மேலே இருந்த ஜன்னல் கதவுகளைத் திறந்துவிட்டார். அடுப்பில் அள்ளாமல் போட்டிருந்த சாம்பலையும், புடை மேல் இருந்த சின்னதான சட்டியையும் தவிர அந்த அடுப்படியில் வேறு ஒன்றுமே இல்லை.

பட்டகசாலைக் கதவு சாத்தாமலே திறந்து கிடந்தது. கதவுக்குப் பின்னால் நின்றிருந்த நெல்குதிரின் வாய்க்குக் கீழே, அதை அடைத்துச் செருகியிருந்த துணி விழுந்து கிடந்தது. குனிந்து குதிருக்குள்ளே பார்த்தார். லேசாகப் படிந்திருந்த புழுதிக்குமேல் சில நெல்மணிகள் கிடந்தன. குதிருக்குப் பக்கத்தில் பூட்டிக் கிடந்த பெரிய மரப்பெட்டியைக் கஷ்டப் பட்டு அசைத்துப் பார்த்தார். சில பாத்திரங்கள் உருண்டன. முன் வாசல் நிலைக்கு மேலே, ஒரே ஒரு போட்டோ படம் மட்டும் நூலாம்படையுடன் தொங்கிக்கொண்டிருந்தது. அந்த போட்டோவில் இருந்த ஒவ்வொரு ஆளாகக் கவனித்துப் பார்த்தார். எல்லோரும் அவருக்கு ரொம்பவும் தெரிந்தவர்கள். அதற்கப்புறம் அந்த அறையில் நிற்கவே அவருக்குச் சங்கடமாக இருந்தது.

வெளியே போகப் புறப்பட்டபோது நெல் குதிர் இருந்த பக்கத்துக் கதவுக்குப் பின்னால் ஒரு பழைய ஓவல்டின் டப்பா

உட்கார்ந்திருந்தது. ஆசையோடு அதைப் பார்க்க நடந்தார். அருகே போனதும் அதிலிருந்து எறும்புகள் போய்க்கொண்டிருந்ததைப் பார்த்துச் சந்தோஷமாக இருந்தது. டப்பாவைத் தூக்கி மூடியைத் திறந்து பார்த்தார். அடியில் கொஞ்சம் கருப்புக்கட்டித் தூள் கிடந்தது. அந்தத் தூளை வைத்து இரண்டு வேளை காப்பி போடலாம். டப்பாவைத் தரையில் வைத்துக் கதவுக்கு முன்னால் உட்கார்ந்து தட்டினார். எறும்புகள் சிதறி ஓடின. அடுப்படிக் கதவு அவ்வப்போது கொஞ்சம் திறந்து மூடுவதும், திறந்த சமயங்களில் நாயின் கறுப்பு மூக்கு தெரிவதுமாக இருந்தது.

சிறிது நேரத்தில் எறும்பெல்லாம் போய்விட்டது. டப்பாவைத் தூக்கிக்கொண்டு அடுப்படிக் கதவருகே வந்து பதுங்கி நின்றார். இந்தத் தடவை, நாய் முகத்தைக் கதவுக்குள்ளே நுழைத்தபோது, கதவோடு சேர்த்துத் தன்னுடைய முழுப்பலத்தையும் கொண்டு அழுத்தினார். நாய் இதுவரை அவர் கேட்டிராத புது மாதிரியான குரலில் ஊளையும் சத்தமும் கலந்து போட்டது. அந்தச் சத்தத்தைக் கேட்டுக் கதவின் இறுக்கத்தைத் தளரவிட்டுவிடுவோமா என்று அவருக்குப் பயமாக இருந்தது. ஒரு உலுக்கலுக்குப் பிறகு கதவு நன்றாகப் பொருந்தி நிலைச் சட்டத்துடன் மூடிக்கொண்டது. பயத்துடன் திரும்பி கதவைப் பார்த்தவாறு நின்றார். வெளியே அதே வினோதமான சத்தமும் ஊளையும் கலந்து கேட்டுக்கொண்டே போய்ச் சிறிது நேரத்தில் தேய்ந்துவிட்டன. நாய் முகத்தைக் கொடுத்துக் கதவைத் தள்ளின இடத்தில் ரத்தத் துளிகள் சிந்திக் கிடந்தன. இன்னும் பயம் தீராமல் டப்பாவை இறுகப் பிடித்தபடியே உள்ளேயே கொஞ்ச நேரம் நின்றுகொண்டிருந்து விட்டு வெளியே வந்தார்.

வெளியே கதவடியில், நாய் தன் முகத்தை இழுக்கப் போராடியபோது ஏற்பட்ட நகப் பிராண்டல்கள் தரையிலும் அடிக்கதவிலும் தாறுமாறாகக் கிடந்தன. விட்டு விட்டு ரத்தத் துளிகள் சிந்திக்கொண்டே போயிருந்தன. அந்த ரத்தத்தின் நிறம் மனித ரத்தம் போல் இல்லை. இன்னும் கொஞ்சம் கொழு கொழுப்பாகவும் ஆரஞ்சு வர்ணத்திலும் இருந்தது. நிமிர்ந்து எதிரே பார்த்தபோது, மண்சுவர்மீது, நாலைந்து வீடுகள் தள்ளி முதலில் பார்த்த காக்கை இந்த வீட்டில் வந்து உட்கார்ந்து இவரையே பார்த்துக்கொண்டிருந்தது. டப்பா வைத்திருந்த கையோடு வீசி ஆட்டி விரட்டினார். வாயிலிருந்து சத்தமே வரவில்லை. காக்கை அசையாமல் உட்கார்ந்திருந்தது. நாயை விரட்ட முதலில் எறிந்த செங்கல் துண்டைக் குனிந்து எடுத்து வீசினார். காக்கை வேறு எங்காவது பறந்துபோய்விடும் என்று

வண்ணநிலவன்

எதிர்பார்த்தார். ஆனால் இரண்டு வீடுகள் தள்ளி இதேபோல இருந்த இன்னொரு மண்சுவரின் மேல் போய் உட்கார்ந்து கொண்டு, இவரையே பார்த்துக்கொண்டிருந்தது.

நாய் எங்காவது ஒளிந்திருக்கும் என்று நினைத்துக் கொண்டு, ரொம்பவும் ஜாக்கிரதையாக, தன் கண்ணுக்கு எட்டின தூரம் வரை, எல்லாப் பக்கங்களிலும் பார்த்துக்கொண்டே தன் வீட்டுக்குப் போனார். தெருவில் எல்லா வீடுகளும் பூட்டிக் கிடந்தது அந்தப் பகலிலும் பயத்தைக் கொடுத்தது. அந்த நாய் எங்கேயாவது ஒளிந்து கிடந்து தன்னைத் தாக்கும் என்று எண்ணினார். நாய் வந்தால் ஏதாவது ஒரு பக்கம் ஓடித் தப்பித்துக்கொள்ள முன் எச்சரிக்கையாக நடுத்தெருவில் நடந்து போனார். வீட்டுக்குப் பக்கத்தில் வரும் போது நார்ப் பெட்டியின் ஞாபகம் வந்தது.

வீட்டுக்குள் நுழைந்து கதவை அவசரமாகச் சாத்தினதும், இவ்வளவு நாளும் உணர்ந்திராத நிம்மதியை உணர்ந்தார். தீப்பெட்டியில் மூன்று குச்சிகளே இருந்தன. ஒரே குச்சியில் நெருப்பு நிச்சயமாகப் பற்றிக்கொள்ளும் என்று திருப்தியாகும்வரை தீயைப் பற்றவைப்பதற்கான ஏற்பாடுகளைச் செய்தார்.

அன்று மாலையும் இரவிலும் அவர் வீட்டை விட்டு வெளியே போகவில்லை. காலையில் தூங்கி விழித்ததும் ஜன்னல் வழியே எட்டிப் பார்த்தார். நாய் வாசலில் உட்கார்ந்திருந்தது.

***கணையாழி*, 1974**

எஸ்தர்

முடிவாகப் பாட்டியையும் ஈசாக்கையும் விட்டுச் செல்வது என்று ஏற்பாடாயிற்று. மேலும், பிழைக்கப் போகிற இடத்துக்குப் பாட்டி எதற்கு? அவள் வந்து என்ன காரியம் செய்யப் போகிறாள்? நடமாட முடியாது. காது கேளாது, பக்கத்தில் வந்து நின்றால், அதுவும் வெளிச்சம் இருந்தால்தான் கண் தெரிகிறது. ஒரு காலத்தில் பாட்டிதான் இந்த வீட்டில் எல்லோரையும் சீராட்டினவள். பேரப்பிள்ளைகளுக்கெல்லாம் கடைசியாகப் பிறந்த ரூத் உட்பட எல்லோருக்கும் பாட்டியின் சீராட்டல் ஞாபகம் இருக்கிறது. அதற்காக, இப்போது உபயோகமில்லாத பாட்டியை அழைத்துக் கொண்டு, பிழைக்கப் போகிற இடத்துக்கெல்லாம் கூட்டிச் செல்ல முடியுமா?

வீட்டில் பலநாட்களாக இதுதான் பேச்சு. எல்லோரும் தனித்தனியே திண்ணையில், குதிருக்குப் பக்கத்தில், மேல ஜன்னலுக்கு அருகே அந்தப் பழைய ஸ்டூலைப் போட்டுக்கொண்டு, பின்புறத்தில், புறவாசல் நடையில் இருந்துகொண்டு என்று அவரவர் யோசித்ததையெல்லாம் சாப்பாட்டு வேளைகளில் கூடுகிறபோது பேசினார்கள். முன்பெல்லாம் அந்த வீட்டில் சாப்பாட்டு நேரம் எவ்வளவோ ஆனந்தமாக இருந்தது. இப்போது நெல் அரிசிச் சோறு கிடைக்கவில்லை. கம்பும் கேப்பையும் கொண்டுதான் வீட்டுப் பெண்கள் சமையல் செய்கின்றனர். நெல்லோடு ஆனந்த வாழ்வும் போயிற்றா?

அப்படிச் சொல்லவும் கூடாது. இன்னமும் சமையலின் பிரதான பங்கும் எஸ்தர் சித்தியிடமே இருக்கிறது. சக்கை போன்ற இந்தக் கம்பையும் கேப்பையையும்தான் எஸ்தர் சித்தி என்னமாய்ப் பரிமளிக்கப் பண்ணுகிறாள்? இத்தனை மோசமான நிலையிலும் எஸ்தர் சித்தி மட்டும் இல்லாமல் போயிருந்தால் என்னவாகியிருக்கும்? யோசித்துப் பார்க்கவே பயமாக இருக்கிறது. மூன்று பெண்களுக்கும் ஒரு பையனுக்கும் தந்தையான அகஸ்டீன்கூட மாட்டுத் தொழுவில் பனங்கட்டை உத்திரத்தில் இடுப்பு வேட்டியை அவிழ்த்து முடிச்சுப் போட்டு 'நான்று' கொண்டு நின்று செத்துப் போயிருப்பான்.

இரண்டு பேருமே கல்யாணமாகிக் குழந்தை குட்டிகளுடன் தான் இருக்கிறார்கள். அகஸ்டீன்தான் மூத்தவன். எதிலும் இவனை நம்பி எதுவும் செய்ய முடியாது. அமைதியானவன் போல எப்போதும் திண்ணையையே காத்துக் கிடப்பான். ஆனால் உள்ளூர அப்படியல்ல. சதா சஞ்சலப்படுபவன். இரண்டாவதுதான் டேவிட். இவன் மனைவி பெயரும் அகஸ்டீனுடைய மனைவி பெயரும் ஒரே பெயராக வாய்த்து விட்டது. பெரியவன் மனைவியை பெரிய அமலம் என்றும் சின்னவன் மனைவியை சின்ன அமலம் என்றும் கூப்பிட்டு வந்தார்கள். சின்னவனுக்கு இரண்டு பேரும் ஆண் பிள்ளைகள். இதுதவிர இவர்களின் தகப்பனார் மரியதாஸுடைய ஒன்றுவிட்ட தங்கச்சிதான் எஸ்தர் சித்தி. புருஷனுடன் வாழப் பிடிக்காமல்தான் வந்தாள் என்று எஸ்தரைக் கொஞ்ச காலம் ஊரெல்லாம் நைச்சியமாகப் பேசியது. இப்போது எல்லாம் பழைய கதையாகிவிட்டது. எஸ்தர் சித்தி எல்லோருக்கும் என்ன தந்தாள் என்று சொல்ல முடியாது. அகஸ்டீனுக்கும் டேவிட்டுக்கும் அழகிய மனைவியர்கள் இருந்தும்கூட எஸ்தர் சித்தியிடம் காட்டின பிரியத்தை அந்தப் பேதைப் பெண்களிடம் காட்டினார்களா என்பது சந்தேகம்.

எஸ்தர் சித்தி குட்டையானவள். நீண்ட காலமாகப் புருஷ சுகத்தைத் தேடாமல் இருந்ததாலோ என்னவோ, உடம்பெல்லாம் பார்க்கிறவர்களின் ஆர்வத்தைத் தூண்டுகிற விதமாக இறுகிக் கெட்டித்துப் போயிருந்தது. இதற்கு, அவள் செய்கிற காட்டு வேலைகளும் ஒரு காரணம் என்று சொல்லலாம். நல்ல கருப்பானதும், இடையிடையே இப்போதுதான் நரைக்க ஆரம்பித்திருந்த நரைமுடிகள் சிலவுமாகச் சுருட்டை முடிகள். உள்பாடி அணிகிற வழக்கமில்லை. அதுவே மார்பகத்தை இன்னும் அழகானதாகப் பண்ணியது.

சித்திக்கு எப்போதும் ஓயாத வேலை. சேலை முந்தானை, கரண்டைக் கால்களுக்குமேல் பூனைமுடிகள் தெரிய எப்போதும்

ஏற்றிச் செருகப்பட்டே இருக்கும். சித்திக்குத் தந்திர உபாயங்களோ நிர்வாகத்துக்குத் தேவையான முரட்டுக் குணங்களோ கொஞ்சங்கூடத் தெரியாது. இருப்பினும் சித்தி பேச்சுக்கு மறுபேச்சு இல்லை. அவ்வளவு பெரிய குடும்பத்தை மரியதாஸுக்குப் பின் நிர்வகித்து வருகிறதென்றால் எத்தனை பெரிய காரியம். இத்தனை ஏக்கர் நிலத்துக்கு இவ்வளவு தானியம் விதைக்க வேண்டும் என்கிற கணக்கெல்லாம் பிள்ளைகளே போடுகிற கணக்கு. ஆனால் வீட்டு வேலைகளானாலும் காட்டு வேலைகளானாலும் சுணக்கமில்லாமல் செய்யவேண்டும். வேலை பார்க்கிறவர்களை உருட்டி மிரட்டி வேலை வாங்கிக் காரியம் செய்வதெப்படி ? சித்தி உருட்டல் மிரட்டல் எல்லாம் என்னவென்றே அறியாத பெண்.

விதைக்கிற சமயமாகட்டும், தண்ணீர் பாய்ச்சுகிற நேரமாகட்டும் காலையிலோ மதியமோ அல்லது சாயந்திரமோ ஒரே ஒரு பொழுது, வீட்டுக் காரியங்கள் போக ஒழிந்த நேரத்தில் காட்டுக்குப் போய் வருவாள். அதுவும் பேருக்குப் போய்விட்டு வருகிறது போலத்தான் இருக்கும். ஆனால் வேலைகள் எல்லாம், தானே மந்திரத்தால் கட்டுண்டதுபோல் நடைபெற்றுவிடும். சாயங்காலம் காட்டுக்குப் போனாள் என்றால், இவள் வருகிறதுக்குள் பயபக்தியுடன் எல்லாவற்றையும் குற்றம் சொல்ல முடியாதபடிச் செய்துவைப்பார்கள். வீடே சித்திக்காக இயங்கியது. வேலைக்காரர்களும், ஏன் அந்த ஊருமேகூடச் சித்திக்காகக் கட்டுப்பட்டு இயங்கியது.

அந்த இரண்டுபெண்களுமே அபூர்வமான பிறவிகள். மூத்தவள் ஒரு பெரிய குடும்பத்தின் முதல் பெண்ணாகப் பிறந்தவள். தன் பள்ளி நாட்களிலும் சரி, ஐந்தாவது வகுப்பைத் தன் கிராமத்துப் பள்ளிக்கூடத்தில் முடிக்கும் முன்பே ருதுவாகி வீட்டில் இருந்த ஆறேழு வருஷமும் சரி, இப்போது இந்த வீட்டில் மூத்த அகஸ்டீனுக்கு வந்து மனைவியாக வாய்த்து அவனுக்கு மூன்று பெண்களும் ஒரு ஆண்மகவும் பெற்றுக்கொடுத்த பின்பும் கூட அவள் பேசின வார்த்தைகளைக் கூடவே இருந்து யாராவது கணக்கிட்டிருந்தால் எவ்வளவென்று சொல்லிவிடலாம். சில நூறு வார்த்தைகளாவது தன்னுடைய இருபத்தியெட்டு பிராயத்துக்குள் பேசியிருப்பாளா என்பது சந்தேகம். மிகவும் அப்பிராணி பெரிய அமலம். சித்தி அவளுக்கொரு விதத்தில் அத்தை முறையும் இன்னொரு சுற்று உறவின் வழியில் அக்கா முறையும் கூட வேண்டும்.

எஸ்தர் சொன்ன சிறுசிறு வேலைகளை மனங் கோணாமல் செய்வதும், கணவன் குழந்தைகளுடைய துணிமணிகளை வாய்க்காலுக்கு எடுத்துச் சென்று சோப்புப் போட்டு, வெயிலில்

காயப்போட்டு உலர்த்தி எடுத்து, நன்கு மடித்துவைப்பதுமே இவள் வாழ்க்கையின் முக்கியமான அலுவல்கள் எனலாம். தனக்கென எதையும் ஸ்தாபித்துக்கொள்ளவேண்டும் என்ற ஆசையையும், யாரிடமாவது கேட்டு வாங்கிப் பெறவேண்டும் என்ற நியாயத்தையும் அறவே அறியாதவள்.

சின்ன அமலம் எதிரிடையான குணமுடைய ஸ்திரீ. உள் பாவாடைக்கு லேஸ் பின்னலாலும் பாடீஸ்களுக்கு விதம்வித மான எம்பிராய்டரி பின்னல்களாலும் அலங்கரித்துக்கொள்ள ஆசைப்பட்ட பெண். பெரியவளைவிட வசதிக்குறைவான இடத்திலிருந்தே வந்திருந்தாள். எனினும், இங்கே வந்தபின் தன் தேவைகளையும் புற அலங்காரங்களையும் அதிகம் பெருக்கிக் கொண்டவள். எல்லோரும் கீழேயே படுப்பார்கள். வீட்டில் மச்சு இருக்கிறது. ஓலைப்பரை வீட்டுக்கு ஏற்ற தாழ்வான மச்சு அது. வெறும் மண் தரைதான் அங்கும் என்றாலும், குழந்தைகளையெல்லாம் கீழே படுத்து உறங்கப் பண்ணிவிட்டு, மூங்கில் மரத்தால் ஆன ஏணிப்படிகள் கிரீச்சிட ஏறிப்போய் புருஷனோடு மச்சில் படுத்துறங்கவே ஆசைப்படுவாள். பாட்டிக்குச் சரியான கண்பார்வையும் நடமாட்டமும் இருந்தபோது, சின்னவளை வேசி என்று திட்டுவாள். தன் புருஷன் தவிர அந்நிய புருஷர்களிடம் சம்பாஷிப்பதில் கொஞ்சம் விருப்பமுடைய பெண்தான். ஆனால் எவ்விதத்திலும் நடத்தை தவறாதவள்.

இனிமேல் இந்த ஊரில் என்ன இருக்கிறது? சாத்தாங் கோயில்விளையிலும், திட்டிவிளையிலும் மாட்டை விட்டு அழித்த பிற்பாடும் இங்கே என்ன இருக்கிறது.

பக்கத்து வீடுகளில் எல்லாம் ஊரை விட்டுக் கிளம்பிப் போய்விட்டார்கள். மேலத் தெருவில் ஆளே கிடையாது என்று நேற்று ஈசாக்கு வந்து அவர்களுக்குச் சொன்னான். ஊர் சிறிய ஊர்தான் என்றாலும் இரண்டு கடைகள் இருந்தன. வியாபாரமே அற்றுப்போய், கடைகள் இரண்டையும் மூடியாகிவிட்டது. வீட்டில் இருக்கிற நெருப்புப் பெட்டி ஒன்றே ஒன்றுதான். கேப்பை கொஞ்சம் இருக்கிறது. சில நாட்களுக்கு வரும். கம்பும் கூட இருக்கிறது. ஆனால் நெருப்புப் பெட்டி ஒன்றே ஒன்று இருந்தால் அதை எத்தனை நாளைக்குக் காப்பாற்ற முடியும்?

அநியாயமாக, பீடி குடிக்கிறதுக்காகவென்று எஸ்தர் சித்திக்குத் தெரியாமல் டேவிட் நேற்று ஒரு குச்சியைக் கிழித்த சத்தத்தை எப்படி ஒளிக்க முடியும்? இத்தனைக்கும் அவன், சத்தம் கேட்கக் கூடாதென்று மெதுவாகத்தான் பெட்டியில்

குச்சியை உரசினான். எஸ்தர் சித்தி மாட்டுத் தொழுவத்தில் நின்றிருந்தாள். வழக்கத்தைவிட அதிக முன்ஜாக்கிரதையாக நெருப்புக் குச்சியை உரசியதால் சத்தமும் குறைவாகவே கேட்டது. இருந்தும் எஸ்தர் சித்தியின் காதில் அது விழுந்து விட்டது. மாட்டுக்குத் தண்ணீர் காட்டிக்கொண்டிருந்தவள் அப்படியே ஓடிவந்துவிட்டாள். பதற்றத்துடன் வந்தாள். அடுப்படியில் நெருப்பு ஜ்வாலை முகமெங்கும் விழுந்துகொண் டிருக்க பீடியைப் பற்றவைத்துக்கொண்டிருந்தான் டேவிட்.

சித்தி அவனைக் கேட்டிருந்தால், ஏதாகிலும் பேசியிருந் தால் மனசுக்குச் சமாதானமாகப் போயிருக்கும். இவனுக்கும் ஒன்றும் பேசத் தோணவில்லை. ஒருவர் முகத்தை ஒருவர் சிறிது பார்த்துக்கொண்டதோடு சரி. வெறுமனே ஒன்றும் பேசாமல்தான் பார்த்துக்கொண்டார்கள். அது பேச்சை விடக் கொடுமையானதாக இருந்தது. முக்கியமாக டேவிட்டை மிகுந்த சித்திரவதைக்கு உள்ளாக்கிற்று. எஸ்தர் சித்தியிடம் இருந்த தயையும் அன்பும் அப்போது எங்கே போயின? இத்தனை காலமும் சித்தியின் நன்மதிப்புக்கும் அன்புக்கும் பாத்திரமான அவன், இந்த ஒரு காரியத்தின் காரணமாக எவ்வளவு தாழ்ந்து இறங்கிப்போய்விட்டான். அந்தப் பீடியை முழுவதுமாகக் குடிக்க முடியவில்லை அவனால். ஜன்னலுக்கு வெளியே தூர எறிந்துவிட்டான்.

அன்றைக்கு ராத்திரி கூழ்தான் தயாராகி இருந்தது. அந்தக் கூழுக்கும் வீட்டுச் செலவுகளுக்கும் வரவரத் தண்ணீர் கிடைப்பது அருகிவிட்டது. ரயில் போகிற நேரம் பார்த்து, எந்த வேலை இருந்தாலும் ஈசாக்கும் சித்தியும் ரயில்வே ஸ்டேஷனுக்குப் போக வேண்டி வந்தது. அந்த என்ஜின் டிரைவரிடம்தான் தண்ணீருக்காக எவ்வளவு கெஞ்ச வேண்டி யிருக்கிறது? எஸ்தர் சித்தியிடம் பேசுகிற சாக்கில் டிரைவர்கள் கொஞ்ச நேரம் வாயாடிவிட்டுக் கடைசியில் தண்ணீர் திறந்துவிடுகிறார்கள். ஊரில் ஜனங்கள் இருந்தபோது இதற்குப் போட்டியே இருந்தது. ஊரைவிட்டு எல்லோரும் போனதில் இதுவொரு லாபம். நான்கைந்து பேரைத் தவிர போட்டிக்கு வேறு ஆள் கிடையாது.

அன்று இரவு எல்லோரும் அரைகுறையாகச் சாப்பிட்டுப் படுத்துவிட்டார்கள். சின்ன அமலம் எப்போதோ மச்சில் போய்ப் படுத்துக்கொண்டாள். டேவிட் வெகுநேரம்வரை திண்ணையில் இருந்துகொண்டிருந்தான். எஸ்தர் சித்தி அவனை எவ்வளவோ தடவை சாப்பிடக் கூப்பிட்டாள். எல்லோருக்கும் சாப்பாடு பண்ணி அனுப்பிவிட்டு, அவனிடத்தில் வந்து, முடிகள் அடர்ந்த அவன் கையைப் பிடித்துத் தூக்கி

அவனை எழுந்திருக்க வைத்தாள். அவனை, பின்னால் அடுப்படிக்குக் கூட்டிக்கொண்டு போய்த் தட்டுக்கு முன்னால் உட்கார வைத்தாள். தலையைக் குனிந்தவாறே சாப்பிட மனம் இல்லாதவனாக இருந்தான். சித்தி டேவிட்டுடைய நாடியைத் தொட்டுத் தூக்கி நிறுத்தி, 'ஏய் சாப்பிடுடே. ஒங் கோவமெல்லாம் எனக்குத் தெரியும்' என்று சொன்னாள். அப்படியே டேவிட், சித்தியின் ஸ்தனங்கள் அழுந்த அவளுடைய பரந்த தோளில் சாய்ந்து முகத்தைப் புதைத்துக்கொண்டான். சித்தி அவன் முதுகைச் சுற்றியணைத்து அவனைத் தேற்றினாள். டேவிட் லேசாக அழுதான். சித்தியும் அவனைப் பார்த்து விசும்பினாள். இருவருமே அந்த நிலையையும் அழுகையை யும் விரும்பினார்கள். ஒருவர்மீது ஒருவருக்கு இதுவரையிலும் இல்லாத அபூர்வமான பிரேமையும் கருணையும் சுரந்தது. டேவிட் அழுததில் நியாயமிருந்தது. ஆனால் சித்தியும் அழுதாளே . . . அவள், தான் டேவிட்டிடம் அத்தனை கடுமையாக நடந்து கொண்டதற்காக வருத்தப்பட்டுத்தான் இவ்விதம் அழுகிறாளா? ஆனால் விஷயத்தைச் சொல்லவேண்டும். எஸ்தருக்கு அவள் புருஷன் லாரன்ஸுடைய ஞாபகம் வந்தது. லாரன்ஸும் அவனைப் பற்றிய ஞாபகங்களும் இப்போது எல்லோருக்குமே மிகப் பழைய விஷயங்களாகிவிட்டன. யாருக்கும் இப்போது லாரன்ஸின் முகம்கூட நினைவில் இல்லை. அவ்வளவாய் அவன் காரியங்கள் எல்லாம் அழிக்கப்பட்டுவிட்டன. இரண்டு பேருக்குமே அப்போது அதைவிடவும் உயர்வான காரியம் ஒன்றுமில்லை அந்நேரத்தில்,

அன்று இரவு டேவிட், மச்சில் படுத்து நன்றாக நிம்மதி யுடன் உறங்கினான். ஆனால் எஸ்தர் சித்தி உறங்கவில்லை. டேவிட் சாப்பிட்ட வெண்கலத் தாலத்தைக் கூடக் கழுவி எடுத்துவைக்கவில்லை. வெகுநேரம்வரை தனியே உட்கார்ந்து பழைய நாட்களைப் பற்றி நினைத்துக்கொண்டே இருந்தாள். பின்னர் எப்போதோ படுத்துறங்கினாள்.

ரயில் தண்டவாளத்தில் என்ன இருக்கிறது? அவள் இந்த வீட்டில் மூத்த மருமகளாக வந்த காலம் முதல், அவளுக்குக் கிடைக்கிற ஓய்வான நேரங்களிலெல்லாம் புறவாசலில் இருந்துகொண்டு இந்தத் தண்டவாளத்தைத்தான் பார்த்துக் கொண்டிருக்கிறாள். தண்டவாளம் போடப்பட்டிருந்த இடத்திலேயே அப்படியேதான் இருக்கிறது. அந்தத் தண்டவாளம் அவளுக்குப் புதுசாக எவ்விதமான செய்தியையும் அறிவித்து விடவில்லை. சிலசமயங்களில் அந்தத் தண்டவாளத்தின் மீதேறி ஆடுகள் மந்தையாகக் கடந்துபோகும். அதிலும் குள்ளமான

செம்மறியாடுகள் தண்டவாளத்தைக் கடக்கிறதைவிட வெள்ளாடுகள் போகிறதையே அவளுக்குப் பிடிக்கிறது. இரண்டுமே ஆட்டினம்தான். அவளுடைய வீட்டில் வெள்ளாட்டு மந்தை ஒன்று இருந்தது. இதற்காகத்தான் அவள் வெள்ளாடு களை விரும்பினாளாக இருக்கும். இப்போது அதுபோல ஒரு வெள்ளாட்டு மந்தை அந்தத் தண்டவாளத்தைக் கடந்து மறுபுறம் போகாதா என்று இருந்தது. இப்போது ஊரில் மந்தைதான் ஏது? மந்தை வைத்திருந்த வீடுகள் எல்லாமே காலியாகக் கிடக்கின்றன.

சும்மா கிடக்கிற தண்டவாளத்தைப் பார்க்கப் பார்க்கத் தாங்க முடியாத கஷ்டத்தில் மனசு தவித்தது. இப்படிக் கஷ்டப்படுவதைவிட அவள் உள்ளே போய் இருக்கலாம். பள்ளிக்கூடத்தை மூடிவிட்டபடியால் குழந்தைகள் எல்லாம் திண்ணையில் பாட்டியின் பக்கத்தில் கூடியிருந்து விளையாடிக் கொண்டிருக்கின்றன. அங்கே போய்க் கொஞ்ச நேரம் இருக்கலாம். ஆனால் அதில் அவளுக்கு இஷ்டமில்லை. ஒருவிதத்தில் இவ்விதமான அளவற்ற கஷ்டத்தை அனுபவிப்பதை அவள் உள்ளூர விரும்பினாள் என்றே சொல்லவேண்டும். இவ்விதம் மனசைக் கஷ்டப்பட வைப்பது ஏதோவொரு வினோதமான சந்தோஷத்தைத் தந்தது.

முன்னாலுள்ள மாட்டுத் தொழுவில் மாடுகள் இல்லை. இவ்வளவு கஷ்டத்திலும் மாடுகளையும் காப்பாற்ற வேண்டிய துரதிர்ஷ்டம். இத்தனை நாளும் உழைத்த அந்த இரண்டு வாயில்லாத ஜீவன்களை எங்கேயென்று விரட்டிவிட முடியும்? ஈசாக்குதான் தண்ணீர்கூடக் கிடைக்காத சாத்தாங்கோயில் விளைக்கு, காய்ந்துபோன புல்லையும் பயிர்களையும் மேய்க்கிறதுக்குக் கொண்டு போயிருக்கிறான். ஈசாக்கு மட்டும் இல்லை என்றால் மாடுகள் என்ன கதியை அடைந்திருக்கும் என்பதை நினைத்துப் பார்க்கவே முடியவில்லை.

அத்தையையும் ஈசாக்கையும் ஊரில் விட்டுவிட்டுப் போக வேண்டுமாமே? இது எப்படி?

இவள் அத்தை இவளிடம் அதிகம் பேசினதே கிடையாது. இதற்குப் பெரிய அமலமும் ஒரு காரணமாக இருக்கும். யாரிடம் தான் அதிகம் பேசினாள்? அத்தையிடம் ஆழமான பரிவு உண்டு. இதைக் கற்றுத் தந்தது அம்மா என்றுதான் சொல்ல வேண்டும். அம்மா, அப்பாவுடைய அம்மாவும் இவளுக்கு ஆச்சியுமான ஆலீஸ் ஆச்சியிடம் மிகவும் பணிவாக நடந்து கொண்டதை சிறுவயது முதலே பார்த்திருக்கிறாள். எவ்வளவோ விஷயங்கள். ஆச்சிக்கும் அம்மாவுக்கும் இடையே நடந்த எதிர்ப்போ, சிணுங்கலோ இல்லாத அமைதியும் அன்பும்

நிரம்பிய சந்தோஷமான பேச்சுகளை இவள் நேரில் அறிவாள். எல்லாம் நேற்றோ முன்தினமோ நடந்ததுபோல் மனதில் இருக்கிறது.

ஆச்சிக்கு வியாதி என்று வந்து படுத்துவிட்டால், அம்மாவுடைய குடும்ப ஜெபத்தின் பெரும்பகுதியிலும், ஆச்சிக்கு வியாதி சொஸ்தப்படவேண்டும் என்ற வேண்டுதல்களே இருக்கும். அம்மா படிக்காத பெண். அம்மாவின் ஜெபம் நினைக்க நினைக்க எல்லோருக்கும் அமைதியைத் தருவது. அந்த ஜெபத்தை அம்மாவுக்கு யார் சொல்லித் தந்தார்கள் என்று தெரியவில்லை. அம்மாவே யோசித்துக் கற்றுக்கொண்டது அந்த ஜெபம். சின்னஞ் சிறிய வார்த்தைகள். பெரும்பாலும் வீட்டில் அன்றாடம் புழங்குகிற வார்த்தைகள். தினந்தோறும் அம்மா ஜெபம் செய்ய மாட்டாளா, ஜெபம் செய்கிற நேரம் எப்போது வரும் என்று இருக்கும். 'படிக்காத பெண்ணின் ஜெபம். அதனால்தான் பொய்யாகப் பண்ணத் தெரியவில்லை' என்று மாமா அடிக்கடி சொல்லுவார்.

அம்மா தன் அத்தையைக் கனம் பண்ணினாள். பெரிய அமலத்துக்கும் இது அம்மாவின் வழியாகக் கிடைத்தது. அம்மாவைப் போலவே குடும்பத்தில் எல்லோரிடமும் பிரியத்துடன் நடந்துகொள்ளவேண்டும் என்று உள்ளூரப் பேராசை வைத்திருந்த பெண் அமலம்.

அமலம் என்றும் நேசிக்கிற ஒரே ஒரு உயரமான ஆள் அவளூரில் இருக்கிறான். அவளூருக்குக் கீழமேலாய் ஓடுகிற வாய்க்கால் உண்டு. வாய்க்காலிலிருந்துதான் ஊர் ஆரம்பமாகிறது. வாய்க்காலுக்கு அப்பால் கார்போகிற ரோடுவரை வெறும் முட்செடிகள் அடர்ந்துகிடக்கின்றன. வாய்க்காலுக்கு அப்பால் ஊர் ஏன் வளரக்கூடாது என்று தெரியவில்லை. வாய்க்காலுக்கு அப்பால் ரோடுவரை ஊர்வளர யாருக்கும் விருப்பமில்லை. வாய்க்காலிலிருந்தே ஒவ்வொரு தெருவும் ஆரம்பமாகி முடிகிறது. அமலத்துடைய வீடு இருக்கிற தெருவுக்குப் பெயர் கோயில் தெரு. வெறும் சொரிமணல் உள்ள தெரு அது. அமலத்து வீட்டுக்கு வடக்கு வீடு நீலமான வீடு. இளநீல வர்ணத்தில் வீட்டின் சுவர்கள் இருக்கும். இந்த வீட்டில்தான் அமலம் நேசித்து, பேசிச் சிரிக்கிறவன் இருந்தான். அவனை அமலம் விரும்பினது வெறும் பேச்சுக்காக மட்டும் இல்லை. அவன் இங்கேயும் எப்போதாவது வருவான். ஏன் வந்தான் என்று சொல்லமுடியாது. வந்தவன் ஒருதடவைகூட, உட்காரக்கூட இல்லை. ஏன் வந்து விட்டு ஓடுகிறான் என்று யாரும் காரணம் சொல்ல முடியாது. அமலமாவது அறிவாளா? இவ்வளவு தூரத்திலிருந்து வருகிறவன் உட்காரக்கூட விருப்பமின்றிப் புறப்பட்டுத் திரும்பிப்

போகிறானே? இதெல்லாம் யார் அறியக் கூடும்? அமலத்துக்குத் தெரியாமல் இருக்குமா?

இவ்வளவு மிருதுவான பெண்ணுக்கு, எல்லாம் இருக்கிற வீட்டில் என்ன கஷ்டம் வந்தது? வீட்டில் யாரோடும் இணையாமல் தனியே இருந்து என்ன தேடுகிறாள்? யாரிடமும் சொல்லாத அவள் விருப்பமும் அவள் துக்கமும்தான் எவ்வளவு வினோதமானவை? அமலத்தின் மனசை அவள் புருஷனும் இவளுக்குக் கொழுந்தனுமான டேவிட்டும்கூட அறியவில்லை.

ஈசாக் காட்டிலிருந்து திரும்புகிற நேரம் ஆகிவிட்டது. ஈசாக்குக்கு இப்போது காட்டில் எந்த வேலையும் இல்லை. அவனுடைய உலகம் காடு என்பதை எஸ்தர் சித்தி மட்டும் எப்படியோ தெரிந்து வைத்திருந்து, வெயிலும் வறட்சியும் நிரம்பிய காட்டுக்குள் அவனை அனுப்பி வந்தாள். காட்டைப் பார்க்காமல் இருந்தால் ஈசாக் செத்தே போவான் போல. அவன் காட்டைப் பற்றிப் பேசாத நேரமே இல்லை. காடு மறைந்து கொண்டிருந்தது. விளைச்சலும் இறவைக் கிணறுகளில் கேட்ட மாடுகளின் கழுத்துச் சதங்கைச் சத்தமும் கண் முன்னாலேயே கொஞ்சங் கொஞ்சமாக மறைந்துவிட்டன.

ஊரில் எல்லோருக்கும் தேவையாக இருந்த காட்டுக்குள் இப்போது ஒன்றுமே இல்லை. ஒரு வெள்ளை வெயில் விளைகளுக்குள் அடிக்கிறதென்று ஈசாக்கு சொல்கிறான். வெயிலின் நிறங்களை ஈசாக்கு நன்றாக அறிவான். மஞ்சள் வெயில் அடித்தால் நாளைக்கு மழை வரும் என்று அவன் சொன்னால் மழை வரும். கோடைக் காலத்து, மழைக் காலத்து வெயிலினுடைய நிறங்களைப் பற்றி ஈசாக்குக்குத் தெரியாத விஷயமில்லை. ஈசாக்கு, விளைகளில் விளைகிற பயிர்களுக்காகவும் ஆடு மாடுகளுக்காகவுமே உலகத்தில் வாழ்ந்தான். ஆனாலும் ஈசாக்குக்குப் பிரியமான விளைகள் எல்லாம் மறைந்துகொண் டிருந்தன. கடைசியாகத் திட்டிவிளையில் மாட்டை விட்டு அழிக்கப் போனபோது, ஈசாக்கு கஞ்சி சாப்பிடாமல்தானே போனான்? எவ்வளவு அழுதான் அன்றைக்கு? இத்தனைக்கும் அவன் பேரில் தப்பு ஒன்றுமில்லை. தண்ணீரே இல்லாமல், வெயிலில் காய்ந்துபோன பயிர்களை அழிக்கத்தான் அவனைப் போகச் சொன்னாள் எஸ்தர் சித்தி. காய்ந்துபோன பயிர்களை அழிக்கிறதில் அவனுக்கென்ன நஷ்டம்? ஆனாலும்கூட ஈசாக்கு எவ்வளவாய் அழுதான். இத்தனைக்கும் அது அவன் நிலம்கூட இல்லை.

இவ்வளவு அக்கினியை உயரே இருந்து கொட்டுகிறது யார்? தண்ணீரும் இல்லாமல் சாப்பிடத் தேவையான உணவுப்

பொருள்களும்கூட இல்லாத நாட்களில் பகல் நேரத்தை இரவு ஏழு மணிவரை அதிகப்படுத்தினது யார்? காற்றுகூட ஒளிந்து கொள்ள இடம் தேடிக்கொண்டது. பகலில் அளவில்லாத வெளிச்சமும் இரவிலோ, பார்த்தாலே மூச்சைத் திணறவைக்கிற இருட்டும் கூடியிருந்தது.

எஸ்தர் சித்தி ஒரு நாள் இரவு, ஹரிக்கேன் விளக்கு முன்னால் எல்லோரும் உட்கார்ந்திருந்தபோது சொன்னாள். ‘இந்த மாதிரி மை இருட்டு இருக்கவே கூடாது. இது ஏன் இம்புட்டு இருட்டாப் போகுதுன்னே தெரியலை. இது கெடுதிக்குத்தான்.’ நல்லவேளையாக, இந்த விஷயத்தைச் சித்தி சொன்னபோது குழந்தைகள் எல்லாம் குறுக்கும்நெடுக்குமாகப் படுத்து உறங்கிப் போயிருந்தனர். சின்ன அமலத்துடைய கைக்குழந்தை மட்டும் பால் குடிக்கிறதுக்காக விழித்திருந்தது. சித்தி கூறிய விஷயத்தை உணர முடியாத அந்தக் குழந்தைகள் அதிர்ஷ்டசாலிகள். இது நடந்துகூடப் பல மாதங்கள் ஆகிவிட்டன.

இப்போது இந்த இராவிருட்டு மேலும் பெருகிவிட்டது. நிலாக் காலத்தில்கூட இந்த மோசமான இருட்டு அழியவில்லை. ஊரில் ஆள் நடமாட்டமே இல்லாமல் போய்விட்டது வேறு இருட்டை மேலும் அதிகமாக்கிவிட்டது. வீடுகளில் ஆட்கள் இருந்தால், வீடுகள் அடைத்துக்கிடந்தாலும் திறந்து கிடந்தாலும் வெளிச்சம் தெருவில் வந்து கசிந்துகிடக்காமல் போகாது. எவ்வளவு அமாவாசை இருட்டாக இருந்தாலும் வீடுகளிலிருந்து கேட்கிற பேச்சுச் சத்தங்களும் நடமாட்டமும் இருட்டை அழித்துவிடும். இருட்டை அழிப்பது இதுபோல ஒரு சிறிய விஷயமே. இருட்டைப் போக்கினது பஞ்சாயத்து போர்டில் நிறுத்தியிருந்த விளக்குத் தூண்களோ பதினைந்து நாட்களுக்கு ஒரு தடவை வீசுகிற நிலா வெளிச்சமோ இல்லை. இருட்டை அழித்தது வீடுகளிலிருந்து கேட்ட பேச்சுக் குரல்களும் நடமாட்டங்களுமே. எல்லா வீடுகளிலும் வெளிச்சமே இல்லாமல், விளக்குகளை எல்லாம் பறித்துக்கொண்டிந்தாலும் கூட வீடுகளில் மனிதர்கள் வசிக்கிறார்கள் என்கிற சிறு விஷயமே இருட்டை விரட்டப் போதுமானதாக இருந்தது. இருட்டு ஒருபோதும் எஸ்தர் குடும்பத்துக்குத் துயரம் தருகிறதாக இருந்ததில்லை. இப்போது இருட்டு தருகிறதுக்கத்தை, வெயிலின் கொடுமையைப் போலத் தாங்க முடியவில்லை.

வெயில், புழுக்கமும் எரிச்சலும் அளித்தது. வெயில் பகலின் துயரங்களை அதிகப்படுத்தியது. இருட்டோ வெயிலைப்போல எரிச்சலைத் தராமல் போனாலும் இன்னொரு காரியத்தைச் செய்தது. அதுதான் பயம். வெறும் இருட்டைக் கண்டு குழந்தைகள்

பயப்படுகிறதுபோலப் பயமில்லை. யாரும் ஊரில் இல்லை என்பதை, உறங்கக் கூட விடாமல், நடைவாசலுக்கு வெளியே நின்று பயமுறுத்திக்கொண்டிருந்தது இருட்டு.

இருட்டு, கரிய, உயிரில்லாத பொருள் போல்தான் இத்தனை வருஷமும் இருந்தது. இப்போது அது உயிர் பெற்று விட்டது வினோதம்தான். அது, எஸ்தர் சித்தி வீட்டுக்கு வெளியே நின்று முணுமுணுத்துக்கொண்டிருந்தது. அது என்ன சொல்லுகிறது? இவ்வளவு கருப்பாக, முகமே இல்லாதது எவ்விதம் பயமுறுத்துகிறது? ஆனால் உண்மையாக இவ்விதமே இருட்டு நடந்துகொண்டது. அதனால் தெளிவாகப் பேச முடியாமல் இருக்கலாம். ஆனால் முணுமுணுக்கிறது என்னவென்று வீட்டில் உள்ள பெரியவர்களுக்குக் கேட்கிறது. முக்கியமாக விவேகமும் அதிகாரமும் நிரம்பிய எஸ்தர் சித்திக்கு அது முணுமுணுப்பது கேட்கிறது. இருட்டு சொன்னதைக் கேட்டுத் தைரியம் நிரம்பிய எஸ்தர் சித்தியே பயந்தாள். இனி மீள முடியாது என்பது உறுதியாகிவிட்டது. இருட்டின் வாசகங்கள் என்ன? மேலே ஓலைகளினால் கூரை வேய்திருந்த வீடுதான் அது என்றாலும், பக்கத்துச் சுவர்கள் சுட்ட செங்கற்களி னால் கட்டப்பட்டவை. சுவர்களுக்குச் சுண்ணாம்பினால் பூசியிருந்தார்கள். நல்ல உறுதியான சுவர்கள்தான். இருட்டு பிளக்க முடியாத சுவர்கள். அது நம்பிக்கைக்குரிய இந்தச் சுவர்களைக் கூடப் பிளந்துவிடுமா? எஸ்தர் சித்தி பயந்தாள்.

இருட்டு சொன்னது கொடுமையானது. 'நீயும் உனக்குப் பிரியமானவர்களும் இங்கிருந்து போவதைத் தவிர வேறே வழியென்ன?' இதுதான் எஸ்தர் சித்திக்கு இருட்டு சொன்னது. இதை அது தினந்தோறும் இடைவிடாமல் முணுமுணுத்தது. பிடிவாதத்துடன் கூடிய, உறுதி நிரம்பிய முணுமுணுப்பு.

கண்களில் இமைகளைச் சுற்றி ஈரம் கசிந்துகொண்டிருந்தது பாட்டிக்கு. எஸ்தர் சித்தி, வீட்டில் எல்லோரும் தூங்கியான பிறகு அடிக்கடி கைவிளக்கைத் தூண்டிக்கொண்டு வந்து பார்ப்பாள். அந்த வெளிச்சத்தில் அவள் கண்களில் ஈரத்துக்குப் பின்னே அழிக்கமுடியாத நம்பிக்கை இருக்கும். எவ்வளவோ வருஷங்களாகப் பார்த்துக்கொண்டே இருக்கிற கண்களுக்குள் இந்த நம்பிக்கை இருப்பது ஆச்சரியமே. கண்களுக்கு முதுமையே வராதா? இவ்வளவு தீவிரமான நம்பிக்கை கொண்டு, உறக்கமின்றிக் கூரையைப் பார்த்துக்கொண்டு கிடக்கிறவளை விட்டுவிட்டுப் போவது தவிர வழி என்ன? ஈசாக்கு துணையாக இருப்பானா? அவனுக்குத் தருகிறதுக்குக்கூட ஒன்றும் கிடையாது. எதையும் எதிர்பாராமல் உழைத்தான் என்றாலும் வீட்டை நிர்வகித்து வருபவளுக்கு இதுவும் ஒரு கௌரவப் பிரச்னைதான்.

கூரையில் பார்க்க என்னதான் இருக்கிறது? பயிர்களின் வளர்ச்சியைக் கூடவே இருந்து ஈசாக்கு அறிகிறதுபோல், கூரை ஓலைகளை வெயிலும் மழையும் காற்றும் முதுமையடையச் செய்து, அவை இற்றுக்கொண்டிருப்பதைப் பாட்டி அறியாமலா இருப்பாள்? கூரையின் எந்தெந்த இடத்தில் ஓலைகள் எப்போது வெளுக்க ஆரம்பித்தன என்பது பாட்டிக்குத் தெரியும்.

அன்றைக்கு ராத்திரி மறுபடியும் எல்லோரும் கூடினார்கள். இருந்தது கொஞ்சம்போல் கேப்பைமாவு மட்டிலுமே. காய்ந்துபோன சில கறிவேப்பிலை இலைகளும் கொஞ்சம் எண்ணெய்யும்கூட வீட்டில் இருந்தது பெரும் ஆச்சரியமான விஷயம். கேப்பைமாவிலிருந்து எஸ்தர் களிபோல ஒரு பண்டம் கிளறியிருந்தாள்.

நெருப்புக்காகக் கஷ்டப்பட வேண்டியது வரவில்லை. காய்ந்த சுள்ளிகளை இதற்காகவே ஈசாக்கு தயார் செய்துகொண்டு வந்து போட்டிருந்தான். கடைசித் தீக்குச்சியைப் பற்றவைத்த நாள் முதலாய் நெருப்பை அணையாமல் காத்து வருகிறார்கள். ஈசாக்கு மட்டும் காட்டிலிருந்து லேசான சுள்ளி விறகுகளைக் கொண்டுவந்து போடாமல் போயிருந்தால் இதுபோல நெருப்பைப் பாதுகாத்து வைத்திருக்க முடியாது. நெருப்பு இல்லாமல் என்ன காரியம் நடக்கும்?

இவ்வளவு விசுவாசமான ஊழியனை எவ்விதம் விட்டுவிட்டுப் போக முடியும்? பயிர்களைப் பாதுகாத்து வந்தான். கால்நடைகளைப் போஷித்தான். மழையிலும் புழுக்கத்திலும் புறவாசல் கயிற்றுக் கட்டிலே போதும் என்று இருந்தான். பாட்டிக்காக ஈசாக்கைச் சாகவிட முடியுமா? இவளே சோறுபோட்டு வளர்த்துவிட்டாள். இவளே மார்பில் முடிகள் படருகிறதையும் மீசை முடிகள் முளைக்கிறதையும் பார்த்து வந்தாள். இரவில் எத்தனை நாள் கயிற்றுக் கட்டிலுக்குப் பக்கத்தில் வந்து ஓசைப்படாமல் நின்றுகொண்டு, ஈசாக்கு கிடந்து உறங்குகிறதைப் பார்த்துக்கொண்டிருந்திருக்கிறாள்? ஈசாக்கிடம் என்ன இருக்கிறது? காட்டு வெயிலில் அலைந்து கருத்த, முரட்டுத் தோலினால் மூடப்பட்ட உடம்பு தவிர வேறே என்ன வைத்திருக்கிறான் ஈசாக்கு? புறவாசலில் மாட்டுத் தொழுவில் நின்று, தன்னுடைய மோசமான, வியர்வை நாற்றமடிக்கிற காக்கி டிரவுசரை மாற்றுகிறபோது எத்தனையோ தடவை, சிறுவயது முதல் இன்றுவரையிலும் முழு அம்மணமாய் ஈசாக்கைப் பார்த்திருக்கிறாள். இது தவிரவும் அந்த முரடனின் ஈரப்பசையே இல்லாத கண்களில் ஒரு வேடிக்கையான பாவனை ஒளிந்துகொண்டிருக்கிறது. அது ஆடுகளையும் மாடுகளையும் பார்க்கிறபோது தெரிகிற பாவனை இல்லை. நன்றாக முற்றி

வளர்த்த பயிர்களினூடே நடந்துபோகிறபோது கண்களில் மினுமினுக்கிற ஒளியும் இல்லை. எல்லாவிதங்களிலும் வேறான ஒரு ஒளியை எஸ்தரைப் பார்க்கிறபோது அவனுடைய கண்கள் வெளியிடுகின்றன.

யாருக்குமே பற்றாத சாப்பாட்டைத் தட்டுகளில் பரிமாறி னாள் எஸ்தர் சித்தி. குழந்தைகளுக்கும்கூடப் போதாத சாப்பாடு. சின்ன அமலம் முகத்தைத் தூக்கிவைத்துக்கொண்டாள். அது அவளுக்கு இயல்புதான்.

'நீங்க ரெண்டுபேரும் ஒங்க வூடுகளுக்குப் போயி இருங்க. புள்ளயளவுங் கூட்டிட்டுப் போங்க' என்று பெரிய அமலத்தையும் சின்ன அமலத்தையும் பார்த்துச் சொன்னாள் எஸ்தர் சித்தி. இரண்டுபேரும் அதற்கு மறுப்பே சொல்லக்கூடாது என்கிறதுபோல அவளுடைய குரல் இருந்தது. அவர்களும் பதிலே பேசவில்லை.

'நீங்க ரெண்டுபேரும் எங்கூட வாங்க. மதுரையில் போய் கொத்தவேல பாப்போம். மழை பெய்யந்தன்னியும் எங்கனயாவது காலத்தை ஓட்டவேண்டியதுதானே? ஈசாக்கும் வரட்டும்.'

இதற்கும் அகஸ்டீனும் டேவிட்டும் ஒன்றும் சொல்லவில்லை. கொஞ்ச நேரம் கழித்து டேவிட் மட்டும் பேசினான். கை விரல் களில் கேப்பைக் களி பிசுபிசுத்திருந்ததை ஒவ்வொரு விரலாக வாய்க்குள் விட்டுச் சப்பினபடியே பேசினான்.

'பாட்டி இருக்காளே?'

எஸ்தர் அவனைத் தீர்மானமாகப் பார்த்தாள். பிறகு பார்வையைப் புறவாசல் பக்கமாய்த் திருப்பிக்கொண்டாள். டேவிட் கேட்டதற்கு எஸ்தர் அப்புறம் பதிலே சொல்லவில்லை. படுக்கப்போகும்போதுகூடப் பதிலே சொல்லவில்லை. ஆனால் அன்றைக்கு ராத்திரி சுமார் ஒருமணிக்கும் மேலே, வறட்சியான காற்று வீச ஆரம்பித்தது. அப்போது நடுவீட்டில் குழந்தைகளின் பக்கத்தில் படுத்திருந்த எஸ்தர் சித்தி, எழுந்துபோய்ப் பாட்டியின் பக்கத்தில் படுத்துக்கொண்டாள்.

அதிகாலையிலும் அந்த வறட்சியான காற்று வீசிக்கொண் டிருந்தது. அது குளிர்ந்தால் மழை வரும். அது குளிராது. குளிர்ந்துபோக அக்காற்றுக்கு விருப்பம் இல்லை. மெலிந்து போயிருந்த இரண்டு காளைமாடுகளும் அடிக்கடி பெருமூச்சு விட்டுக்கொண்டிருந்தன.

அதை அரைகுறையான தூக்கத்தில் புரண்டு கொண் டிருந்தவர்கள் எல்லோரும் நன்றாகக் கேட்டிருக்க முடியும். அந்த மாடுகளின் பெருமூச்சை அதிக நேரம் கேட்க முடியாது.

தாங்க முடியாத சோகத்தை எப்படியோ அந்தப் பெருமூச்சில் கலந்து அந்த மாடுகள் வெளியிட்டுக்கொண்டிருந்தன. அந்தக் காற்றாவது கொஞ்சம் மெதுவாக வீசியிருக்கலாம். புழுக்கத்தை வீசுகிற காற்றுக்கு இவ்வளவு வேகம் வேண்டாம். காய்ந்து கிடக்கிற மேல் காட்டிலிருந்து அந்தக் காற்று புறப்பட்டிருக்க வேண்டும். காற்றில் காட்டில் விழுந்து கிடக்கிற காய்ந்த மாட்டுச் சாணம், ஆட்டுப் பிழுக்கை இவற்றின் மணம் கலந்திருந்தது. மேல்காட்டில்தான் கடைசியாக இந்த வருஷம் அதிகம் மந்தை சேர்ந்திருந்தது.

பாட்டியைக் கல்லறைத் தோட்டத்துக்குக் கொண்டு போகிறதுக்கு, பக்கத்து ஊரான குரும்பூரிலிருந்து ஒரு பழைய சவப்பெட்டியை மிகவும் சொல்பமான விலைக்கு ஈசாக்கே தலைச்சுமையாக வாங்கிக்கொண்டு வந்தான். அதற்குள் சாயந்திரம் ஆகிவிட்டிருந்தது. பாதிரியார் ஊரில் இல்லை என்று கோயில் குட்டியார்தான் பாளையஞ்செட்டிகுளத்தூரிலிருந்து வந்திருந்தார். ஊரை விட்டுக் கிளம்புகிறதுக்காக என்று எஸ்தர் சேமித்துவைத்திருந்த பணத்தில், பாட்டியின் சாவுச் செலவுக்குக் கொஞ்சம் போய்விட்டது.

யாரும் அழவே இல்லை. மாறாக, பயந்துபோயிருந்ததை அவர்களுடைய கலவரமான முகங்கள் காட்டின. கல்லறைத் தோட்டம் ஒன்றும் தொலைவில் இல்லை. பக்கத்தில்தான் இருந்தது. கோயில் தெருவிலும் நாடாக்கமார் தெருவிலும் இருந்த இரண்டே வீட்டுக்காரர்கள் கொஞ்சநேரம் வந்து இருந்துவிட்டுப் போய்விட்டார்கள். துக்க வீட்டுக்குப் போய்த் துக்கம் விசாரிக்கிற பொறுப்பை அவ்வளவு லேசாகத் தட்டிக் கழித்துவிட முடியும்தானா?

எஸ்தர் சித்திக்கு மட்டும் பாட்டியின் ஈரம் நிரம்பிய கண்கள் கூரையைப் பார்த்து நிலைகுத்தி நின்றது அடிக்கடி ஞாபகத்துக்கு வந்துகொண்டே இருந்தது. வெகுகாலம்வரை அந்தக் கண்களை அவள் மறக்காமல் இருந்தாள்.

கணையாழி, 1974

கரையும் உருவங்கள்

தலையைக் குனிந்தபடியே நடந்து வந்து கொண்டிருந்தான். அந்தத் தெருவில் நடமாட்டம் குறைந்துவிட்டது. ஒரு வீட்டுக்குள்ளிருந்து, 'ராதையின் நெஞ்சமே...' கேட்டது. வழக்கமாக எந்த இடத்தில் அந்தப் பாடலைக் கேட்டாலும் நின்று ரசித்துக் கேட்பவன். இன்று நிற்காமல் போகிறான்.

தெருவின் திருப்பத்தில் மட்டும் ஒரு டியூப்லைட் எரிந்துகொண்டிருந்தது. டீக்கடைக்காரர்கள் சாமான்களையெல்லாம் ரொம்பச் சொந்தத்துடன் தெருவில் பரப்பி வைத்துக் கழுவிக்கொண்டிருந்தனர்.

'என்ன அண்ணாச்சி...படத்துக்குப் போய்ட்டு வர்றீங்களா?'

'இல்லேப்பா...' என்று தேங்கிக் கிடந்த கரித் தண்ணீரைத் தாண்டிக் குதித்தான். செருப்பு அறுந்துவிட்டது. இரண்டு நாட்களாகப் பயமுறுத்தி வந்த செருப்பு, இன்று வீட்டுக்கருகில் ஆள் நடமாட்டமற்ற ராத்திரி வேளையில் அறுந்து போனது ஓரளவு நிம்மதியாக இருந்தது. ஆனாலும் நாளைக்குத் தைக்கவேண்டும். பதினைந்து பைசாவாவது ஆகும்.

குனிந்து அந்தச் செருப்பையும் மற்றொரு செருப்பையும் கழற்றிக் கையில் எடுத்துக்கொள்கையில் மனத்துள் பொங்கிய வேதனையை, 'சே' எனக்

கூறிக் குறைக்க முயன்றான். பலசரக்குக் கடையின் முன்னால் பலகை பெஞ்ச் காலியாகக் கிடந்தது. அதிலே கூடப் படுத்து விடலாம். எஸ்.எஸ்.எல்.சி. படிக்காதிருந்தால் ஒருவேளை அதில் படுக்கத் தைரியம் வந்திருக்கக்கூடும்.

தொடர்ந்து நடந்தான்.

வீட்டுக்குள் விடிவிளக்கு மட்டும் எரிந்துகொண்டிருந்தது. அடுப்படியில் விளக்கொளி தெரிந்தது. கதவைத் தட்டக் கூச்சப்பட்டு வெளியே நின்றான். தெருவாசல் ஜன்னல் இருட்டில் முகம் தெரிகிறது. யாரென்று தெரிகிறதுக்குள் வாசல் கதவு திறந்துகொண்டது. அக்காதான் கதவைத் திறந்தது. அந்த அரை இருட்டில் அவள் தலையிலிருந்த பிச்சிப்பூவின் வாசனை தனியே குளிர்ச்சி தந்தது.

'ஏன்டா ஊமையா வாசல்லே நின்னுக்கிட்டிருக்கே? கதவைத் தட்டினா என்னடா? இவ்வளவு நேரமாச்சே, வெளியே வந்து பார்த்துட்டுப் படுப்போமேன்னு வாசலுக்கு வந்தேன் ... எவ்வளவு நேரமா இப்படி நிக்கிறே? ஏன்டா இப்பிடி ஆயிட்டே? கதவைத் தட்டினாத்தானே யாரும் திறப்பாங்க . . . நல்ல புள்ளைடா நீ? சரி . . . சரி . . . வா.'

திண்ணைக்கு அடியில் குனிந்து மெதுவாக, சத்தம் கேட்காமல் செருப்பைக் கீழேவைத்தான். அக்கா கதவைத் தாழ்ப்பாள் போட்ட சத்தத்தில் விழித்துக்கொண்ட அப்பா தலையைத் தூக்கிப் பார்த்தார்.

'யாரு சங்கரனா? எங்கேடா இவ்வளவு நேரமா சுத்திப்பிட்டு வாரே? காலகாலத்துல வந்து கடனப் பத்திட்டுப் படுத்தா என்ன? பொட்டப்புள்ள எம்புட்டு நேரத்துக்குடா முழிச்சுக்கிட்டு இருப்பா?'

சுவரோடு சுவராக ஒதுங்கி நின்றவனைப் பார்த்து 'நீ வாடா' எனக் கூறி உள்ளே போனாள் அக்கா. அடுப்படியைக் கழுவி விட்டிருக்கவேண்டும். இளம் பச்சை வர்ணத்தில் பளபளவென்று இருந்த சில இடங்களில் ஈரம் காய்ந்து போயிருந்தது. ஒரு சாக்குத்துண்டை விரித்து சங்கரனை உட்காரச் சொன்னாள்.

'எனக்குச் சாப்பாடு வேண்டாம்' என்று நிலைப்படியருகே வந்து சொல்லிவிட்டுத் திரும்பிப் போக முயன்றான் அவன். வேகமாக வந்து அவன் கையைப் பிடித்திழுத்து நிறுத்தினாள்.

அவனது முகத்தையே கொஞ்ச நேரத்துக்குப் பார்த்தாள். அவன் தலையைத் தொங்கப் போட்டுக்கொண்டான்.

‘எதுக்குடா வேண்டாம்ங்கிற? வா வந்து சாப்பிட்டுப் படு. பெரிய இவன் மாதிரிதான் . . .’

இழுக்காத குறையாக இழுத்து வந்து, தோளைப் பிடித்து அமுக்கி, சாக்கின் மீது உட்காரப் பண்ணினாள். தயாராகப் பிசைந்துவைத்திருந்த சாப்பாட்டுத் தட்டை அவன்முன் வைத்துவிட்டு, சிறிய மரப் பலகையைப் போட்டுக்கொண்டு எதிரே உட்கார்ந்துகொண்டாள்.

அவன் சாப்பிடவில்லை. தட்டையே முறைத்துப் பார்த்துக்கொண்டிருந்தான்.

‘என்னடா பார்த்துகிட்டே இருக்கே? சாப்பிடு . . . ம் . . . மத்தியானம் சாப்பிட்டதுதானே? சாயந்தரங் காப்பிகூடக் குடிச்சிருக்க மாட்டியே? சாப்பிடு.’

அவளுடைய அழுத்தமான பிரியத்தை அவனால் தாங்கிக்கொள்ள முடியவில்லை. பொங்கிவந்த அழுகை தொண்டைக்குழியில் மரக்கட்டை மாதிரி தடுக்கிக்கொண்டு நின்றது.

பலகையை இழுத்துப் பக்கத்தில் போட்டு உட்கார்ந்து கொண்டாள். ‘ம் . . . கையைக் காட்டு . . .’ சோற்றை உருட்டிக் கையில் போட்டாள்.

‘நீ மட்டுமாடா வேலையில்லாமே ஊர்ல இருக்கே? எவ்வளவு பிள்ளைகள் வேலையில்லாம உன்னை மாதிரி படிச்சுப் போட்டு வீட்ல இருக்கு. வீட்டுக்கு வீடு வாசப்படி, எனக்கும்தான் வயசும் பொழுதும் ஏறிக்கிட்டே போகுது. நான் யார்கிட்டேடா போய் அழட்டும்? ம்? கையை நல்லா விரி, சோறு கீழே சிந்திரப் போவுது. யார் வீட்டுக்கோ வர்றமாதிரித் தயங்கித் தயங்கி வாரே . . . யார் வீட்டிலேயோ சாப்பிடுத மாதிரி கூச்சப்படுதே . . . ம் . . . வாயில போடு.’

இன்னும் கொஞ்சம் சோறு கேட்டு வாங்கிச் சாப்பிட்டான்.

அங்கணத்தில் கைகழுவத் தண்ணீர் ஊற்றினாள்.

‘பார்த்துப் போ . . . இதுகள் கால்மாடும் தலைமாடுமா படுத்துக் கெடக்கும். இந்தா இதெல்லாம் எடுத்து வச்சிட்டு வாரேன். போயிப் படுத்துக்கோ.’

வேட்டியில் கையைத் துடைத்தபடியே அறைக்குள் போனவன் விளக்கைப் போட்டான். பெரிய தம்பி புரண்டு படுத்தான். ஊஞ்சல் சத்தம் எழும்பித் தேய்ந்தது. அந்தச் சத்தத்தை அவனுக்கு நினைவு தெரிந்த நாளிலிருந்து கேட்டு

வருகிறான். அது அவனுக்கு ரொம்பப் பிடித்தமான சத்தம். அந்த ஊஞ்சலில் தம்பி, அக்கா, அவன் எல்லோரும் லீவு நாட்களில் பஸ் விளையாட்டு விளையாடுவார்கள். அவன்தான் டிரைவர். கைநிறையக் காலண்டர் தாளைக் கிழித்து வைத்திருக்கும் தம்பி கண்டக்டர், ஊஞ்சலை ஓடி ஓடி ஆட்டிவிட்டுவிட்டுக் கடைசியில் ஏறிக்கொள்ளும்போது ஒருமுறை தவறி விழுந்து நெற்றியில் வெட்டிவிட்டது. நெற்றித் தழும்புக்கு அவனது கை தானாகவே போயிற்று.

தம்பியின் சிதறிக் கிடந்த புத்தகங்களை எல்லாம் எடுத்து அடுக்கி வைத்தான். நன்றாகப் படிக்கும் தம்பியைக் கஷ்டத்தோடு கஷ்டமாய் அப்பா படிக்க வைக்கிறார். ஆனால் அவனுக்கோ... படிப்புமில்லை வேலையுமில்லை.

சட்டையைக் கழற்றிக் கொடியில் போட்டான். படுக்கையில் சுவரோரமாகச் சாய்ந்து உட்கார்ந்துகொண்டான். தூங்கப் போவதில்லை. இருந்தாலும் படுத்தே ஆகவேண்டும். இது என்ன கஷ்டம் ? வீட்டுக்குள் இருக்கவே சங்கடமாக இருந்தது.

அக்கா வந்தாள். அவனுடைய தலைமாட்டில்தான் அவளுக்குப் படுக்கை. ‘இன்னும் என்ன யோசனை பண்ணிக்கிட்டிருக்கே? படுக்க வேண்டாமா ?’

பெருமூச்சு விட்டான்.

இவன் தலையணையிலும் அவள் தலையணையிலுமாகச் சேர்ந்து உட்கார்ந்துகொண்டாள். மங்கிய விடிவிளக்கு வெளிச்சத்தில் ரொம்ப அழகாக இருந்தாள். வீட்டில் எல்லாரையும் விட அவள் நல்ல சிகப்புத்தான். இருந்தும் கல்யாணம் ஆகவில்லை.

‘அந்தக் கம்பெனில யாரோ உன் பிரண்ட் இருக்கான், வேலை விஷயமா வரச்சொன்னான்னு சொன்னியே, பாத்தியா ?’

கொஞ்சநேரம் பேசாமல் இருந்துவிட்டு மெதுவாகப் பேச ஆரம்பித்தான்.

‘பார்த்தேன், நாளன்னைக்கு வரச்சொல்லி விட்டிருக்கான். வழியில லாலா சத்திர முக்கில் ஆறுமுகத்து மாமாவப் பார்த்தேன். நாளைக்குத் தாளையூத்துக்கு வா, எங்க சூபர்வைசர்கிட்ட சொல்லலாம்னு சொன்னா . . .’

‘அவுஹ வீட்டுல எல்லோரும் சௌக்கியந்தானா ? அவுஹ பையன் வேலையிலே சேர்ந்தாச்சாமே . . . ம் . . . பின்னே நம்ம அப்பாவை மாதிரியா ? இவுஹளுக்கு இருக்கிற செல்வாக்குக்கு யார்கிட்டேயாவது சொன்னாக் கிடைக்கும்.’

அந்த மாமாவின் பையனைக்கூட அக்காவுக்குப் பேசிவிட்டு, ஒன்றும் நடக்கவில்லை.

'நாளைக்கு நீ தாளையூத்துக்கு எப்பப் போகப் போற?'

'என்னத்தைப் போகச் சொல்லுதே. அங்கென்னாப்பலே வேலையை வெச்சுக்கிட்டு காத்திட்ருக்காஹளாக்கும்.'

'போடா முட்டாள். அந்த மாமா ஒன்னைய மெனக்கெட்டுப் பார்த்துக் கூப்பிட்டிருக்கா. போய்ட்டு வருவியா . . . ம் . . . பஸ்ஸுக்குக் காசு வைச்சிருக்கியா? நீ காசு இல்லாட்டாச் சொல்லாமக் கொள்ளாம நடந்தே கூடப் போயிருவியே . . .'

'ம் . . . இருக்கு.'

'பொய் . . . சொல்லாதே.' கொடியில் கிடந்த அவன் சட்டையை உட்கார்ந்தபடியே கையை நீட்டி இழுத்தாள். ஒரு ஐந்து பைசா கீழே விழுந்தது. சட்டையில் இருந்து ஒரே வியர்வை வாடை. பைக்குள் கையை விட்டுத் தேடினாள். இரண்டு கசங்கிப் போன பஸ் டிக்கெட்டுகளை எடுத்து வெளியே போட்டாள்.

'எங்கடா காசு வச்சிருக்க. எனக்கு ஒன்னையத் தெரியாதாடா?' என்று எழுந்துபோய் பீரோவைத் திறந்தாள். அவளுடைய துணிகள் இருந்த தட்டிலிருந்து ஒரு சாக்லெட் டப்பாவை எடுத்தாள். டப்பாவிலிருந்த சின்னக் குங்குமச் சொப்பை எடுத்துக்கொண்டு வெளிச்சத்திற்கு வந்தாள். மடக்கி வைத்திருந்த ஒரு ரூபாய் நோட்டைப் பிரித்து அவனிடம் நீட்டினாள்.

'எதுக்கு அக்கா . . .' மெல்லச் சொன்னான், அவளை அண்ணாந்து பார்த்து.

'சரிதான்டே . . . ரொம்பப் பிகு பண்ணிக்கிடாதே . . .' என்று சொல்லிவிட்டுச் சிரித்தாள். மீண்டும் அருகில் வந்து அமர்ந்தவள் சட்டையை எடுத்துக் கை மடிப்பைப் பிரித்தாள். அவனிடமிருந்த ரூபாயை வாங்கி அந்த மடிப்புக்குள் சுற்றினாள்.

'இன்னைக்குத்தானே இந்த சட்டையைப் போட்டே . . . அதுக்குள்ளே ஒரே வேர்வையா ஆக்கிட்டு வந்திருக்கியே? சோப்புப் போட்டுக் குளிக்கிறதை ஐயா விட்டாச்சு போலிருக்கு.'

அவளை நேருக்கு நேர் பார்த்தான்.

'எல்லாம் நான் பார்த்துக்கிட்டுத்தானே இருக்கேன். இவ வீட்ல கெடக்கவதானே, இவளுக்கு என்ன தெரியும்னு நெனச்சுக்கிட்டு இருக்கியா? சோப்புப் போட்டுக் குளிக்கிறதை

வண்ணநிலவன்

விட்டுட்டே. எல்லாரும் பேஸ்ட் எடுத்துப் பல்லுத் தேய்க்கிறாங்க. நீ பதினைந்து பைசாவுக்குப் பல்பொடி வாங்கிட்டு வந்து தேய்க்கே... அம்மாவுக்கு இதெல்லாம் கவனிச்சுப் பார்க்கத் தெரியாது... உனக்கு என்னடா வந்திச்சு? வேலை இல்லாமே இருக்கதுக்காக இவ்வளவு ரோஷத்தோட இருக்கணுமாடா? அக்காவைப் பாரு, வீட்டுல உட்கார்ந்து பத்து வருஷம் முடியப் போகுது. எந்த சௌகரியத்தையாவது கொறைச்சிருக்கேனா? ஆனாலும் நீ ரோஷக்காரப் பயடா' விசும்பலாகக் குறைந்தது குரல்.

சட்டென்று, முகத்தை அவள் மடியில் குப்புற வைத்துக் கொண்டு படுத்தான். அவள் அவனுடைய விம்மித் தாழும் முதுகைத் தடவிக் கொடுத்துக்கொண்டிருந்தாள்.

தீபம், 1974

பாம்பும் பிடாரனும்

வெகுநேரமாக ஊதிக்காட்டியும் அதற்குச் சினம் தணியவில்லை. ஏதோவொரு அபூர்வ நிலையை எய்துவதற்காக நின்றும் வளைந்தும் ஆடிக்கொண்டிருந்தது என்று நினைத்தான் பிடாரன். இருவரும் ஒருவரோடு ஒருவர் பழகி, வாழ்ந்திருந்து, ஒத்த நிறத்தை அடைந்திருந்தார்கள். சாம்பலும் கருப்பும் கலந்த ஒருவர்ணத்தைப் பிடாரனும் பாம்பும் தோலின் நிறமாகப் பெற்றிருந்தார்கள். யாரோ ஒருவருக்கு ஆதிநிறம் வேறொன்றாக இருந்து, நட்பின் நிமித்தம் சுய வர்ணத்தை அழித்துக்கொண்டிருந்தார்கள். அபூர்வமான ஸ்நேகத்தினால் இருவரும் பீடிக்கப் பட்டுப் பல காலம் ஆயிற்று. யாரிடமிருந்தும் யாரும் இனித் தப்பிப்பதற்கில்லை.

அவன் மகுடியின் ஊதுவாய் எச்சிலால் நிரம்பி வழிந்துவிட்டது. அநேகவிதமான பாம்பு களுக்குக் கிளர்ச்சியும் ஆனந்தமும் நல்கிய மகுடியின் துவாரங்களில் பிடாரனின் நாற்றம் நிறைந்த எச்சில், நுரைநுரையாகக் கொப்புளித்து, அடைத்துக்கொண்டிருந்தது.

இன்றுபோல அது என்றும் நடந்துகொண்டதே இல்லை. இத்தனையிலும் இருவருக்குள்ளும் எவ்விதமான குரோதமும் சமீப காலத்தில் இல்லை.

அப்போது மகுடிகளைச் செய்ய இப்பிடாரன் தன் மாமனுடன் காட்டில் கல் மூங்கில்களைத் தேடி அலைந்தான். மாமன் அவனுக்கு ஆசானாக

இருந்து, பாம்புகளையும் மகுடியின் நுட்பங்களையும் குறித்துப் பலவிதமான செய்திகளைச் சொல்லியிருந்தான். மாமன் பாம்புகளோடு சிறுவயது முதலே வாழ்ந்து, கண்களும், அவன் இடுப்பின் மெலிந்த வளைவும், கால் தொங்கு சதைகளில் உள்ள வங்குச் செதில்களும் அவனைப் பாம்புகளோடு பொருத்தி யிருந்தன. வீர்யமுள்ள விஷ ஜந்துக்களோடு அவன் காலம் கழித்தும், நல்லது என்று தோன்றியதைச் செய்தும் வாழ்ந்திருந் தான். பாம்புகளிடம் பேசும் விதம் முப்பதுவயதுக்குமேல் பிடிபட்டதென்றும், பிடாரன் பசி பொறுக்கத் தெரிந்திருக்க வேண்டும் என்றும் மாமன் அடிக்கடிச் சொல்லுவான். கிராமங்களை விட்டு மரங்கள் அடர்ந்த சாலைகளின் வழியே போகிறபோதுதான் மாமன் பாம்புகளைக் குறித்த ரகசியங் களைக் கூறுவான்.

கிராமங்களில் மாமன் பாம்புகளைப் பிடித்த விதம் வினோதம் தருவது. தூரத்தில் தெரியும் ஊர்களைப் பார்த்தபடியே 'இந்த ஊரில் பாம்பு வாழ நீதமில்லை' என்று சொல்லி ஒதுங்கிப் போவான். பாம்புகள் இல்லாத ஊர்களில் வாழ்ந்த மனிதர் களின் பேரில் மாமனுக்கு அளவற்ற குரோதம் இருந்தது.

பாம்புகள் வாழும் ஊர்களை மாமன் நெருங்குவதைப் பார்க்க, உடன் இருப்போர் மனம் புனிதநிலை எய்தும். ஜடைகள் விழுந்த தலை அசைய, பாம்புகள் இருக்கும் இடத்தைக் கிரகித்துத் தெய்வ அருள் வந்த பாவத்துடன் செல்வான். அவன் கண்களின் பாப்பா அப்போது ஜொலிக்கும். அவன் எய்திய தீக்ஷண்யத்தில் காது மடல்கள் சிவந்துபோகும்.

தெருவின் ஆரம்பத்திலிருந்து தெருவின் இரு ஓரங்களுக்கும் அருள் வந்த உடம்போடு குறுக்கும் நெடுக்குமாக அலைவான். பழைய உடம்பை எங்கோ போக்கி, புடைகளில் ஒளிந்து வாழும் பாம்புகளே உணரும்படி, ஒவ்வொரு மயிர்க் கால்களும் கூடப் பாம்புகளுக்காய்த் திடனடைந்து முகப்படுத்தப்பட்ட புதுத் திரேகத்தை அப்போது மாமன் அடைவான். மண்ணை ஆள்காட்டி விரலால் தொட்டு நாவில் வைத்துச் சுவைத்துப் பார்த்தும், காற்றை ஆழமாக முகர்ந்தும் பாம்புகள் இருக்கும் இடத்தை அறிந்துகொள்வான்.

பாம்புகளை அறியும் பிடாரர்களில் மாமன் மிகுந்த கீர்த்தி பெற்றிருந்து, அறுபத்தேழாம் வயதில் காலாவதியானான்.

காற்றைவிட லேசாக மகுடியில் நாதத்தை விளைவித்தால் பாம்புகள் மயங்கித் தலை சாயும் என்பது மாமன் சொன்னது. பாம்புகளைப் பிடிக்க, ஒரே வேளைச் சாப்பாட்டையே மாமன் கூலியாகப் பெற்று வந்தான். தனக்கென்று சிருஷ்டித்துக்கொண்ட

தர்மத்தின்படி, பிடித்த பாம்புகளை மலைகளின் மேல் பத்துப் பதினைந்து மைல் தூரம் சென்று விட்டுவந்தான். முதுமை யால் பீடிக்கப்பட்ட காலத்திலும்கூட இதிலிருந்து அவன் நழுவவில்லை. நாகங்களுக்குப் பயப்படும் ஜனங்களுக்குள் அமைதி உண்டாக்கவும் நாகங்களைக் காப்பாற்றவும் மாமன் வாழ்ந்தான் என்று இப்போது தோன்றுகிறது. சர்ப்பங்களைப் போஷித்தும், ஜனங்களுக்குப் பாம்புகளைப் பற்றிய பயத்தைப் போக்கியும் வாழ்ந்தவன், பட்டினியால் சீரழிந்து திரிந்தவிதம் எப்படி என்று தெரியவில்லை.

இன்று இப்பாம்பின் சினத்தின் முன்னே, பிடாரனுக்கு வரக்கூடாது என்று மாமன் சொன்ன பாம்பு பற்றிய பயம் பிடாரனுக்கு வந்தது. இருவரும் ஸ்நேகிதம் ஆகி எட்டு வருஷங்கள் ஆகிவிட்டன. ஆனாலும் இன்று பாம்பு ஆடும் விசித்திரத்தைப் புரிந்துகொள்ள முடியாத, பழக்கமற்றவன் போல் பிடாரனின் நிலை ஆகிவிட்டது. திசைக்குத் திசை சுற்றி ஆடியது. நிமிர்ந்தும் வளைந்தும் ஆடியதோடு திருப்தியுறாமல், ஆட ஆரம்பித்த குறுகிய பொழுதுக்குள்ளேயே ஆட்டத்தின் நுட்பத்தில் ஞானம் எய்திவிட்ட பாவனையோடு வேகத்தையும் கண்களில் சாந்த குணத்தையும் காட்டி ஆடிப் பிடாரனைக் கிலேசத்திற்கு உள்ளாக்கியது.

தன்னுடைய அடிமைத்தளையைத் திடீரென்று உணர்ந்து, சுதந்திரம் அடைய வேண்டி இவ்விதமாய் நீண்ட ஆட்டம் போட்டு யுக்தி செய்கிறதோ என்று அவன் நினைத்தான். மகுடியிலிருந்து குதிரையின் வாய் நுரைக்குச் சமமான பிடாரனின் எச்சில் வழிந்து மண் தரையில் படிந்திருந்தது. பாம்பின் உடம்பு ஆடலின்போது எச்சில் ஈரத்தில் பட்டு நகர்ந்துகொண்டிருந்தது. என்றாலும் குழல் ஊதுவதை நிறுத்துவது விவேகமற்றது என்று உறுதியாக நம்பினான்.

சில வாசிப்புகளில் அது மகிழ்ந்து, அடங்கிச் சுருண்டு, நட்போடு முகர்ந்து அவன் உடம்பில் ஏறி இறங்கிக் களிப்பதும் அதற்கொரு வழக்கம்தான். முதலில், இவ்விதமே பின்னால் செய்யும் என்று நம்பிக்கையோடுதானே குழலூதினான் சிறிது நேரம்? வித்தைகளைப் பணிவோடு செய்வதும், அதற்குள்ள கூலியாக மீண்டும் வித்தைகள் செய்து, ஜனத்திரளை மகிழ்விக்கச் சிறிது உணவே உண்டு ஓய்ந்துகிடப்பதும் அதன் வாழ்வாக இருந்தது.

அது ஆடும் ஆட்டத்தின் வேகமும், பிடாரனுக்கு அடங்காத தன்மையும் கூடியிருந்த திரளுக்கு அதிவினோதம் அளித்தன. எல்லோரும் வழியே செல்வோர்தான் என்றாலும், தங்கள் சுய

காரியங்களை அழித்துப் பக்குவப்பட்டவர்கள் என்று நினைக்கும் விதமாய் லயித்திருந்தார்கள்.

திடீரென்று ஒரு நிலையில் பாம்பின் தலை வானத்தை நோக்கி அண்ணாந்துவிட, பாம்பு சூர்யனைத் தரிசித்து விட்டது. அண்ணாந்த நிலையில் அது கண்ட சூர்யதர்சனம், அதன் நாளில் அது காணாதது. நெருப்பென்று கண்கள் ஒளிரப் புதுப் புது வீச்சுகளையும் ஆடல் நிலைகளையும் சிருஷ்டித்துத் திரும்பத் திரும்ப சூர்யனைத் தரிசிக்க ஆரம்பித்தது. இடையிடையே சூர்ய தர்சனத்தில் உண்டான மயக்கத்தினால் தலை மண்ணிலும், பிடாரனின் நுரைத்த எச்சிலிலும் மோதி மோதி விழுந்து உழன்றது. இருந்தபோதும் சூர்யனைப் பார்க்கும் பிரயத்தனத்தை விட்டுவிடவில்லை. தான் அடைந்த நிலை உன்னதம் என்று உணர்ந்து, எங்கெங்கோ காட்டுப் பொந்துகளில் பதுங்கி உறைந்து காலம் கழிக்கும் சர்ப்பங்களை நினைத்தது. நின்றிருந்த திரள் பேசும் பாஷை, சூர்ய தர்சனத்திற்குப்பின் மெல்லவே புரிய ஆரம்பித்தது. ஆட்டத்தை மறக்காமல், எதிரே ஊதிச் சோர்ந்துகொண்டிருக்கும் பிடாரனோடு வாயைப் பிளந்து தன் சிவந்த இரட்டை நாக்குகளை வீசி, வீசி ஏதோவொரு விதமாய்ப் பேசியது.

சாந்த குணமும் அறிவும் நிரம்பிய நாகத்தைத் தான் இழந்து கொண்டிருப்பதைப் பிடாரன் உணர ஆரம்பித்தான். நாகத்தின் இப்போதைய செயல்களுக்கு அவனால் அர்த்தம் காண முடியாத துர்பாக்கியத்தை அடைந்திருந்தான். அது ஆடுதல் இல்லை என்று அறிந்துகொண்டான். அதன் நாவுகள் மகுடியின் கீழ்வாயை வருடி, வருடி மேலும் மேலும் புதிய இசை அனுபவத்தைக் கேட்டன. பிடாரனுக்குத் தெரிந்த மகுடி ஞானத்தை அது மிஞ்சிப்போனதுபோல, வேறு வேறு நாத ரூபங்களை அவனிடம் யாசித்தது.

இறுதி நிலை மிகுந்த நிதானத்தோடு கவிந்து வர ஆரம்பித்தது. நெஞ்சடைத்துப் பிடாரன் மயங்கிச் சரிந்த சற்றைக்கெல்லாம் சர்ப்பம் உயிர் துறந்து சுருண்டது.

பிரக்ஞை, 1976

இரண்டாவது சொர்க்கம்

‘ஏ, தங்கக் கனி ... தங்கக் கனி ... ஒரு செம்புத் தண்ணி கொண்டாள்ளா, இந்தச் செருப்புல என்ன எளவு சனியனோ அப்பியிருக்கு. தேவிடியா புள்ளயோ ரோட்டுக் காடெல்லாம் கொல்லைக்கி இருந்து வச்சுத் தொலைச்சிருக்குதுவோ . . .’ என்று உள்ளே பார்த்துச் சத்தம் போட்டுவிட்டு, நடைவாசல் படியிலேயே உட்கார்ந்துவிட்டார் பரதேசி நாடார்.

‘இங்க தங்கக் கனியுமில்ல, வெள்ளிக் கனியுமில்ல . . . நீரு பாட்டுக்கு அங்கென கெடந்து கத்திக்கிட்டுக் கெடக்காதீரும். தண்ணி வேணும்னா உள்ள வந்து எடுத்துக்கிடும்’ என்றாள் அன்னப்பழம்.

‘அடத் தேவடியா புள்ளயோ ... கால்ல என்ன எளவோ நரகலு அப்பியிருக்குதுன்னு சொல்லுததக் காதுல வாங்காமப் பேசித் தொலைக்கியளே . . .’ என்று எரிச்சலோடு கத்தினார்.

பிறகு கொஞ்ச நேரத்தில், அன்னப்பழமே சாணி பிசைந்த கையோடு அலுமினியச் சொம்பில் தண்ணீர் கொண்டு வந்து நடைக்கல்லில் டக்கென்று வைத்தாள்.

படிக்கல்லில் உட்கார்ந்தபடியே அவளை அண்ணாந்து பார்த்து, ‘ஒரு முண்டையளும் வூட்ல இல்லயா? அந்த வேதக் கோயிலுக்குப் போயிட்டாளுவ போல. இந்துக் குடும்பத்துல பொறந்துப் போட்டு வேதக் கோயில் வேதக் கோயில்ன்னு அலையிதாளுவளே ... லெச்சணத்தப்

பாரு லெச்சணத்த. அம்மக்காரியுமில்லா தொணைக்கி இருக்கா . . . த்தூ . . . நாயிவோ.'

'நாக்க அறுத்துப் போடுவேன் அறுத்து . . . நீரு கெவுனருமவன், வெளியில் போயிட்டு வாரேரின்னுட்டு அவவூட்ல கெடக்கணுமாக்கும் ? வெள்ளன கோதுமக்களியே உருட்டி உருட்டி வாயில போடுதரே, அது எங்கன கெடந்து வருதாம்? ஒம்ம ஆத்தாளும் அப்பனுமா கொண்டாந்து கொட்டுதாவ? அந்த வேதக் கோயிலு புண்ணியத்துலதான் காவ்வயிறு அரை வயிறாவது ரொம்புது? ஒம்ம சாதி சனத்துக்கிட்டே ஒரு குத்து அரிசி வாங்கிட்டு வாரும் பாப்பம்? ஒருவாரமா அம்மங் கொடைக்கி வரி தா, வரி தான்னு வந்து நிக்யானுவளே ஒம்ம சாதிக்காரனுவோ, அவனுவளை எச்சிக்கையால் காக்கா வெரட்டச் சொல்லும் பாப்பம் . . . எம் வாயில் என்னமாத்தான் வருது . . .'

அன்னப்பழம் சொல்லுவதும் சரிதான். வேதக்கோயில் பாதிரியார் வீடு மட்டும் இல்லாவிட்டால் என்ன ஆகும்? கோவிலில் மணி அடித்துப் பெருக்கிச் சுத்தம் செய்து கொண்டிருந்த யேசாவை விலக்கிவிட்டு, இந்தப் பயல் ஆத்தாங்கரையானை வேலைக்குப் போட்டுப் பத்து ரூபாய் சம்பளமும் கொடுக்காமல் போயிருந்தால் என்ன ஆகியிருக்கும்? தங்கக்கனியையும், அவளுக்கு அடுத்தவள் வண்டிமலைச்சியை யும் தன்னுடைய வீட்டில் சுற்று வேலைகளுக்குப் போட்டு, பள்ளிக்கூடத்தில் மிஞ்சுகிற கோதுமைக் குருணையையும் தராமல் இருந்தால் வீட்டு நிலைமைதான் எவ்வளவு மோசமாகி யிருக்கும்? பிச்சை எடுக்கிற கேவலத்துக்குத்தானே போக வேண்டும். பரதேசி நாடாரின் பிள்ளைகளும் குடும்பமும் பிச்சைக்கு வருகின்றன என்பது எவ்வளவு கேவலமானது?

பரதேசி நாடாரைப் பொறுத்து, அவர்கள் வேதக் கோயில்காரர் வீட்டில் வேலை பார்க்கிறதில் ஒன்றும் குற்றமில்லை. ஆனால் வீட்டுக்கு வந்தபிறகும் வேதக் கோயில் பாட்டுகளைப் பாடிக்கொண்டு திரிகிறதும், அந்த இழவு பைபிளைக் கட்டிக்கொண்டு முழங்காலில் நின்று மலையாளத்து மந்திரவாதி மாதிரி முணுமுணுக்கிறதும் கொஞ்சங்கூடப் பிடிக்கவில்லை. அதுக்காக, அவர் சொல்லைக் கேட்கிற காலமா இது? அவர் பனை ஏறுகிற காலமாயிருந்தால் இந்த மாதிரி அசிங்கமெல்லாம் நடந்திருக்குமா? அதுவும் எப்பேர்ப்பட்ட குடும்பம் அது? ஒரு பரம்பரை இந்து நாடார் வீட்டுச் சுவரில் சிலுவை வந்து தொங்குகிறது என்றால் உலகம் ரொம்பவும் கெட்டுப்போய்விட்டது என்றுதானே அர்த்தம்?

செருப்பில் அப்பியிருந்த அசிங்கத்தைக் கல்லில் தேய்த்துக் கழுவி, செருப்புகளைத் தூக்கிக்கொண்டுபோய் ஒரு ஓரத்தில் போட்டுவிட்டு வீட்டுக்குள் போய் உட்கார்ந்தார். அதற்கு மேல் பேசினால் நிலைமை ரொம்ப மோசமாகிவிடும் என்பது பரதேசி நாடாருக்குத் தெரியாததல்ல.

ஒரு காலத்தில் இதே வீட்டில், இதே அன்னப்பழமே இவருக்குத் தினசரி ராத்திரிதோறும் பொறுக்கப் பொறுக்க வெந்நீர் வைத்துக் குளிப்பாட்டி விட்டிருக்கிறாள். நார்க் கட்டிலில் பக்கத்தில் படுத்துக்கிடந்து விடியவிடியப் பேசிக் கொண்டிருந்திருக்கிறாள். காட்டில் பனையேறிக்கொண்டிருந்த இடத்துக்குக் கஞ்சி கொண்டுவந்தால், அந்தப் பனங்காட்டில் குத்துச்செடிகளுக்குள்ளும் ஓலைப் புற்களுக்கு இடையிலும்தான் எத்தனை கேளிக்கைகள் நடந்திருக்கின்றன. அதெல்லாம் ஒரு நேரம் போல. பிறகு தங்கக்கனி, ஆத்தாங்கரையான், வண்டிமலைச்சி என்று குடும்பம் பெருகியபிறகு, கையில் இருந்த ஒன்றிரண்டு பொட்டல் காடுகளும் பனைகளும் கையை விட்டுப் போய்விட்டன. கூடவே, உடம்பும் விழுந்துவிட்டது. நினைக்க நினைக்கப் பெருமூச்சுதான் வந்தது.

கூரைக்கு அப்பால் தூரத்தில் தெரிந்த பனைவடலி களைப் பார்த்தார். இப்போது காலில் வாதம் வந்த பிறகு பனை ஏற்றத்துக்குக்கூடப் போக முடியவில்லை. ஆனாலும் அதற்காக, பனை ஏறவேண்டும் என்ற ஆசை இல்லாமல் போகுமா என்ன? பனிரெண்டு வயசிலிருந்து மார்பில் தோள் வாரையும் கால்களில் சுற்றுநாரையும் போட்டுக்கொண்டு ஏற ஆரம்பித்த தொழிலை அவ்வளவு லேசில் மறந்துவிட முடியும்தானா?

தெருவாசலில் யாரோ ஆட்கள் வருகிற சத்தம் கேட்டது. அன்னப்பழம் சாணி உருண்டை பிடித்த கையோடு அப்படியே எழுந்து வெளியே போனாள்.

‘ஆரு . . . அன்னப்பழமா? ஓம் புருஷன் பரதேசி நாடான் இல்லையா?’

‘இருக்காரு . . . வே . . . ஒம்மத் தேடிக்கிட்டு அம்மங் கொடைக்காரங்க வந்திருக்காவ . . .’ என்று இளப்பமாகச் சொல்லிக்கொண்டே உள்ளே வந்துவிட்டாள். அவர் எழுந்து, காலை இழுத்து இழுத்து நடந்து இவளைத் தாண்டிக் கொண்டு போகும்போது, அன்னப்பழம் அவரை ஏதோ ஒரு மாதிரியாக – அது கேலியாகத்தான் இருக்கவேண்டும் – பார்த்தமாதிரி இருந்தது.

‘வே என்ன? ஒம்மத் தேடி எப்ப வந்தாலும் வூட்ல காண முடியல? நாளன்னைக்கிக் கொடைங்கதாவது யாபகம் இருக்கா, இல்ல? நீரு ஒருத்தருதான் அம்மங் கொடைக்கி வரி குடுக்காத ஆளு. கோயில்ல பந்தல் போட ஆரம்பிச்சாச்சி . . . பாத்தேருல்லா?’ என்றார் ரைஸ்மில்கார பால் நாடார்.

பரதேசி நாடார், ஒன்றும் பேசாமல் மண்சுவரில் ஒரு கையை ஊன்றிக்கொண்டு சாய்ந்து நின்றார். ஊர் பெரிய ஆட்கள் எல்லாம் வந்து கேட்கும்போது என்ன சொல்ல முடியும்?

‘வே . . . இந்த மாதிரிப் பேசாம நிண்டா எப்பிடி? அம்மங் கொடைக்கித் தலைக்கட்டு வரியக் குடுக்கணுமா இல்லியா? வெவரந் தெரிஞ்ச மனுஷந்தான நீரு?’

‘அம்மங் கொடைக்கி வரி குடுக்கலைண்டா ஊரவுட்டு வெலக்கி வைக்ய வளம் தெரியாமய இருப்பாரு?’ என்றார் நல்லக்கண்ணு நாடார்.

பரதேசி நாடார் தலையைக் குனிந்துகொண்டே பேசாமல் நின்றார். அவர்களைப் போல அவரும் நரையும் சுருக்கமும் கண்டுபோன வயசாளிதான். ஒரே சாதி சனம்தான் என்றாலும் சொல்லுகிறவர்கள், கேட்கிறவர்கள் என்று எல்லாவற்றுக்கும் ஒரு தராதரம் இருக்கத்தானே செய்கிறது?

‘கொடைக்கி வரி குடுக்காதது ஊரை எளப்பமா நெனைச்சதோட போவல. அம்மங் குத்தத்துக்கும் ஆளாகுதேரு . . . இதை மறந்துராதீரும் . . .’ என்று சொல்லிவிட்டுப் போய்விட்டார்கள்.

அவர்கள் போனபிறகு கொஞ்சநேரம்வரை அங்கேயே நின்றுகொண்டிருந்தவர், பிறகு காலை இழுத்து இழுத்து நடந்துகொண்டே தெற்கே பார்க்கப் போய்விட்டார்.

ராத்திரி ஏழெட்டு மணிக்கும்மேல் முட்டை விளக்கு வெளிச்சத்தில் அன்னப்பழம் அடுப்பில் எதையோ போட்டுக் காய்ச்சிக்கொண்டிருந்தாள். ஆத்தாங்கரையானும் சின்னவளும் பக்கத்தில் அடுப்பைச் சுற்றி உட்கார்ந்து அவள் காய்ச்சிக் கொண்டிருப்பதையே பார்த்துக்கொண்டிருந்தனர். மத்தியானம் வெளியே போனவரை இவ்வளவு நேரமாகியும் காணாதது அவளுக்கு என்னவோபோல இருந்தது.

‘ஏல ஆத்தாங்கரையான் . . . அய்யா மத்தியானமே எங்கியோ போனாருடா. வெளக்கு வச்சு இத்தன நேரமாகியும் அய்யாவக் காணலை . . . வேதக்கோயிலுவூட்ல போயி அக்காவக் கூட்டிக்கிட்டு அப்படியே கடத் தெருவுல எங்கயாச்சும்

நிக்யாரான்னு பாத்துட்டு வாயண்டா . . . என் ராசா இல்ல . . .' என்று ஆத்தாங்கரையானிடம் கெஞ்சினாள்.

அவன் ரொம்பப் பிடிவாதம் பிடித்தவன், சினிமாவுக்குத் துட்டுத்தாரேன் என்று அவள் சொன்னபிறகுதான் சமாதானமாகிப் புறப்பட்டுப் போனான். போனவன் தங்கக்கனியை மட்டும் கூட்டிக்கொண்டு வந்துசேர்ந்தான்.

மறுநாள் காலையில் வெள்ளாளன்விளைக்குப் போகிற பாதையில், ஊர்க்காட்டான் விளையிலுள்ள கிணற்றில் பரதேசி நாடார் விழுந்துகிடந்ததை ஆடு மேய்க்கிற பையன்கள் பார்த்துவிட்டு வந்து ஊருக்குள் சொன்னார்கள். ஊர்க்காரர்கள் ஏழெட்டுப் பேர் கிணற்றில் இறங்கிக் கட்டில் போட்டுப் பிணத்தைத் தூக்கினார்கள்.

நிஜமாகவே பரதேசி நாடார் செத்ததால் அன்னப்பழத்துக்குப் பெரிய இழப்பு ஏதுமில்லை. அவரோடு வாழவேண்டிய தெல்லாம் வாழ்ந்து முடித்தாயிற்று. மேலும் அவர் செத்துப் போனதால் வீட்டில் ஒரு ஆள் சாப்பாடு குறையுமே. இருந்தாலும்கூட, புருஷன் செத்ததுக்காகத் தாலி கட்டியவள் அழாமல் இருக்கமுடியுமா என்ன? பார்க்கிறவர்கள் என்ன நினைக்கமாட்டார்கள்?

இந்தச் சாவு விழுந்து ஒரு வாரம் கூட ஆகவில்லை. அதற்குள் அன்னப்பழம் ஒரு கேவலமான காரியத்தைச் செய்து விட்டாள். ஊரில் உள்ள இந்து நாடார்களின் கோபத்தைச் சம்பாதித்துக்கொண்டாள். அதிலும் முக்கியமாகப் பரதேசி நாடார் மட்டும் இருந்திருந்தால் இந்த மாதிரி ஒரு காரியத்தை நடக்கவிட்டிருப்பாரா என்று எல்லோருமே பேசிக் கொண்டார்கள்.

வேறு ஒன்றுமில்லை. அன்னப்பழம் குழந்தைகளோடு போய் ஞானஸ்நானம் வாங்கிக்கொண்டு வேதத்தில் சேர்ந்து விட்டாள். இப்போது அவள் பெயர் அன்னப்பழம் இல்லை. மேரி ஜோஸபின் அமலோற்பவம்.

1979

துன்பக் கேணி

'ஏடே ... இது ஆரு? இது நம்ம கிட்ணத்தேவர் மவ வண்டிமலைச்சியில்லாடே? இவ எங்கன கெடந்துடே ஆம்புட்டா?' என்று ஆச்சரியத்தோடும் பிரியத்தோடும் கேட்டார் நம்பித்தேவர்.

பட்டப் பகல் மாதிரி நிலா வெளிச்சம் இருந்தாலும் நம்பித் தேவர் உட்கார்ந்திருந்த இடத்தில் பூவரச மர நிழல் விழுந்து அவரை மறைத்திருந்தது.

அவளுடன் வந்த ஆட்கள் பதில் சொல்வதற்கு முன்பாகவே வண்டிமலைச்சி, 'என்ன மாமோவ் ... பொம்பளையின்னா வேண்டானிட்டு அனுப்பி வச்சிருவீயளா?' என்று சொல்லிக்கொண்டே நம்பித் தேவரின் கால்மாட்டில் போய் உட்கார்ந்தாள்.

'ஏ பெயபுள்ள ... அதுக்குச் சொல்லலை. ஆரோ அன்னைக்கி ஊருக்குள்ள, நீ முளுவாம இருக்கன்னு பேசிக்கிட்டாவ ... முளுவாம இருக்கவளப் போயி இந்த வேலைக்கிக் கூட்டிட்டு வந்துருக்கானுவளேன்னுதான் கேட்டேன் ... இந்த முள்ளுக்காட்டுக்குள்ள சரக்கத் தூக்கிக்கிட்டுப் பத்துப் பன்னெண்டு மைலு நடக்கணும் நீ ... ம் ... இதுல மத்த வேலையவுடக் கூட ரெண்டு ரூவா கெடைக்குமுன்னு பாத்தியாக்கும் ... எந்தப் பாவிப் பெய வுட்ட சாவமோ தெரியல ... எப்பேர்க்கொத்த மறக்குடிச் சனங்க எல்லாம் இப்பிடிக் கெடந்து சீரழியணும்னிட்டு இருக்குது ...'

'நீங்க எதுக்கு மாமோய் இந்த முள்ளுக் காட்டுக்குள்ள இத்தனை வயசுக்குப் பொறவும்

ஒத்தையிலே கெடந்து சாராயம் காச்சிக்கிட்டு, எந்த நேரம் எவன் வருவானோன்னு செத்துக்கிட்டுத் திரியுதீய?'

'வேற என்ன . . . துட்டுக்குத்தான்.'

இதைக் கேட்டுவிட்டு வண்டிமலைச்சி லேசாகச் சிரித்தாள்.

'சரி பெருசு . . . மணி எட்டு எட்டரைக்கி மேல இருக்கும் போல. நெலா மேல ஏற ஆரம்பிச்சாச்சி. சீக்கிரமா எடத்தக் காலி பண்ணணும். பொழுது விடியறதுக்குள்ள சரக்கக் கொண்டு போயி நாசரேத்துல சேப்பிக்கணும். இந்தக் கொள்ளைக்குள்ள மொபைல் பார்ட்டிக்கி புது இன்ஸூப்பெக்டரு வந்திருக்காராம். கொஞ்சம் கடுத்தமான ஆளுபோல.எச்சரிக்கையாக்கொண்டுட்டுப் போகணும்னு மொதலாளி சொல்லி அனுப்பிச்சிருக்காரு . . . சரக்க டின்னுலே அளந்து அடச்சிட்டீருல்ல? வண்டிமலைச்சி கதய நாளைக்கு ஊருக்குள்ள போயிப் பேசிக்கிடலாம் . . .' என்று சொன்னான் சங்கரபாண்டி.

வண்டிமலைச்சி ஓடை மரங்களுக்கு மேலே தெரிந்த நிலாவையே பார்த்துக்கொண்டிருந்தாள். சங்கரபாண்டி பேசினது நம்பித்தேவருக்குக் கொஞ்சம்கூடப் பிடிக்கவில்லை. வண்டிமலைச்சியைப் பார்க்கப் பார்க்க அவருக்கு மனசுக்குக் கஷ்டமாக இருந்தது.

'இந்தத் திமிருனாலதாம்லே கெட்டுக் குட்டிச்சொவராப் போறீங்க. அந்தப் பெய சம்முகம் மட்டும் சயிலுக்குப் போவாம இருந்தான்னாக்க இந்தப் புள்ள இன்னைக்கி இப்படியா சாராய டின்னு தூக்க வந்துருக்கும்?'

வண்டிமலைச்சிக்கு அவள் புருஷன் சண்முகத்தை நினைத்ததும் ஒருமாதிரியாகப் படபடவென்று வந்தது. தலை சுற்றுகிற மாதிரி இருந்தது. கொஞ்சம் பின்னால் நகர்ந்து அப்படியே அடிமரத்தோடு மரமாகச் சாய்ந்து உட்கார்ந்து கொண்டாள். எங்கோ தூரத்தில் பஸ் போகிற சத்தம் கேட்டது. பஸ் சத்தம் வந்த திசையைப் பார்த்தாள் வண்டிமலைச்சி.

கிழக்குத் திசையில், அடிவானத்தில் போய்க்கொண்டிருந்த பஸ்ஸின் ஹெட்லைட் வெளிச்சம் திட்டுத்திட்டாக முள் மரங்களுக்குமேல் விட்டுவிட்டுத் தெரிந்தது. கொஞ்ச நேரத்துக்குப்பிறகு, சத்தமும் வெளிச்சமும் மறைந்தே போய் விட்டன.

அது எந்த ஊருக்குப் போகிற பஸ்ஸாக இருக்கும்? ஒரு வேளை சாத்தான்குளம் பஸ்ஸாக இருந்தாலும் இருக்கலாம்.

கல்யாணம் ஆனபிறகு அம்மன் கோயில் கொடை, பொங்கல் என்று இந்த நாலு வருஷத்தில் எத்தனை தடவை திருச்செந்தூர், சாத்தான்குளம் பஸ்ஸில் சண்முகத்தோடு போய் வந்திருக்கிறாள். ஒரு தடவை சண்முகம் வேலை பார்த்த வாழைத் தோட்டத்திலிருந்து நாகர்கோவிலுக்கு வாழைக்காய் லாரி லோடு ஏற்றிக்கொண்டு போனபோது, சாத்தான்குளம் வழியாகத்தான் போகிறது என்று, திடீரென்று தோட்டத்திலிருந்து அவசர அவசரமாக வந்து இவளைப் புறப்படச் சொன்னான் சண்முகம். சாத்தான்குளத்துக்கு லாரி போய்ச் சேரும்போது இதே நேரம் இருக்கும். இதே மாதிரித்தான் நிலவுகூட அன்றும் இருந்தது. மெயின் ரோட்டிலிருந்து வீட்டுக்குச் சின்னச் சின்ன முடுக்குகளைக் கடந்துதான் போகவேண்டும். நிலா வெளிச்சத்தில் அவளோடு சிரித்துச் சிரித்துப் பேசிக்கொண்டே அந்தச் சின்னஞ்சிறு முடுக்குகளினூடே நடந்து போனபோதுதான் எவ்வளவு சந்தோஷமாக இருந்தது. அப்போது அய்யாவும் ஆத்தாவும் இருந்தார்கள். இரண்டுபேரையும் பார்த்தபோது அவர்களுக்கும்தான் எவ்வளவு சந்தோஷம். ஆத்தா தோசை சுட்டுக் கொடுத்தாள். ராத்திரி வெகுநேரம்வரை எல்லோரும் பேசிக்கொண்டிருந்தார்கள்.

இரண்டு வருஷத்துக்கு முன்னால் மழையே இல்லாமல் போய்த் தண்ணீர் தட்டு வந்தபிறகுதான் எல்லாமே ரொம்ப மோசமாகி விட்டது. சண்முகத்துக்குத் தோட்டத்தில் வேலை இல்லாமல் போய்விட்டது. ஒருநாளைக்கு ஒரு இடத்தில் கூலி வேலை பார்க்க ஆரம்பித்தான். சாத்தான்குளத்தில் அய்யாவும் ஆத்தாவும் அடுத்தடுத்த ஒரு வருஷத்துக்குள் செத்துப்போய் விட்டார்கள்.

அண்ணன் சாத்தான்குளம் வீட்டைத் திருட்டுத்தனமாக எடுத்துக்கொண்டுவிட்டான். இத்தனைக்கும் அண்ணன் இவள்மேல் 'தங்கச்சி, தங்கச்சி' என்று எவ்வளவோ பாசமாக இருந்தவன்தான். ஆனாலும், அவனுக்குக்கூட வீடு, வாசல், சொத்து என்றதும் பாசமெல்லாம் விட்டுப்போய்விட்டது. வீட்டு விவகாரத்துக்குப் பிறகு பேச்சுவார்த்தை கூட வேண்டாம் என்று, உறவே விட்டுப் போய்விட்டது.

சண்முகத்துக்கு வாழைத் தோட்டத்தில் வேலைபோன பிற்பாடு எல்லாமே தலைகீழாக மாறிவிட்டது. இரண்டு மாதத்துக்கு முன்னால் குரும்பூர் பஜாரில் ஏதோ தகராறு வர, கோபத்தில் ஒருத்தனை வெட்டிக் கொன்றுவிட்டான். கல்யாணமாகி நாலுவருஷத்துக்குப் பிறகு அப்போதுதான் வண்டிமலைச்சி முதன்முதலாக உண்டாகியிருந்தாள்.

சண்முகம் திருச்செந்தூர் சப் ஜெயிலில்தான் இருக்கிறான். அவன்மேல் கேஸ் போட்டிருக்கிறார்கள். அண்ணனிடம் போய்க் கேட்டதுக்கு, 'கொலைகாரப் பெயலுவோ பொஞ்சாதிமாருக்கெல்லாம் இந்த வூட்டுல என்ன வேல . . .' என்று கோபமாகச் சொல்லி விரட்டிவிட்டான்.

அன்றைக்கு ராத்திரியே ஊருக்குத் திரும்பிவிட்டாள். அரளி விதையை அரைத்துக் குடிக்கப்போனவளை ராமக்காவின் மகள் பார்த்துவிட்டாள்.

'வண்டிமலைச்சி அக்கா அரளி வெதையை அரைச்சுக்கிட்டிருக்கா . . .' என்று சொல்லிவிட்டாள். பிறகு, ராமக்கா ஓட்டமாக ஓடிவந்து அரைத்ததைப் பிடுங்கி எறிந்தாள். இவளைக் கண்ட மாதிரி திட்டினாள்.

'ஏ, சங்கரபாண்டி . . . நீயும் மணிப்பெயலுமா குளத்துக்குள்ள பதிச்சு வச்சிருக்க டின்னைத் தூக்கிக்கிட்டு இங்கன வாங்கடே . . . இங்கனே வச்சே அத அளந்து டின்னுகள்ல ரொப்பிரலாம் . . .' என்றார் நம்பித்தேவர்.

'பாத்தேரா . . . ஒம்ம சோலியக் காட்டிட்டீரே . . . ரெண்டு நாளாக் காட்டுக்குள்ள கெடந்து சாராயம் காச்சுத ஆளுக்கு இந்த டின்னுகள்ல அளந்து ரொப்பி வக்கத் தேரமில்லாமேப் போயிட்டுதாக்கும் . . . இதுக்கு ஆளு வரட்டும்னு பாத்துக்கிட்டு இருந்தீராக்கும். இதுதான ஒம்மகிட்ட உள்ள கெட்ட பளக்கம் . . .'

'பெரிய கெவுனரு மவனுவோ இவனுக . . . போங்கல, போயித் தூக்கிட்டு வாங்கடா . . . இந்தப் புள்ளய வேற கூட்டிக்கிட்டு வந்துட்டியோ. வயித்தத் தள்ளிக்கிட்டு இதுவேற இங்கன தனியா உக்காந்திருக்கு. என்னத்தெயாவது ஒண்ணக் கெடக்க ஒண்ணு ஆயிடிச்சின்னா . . .'

'ஒமக்கென்ன . . . ஒம்ம சோலி முடிஞ்சிது . . . இன்னைக்கி ராவு பூரா காட்டுக்குள்ள பதுங்கிக் கெடந்து போட்டு நாளைக்கிக் காலையில் மொதலாளியப் பாத்து சம்பளத்தக் கணக்குப் பாத்து வேண்டி முடிஞ்சுக்கிட்டுப் போயிருவீரு . . . வந்த எடத்துல வந்தமா போனமான்னு இல்ல . . . சரக்க டின்னுல ரொப்பிக்கிட்டு இன்னும் பத்துப் பன்னெண்டு மைலு லொங்கு லொங்குன்னு ஓடணும் . . . மூணுநாளா இங்கனயே கெடக்கேரு . . . இந்த டின்னுகள் ரொப்பி வைக்க முடியல ஒம்மாலே?' என்று முணுமுணுத்துக்கொண்டே பக்கத்தில் தெரிந்த குளத்து மேட்டைப் பார்க்க நடந்தார்கள் சங்கரபாண்டியும் மணியும்.

அவர்கள் போகும்போது, ஏய் . . . அங்கன குளத்தாங்கரை மேலேயே நாலஞ்சாறு டின்னுக கெடக்கும் . . . அந்த எடத்துக்கு நேரே கீள கொளத்துக்குள்ள எறங்குங்க . . . தண்ணிக்கரை ஓரத்துல ஒரு கல் அடையாளங் கெடக்கும். கல்லைப் பொரட்டிப் போட்டுட்டுத் தோண்டுங்க . . .'

அவர்கள் போவதைப் பார்த்துக்கொண்டே இருந்தார் நம்பித் தேவர். அவர்கள் குளத்துமேட்டில் ஏறுவதைப் பார்த்து விட்டுப் பேச ஆரம்பித்தார்.

'ஏளா . . . என்னடா இந்தக் கெழட்டுப் பெய இப்பிடிச் சொல்லுதானேன்னுட்டு வருத்தப்படாத. இதெல்லாம் பொம்பள செய்யக்கூடிய வேலையா? மொதலாளிமாருக்குச் சாராயம் கடத்துததுக்கு ஆம்பளயவுடப் பொம்பளையோதான் ரொம்பத் தோது. யாரும் சந்தேகப்பட மாட்டாவ . . . அவெனுவோ நாலஞ்சு தாரானுவோங்கிறதுக்காவ வவுத்துப் புள்ளக்காரி இப்படி ஓடியாரலாமாளா? இந்தக் கண்றாவிய ஆரு கிட்டச் சொல்லி அழ? நாஞ் சொல்லுததக் கேளு. இன்னையோட இத வுட்டுரு. நாளையே ஒன் அண்ணங்காரன் கால்ல போயி வுளு. அந்தச் செறுக்கி மவென் ஏதாவது ஏடாகூடமாப் பேசினாம்னாக்க எங்கிட்டே வந்து சொல்லு . . . ஊர்ப் பஞ்சாயத்தக் கூட்டிப் பேசிப்புடுவோம். நாஞ்சொல்லுததக் கேளுளா . . . இது வெறுவாக்கிலியத்த தொழிலுளா . . . இன்ன நேரமின்னு இல்லாம எப்பயும் போலீஸுக்குப் பயந்து பயந்து சாகணும்ளா . . .'

வண்டிமலைச்சி மரத்தில் சாய்ந்து உட்கார்ந்திருந்தபடியே அழ ஆரம்பித்துவிட்டாள்.

'மாமோய் . . . நான் வேணுமுன்னா இங்க வந்தேன்? தவிச்ச வாய்க்கித் தண்ணி தாரதுக்கு எனக்கு ஒரு நாதி இல்லையே. அந்த மனுஷங் கோவத்துல ஆரையோ வெட்டிச் சாய்க்கப் போயி ஊருக்குள்ள கெடந்து நாமுல்லா சீரழியுதேன் . . . என்னையும் அந்தப் பன்னருவாளால் வெட்டிக் கொன்னுருக்கக்கூடாதா அந்தப் பாவி மவென்? அந்த ஆறுமுகமங்கலம் சொடலைக்கிக் கூடக் கண்ணு இல்லாமே போச்சுதே . . .' என்று சத்தம் போட்டுப் புழுங்கிப் புழுங்கி அழுதாள் வண்டிமலைச்சி.

'கடவுளா வந்து ஒனக்கு நிக்கப் போறாரு? அழாத . . . அழாத . . . சரி, நீ ஒண்ணு பண்ணு . . . இந்தா, ஒரு பத்து ரூவா இருக்கு. இத வச்சுக்க. நாளைக்கிக் காலம்பறயே சாத்தாங்கொளத்துக்குப் பொறப்பட்டுப் போயிரு. நாளைக்கி ராவும் நான் சரக்க ஏத்திவுட வேண்டியிருக்கு . . . நாளன்னிக்கிக் காலம்பற பத்துமணி வண்டிக்கி நான் சாத்தாங்கொளத்துக்கு வந்துருதேன் . . . நீ ஒன் அண்ணங்காரன் அடிச்சாலும் புடிச்சாலும் அவென் வூட்டுத்

திண்ணையிலேயே வுளுந்து கெட ...கோவிச்சுக்கிட்டு வந்திராத. நான் வந்து எல்லாம் பேசிக்கிடுதேன் . . .' என்று அவளிடம் ரூபாயைக் கொடுத்தார்.

'இது எதுக்கு மாமா? வயசு காலத்துல நீங்களே புள்ள குட்டியள் வச்சிக்கிட்டு அநேகம் பாடு படுதீய. இதுல எஞ் சொமை வேறயா ஒங்களுக்கு?'

'ஏழைக்கு ஏழைதான் தொணை . . . என்ன பெரிய சொமை? பத்தோட பதினொண்ணுன்னு, நீயும் எனக்கு ஒரு மவ. அம்புட்டுத்தானள்ளா . . .'

மூன்றுபேரும் டின்களைத் தலையில் வைத்துக்கொண்டு மெயின்ரோட்டை விட்டுத் தள்ளி ஒருமைல் தூரத்துக்கும் மேல் உள் காட்டுக்குள் வேக வேகமாக நடந்துகொண்டிருந்தார்கள். ஆளுக்குப் பத்து லிட்டர் வீதம் சுமந்துகொண்டு போகத் தலைக்குப் பத்து ரூபாய்க் கூலி என்றுதான் பேச்சு. சங்கரபாண்டியும் மணியும் வண்டிமலைச்சிமேல் இரக்கப்பட்டு அவள் தலையில் ஆறு லிட்டர் மட்டுமே ஏற்றிவிட்டனர். பாக்கி நாலு லிட்டரைத் தங்கள் டின்களில் நிரப்பிக்கொண்டார்கள்.

தலையில் சுமை இருந்தாலும், தேரிக்காட்டுக் காற்றும் நிலா வெளிச்சமும் சேர்ந்து வழியைத் தோற்றாமல் செய்து விட்டன. ஆறுமைல்போல நடந்திருப்பார்கள்.

கீரையூருக்குத் தெற்கே போகும்போது ஒரு வெட்ட வெளியில் சுமையை இறக்கிவைத்துவிட்டுக் கொஞ்ச நேரம் உட்கார்ந்தார்கள்.

சங்கரபாண்டியும் மணியும் கொண்டுவந்திருந்த ஒரு அரைச் சிரட்டையில் சாராயத்தை ஊற்றிக் குடித்தார்கள். வண்டிமலைச்சி ஒரு பக்கத்தில் ஆயாசமாகப் படுத்து விட்டாள். அவளையும் குடிக்கச் சொன்னார்கள். அவள் வேண்டாம் என்று சொல்லிவிட்டாள்.

மணி அவளைக் குடிக்கச் சொன்னபோது அவளுக்கு சண்முகத்தின் ஞாபகம் வந்துவிட்டது. அவனும் அவளும் எத்தனையோ தடவை குடித்திருக்கிறார்கள். சாராயத்துக்குக் கருவாட்டைத் தொட்டுக்கொண்டு சாப்பிடுவது அவளுக்கு ரொம்பப் பிடிக்கும்.

'மணி என்ன இருக்கும்?' என்று படுத்துக்கொண்டே கேட்டாள் வண்டிமலைச்சி. டின்னைச் சுமந்து வந்ததில் பிடரியும் தோள்களும் ரொம்பவும் வலித்தன.

மணி வானத்தை அண்ணாந்து பார்த்தான். 'என்ன மிஞ்சி மிஞ்சிப் போனா ஒண்ணு ஒண்ணரை இருக்கும் . . .' என்றான்.

'ஒடம்பு வலிக்கிற வலியில் இந்தக் காத்தும் நெலா வெளிச்சமும் எம்புட்டுச் சொகமாக இருக்குது தெரியுமா? அப்பிடியே படுத்துத் தூங்கிறலாமான்னு இருக்குது . . .'

'அதுக்குத்தான் ஒரு ரெண்டு செரட்டை குடிச்சியானா கெச்சலா இருக்கும் . . .' என்றான் மணி.

'குடிக்கலாந்தான் . . . ஆனா வவுத்துல புள்ளண்டு ஒண்ணு கெடக்குதே. அது என்னம்பாவது ஆயிப் போச்சின்னா?'

'நீ ஒருத்தி . . . இந்தப் பெயகிட்டே போயி பெருசா வெளக்கம் பேசிக்கிட்டு இருக்கியே? கெர்ப்பமா இருக்கவ குடிச்சாள்னா கெர்ப்பம் கலைஞ்சி போயிரும்டா . . . ஒழுங்கா மோளத் தெரியாத பெய . . . ஒனக்கு எதுக்குடா இதெல்லாம்?' என்றான் சங்கரபாண்டி.

பேசிக்கொண்டிருக்கும்போதே தூரத்தில் ஏதோ சத்தம் கேட்கிறமாதிரி இருந்தது. கொஞ்ச நேரம் கவனித்துக் கேட்ட பிறகு, குசுகுசுவென்று ரொம்பத் தாழ்வான குரலில் மனிதக் குரல்கள் பேசுவது கேட்டது.

'ஏலேய் . . . மோசம் போயிட்டமடா . . . ஏட்டி வண்டிமலைச்சி, எந்திரி . . . எந்திரி . . . லே மணி, பக்கத்துல தங்கவேல் நாடார் வெளையில கெணறு இருக்குது. அதுல தூக்கிப் போட்டுட்டு ஓடிருவோம் . . . தூக்கு . . . தூக்கு . . .' என்று அவசரப்படுத்தினான். சங்கரபாண்டி.

'நான் அப்பயே, உட்காரப் போவயிலேயே சொன்னேன். நீ கேட்டியா? காட்டுக்குள்ள நேரத்துக்கு ஒரு தெசையில இருந்து காத்து அடிக்கும். டின்னைத் தொறந்தா வாடை காட்டிக் குடுத்துரும்னு சொன்னேனே . . . கேட்டீயா? இப்ப எல்லாரையும் சேத்து மாட்டி வுட்டுட்டியே?'

'செறுக்கி மவன . . . கூடச் சேர்ந்து குடிச்சுப்போட்டுப் புத்தியா சொல்லிக்கிட்டிருக்க? ஒரே இறுக்கா இறுக்கிப் போடுவேன் . . . தூக்குலே டின்னை . . .'

மறுநாள் திருச்செந்தூர் சப் மாஜிஸ்டிரேட் கோர்ட்டில் சங்கரபாண்டி, மணி இவர்களோடு வண்டிமலைச்சியும் உட்கார்ந்திருந்தாள்.

***ஆனந்த விகடன்*, 1980**

வெள்ளித்திரை

கண்களைத் திறக்கும்போதே இரண்டு கண்களும் நெருப்புத் துண்டங்களைப்போல் எரிந்தன. படுத்திருந்தபடியே பக்கத்தில் சிகரெட் பெட்டியைத் தேடினான். ஏதோவொரு சளிந்துபோன வெற்று சிகரெட் பெட்டிதான் கையில் சிக்கியது.

அறை பூராவும் சாராய வாடை. அவன் படுத்திருந்த கட்டில் கூட நடு அறையில் தாறுமாறான கோணத்தில் கிடந்தது. பழைய விஸ்கி, பிராந்தி பாட்டில்கள், சிகரெட் அட்டைகள், எரிந்த சிகரெட் துண்டுகள், டிபன் வாங்கிவந்த பழைய நியூஸ் பேப்பர் துண்டுகள் என்று ஒரே குப்பையாகக் கிடந்தன. பாண்டுகூட எத்தனையோ தடவை அறையைப் பெருக்கிச் சுத்தம் செய்ய வந்தான். அவனுக்கு ஏனோ அந்த அறை அப்படியே இருப்பதுதான் பிடித்திருந்தது.

பாண்டு எப்போது வருவானோ தெரியவில்லை. ஆனால் எப்படியும் வந்துவிடுவான். அவன்தான் எவ்வளவு விசித்திரமானவன். ஒரு காலத்தில் பத்து வருஷங்களுக்கு முன்னால் தமிழ் சினிமாவுலகத்தின் பெருமைக்குரிய கதாநாயகனாக இருந்தபோதும் இந்தப் பாண்டுதான் கூடவே இருந்தான். மூன்று கார்களும் ஐந்து வீடுகளும் நாளுக்கொரு பொண்ணுமாகக் கோலோச்சிய காலம் அது.

'பாபு ... பாபு ...' என்று லட்சக்கணக்கான மக்களுடைய இதயங்களில் நிறைவதற்கு முன்னால், தி. நகரில் லாட்ஜில் ரூம் எடுத்துக் கஷ்டப்பட்டுக்

காலத்தை ஓட்டிக்கொண்டிருந்தபோதே இந்தப் பாண்டுதான் காப்பி, டீ வாங்கிவருகிறவனாகவும், சட்டைத் துணிமணிகளை லாண்டரிக்குக் கொண்டுபோய்ப் போடுகிறவனாகவும், 'ஏன் சார், சும்மா சிகரெட் பிடிக்கிறே?' என்று பிரியத்தோடு கேட்கிறவனாகவும் இருந்தான்.

பாண்டுவிடம் பணம் ஏதும் இருக்குமா என்று தெரிய வில்லை. இரண்டுநாட்களுக்கும் முன்னால் மியூஸிக் டைரக்டர் மனோகரன்தான் நூறு ரூபாய்போல் கொடுத்தான். சிகரெட் கடையில் பாக்கியே அறுபது ரூபாய்க்கு மேலே நின்றது. அதைக் கொடுத்துத் தீர்ப்பதற்கும், குடலை ஓட்டை போடுகிற இந்த நாட்டுச் சாராயத்துக்கும், கொஞ்சம் சாப்பாடு வாங்கிச் சாப்பிடவுமே அந்தப் பணம் சரியாகப் போய்விட்டது.

பாண்டுவுக்குச் சம்பளம் என்று கொடுத்து எத்தனையோ வருஷம் ஆகிவிட்டது. அவ்வப்போது யாரிடமாவது செலவுக்குக் கேட்டு வாங்குகிற பணத்தில் அவனுக்குப் பத்தோ பதினைந்தோ கொடுத்தால்கூட வாங்கமாட்டான். 'ஒங்கையாலே எவ்வளவோ பணம் வாங்கியிருக்கேன் சார் . . . எங்கிட்டே பணத்தைக் குடுத்து, பணத்தைக் குடுத்து என்னைத் தூரத் தள்ளாதே சார் . . . பணத்துக்காகவா சார் ஒங்கூட இருந்துக்கிட்டிருக்கேன்?'

'ஒன்னை எனக்குத் தெரியாதா பாண்டு? பிள்ளைகளுக்காவது ஏதாவது வாங்கிக்கொண்டு போய்க் கொடேன்.'

'நீ விளக்கேத்தி வச்ச குடும்பம் சார் என் வூடு . . . நீ பாத்துக் கண்ணாலம் பண்ணலைன்னா இந்த ஜென்மத்துல எனக்குக் கண்ணாலம் ஏது?'

பாண்டு லாட்ஜில் வேலை செய்துகொண்டிருந்தபோதே அவனுக்கும் லாட்ஜில் வேலை பார்த்த தெலுங்குக்காரி ஒருத்திக்கும் தொடர்பு ஏற்பட்டது. பிறகு இவன்தான் அவர் களுக்குக் கல்யாணம் செய்துவைத்தான்.

அவன் உடுத்தியிருந்த கைலி கட்டிலுக்குக் கீழே எங்கோ கிடந்தது. மேலே போர்த்தியிருந்த அழுக்குப் போர்வையை அப்படியே இடுப்பில் சுற்றிக்கொண்டு ஜன்னலருகே போய் நின்றுகொண்டான்.

பின் ரோட்டில் அந்த ஜன்னலுக்கு எதிரேதான் பஸ் ஸ்டாண்ட் இருந்தது. மணி எட்டு எட்டரை இருக்கும் போல. பஸ் ஸ்டாண்டில் கல்லூரி மாணவிகளும் ஆபீஸுக்குப் போகிறவர்களுமாக ஒரே கூட்டமாக இருந்தது. அந்தப் பெண் களில் கொஞ்சம் குட்டையாக, சிவப்புப் பாவாடை தாவணியில்

இருந்த பெண்ணை ஏனோ அவனுக்குப் பிடித்திருந்தது. தினகரிக்கும் இப்போது அந்தப் பெண்ணின் வயதில் ஒரு பெண் இருக்கிறாள்.

தினகரிக்கும் இவனுக்கும் ஒத்துவராமல் போய் விவாகரத்து வாங்கிக்கொண்டு போகாமல் இருந்தால், இந்த வீட்டிலிருந்துதான் அந்தச் சிவப்புப் பாவாடை, தாவணி அணிந்த பெண்ணைப்போல, இவன் மகளும் காலேஜ் போய் வருவாள்.

ஆனால் எல்லாமே நினைத்தறியாதபடித் தாறுமாறாக நடந்துவிட்டன. தினம் ஒரு பெண்ணுடன் கூத்தடித்துவிட்டு வரும் அவனை அவளால் ஏற்றுக்கொள்ளவே முடியவில்லை. கடைசியில் விவாகரத்தில்தான் போய் முடிந்தது. அப்போது கூடத் தினகரி ரொம்பவும் அழுதாள். ஏனென்றால், அவனை அவள் உள்ளூர அவ்வளவு விரும்பினாள்.

பிறகென்ன? அவளையே கல்யாணம் செய்வேன் என்று சொல்லிக்கொண்டிருந்த உறவுப் பையனுக்கு அவளை மறுமணம் செய்துகொடுத்துவிட்டார் தினகரியின் அப்பா. பெரிய பஸ் கம்பெனி முதலாளியின் பெண்ணை அவ்வளவு சுலபமாக வாட விட்டுவிடுவார்களா என்ன?

சூடாக காப்பி, டீ ஏதாவது சாப்பிடலாம் போல் இருந்தது. சமையலறையில் ஏதாவது சாமான்கள் இருக்குமா என்பதே சந்தேகம்தான். நேற்று பாத்ரூமுக்குக் குளிக்கப் போனபோதுதான், திரும்பவும் தான் நாலாவது நாளாகவோ ஐந்தாவது நாளாகவோ சோப்பில்லாமல் குளிக்க வந்திருப்பது தெரிந்தது.

யாரோ வாசலில் கூப்பிடுகிற மாதிரி சத்தம் கேட்டது. போலீஸ் வந்திருக்குமோ? பெர்மிட் வைத்திருக்கிறான். ஆனால் அதைத் தேடிப் பிடித்தாக வேண்டும். ஒருவேளை காணாமல் போனாலும் போயிருக்கும். இப்படியொரு நிலைமை வந்தால் சங்கத்துக்குத்தான் உதவிகேட்டுபோன் பண்ணவேண்டியதிருக்கும்.

தலைசிறந்த நடிகர்களின் வரிசையில் இவனுடைய பெரிய போட்டோ பிரேம் அங்கே இருக்கிறதுதான். என்றாலும் சங்கம் இவனுக்கு உதவுமா என்று தெரியவில்லை. தொழிலில் இல்லாத பழம்பெரும் நடிகர்கள் குடிப்பதற்குச் சங்கம் உதவவேண்டும் என்று நிர்வாகக் குழுவிலோ எதிலோ ஒரு தடவை கூச்சல் போடப்போய் பெரிய கலாட்டா ஆகிவிட்டது. இப்போது அவர்கள் உதவாமல் போனாலும் போய்விடலாம். இதற்கெல்லாம்தான் பாண்டு இருக்கவேண்டும் என்பது. 'சம்பளமே இல்லாமல் வேலை பார்க்கிற எவனும் எஜமான் தேடுகிறபோது அருகே இருக்கமாட்டான். தானியங்களைப்

போடாமல் புறா . . .' என்று, பைபிள் வரிகளைப் போலச் சில வரிகள் மனத்தில் தோன்றின.

'சார் . . .'

இப்போது அந்தக் குரலைத் தெரிந்து போயிற்று. வீட்டுக்காரர்தான். அவருடன் பேசவேண்டும் என்றால் ராட்சஸப் போதையில் இருக்கவேண்டும். பதினெட்டு மாத வாடகைப் பாக்கிக்காக இந்த வாரத்தில் இரண்டாவது தடவையாக வந்துவிட்டார். யோசித்துக்கொண்டிருக்கும்போதே 'சார் . . .' என்று திரும்பவும் கூப்பிடுகிற குரல் கேட்டது. இடுப்பில் கட்டியிருந்த அந்தப் போர்வையுடனேயே போய்க் கதவைத் திறந்தான்.

கதவைத் திறந்ததுமே அவராகவே உள்ளே வந்து அங்கே கிடந்த பழைய மர பெஞ்சில் உட்கார்ந்துகொண்டார். அவனைக் கடந்துபோகும்போது வழக்கத்தை விடவும் அன்று அவருடைய வாய் ரொம்பவும் நாற்றமடித்த மாதிரித் தெரிந்தது. அவன் கதவில் சாய்ந்துநின்றுகொண்டு தெருவை வேடிக்கை பார்க்க ஆரம்பித்தான். அவருடைய மனைவி, பிள்ளைகளெல்லாம் எப்படித்தான் அவரோடு வாழ்கிறார்களோ என்று ஆச்சரியமாக இருந்தது அவனுக்கு.

தெருவில் ஈயத் தூக்குப் பாத்திரங்களுடன் வேலைக்குப் போய்க்கொண்டிருந்த கட்டடத் தொழிலாளர்கள், தூரத்தில் வரும்போதே அவனைப் பார்த்துவிட்டார்கள். இவனைப் பார்த்துத் தாழ்ந்த குரலில் ஏதோ பேசிக்கொண்டே போனார்கள். வலது ஓரத்தில் போன கொஞ்ச வயசுப் பையன் மட்டும் அவர்களை முன்னால் போகவிட்டு நின்று நின்று அவனைப் பார்த்துக்கொண்டே போனான்.

'அந்தக் காலத்துல இவர் நடிச்ச படமெல்லாம் என்னம்மா ஓடிச்சு தெரியுமா? 'கனவு கண்ட காதல்'னு ஒரு படம் . . . அது மட்டும் . . .' என்று இந்த மாதிரித்தான் எதையாவது அவனைப் பற்றிப் பேசிக்கொண்டே போவார்கள். இந்த மாதிரி பேச்சுக்களையெல்லாம் கேட்டுக் கேட்டு அவனுக்குச் சலித்துப் போய்விட்டது.

'ஏன் சார் இந்த மாதிரி சாப்பிடாம கொள்ளாமக் கெடந்து குடிச்சு அளிஞ்சுபோறே . . . ஓடம்பக் கொஞ்சமாச்சம் கவனிச்சுக்கோ சார் . . . திடீர்னு யாருனாச்சும் பார்ட்டிங்க வந்து சூட்டிங்குக்கு இட்டுக்கினு போனாங்கன்னா அங்கே போயி சுருண்டு வுளுந்தா கெடப்பே?'

அவருடைய பேச்சு அவனுக்குப் பெருத்த ஆச்சரியமாக இருந்தது. அவர் வந்தால் வழக்கமாக ஒரு பெரிய ஸீனே நடக்கும். அவர் வீட்டைவிட்டுப் புறப்பட்டுப் போகிறபோது சுற்றிலும் உள்ள வீட்டு ஜன்னல்களில் தலைகள் தெரியும். சில வேளைகளில் தெருவில் போகிறவருகிற ஆட்கள் கூட அவனுக்கு உதவிக்கு வந்து அவரைச் சமாதானப்படுத்தி அழைத்துக்கொண்டு போவார்கள். பாண்டு இருந்தால் நிலைமை இன்னும்கூட மோசமாகும். அவரையே ஆச்சரியத்தோடு பார்த்துக்கொண்டிருந்தான்.

இன்று வீட்டைக் காலி பண்ணச் சொல்ல மாட்டார் என்பது நிச்சயமாகத் தெரிந்தது. ஆனாலும், சம்பந்தத்தை நம்பமுடியாது. ரொம்ப அமுக்கமான ஆள். நிச்சயமாக அவருடைய இந்தப் பரிவுக்குப் பின்னால் ஏதாவது இருக்கத்தான் செய்யும். ஒருவேளை படத்தில் நடிப்பதற்கு சான்ஸே வாங்கிக் கொண்டு வந்துவிட்டாரோ என்னவோ? புரொட்யூஸரிடம் பணத்தை வாங்கிக் கழித்தபின்பு விரட்டி அடித்துவிடலாம் என்று திட்டமோ என்னவோ?

‘சம்பந்தம் கடுமையானவன். அவனிடம் உன் ஜம்பம் பலிக்காது’ என்றோ, ‘அவனிடம் உன் பாச்சா பலிக்காது’ என்றோ தான் எப்போதோ ஒரு படத்தில் வசனம் பேசியது மாதிரி தோன்றியது. இதைப்போன்ற பீற்றல் வசனமெல்லாம் கே.கே. ஆதிநாராயணன் எழுதியதாகத்தான் இருக்கும். அவன் முதுகெலும்பே இல்லாத ஒரு மோசமான அழுக்குப் பன்றி. புரொடியூஸருக்குத் தெரிந்த லைட்பாய் வந்து வசனத்தைத் திருத்தச் சொன்னால்கூடத் திருத்த உட்கார்ந்துவிடுவான்.

ஆனால் அந்த ஆதிநாராயணன் இன்று முன்னுக்கு வந்துவிட்டான். சினிமா உலகத்தில் பெரிய ஆள் ஆகிவிட்டான். அவன் இல்லாமல் எந்தப் படமும் வெளிவர முடியாது என்று ஆகிவிட்டது. ஆதிநாராயணனிடம் கூட ஒரு தடவை பணம் வாங்கியது ஞாபகத்திற்கு வந்தது.

‘இன்னைக்கு டி.வி.யிலே நீ நடிச்ச ‘வாழ்வே மாயம்’ காம்பிக்கிறாங்களாமே . . . அப்படியா சார்?’ என்று கேட்டார் சம்பந்தம்.

இரண்டு நாளைக்கு முன்னால், தெரிந்த ஒரு டைரக்டருடன் தாஜ் ஹோட்டல் பாருக்குப் போயிருந்தபோது அங்கே வந்திருந்தவர்கள் யாரோ இந்தத் தகவலைச் சொன்னார்கள்.

‘அது மாதிரியெல்லாம் ஒரு ரோல் பண்றதுக்கு இந்தக் காலத்திலே எந்த நடிகனாலே முடியும்? என்னா ஆக்டிங் அது’

என்று அந்த நினைவுகளில் ஆழ்ந்துபோகிறவர் மாதிரி தரையைப் பார்த்துக்கொண்டே உட்கார்ந்திருந்தார் சம்பந்தம்.

இந்த மனுஷனிடம்கூட இந்த மாதிரியெல்லாம் மனசு இருக்கும்தானா? அவர் தரையைப் பார்த்துக்கொண்டே உட்கார்ந்திருந்தார். அவனுக்கும் அவருக்குமுள்ள இத்தனை காலத் தொடர்பில் இதைவிட இத்தனை நெருக்கமாக அவர் அவனுக்குப் பக்கத்தில் வந்ததே இல்லை. அந்தப் படத்தைப் பற்றிப் பேசினாலே மனத்திலுள்ள அழுக்குகள் எல்லாம் ஓடிப் போய்விடுகிற மாதிரிதான் இருக்கும். அந்தப் படத்தைப் பற்றி யார் பேசினாலும் அவன் ரொம்ப மேன்மையானவனைப் போல்தான் தோன்றுவான். இத்தனைக்கும் அது சாதாரண மான குடும்பக் கதைதான்.

எதிரே இருந்த வீடுகளுக்கு மேலே இருந்த டி.வி. ஆண்டெனாக்களினூடே தெரிந்த துண்டு வானத்தைப் பார்த்துக்கொண்டே இருந்தான்.

இரண்டு மூன்று முறை அவர் அவனைக் கூப்பிட்டிருப்பார் போல. அவன் மனம் எங்கெங்கோ தாவிப் போய்விட்டது.

'டி.வியிலே படம் போட்டா உனக்கு எதுனாச்சும் தருவாங்களா சார்?'

அவனுக்கு எல்லாம் புரிந்ததுமாதிரி இருந்தது. ஆனாலும், இப்போது அவர்மீது கோபமோ சலிப்போ வரவில்லை. தன்னால் எல்லாத் துயரங்களையும் தாங்கிக் கொள்ள முடியும் என்கிற மாதிரிப் பட்டது அவனுக்கு. எவராலும் தொட முடியாத சிகரங்களைத் தொட்ட மகத்தான கலைஞன் நான். லட்சோபலட்சம் பேர்களின் மனதோடு மனதாகக் கலந்துபோனவன் நான். காலத்தை வென்று நிற்பவன் நான் . . .

தலை கிறுகிறுத்து மயக்கம் வருகிறமாதிரி இருந்தது. சாய்ந்திருந்த கதவைக் கெட்டியாகப் பிடித்துக்கொண்டான்.

'பேருதான் பெத்த பேரு ஒனுக்கு. பாபு . . . பாபுன்னு ஊரே ஒன்னே நெனைச்சுக்கிட்டிருக்கு. ஆனால் என்ன பிரியோஜனம்? சல்லிக் காசுக்கு வழியில்லாத ஆளு நீ . . . எம் புள்ளிங்க கூடத்தான், அவரு மாதிரி இப்போ ஆக்ட் பண்றதுக்கு ஆரு இருக்காடான்னு பேசிக்குதுங்க. அதுக்கோசரம் வூட்டு வாடகையை வுட முடியுமா சொல்லு? இதப் பாருப்பா, நீ வாடகையே தராட்டியும் போவுது. ஒரு வாரத்துல எப்படியாவது வீட்டக் காலி பண்ணி சாவியக் கையில குடுத்துடுப்பா . . . அது போறும். ஒன்னெப் பாத்தாலும் பாவமாத்தான் இருக்கு . . . எப்பிடி

இருந்த ஆளுநீ? பாவம், நீயும் ரொம்ப நொந்துபோயிக்கெடக்கே. இத்த மட்டும் எனக்குப் பண்ணிக் குடுத்துடு. பெரிய ஒபகாரமாப் பூடும் சாரே . . .' என்று சொல்லிக்கொண்டே படியிறங்கிப் போனார் சம்பந்தம்.

தெரு முடிகிற இடத்தில் ஒட்டியிருந்த சினிமா போஸ்டரைப் பள்ளிக்கூடம் போகிற நாலைந்து பிள்ளைகள் நின்று பார்த்துக்கொண்டிருந்தனர். அந்த போஸ்டர் ரொம்பக் கொச்சையான வர்ணத்தில் அச்சிடப்பட்டிருந்தது. ஆனால், அந்தப் போஸ்டரில் இருந்த நடிகனும் நடிகையும் இப்போது ரொம்பப் பிரபலமானவர்கள்.

மனம் தினகரியைத் தேடிற்று. இப்போதும்கூட, அவளைத்தான் கைவிட்டிருக்கக்கூடாது என்று நினைத்தான். அவள் விவாகரத்து பெற்றுக்கொண்டது, வேணுகோபாலுக்கும் அவளுக்கும் திருமணம் நடந்தது, அவனுக்கு இரண்டு குழந்தைகளைப் பெற்றுக்கொண்டது எல்லாம் நேற்றோ அதற்கு முன்தினமோதான் நடந்ததுபோல் இருக்கிறது. ஆனால், பதினெட்டு வருஷங்கள் முடிந்துவிட்டன. தன்னுடைய இரண்டாவது மகனுக்குக்கூட இவன் பெயரைத்தான் வைத்திருக்கிறாளாம் தினகரி.

சமீபத்தில் ஏதோவொரு வெளிநாட்டுத் திரைப்பட விழா நடந்தபோது, தன் கணவனோடும் குழந்தைகளோடும் வந்திருந்த தினகரி அவனைப் பார்த்துவிட்டாள். அவன் யாரிடமோ, தியேட்டருக்கு வெளியே மிதமிஞ்சிய போதையில் உளறிக்கொண்டிருந்தான். அப்படியே அவனைக் காரில் தூக்கிப் போட்டுக்கொண்டு வீட்டுக்குப் போனாள். அவனுடைய நலிந்துபோன உடம்பையும் ஓய்வு ஒழிச்சலே இல்லாத குடியையும் பார்த்து ரொம்பவும் வருத்தப்பட்டாள்.

இனி யார்தான் என்ன செய்யமுடியும்? பிலிம் இன்ஸ்டிட்டியூட்டில் அவனுடைய படங்களைப் போட்டுப் பார்த்துக் கற்றுக்கொண்டிருக்கிறார்கள் மாணவர்கள். ஆனால் அவனுடைய வாழ்வோ சீரழிந்துகொண்டிருக்கிறது.

மெதுவாக நடந்து உள்ளே போனான். அவனுக்கு விருப்பமான நடிகை லீவ்உல்மானின் சுயசரிதைக் குறிப்புகளைப் படிக்கவேண்டும் போல் இருந்தது. தாங்க முடியாத வேதனையில் மனம் ஆழ்ந்துபோகிறபோதெல்லாம் அந்தப் புஸ்தகத்தைத்தான் எடுத்துப் படிப்பான். தனக்கும் அவளுக்கும் நெருங்கிய சம்பந்தம் இருக்கிறமாதிரித் தோன்றும். சமீபத்தில்தான் அவளும் இவனைப் போலவே நடிப்பதை விட்டுவிட்டாள். தென்கிழக்கு

ஆசிய நாடுகளுக்குச் சென்றிருந்தபோது அகதிகள் முகாம் ஒன்றைப் பார்த்தாள். அந்த அகதிகளைப் பார்த்தபிறகு நடிப்பதையே விட்டுவிட்டாள். இந்தச் செய்தி வந்திருந்த டைம் மேகஸீன் இதழையே அவன் பத்திரப்படுத்தி வைத்திருந்தான்.

எப்போதோ பாண்டு வந்தான். அன்றைய செலவுக்கு யாரிடம் பணம் கேட்டு வாங்குவது என்று யோசித்தான். தினகரியிடமே கேட்டு வாங்கலாம் என்று தோன்றிற்று. அவளுக்கே பணம் கேட்டு சீட்டு எழுதிக் கொடுத்தனுப்பினான்.

அன்று இரவும் வழக்கம்போல், குப்பைகளும் துண்டு சிகரெட்டுக் குவியலுமாகக் கிடக்கிற அந்த அறையில் உட்கார்ந்து மலிவான நாட்டுச் சாராயத்தைக் குடித்துக்கொண்டிருந்தான். பக்கத்து வீடுகளில் உள்ள டி.வி. செட்களில் அவனுடைய 'வாழ்வே மாயம்' ஓடிக்கொண்டிருந்தது.

1980

காட்டில் ஒருவன்

நாய்கள் குரைக்கின்ற சத்தம் எந்தத் திசையிலிருந்து கேட்கிறது என்று ஒன்றும் யூகிக்கமுடியாமல் இருந்தது. மேலும் அவனுக்கு அந்த மரங்களினூடே திசைகளைப் பற்றின ஞாபகமே அழிந்துவிட்டது. இதுவரை இவ்விதமாய் திசைகளை மறந்துபோன நிலை அவனுக்கு ஏற்பட்டதில்லை. அறைக்குள், ரயிலில், நீரில் மூழ்கிக் கிடைக்கையில் என்று எந்த இடத்தில் இருந்தாலும் மறந்துவிடக்கூடியவை அல்ல திசைகள். அவன் மனத்தில் உள்ள திசைகளுக்கு வர்ணங்கள்கூட ஏற்பட்டுப் போயிருந்தனதான். ஆனால் விட்டுவிட்டுக் குரைக்கிற சத்தம் கேட்டுக் கொண்டு இருந்தது. அவற்றுக்குள் பலவிதமான நாய்களும் இருக்கும் போல. சில குரல்கள் தெளிவாக இருந்தன. சில தீர்மானித்துச் சொல்லமுடியாதபடி இருந்தன. அந்தக் குரல்களை வைத்து அவற்றுக் குரிய முகங்களையும் உடல் அமைப்புகளையும் நிறங்களையும் யோசித்துப் பார்த்தான். கடைசியில் ஒரே ஒரு நாயின் முகமும் உடம்பும் மட்டும் திரும்பத் திரும்ப ஞாபகத்துக்கு வந்தது. அது அவனோடு அவன் பால்யத்தில் பரிச்சயமாகியிருந்த அவன் நினைவில் உள்ள ஒரு நாய்.

இப்போது அந்த நாய்களின் குரைப்பில் வேறொரு விசித்திரம் குடிபுகுந்திருந்தது. தொடர்ந்து சிறு சிறு கால இடைவெளியில் கேட்டுக்கொண் டிருந்த சத்தம் முற்றிலுமாக அடங்கிப்போய் விட்டது. இனிமேல் ஒன்றுமில்லை என்று மனத்தில் இருந்த பதற்றத்தைத் தணித்துக்கொண்டு,

அளவற்ற சந்தோஷத்துடன், அடர்ந்திருந்த மரங்களுக்குள் பார்வையைச் செலுத்தி வேடிக்கை பார்த்திருந்தான். பெரிய பெரிய தூர்கள் உள்ள மரங்கள் அவனைச் சுற்றிலும் நின்றிருந்தன.

காட்சி தந்திருந்த சுற்றுப்புறத்தைக் குறித்த எச்சரிக்கை களுக்கும் தனக்கும் இந்தக் கானகத்துடன் அவ்வளவாகச் சம்பந்தமில்லை என்று நினைத்துக்கொண்டு பார்க்க வேண்டிய துரதிருஷ்டம் அவனுக்கு ஏற்பட்டிருந்தது. அவன் உட்கார்ந்திருந்த மரமே பெரிய மரம்தான். அதுமாதிரி மரங்களை அவன் பார்த்ததே இல்லை. அவனைச் சுற்றி நின்றிருந்த மரங்களில் ஒன்றாவது அவன் ஏற்கெனவே பார்த்த மரமாகவோ, இனம் கண்டுகொள்ளக்கூடியதாகவோ இல்லை. அவற்றின் மேல்தோடுகளைப் பார்க்கையில் அவற்றுக்கு ஏகப்பட்ட வயதிருக்கும் என்று தோன்றியது. அவனுடைய வயதைவிட நூறு நூற்றைம்பது வயது கூடுதலாக இருக்கும். அந்த மரங்கள் முளைக்க ஆரம்பித்திருந்தபோது ராபர்ட் கிளைவ் இந்தியாவுக்கு வந்திருக்கக்கூடும் என்று நினைப்பது மனசுக்கு உகந்ததாக இருந்தது. அப்போதும், மனித வழக்கப்படியே, நினைவுகளைத் தடுக்க முடியவில்லைதான். ஒன்றைப் பற்றி யோசிக்கும்போது அதைப்போல உள்ள, எப்போதோ பார்த்திருந்த, இன்னொன்று மனத்தில் தோன்றித் துன்புறுத்துகிறது. அவனுடைய ஊரில், அவன் வீட்டெதிரே மரம் ஒன்று இருந்தது. மரத்திலிருந்து உதிர்ந்த வேப்பம் பூக்கள் விசேஷ நாட்களில் பூஜைக்கும் சமையலுக்கும் என்று பயன்பட்டன. தன்னுடைய தாத்தா உண்டாக்கின மரம் என்று அப்பாவுக்குப் பெருமை பேச வாய்ப்பளித்தது அம்மரம்.

கானகம் என்று அழைக்கவைத்த அம்மரங்களின் சேர்க்கை மனசுக்குள் குதூகலத்தைத் தந்துவிடவில்லை. அவன் பேரில் அவை ரொம்பவும் அக்கறையும் பிரியமும் உள்ளவைபோல நின்றிருந்தன. 'ராமையா, ராமையா' என்று எப்போது ஊருக்குப் போனாலும் அன்போடு இருக்கிற கந்தசாமி சித்தப்பாவின் முகத்தை இவனுக்கு இடப்புறம் இருந்த மரம் பெற்றிருந்தது. நாலைந்துபேர் சேர்ந்து கட்டிப் பிடிக்கக் கூடியதாக இருந்த அம்மரத்தின் அடிமரம் அவர் சிரித்துக்கொண்டே இவனைப் பார்க்கிற பாவனையில் இருந்தது.

இவ்வளவு நெருக்கத்தில் இத்தனை விதங்கள் உள்ள மரங்களோடு அவன் இதற்குமுன் இருந்ததே இல்லை. அந்த மரங்கள் அவனைத் தங்கள் நம்பிக்கைக்குரிய மனிதனாக ஆக்கிக் கொண்டுவிட்டதுபோல அவற்றின் கிளைகளும் இலைகளும் காற்றில் மிகுந்த எச்சரிக்கை கொண்டு செயல்பட்டன. அவற்றால்

அவனுக்கு எவ்விதத் தீங்கும் நேர்ந்துவிடாது என்பதை அவை உணர்த்திவிட்டன என்று அவன் கண்டுகொண்டான்.

ஆனாலும் அவன் துரதிருஷ்டம் அவனைத் தொடர்ந்து வந்திருந்தது. நினைத்துப் பயந்திருந்தபடியே, வெகு நேரத்திற்கு முன் கிராமத்திற்குள் கேட்ட நாய்களின் குரைப்பொலிகள் இப்போது காட்டுக்குள் அருகே எங்கோவென்று கேட்க ஆரம்பித்தன. கிராமத்துக்காரர்கள் அவனைக் காட்டிக் கொடுத்திருப்பார்கள் என்று எண்ணவும் தோன்றவில்லை. கிராமத்து மனிதர்களைச் சந்தேகிப்பது அவன் தத்துவத்துக்குப் புறம்பானதும்தான். அநேகருக்கு அவன் கானகத்தினுள் நுழைந்ததே தெரியாது. கிராமங்கள் நம்பிக்கைக்கு உகந்தவை என்று சிறுவயது முதலே ஒரு அபிப்பிராயம் ஏற்பட்டுப் போயிருந்தது. மேலும், அவன் மேலிடம் கற்பித்திருந்தபடியே அவன் எந்த இடத்தையும் நேராகச் சென்று அடைவதில்லை. பஸ்ஸில் ஏறி எங்கோ இதுபோல உள்ள இன்னொரு சிறிய கிராமத்துக்குப் புறப்பட்டுப்போகிறான் என்பதுபோலத்தான் முன்தினம் இரவு தங்க நேர்ந்த கிராம மக்களுக்குப் போக்குக் காட்டியிருந்தான். பாவனைகளைக் கண்டு அவ்வளவாக நிஜத்தை உணர்ந்துகொள்ள முடியாதவர்கள் அவர்கள் என்றுதான் நகரத்துவாசியான இவனால் அபிப்பிராயப்பட முடிந்தது. இது தவறோ என்னவோ, நாய்களின் குரைப்பொலிகளின் முன்னே.

இக்கானகத்துக்கு வரும் வழியில் நடந்த நிகழ்ச்சி அற்பமானதுதான். பஸ் போகிற வழியில் ரோட்டோரத்தில் ஒரு சிறிய கோவிலும் கோவிலைச் சுற்றிக் குழுமியிருந்து கொண்டாட்டத்தில் களித்திருந்த ஜனங்களும் தென்பட்டார்கள். அவர்களை விலக்கிக்கொண்டு போகிறதுக்காக என்று இவன் சென்ற பஸ் ஊர்ந்தும் நின்று நின்றும் போகவேண்டிய தாயிற்று. கொண்டாட்டத்தில் ஈடுபட்டிருந்தவர்களின் கவனம் பஸ்ஸின் பேரிலும் பஸ்ஸில் இருந்தவர்களின் கவனம் கொண்டாட்டக்காரர்களைப் பார்ப்பதிலுமாகக் கவனங்களைப் பின்னவிட்டபோதுதான் பஸ்ஸிலிருந்து கீழே இறங்கினான். கூட்டத்தில் இருந்த ஒன்றிரண்டு பேர் இவனைப் பார்த்திருக்கலாம். என்றாலும் அவர்களின் முகத்தில் இருந்த உல்லாசத்தால் அவர்களுக்கு இவன் முகம் திரும்பவும் ஞாபகத்திற்கு வராது என்பது இவன் நினைப்பு.

கோவிலின் புறத்தே ஒரு வண்டித்தடம் தொலைவில் தெரிந்த காட்டைப் பார்க்கப் புறப்பட்டிருந்தது. காட்டை நெருங்கினோம் என்று தீர்மானம் செய்யத் தகுந்த நேரத்தில்தான் ஆச்சரியப்படும் விதமாய், காட்டை ஒட்டி ஒரு பெரிய சரிவும் சரிவில் இன்னொரு கிராமமும் துலங்கிற்று. அக்கிராமத்தை

விட்டு விலகியே செல்ல முயன்றுங்கூட, வழியில் மாடுகள் ஓட்டும் குடியானவர்கள் எங்கிருந்தோ இவனைப் பார்த்தபடிக் கடந்து போனார்கள். அவர்கள் பாமரர்கள் என்றாலும் தர்மத்திற்குத் தலைவணங்கக் கூடியவர்களே என்பதை அவர்களின் எளிமை உறுதிப்படுத்தியது.

கானகத்தை நெருங்கித் தொட்டுவிட்டதும் கானகத்தின் அபூர்வநிலை, இவனுடைய லட்சியப்பாதைக்கு மயக்கம் தந்துவிடும் போல் இருந்தது. சற்றுமுன் எதிரே தென்பட்டு மாடுகள் ஓட்டிப்போன குடியானவர்களைவிட அக்கானகத்தின் அழகு மனத்தில் கிலேசம் உண்டாக்கியது. சிறிது காலமாக, ஒற்றையடித் தடங்களிலும் வண்டித்தடங்களிலுமாக நடந்து நடந்து தடங்களைப் பற்றி அவன் மனத்தில் நிறைய மதிப்புகள் ஏற்பட்டுப் போயிருந்தன. லட்சியங்களைக் குறித்த பிரசங்கங் களைச் செய்ய இயலுகிறதுபோல, மண்ணின் தன்மைக்கு ஏற்றவிதமாய் மாறுதல்களுக்கு உட்படும் தடங்களின் குணத்தைப் பற்றியும் அவனால் செய்ய இயலும்தான்.

செறிவான மரங்களிடையே புகுந்துகொண்டதும் அவற்றின் துணுக்கு இடைவெளிகள் வழியே அக்கிராமத்தைப் பார்க்கும் ஆவல் ஏற்பட்டது. கிராமத்து வீடுகளிலிருந்து, ஒரு ஒழுங்கற்று, சீர்குலைந்த விதமாய், ஓடுகளின் இடைவெளிகளி லிருந்து சமையல் செய்கிறதினால் உண்டான புகை வெளி வந்துகொண்டிருந்தது. அவனைச் சுற்றிலும் நின்றாடின சூழலின் கூத்து, அவன் இயங்கிவந்த லோகாயத மனத்தை எங்கோ அவன் அனுமதி இன்றியே தொலைவுக்குத் தள்ளிச் சென்றுவிட்டது. அழகின் வசப்படுவதிலிருந்து தப்பிப்பதும் பெரும்பாடாகி, அக்காட்டை விட்டு அகன்று போகவே நினைத்தான். எனினும் கூட, நினைத்ததைச் செயல்படுத்தும் அவன் பிடிவாதக் குணம், தூய்மையும் ஒளியும் துலங்கின அக்கானகத்தின் முன்னே வெட்கத்தோடு ஒளிந்துகொண்டிருக்கவேண்டும்.

அவனுக்கு உணர்வுதந்து இயங்கவிட்ட கட்சி மேலிடம் காடுகளையே நல்ல புகலிடம் என்று பாடம் புகட்டியிருந்தது. காடுகளை நல்ல புகலிடம் என்று தீர்மானித்த அம்மேலிட மனிதர் யார் என்று தெரியவில்லை. இவ்வுன்னதக் கானகத்தின் முன்னே எச்சரிக்கையோடு செயல்படவேண்டிய அல்ப மனம், மண்டியிட்டுத் தலை குனிந்துகிடக்கும் என்பதை அவர்கள் எப்படித்தான் உணராமல் போனார்களோ, தெரியவில்லை. காட்டில் நுழைந்த பின்னே அதை அலட்சியப்படுத்துவது அவனுக்கு எளிதாக இல்லை. அக்காட்டின் போதைக்கு உட்பட்டே அதன் ஆழத்தை நோக்கிப் புகுந்தான்.

இரண்டு உலகங்கள் ❖ 117 ❖

மாடியறையில் மனோதிடம் அல்லது நம்பிக்கை குறித்து அவன் நிகழ்த்தியிருந்த உரைகளும் சர்ச்சைகளும் நினைவிற்கு வந்தபோதெல்லாம் ஒரு எழிலுணர்வும் மனத்தில் தோன்றுவது வழக்கம். அமானுஷ்யத்தில் உறையும் இக்கணத்தில் இனிமையைக் குலைத்த அக்குரைப்பொலியில் அம்மென்னுணர்வு வேறெங்கோ பதுங்கிக்கொண்டது. யோசித்துப் பார்த்தும் அவ்வுணர்வு காணக் கிடைக்கவில்லை.

நாய்களின் குரைப்பொலியை அவன் இரண்டாவது உலக யுத்தம் சம்பந்தமான சினிமாக்களில் கேட்டிருக்கிறான். உலக யுத்தத்தில் ஈடுபட்ட நாய்களும் காடுகளுக்குள் எதிரிகளை மோப்பம் பிடித்துத் தேடித் திரிந்தன. தங்கள் அறிவுக்குப் புலப்படாத மர்மங்களை நாய்களைக் கொண்டு கண்டறியும் மனிதர்களை வெகுகாலத்துக்கு முன்பே கொண்டதுதான் இவ்வுலகம் என்பதை நினைக்க வினோதமாகவும் இருந்தது. இந்நாட்களின் புராதனச் செயல்களை எண்ணிப் பார்த்தாலோ சலிப்பு உண்டாயிற்று. புராதனந் தொட்டே இதைச் செய்து வந்ததும், சலிப்பின்றி அவை திரும்பவும் மனிதர்கள் ஒளியும் மறைவிடங்களைத் தொடர்ந்து மூக்கைத் தரையில் கவிழ்த்துத் திரிந்து காலந்தள்ளுவது ஆச்சரியமும்தான் என்று யோசித்துக்கொண்டிருந்தபோதுதான் சற்றுத் தொலைவில் திடீரென்று மரச்சந்துகளினூடே சில நாய்களும் மனிதர்களும் தென்பட்டார்கள். இனித் தப்பித்தல் என்பதில்லை என்பதை உலகம் தீர்மானித்துவிட்டது என்று கருதினான். நாய்களைப் பிடித்து வந்தவர்கள் நீண்ட காலமாக இந்த வேலையில் ஈடுபட்டிருந்ததை மறக்க ஒருவருக்கொருவர் பேசிக்கொண்டு வந்தார்கள். அவர்களின் முகத்தில், தேடிச் செல்கிற தீவிரம் அவ்வளவாகக் காணப்படவில்லை. ஒருவேளை இந்த எளிமையும் மதுரமும் நிறைந்த இச்சூழல் அவர்களையும் வயப்பட வைத்திருக்கலாம். சுவர் போலச் சுற்றி நெருக்கும் நாய்களின் குரைப்பொலியைக் கேட்டுக்கொண்டே மரத்தின் மீது இருந்தான். பிடிபடுவதற்கே இத்தனை காலமும் தப்பித்து வாழ்ந்துவிட்டோமோ என்று யோசித்திருந்தவன், பிடிபடுவதற்காக, வந்துகொண்டிருந்த மனிதர்களையும், வலிமை வாய்ந்த நாய்களையும் நோக்கினான்.

கொல்லிப்பாவை

தர்மம்

'எங்கன போயி உட்கார்ந்து பேசலாம்?' என்று கேட்டுவிட்டு, வேறு யாரையும் பார்க்காமல், நேராக முத்தையா பக்கம் திரும்பினார் பவுனு நாடார். அவர் எதிர்பார்த்தபடியே மற்ற மூன்றுபேரும் நெருக்கமாக அவருக்குப் பக்கத்தில் இணங்கின மாதிரி நிற்கும்போது, முத்தையா மட்டும் கொஞ்சம் விலகினவன் மாதிரி, அவருக்கு இடதுபுறமாக, பட்டும் படாமலும் நின்றான். ரொம்ப நுட்பமாகக் கவனித்தால்தான், அவன் கொஞ்சம் ஒரு மாதிரியாகத் தூர விலகி நிற்கிறான் என்று தெரியும்.

'ரயில் ரோட்டுப் பக்கம் செவந்திப்பட்டி வெலக்குல போயி உக்காந்து பேசலாமா? அங்கன ஓடைக்குள்ள நல்ல மணலும் கெடக்கு...' என்றான் பொயிலான். தங்கராசு எதையோ சொல்ல வாயெடுத்தான். அதற்குள் பவுனு நாடார் அங்கேயே போகலாம் என்று சம்மதங்கொடுத்து முன்னால் வண்டிப்பாதையில் நடக்க ஆரம்பித்தார். அவருக்குப் பக்கத்தில் பொயிலானும் பின்னால் தங்கராசுவும் சுப்புக்குட்டியும் நடக்க, முத்தையா மட்டும் மூன்றாவது வரிசையில் தனியே பின்னால் நடந்துவந்தான். அவனுடைய ஞாபகம் பூராவும் கனகு செட்டியாரின் பொஞ்சாதி வள்ளி பேரில் சென்றது. வள்ளி ரொம்ப நல்ல பெண். கனகு

செட்டியார் மாதிரியே எல்லோரிடமும் மாமன், அத்தான், அண்ணன் என்று முறை போட்டுத்தான் பேசுவாள். யாரைப் பார்த்தாலும் வெட்கப்படாமல் நடுத்தெருவில் நின்று வீட்டில் உள்ள எல்லோரையும் பற்றி ஞாபகமாக விசாரிப்பாள். கனகு செட்டியாருக்காவது கொஞ்சம் முன்கோபம் உண்டு. இந்தப் பிள்ளைக்கு அதுவும் கிடையாது.

'ஏலே . . . தங்கராசு . . . முத்தையா என்னால பேக்லயே வாரான்? திருகுதாளம் போட்டுருவானோலே . . .' என்று லேசாகப் பின்னால் திரும்பி, முத்தையாவை மட்டும் தேடிப் பார்த்துச் சிரித்துவிட்டுத்தான் பிறகு தங்கராசுவைப் பார்த்தார் பவுனு நாடார். அவர் பேசின நேரம் பார்த்துக் கணக்காகக் காற்று வீச, அவர் குடிக்கிற டைமன் சுருட்டு வாடை காற்றில் வந்து முகத்தில் வீசியது. முத்தையாவுக்கு அவர் கேட்டதும் சுருட்டு வாடையும் சேர்ந்து என்னவோ ஒரு மாதிரியாக இருந்தது.

'பெரசண்டு நாடாரே, நீரு ஒருத்தரு . . . அந்தப் பெயலோட சுபாவமே அப்படித்தான் . . . அவன் ஒரு மங்குனிப் பெயதானே? ஆனா, நம்ம மேலே ரொம்ப விசுவாசமான பெய . . . மேலயும் நாம கட்சியில இருந்து அவனுக்கு எம்புட்டு செஞ்சிருக்கோம். அன்னிக்கு, போன கோயில் கொடை சமயத்துல சாராயக் கேசுல ஆளு மாட்டிக்கிட்டு உள்ள போயிரக் கெடந்தவன ஆரு டேசனுக்குப் போயி கூட்டியாந்தது? இத மறந்திருவானா?' என்று பின்னால் அடிக்கடி திரும்பி முத்தையாவைப் பார்த்துக் கொண்டே பொயிலான் பேசினான். பவுனு நாடாரின் முகம் தெரியவில்லை. அவர் முகம் அதை ஏற்றுக்கொண்ட மாதிரி இருந்ததோ என்னவோ. ஆனால் இந்தத் தங்கராசும் சுப்புக்குட்டியும், சின்னக்குட்டியா பிள்ளை வீட்டில் நடந்த திருட்டைப் பற்றிப் பேசிக்கொண்டு வந்தார்கள்.

முத்தையாவுக்கும் பெரிய மாசானத் தேவருக்கும் தங்கராசு பேரில் கொஞ்சம் சந்தேகம் உண்டு. ஊரில் கொஞ்ச நாளாக நாலைந்து வீடுகளில் சில்லறைத் திருட்டுகள் நடந்திருந்தன. அந்தத் திருட்டுகளைத் தங்கராசுதான் செய்திருப்பான் என்று ஒருநாள் பெரிய மாசானத் தேவர் சில விஷயங்களைச் சொல்லி ப்ரூவ் பண்ணினார். அது முதல் முத்தையாவுக்கும் தங்கராசுபேரில் இப்படி ஒரு கண் உண்டு. பெரிய மாசானத்தேவர் அடிக்கடி, 'ஏல முத்தையா, நீ இந்தப் பவுனு நாடான்கூடயும் அவன் சேக்காளிப் பயலுவோ கூடயும் சேந்துக்கிட்டு அலையாதல. ரொம்ப கவுல் கடையான பெயலுவோ. கல்லைக்கட்டி எறக்கித்தாத்துப் போடுவானுவடா. இந்த தங்கராசுப் பெய, கெட்ட சாதிப் பெயடா. குரும்பூர்ல ஒரு கேசுல ஆம்புட்டுக்கிட்டு

ஓடியாந்திட்ட பெயடா. நீ கயிஸ்டப்பட்டவன்; அதனாலதான் ஒங்கிட்டச் சொல்லுதேன். இந்த பெயலுவோ சகவாசமே ஒனக்கு வேண்டாம்லே . . .' என்று சத்தம் போடுவார்.

செவந்திப்பட்டி விலக்கில் எல்லோரும் வட்டமாக உட்கார்ந்துகொண்டார்கள். நல்ல மணல். முத்தையாவுக்கு ரொம்பப் பிடித்தமான இடம்தான் இது. தங்கராசும் சுப்புக்குட்டியும் இன்னும் சின்னக்குட்டியா பிள்ளை வீட்டுத் திருட்டுக் கதையைப் பேசி முடிக்கவில்லை. பொயிலான், மடியிலிருந்து செய்யது பீடியை எடுத்துப் பற்றவைத்தான்.

'ஏய், பீடி குடிக்கியாடா?' என்று கேட்டுவிட்டு பொயிலான் பீடிக்கட்டை முத்தையாவின் மடியில் வீசினான்.

'ஏல . . . என்ன எளவெடுத்த பேச்சுல பேசிக்கிட்டே இருக்கீய? ஓலப்பாயில நாயி மோண்ட மாதிரி . . . ச்சேய் . . . பொம்பள மாதிரி தொணதொணங்கானுவ பாருமேன் . . .' என்று பவுனு நாடாரைப் பார்த்துச் சொன்னான் பொயிலான். அவர் சுருட்டை வேகமாக இழுத்தார்.

'ஏய் என்னமோப்பா . . .' என்று பவுனு நாடார் பேசத் தொடங்கியதும் மூவரும் அவரைக் கூர்ந்து கவனிக்க ஆரம்பித்தனர். பொயிலான் மட்டும் காற்றுக்கு வாகாக மேல்புறம் திரும்பி, அணைந்து போகப்போன பீடியை வேகமாக இழுத்தான்.

'நான் நாளை மறுநாள் மெட்ராஸுக்குப் போறேன். வெள்ளிக்கெழம அன்னிக்குச் சாயந்திரம் இன்னேரத்துக்குச் சோலிய முடிச்சிருக்கணும் . . . வெள்ளூர் கோயில்ல கூட்டத்தோட கூட்டமா சண்டைய இழுத்து முடிச்சாலுஞ் சரி. இல்ல தண்ணி கிண்ணி வாங்கிக் குடுத்து தெக்க கூட்டியாந்து கதய முடிச்சாலுஞ் சரி.. பேங்கு எலக்சனுக்கு கனகு செட்டி இருக்கக்கூடாது. என்னலே . . . நாஞ் சொல்லுதது சரிதான?' என்று சொல்லிவிட்டு எல்லோரையும் ஒரு தடவை பார்த்தார். முத்தையாவைப் பார்த்தது ரொம்ப இயல்பாகவும் நம்பிக்கையோடும் பார்த்தமாதிரி இருந்தது.

'ஒமக்காவன்னு இல்லாட்டியும் எங்களுக்கு அவென்மேல எம்புட்டுக் கோவம் இருக்கு தெரியுமா? களத்து நெல்லு குடுக்கதுக்கு எம்புட்டுச் சட்டம் பேசுவாங்கீரு? என்னலே சுப்புக்குட்டி பேசாம இருக்க . . . இந்தத் தங்கராசுப் பெயதான் கொஞ்சமா அந்தச் சிறுக்கி மவங்கிட்டக் கெடந்து சீரழிஞ்சிருக்காங்கேரு?' என்று ஆவேசத்தோடு கைகளை ஆட்டியும் விரித்து நீட்டி மடக்கியும் பேசினான் பொயிலான்.

‘ஏய் . . . நீ ஒருத்தம்ப்பா . . . போன கத வந்த கதயப் பேசிக்கிட்டு. ஏற்கெனவே முடிவு பண்ணுனதுதான... இதுக்குப் பெரசங்கம் வேற பண்ணுதீயாக்கும்...’ என்று இளக்காரமாகச் சொன்னான் சுப்புக்குட்டி. பவுனு நாடார் சந்தேகத்தோடு பார்க்கிறமாதிரி முத்தையாவையே பார்த்துக்கொண்டிருந்தார். முத்தையா குனிந்து கட்டைப் பீடியைக் கொண்டு மணலில் கோடு போட்டுக்கொண்டிருந்தான்.

‘ஏ, நீ என்னமோ முத்தையாவப் பெரிசாச் சொல்லுதீய . . . அவென் ஒரு மாதிரியாவே இருக்காம் பாரேன் . . .’ என்றார் பவுனு நாடார் பொயிலானிடம்.

‘இங்கேரும் . . . ஒம்ம வுட எனக்கு இந்தப் பயல நல்லாத் தெரியும் . . . பேசாமக் கெடயும். வள்ளியத் தெரியுமா ஒமக்கு வள்ளிய ?’ என்றான் பொயிலான்.

‘எந்த வள்ளிடே ?’

‘அதான் . . . செட்டியோட பொஞ்சாதி வள்ளி . . .’

‘அடடே . . . கத அப்பிடிப் போவுதா ?’

‘பெய பாக்கத்துக்குத்தான் இப்பிடி இருப்பான். ரொம்ப கவுல் கெடையானவனாக்கும் !’

தங்கராசு தூரத்தில் எதையோ கூர்ந்து பார்ப்பதைப் பார்த்து எல்லோரும் அந்தப் பக்கம் திரும்பினார்கள். தண்டவாளத்தில் ஏறி ஊருக்குள் போகிற வண்டித்தடத்தில் இறங்கிக்கொண்டிருந்தார் பொன்னுபட்டர்.

‘டே . . . இந்தக் காலகண்ட ஐயன் எங்கன வந்தான் ? கோயில் பூசக்கிப் போறாரு போல . . . டே இவன் மோசமான ஆளுல்லாடே’ என்றார் பவுனு நாடார்.

‘நீரு ஒம்ம அலப்பரையைக் கொஞ்சம் மூட்ட கட்டி வையும். அவரு பாட்டுக்கு வண்டித் தடத்துல போறாரு . . .’

இவர்கள் பக்கம் வந்ததும் பொன்னுபட்டர் நின்று பார்த்தார்.

‘அதாரு டே . . . நம்ம நல்லகண்ணா ?’

‘ஒண்ணுமில்ல சாமி . . . சும்மா இங்கனே உக்காந்து வெட்டிப்பேச்சுப் பேசுதோம் . . .’ என்றான் சுப்புக்குட்டி.

பவுனு நாடாருக்கு என்னமோ ஒரு மாதிரியாக இருந்தது. முகத்தை வேறு பக்கம் திருப்பிக்கொண்டார்.

பொன்னுபட்டருக்கு அவர்கள் யார் என்பது புரிந்ததோ இல்லையோ, 'சரி சரி...' என்று சொல்லிவிட்டு நடக்க ஆரம்பித்தார். பொன்னுபட்டர் போன பிறகு கொஞ்சநேரம்வரை யாரும் ஒன்றுமே பேசவில்லை. பவுனு நாடார் பொயிலானை மட்டும் தனியே கூட்டிக்கொண்டு ரயில்வேலைன் ஓரமாகக் கொஞ்ச தூரம் நடந்துபோனார். இது தங்கராசுக்கும் சுப்புக்குட்டிக்கும் கூச்சமாகவோ தாழ்வாகவோ படவில்லை. ஆனால் முத்தையாவுக்கு அகௌரவம் மாதிரிப் பட்டது. எழுந்து போய்விடலாம் போல் இருந்தது. இப்போது சுப்புக்குட்டியும் தங்கராசும் ஜெபமணி டீச்சரைப் பற்றிப் பேச ஆரம்பித்திருந் தார்கள். ஜெபமணி டீச்சரை முத்தையாவுக்கும் தெரியும் என்பதால், தங்கராசு இடையிடையே முத்தையாவைப் பார்த்து அவனையும் பேச்சில் கலந்துகொள்ளச் சொல்லுகிற மாதிரி பேசினான். முத்தையாவுக்கு வருத்தமாகவும் பயமாகவும் இருந்தது. வெங்கிடாசலம் காப்பி கிளப்பில் காலையில் தந்தி பேப்பர் படிக்கிறபோது பல கொலைச் செய்திகளைக் கேட்டிருக்கிறான். அவை ஞாபகத்துக்கு வந்தன. போலீசில் மாட்டிக்கொண்டால் தன் பெயரும் அந்தப் பேப்பரில் வருமே என்று பயமாக இருந்தது.

கனகு செட்டியார் செத்துப்போனபிறகு வள்ளி என்னதான் செய்வாளோ பாவம்? அவளுக்கு அம்மா இருக்கிறாள். அவள் சேந்தமரத்தில் இருக்கிறாள். அங்கே போய்விடுவாளோ என்னவோ?

'நான் போறேன்...' என்று திடீரென்று எழுந்தான் முத்தையா. சுப்புக்குட்டியும் தங்கராசும் பேசுவதை நிறுத்திவிட்டு ஒன்றும் புரியாமல், எழுந்து நின்ற அவனைப் பார்த்தார்கள். பொயிலானும் பவுனு நாடாரும் இன்னும் வரவில்லை. அவர்கள் இரண்டுபேரும் முத்தையாவைச் சந்தேகத்தோடு பார்த்தார்கள்.

'என்னப்பா, திடீர்ன்னு இப்பிடிச் சொல்லுத?' என்றான் தங்கராசு. அவன் குரல் ஒரு மாதிரியாக இருந்தது.

'இல்ல... ஒரு சோலி இருக்கு... நாடாரையும் பொயிலானை யும் காணல. அதான் போவலாம்ன்னு பாத்தேன்...' என்று சொல்லிக்கொண்டே பயந்துபோய்த் திரும்பவும் உட்கார்ந்தான் முத்தையா.

'ஒனக்குக் கிறுக்கு கண்டா புடிச்சிருக்காடே?' என்றான் தங்கராசு. சுப்புக்குட்டி, முத்தையாவின் முகத்தையே ஒரு மாதிரியாகப் பார்த்துக்கொண்டிருந்தான்.

சுப்புக்குட்டியும் தங்கராசுவும் அவன் புறப்பட்டதைக் கடைசியில் வேடிக்கையாகவே எடுத்துக்கொண்டு முன்பைப்போல்

சகஜமாகப் பேசத் தொடங்கியிருந்தார்கள். முத்தையாவும், அவர்கள் பவுனு நாடாரிடம் சொல்லிவிடக் கூடாதே என்று ரொம்ப உற்சாகமாகப் பேச்சில் கலந்துகொள்கிறமாதிரி காட்டிக்கொண்டான். ஜெபமணி டீச்சரைப் பற்றி வேண்டு மென்றே நம்பவைக்கிறமாதிரி ஒரு பொய் சொன்னான். அவளுக்கும் பவுனு நாடாருக்கும் பழைய தொடர்பு இருந்தது போலச் சொல்லி அவர்களைக் குஷிப்படுத்தினான். இரண்டுபேரும் துருவித் துருவிக் கேட்டுத் தெரிந்துகொண்டதிலிருந்து, அவர்கள் தற்காலிகமாகத் தன்னைப் பற்றித் திருப்தி அடைந்து விட்டார்கள் என்று சந்தோஷம் அடைந்தான் முத்தையா.

பவுனு நாடாரும் பொயிலானும் வரும்போது கையில் இரண்டு பெரிய பாட்டில்களுடன் வந்தார்கள். அவர்கள் வந்து உட்கார்ந்ததும் 'தொட்டுக்கிடக்கூட ஒண்ணும் கொண்டாரலையே . . . மொதல்லய தெரிஞ்சிருந்தா என்னத்தையாவது வாங்கிட்டு வந்திருக்கலாமே? எங்க? ஆத்தி தோட்டத்துலயா . . .' என்றான் சுப்புக்குட்டி.

பவுனு நாடாரும் பொயிலானும் ஏற்கெனவே கொஞ்சம் குடித்திருப்பார்கள் போல. தங்கராசுதான் முதலில் பாட்டில் மூடியைத் திறந்து அப்படியே சாய்த்துக் குடித்தவன். பாதியை வாங்கி சுப்புக்குட்டி கொஞ்சம் போலக் குடித்துவிட்டு, எருக்களிக்கிறது என்று சொல்லி நிறுத்திவிட்டான். பவுனு நாடார் எல்லாவற்றையும் கூர்மையாகப் பார்த்துக்கொண் டிருந்தார். பொயிலான் அடுத்த பாட்டில் மூடியைத் திறப்பதற்கு முயன்றுகொண்டிருந்தான். சுப்புக்குட்டி முத்தையாவிடம் பாட்டிலைக் கொடுத்தான். முத்தையாவுக்கு ரொம்பத் தயக்கமாகவும் ஒருவிதமான கூச்சமாகவும் இருந்தது.

'பாத்தியா . . . பொயிலான்? நீ என்னமோ சொன்னியே . . . நீயே பாரு' என்றார் பவுனு நாடார் பொதுவாக. பொயிலானும், முத்தையாவையோ வேறு யாரையுமோ பாராமல் அவர் சொன்னதைக் கொஞ்சம் கஷ்டத்தோடு ஆமோதித்தவன் மாதிரி தலையை லேசாக ஆட்டினான்.

தங்கராசு அடுத்த பாட்டிலையும் காலி செய்தான். சுப்புக்குட்டி மணலில் படுத்துவிட்டான்.

'ஏ முத்தையா! ஒன்னைப் பத்தி நாடாருக்கு ரொம்பச் சந்தேகம் இருக்கு. இருந்தாலும் நம்ம எல்லாம் ஒரு செட்டுன்னு தான் அவரு பேசாம இருக்காரு... நீ முன்ன மாதிரி இல்லேன்னு சொல்லுதாரு...' என்றான் பொயிலான்.

தங்கராசு வேகமாக வாய்விட்டுச் சிரித்தான். படுத்துக் கிடந்த சுப்புக்குட்டிகூட எழுந்து உட்கார்ந்து அவனை ஒருமாதிரியாகப் பார்த்தான். ரொம்ப நேரம் சிரித்து விட்டுச் சொன்னான் தங்கராசு: 'இவன் சுத்த சோதா. இவனை நாம் ஆரம்பத்துல இருந்தே சேத்திருக்கக் கூடாது. நீதான் பார்வதிமே...' என்று சொல்லிவிட்டு முத்தையாவைப் பார்த்து, 'ஓம் பொஞ்சாதி பார்வதி தான் . . . அவ மேல உள்ள இதுல முத்தையாவ இழுத்து இழுத்து வச்சுக்கிட்ட . . . இங்க இருக்கவன முட்டாப் பயலுகன்னா நெனச்சே . . . எல்லாம் துட்டுக்காகத்தானன்னு நானும் பேசாம இருந்தேன் . . . ஆளக் கழட்டிவிடுறதா இருந்தா இப்பமே வுட்டுரு . . .'

முத்தையா திடீரென்று தங்கராசுவின் கால்களைப் பிடித்துக்கொண்டான்.

'தங்கராசு... ஒன்ன என்னம்போன்னு நெனச்சிருந்தேன். நீ ரொம்பப் பெரிய ஆளு! எனக்கு மொதல்ல இருந்தே இந்த சங்கதிக எல்லாம் புடிக்கல. எனக்கு என்னம்போ மாதிரி இருந்திச்சி... நாடாரே... நான் இதுக்கு லாயக்கில்லாத பய... ஆனா, தங்கராசு, நீ என்னப் பாத்து சோதாப்பயன்னு சொன்ன பாரு. அத மட்டும் வாபஸ் வாங்கிக்க... பார்வதி வெசயம் எல்லாம் ரொம்ப கரெக்கெட்டு... சோதாப் பயன்னு மட்டும் சொல்லா... நான் கொஞ்சம் எரக்கப்பட்டவன்... அதுதான் என்னைச் சீரழிக்கிது...' என்று சொல்லி தங்கராசின் மடியில் படுத்துக்கொண்டு அழ ஆரம்பித்தான்.

'சேவகம் பண்ணித்தான் பொழக்யணும்னு தலையில் எளுதியிருக்கே... இதுல ஈவு எரக்கம் என்ன... பெரிய ராசா பரம்பரையா நீ . . . கூட இருந்தே கொதவளைய அறுக்க பெயதானடா... நீ செத்து ஒழிஞ்சாத்தான் எம் மனசு ஆறும்...' என்று சொல்லிக்கொண்டே எழுந்து, இடுப்பில் வைத்திருந்த சூரிக் கத்தியை எடுத்துக்கொண்டு வேகமாகப் பாய்ந்தான் பொயிலான்.

தங்கராசு ஆத்திரத்தோடு எழுந்து பொயிலானைத் தள்ளிவிட்டான். பொயிலான் மணலில் விழுந்தான். பவுனு நாடார் எழுந்து நின்றுகொண்டார். சுப்புக்குட்டி ஏதோ அரைகுறையாக உளறினான். பொயிலான் திரும்பவும் கோபத்தோடு எழுந்து,

'நீ என்னலே அவனுக்கு ஏண்டுக்கிட்டு வார . . . பார்வதி ஒங்கூடயும் வந்தாளா?' என்று தங்கராசுவைக் குத்த வந்தான். தங்கராசு எழுந்து நின்று காலால் பொயிலான் வயிற்றில் உதைத்தான். பொயிலான் கத்திக்கொண்டே சுருண்டு விழுந்தான்.

'நீ என்னடா பெரிய யோக்கியன்? ஜெட்சு மாதிரி நியாயம் சொல்லிக்கிட்டு... நீயும் சோதாப்பயதான்டா... முத்தையா பக்கத்துல வந்தியானா ஒரே இறுக்கா இறுக்கிப் போடுவேன், படவா?' என்று சொல்லிவிட்டு, கீழே விழுந்துகிடந்த முத்தையாவைப் பார்த்தான். அவன் அழுதுகொண்டிருந்தான். பவுனு நாடாரை முறைத்துப் பார்த்துவிட்டு 'நாளைக்கிப் பார்க்கலாம்...' என்று சொல்லிவிட்டுப் போனான். சுப்புக்குட்டி யும் பவுனு நாடாரும் பேசாமல் நின்றுகொண்டிருந்தார்கள். பொயிலான் வயிற்றைப் பிடித்தபடியே முனங்கிக்கொண்டு கிடந்தான்.

தாய், 1981

இரண்டு உலகங்கள்

'நீ எந்த ஊர்க்காரன்டே?' என்று கேட்டார் வடிவேலுப் பிள்ளை. அவருக்கு எதிரே மாரியப்பனும் கிட்டுவும் நின்றுகொண்டிருந்தார்கள். கிட்டுவின் அரைக்கால் டிரவுசர் இடுப்புக்குக்கீழே ரொம்ப தூரத்துக்கு இறங்கிவந்துவிட்டது. ஆனாலும் அவன் அதைப் பற்றிய கவலையே இல்லாமல் நின்றுகொண்டிருந்தான். மாரியப்பனுக்கு கிட்டுவின்மேல் கோபம் கோபமாக வந்தது. ஒரு பெரிய மனுஷர் முன்னால் இப்படி நிற்கிறானே! இந்த மாதிரி இடத்துக்கெல்லாம் சின்னப் பயலுகளைக் கூட்டிக்கொண்டு வரக்கூடாது என்று நினைத்தான். அவர்கள் அந்தத் தெருவுக்குள் நுழையும்போதே, ஊருக்குப் புதியவர்களான அவர்களைப் பார்த்துக் குரைக்க ஆரம்பித்த நாய், தூரத்தில் நின்று இன்னும் அவர்களைப் பார்த்துக் குரைத்துக்கொண்டேதான் இருந்தது. அது போட்ட சத்தத்தில் வடிவேலுப் பிள்ளை கேட்டது காதில் விழவே இல்லை.

'ஐயா கேட்டது நாய் போடுத சத்தத்துல காதுலேயே வுழலீங்க...'

ஆளைப் பார்த்தால் முன்கோபக்காரர் மாதிரிதான் தெரிந்தது. ஆனால் மாரியப்பன் சொன்னதைக் கேட்டதும், திரும்பவும் சர்வ சாதாரணமாக, 'இல்ல, ஒனக்கு எந்த ஊருன்னு

கேட்டேன்' என்று கொஞ்சம் சத்தமாகவே சொன்னார். வெற்றிலை போடுவார்போல. அவருக்குப் பின்னால் அழிக்கம்பிகளுக்குள் நின்றுகொண்டிருந்த ஒரு பையனைப் பார்த்து, 'வெற்றிலைச் செல்லத்தை எடுத்து வா' என்று சைகை காட்டினார். அநேகமாக கால் வழியாக அவிழ்ந்தே விழுந்துவிடும் போல் இருந்த டிரவுசரை கிட்டு மேலே இழுத்துச் செருகிக்கொண்டது மாரியப்பனுக்குக் கொஞ்சம் ஆசுவாசமாக இருந்தது. பெரிய மனுஷர்களுக்கு முன்னால் சொல்லவும் கூடாது. சத்தம் போடவும் கூடாதே.

'நமக்குச் செவலுங்க . . . தொண்டிக்கா தேவி அம்மன் கோயில்ல கொடைன்னாவ. அதான் ஐயா உத்தரவு குடுத்தாகன்னா கோயிலுக்கு மேக்காம ராட்டுப் போட்டுக்கிடுவேன்.'

கிட்டுப் பயலால் இப்போது இன்னொரு தொல்லை ஆரம்பித்திருந்தது. அந்த நேரம் பார்க்க, பின்னால் திரும்பி, அவருக்குப் பின்புறத்தைக் காட்டிக்கொண்டு, தெருவை வேடிக்கை பார்த்துக்கொண்டிருந்தான். கொஞ்ச தூரத்தில் செக்கடி இருந்தது. அதற்குப் பக்கத்தில் வண்டி ஒன்று நின்று கொண்டிருந்தது. வண்டியின் மேல் பெரிய கழுகு ஒன்று உட்கார்ந்திருந்தது. அதை இரண்டு மூன்று பையன்கள் விரட்டிக் கொண்டிருந்தார்கள். அது கிழட்டுக் கழுகோ என்னவோ தெரியவில்லை. என்ன விரட்டியும் சும்மாவே தலையைத் தொங்கப்போட்டுக்கொண்டு உட்கார்ந்திருந்தது.

கிட்டு எதையோ கவனித்துக்கொண்டிருக்கிறான் என்பதைப் பார்த்த வடிவேலுப் பிள்ளையும், அந்தப் பக்கம் பார்த்தார். கிட்டுப் பயலின் செய்கைக்குக் கோபப்படுவாரோ என்று நினைத்துக்கொண்டிருந்தான் மாரியப்பன். அவரிடம் பேசிவிட்டுப் போனபிறகு, பயலை வெளுத்து வாங்கிவிட வேண்டியதுதான்.

வெற்றிலைச் செல்லத்தை எடுக்கப்போன பையன் திரும்பிவந்தான். வெற்றிலைச் செல்லத்தை அவருக்குப் பக்கத்திலே வைத்துவிட்டு அழிக்கம்பிகளுக்குள் போய், பழைய இடத்திலேயே நின்றுகொண்டான். வடிவேலுப் பிள்ளை அந்தப் பையனைப் பார்த்து, 'டேய் அய்யா ! அந்தப் பயலுகளைச் சத்தம் போடுடா . . . அந்தக் கழுகக் கொன்னுபோடப் போறானுவோ . . . போ !' என்றார்.

அவர் சொல்லுவதைப் பார்த்தால், அது அடிக்கடி இந்த மாதிரிப் பறக்க முடியாமல் அந்தப் பையன்களிடம் அகப்பட்டுக் கொள்ளுமோ என்று தோன்றியது. அந்தப் பையன் கழுகை

விரட்டுவதற்காக அழிக்கதவைத் திறந்துகொண்டு வெளியே வந்தான்.

'சின்ன ஐயா இருக்கட்டுங்க. நான் விரட்டிட்டு வந்திருவேங்க' என்று சொல்லிவிட்டு, இடுப்பில் கட்டியிருந்த துண்டை அவிழ்த்து, சத்தம் போட்டுக்கொண்டே அந்தப் பையன்களைப் பார்க்க ஓடினான் மாரியப்பன். திடீரென்று மாரியப்பனையும் முந்திக்கொண்டு 'டேய்! டேய்!' என்று கத்திக்கொண்டே கிட்டு பாய்ந்து ஓடினான். அவன் ஓடுவதைப் பார்த்ததும் மாரியப்பனுக்கு வந்த கோபம் இன்னமட்டும் என்றில்லை. அவனை அப்படியே காலைப் பிடித்துத் தூக்கித் தரையில் அறைந்து கொன்றுவிடலாம் போல ஆத்திரம் வந்தது. மாரியப்பன் வண்டிக்குப் பக்கத்தில் போவதற்குள்ளாகவே கிட்டு போய் எல்லாப் பையன்களையும் விரட்டிவிட்டான். பையன்கள் கேலியாகக் கத்திக்கொண்டே ஓடிப்போய்விட்டார்கள். பையன்களை விரட்டிவிட்டு, கிட்டு மட்டும் அந்தக் கழுகுக்கு முன்னால் போய் நின்று அதை வேடிக்கை பார்க்க ஆரம்பித்தான். அது லேசாக முனகிக்கொண்டிருந்தது கேட்டது.

'அவனுகள அனுப்பிப் போட்டு நீ வேடிக்கை பார்க்க வந்து நின்னுட்டியே. ஒரு பெரிய மனுஷங்கூடப் பேசிக்கிட்டிருக்கேன். அவருக்கு முன்னால் டவுசரக் கட்டாம நிக்கே . . . இப்பம் என்னடான்னா இங்க ஆளுக்கு முன்னால ஓடியாந்து நின்னு வேடிக்கை பார்த்துக்கிட்டு . . . இரிடா இரி . . . இந்த வூரு அம்மங்கொடைக்கி முன்னால ஒனக்குத்தான் கொடை . . .' என்று திட்டினான். மாரியப்பனுக்குப் பின்னால் முகத்தைத் தொங்கப்போட்டுக்கொண்டே போனான் கிட்டு.

'எத்தனை வருஷமாடே ராட்னம் போடுதே?' என்று கேட்டார் அவர்.

'இந்தப் பயல மாதிரி இருக்கும்போதே ராட்டு சுத்தக் கத்துக்கிட்டேன்' என்று பக்கத்தில் நின்றுகொண்டிருந்த கிட்டுவைக் காட்டிச் சொன்னான்.

வெற்றிலைக் காம்பைக் கிள்ளிக்கொண்டே அடுத்த கேள்வியைக் கேட்டார் வடிவேலுப் பிள்ளை. 'சொந்த ராட்னமாடே?'

'ஆமாங்க ஐயா . . . எங்க அப்பாதான் இந்த ராட்ட வச்சிருந்தாரு. அவரு இருக்கும்போதே கூடப்போயி தொழில் கத்துக்கிட்டேன். இப்போ ஒரு பத்துப் பதினைஞ்சு வருஷமா நான் தனியாவே தொழில் பண்ணுதேங்க.'

‘ஒம் பேரு என்ன சொன்ன?’

‘மாரியப்பங்க!’

‘அப்பம் பேரு?’

‘சிவனுப் பண்டாரம்!’ மாரியப்பன் சொல்லி முடித்ததும், அவர் மடியிலிருந்து வெற்றிலைப் பெட்டி நழுவிக் கீழே விழப்போனது. அதைப் பார்த்த மாரியப்பன் அதை எடுக்கக் குனிந்தான். அதற்குள் கிட்டு அதைப் பிடித்துவிட்டான். வெற்றிலைச் செல்லத்தை அவருக்குப் பக்கத்தில் வைத்துவிட்டு, தூரப்போய் நின்று மாரியப்பனைப் பார்த்தான்.

‘கருத்த கெச்சலான ஆளா?’

‘ஆமாங்க! பக்கத்துல கருங்கொளத்து கோயிலுக் கெல்லாங்கூட சப்பரத்துக்கு மாலை கட்டிக் குடுப்பாரு. வருஷா வருஷம் சித்ரா பௌர்ணமிக்கி அப்பாதான் மாலை கட்டிக் குடுப்பாரு . . .’

‘சரியாப் போச்சு போ . . . அந்தச் செவனுப் பண்டாரத்து மகனாடே நீ? ராட்டெல்லாம் வச்சிருக்கேன்னதும் யாரோ எவரோன்னு கேட்டேன் . . .’

‘சைட்ல இதும் இருக்குங்க . . . மெயினா எங்களுக்குப் பூக்கட்டறதுதாங்க . . . அப்பா ஒரு மாதிரியா ரெண்டையும் இழுத்துப் புடிச்சுப் பண்ணிட்டிருந்தாரு. நான் ராட்டு போடறது மட்டுந்தாங்க பண்ணுதேன்.’

நாலைந்து தடவை ஆடு செருமின மாதிரி, ‘சீத், சீத்’ என்று கிட்டு தும்மல் போட்டான். மாரியப்பன் வடிவேலுப் பிள்ளையின் முகத்தைப் பார்த்தான். அவர் அண்ணாந்து புகையிலையைப் போட்டுக்கொண்டிருந்தார். கிட்டுவும் தும்மிச் சிவந்த முகத்தோடு, அவர் புகையிலை போடுவதையே பார்த்துக்கொண்டு நின்று கொண்டிருந்தான்.

‘செவனுப் பண்டாரம் இருக்காரா?’

‘அவரு போய்ச் சேர்ந்து மூணு வருஷம் ஆச்சுங்க . . .’

‘இப்பம் கருங்கொளத்துக் கோயிலுக்குப் பூக்கட்டுதது ஆரு?’

‘அவரு இருக்கும்போதே ஆறேழு வருசமா விட்டுப் போச்சு. அவருக்குக் கை காலு வௌங்காமப் போயி அனேகம் பாடுபட்டுப் போனாரு. இப்பம் கருங்கொளத்துக் கோயிலுக்கு வேற ஆள்தாங்க பூக்கட்டிக் குடுக்குது. நானும் இந்தத் தொழிலுக்கு வந்திட்டம் பொறவு அதைக் கவனிக்க முடியலே . . .’

‘இதுல ஒனக்கு என்ன வரும்படி கெடைக்கும்?’

‘என்ன கெடைச்சிடும்? மிஞ்சி மிஞ்சிப் போனாக்க அம்பது ரூவா கெடைக்கும். நல்ல வெள்ளாமை எல்லாம் வெளஞ்சு இருந்தா கோயிலுகளுக்கு சனங்க நெறைய்ய வரும் . . . அப்படின்னா புல்ரா கெரவுட் இருந்திச்சின்னா, நாள் ஒண்ணுக்கு நூறு நூத்தம்பத்துக்குமேல கூடப் போகும் . . .’

‘இந்த ஊர்ல என்ன வரும்படி வரும்ன்னு நெனைக்கே?’

‘இதுக்கு முன்னாடி நம்ம ஊருக்கு நான் வந்ததில்லங்க. அய்யா புண்ணியத்துல நல்லா தொழில் நடந்திச்சின்னா ரெண்டு மூணு நாள்ல எரநூறு, முந்நூறுகூடப் பாத்துரலாம்...’

‘ஒரு தடவை சுத்தத்துக்கு என்ன ரேட்டு வாங்குத?’

‘எல்லாம் நோக்கம் போலப் போட்டுக்கிடதுதாங்க. கூட்டம் இருந்தா ஒரு ரேட்டு... இல்லைன்னா ஒரு ரேட்டு...’

‘இவன் யாரு? ஒம் மவனா?’

‘இல்ல! கூட ராட்டு சுத்துத பையன், நம்ம ஊர்க்காரந்தான்!’ என்று சொல்லிவிட்டு கிட்டுவைப் பார்த்தான். கிட்டு சுரத்தே இல்லாமல் நின்றுகொண்டிருந்தான்.

திடீரென்று பக்கத்துச் சந்து வழியாகப் பசுமாடு ஒன்று அறுத்துக்கொண்டு கயிற்றுடன் ஓடி வந்தது. கிட்டு பசு மாட்டின் பின்னால் ஓடினான்.

‘மாட்டைப் பிடிடா . . . மாட்டைப் பிடிடா’ என்று வடிவேலுப் பிள்ளை சத்தம் போட்டார். கிட்டுவுக்குப் பின்னால் கடும் ஆத்திரத்துடன் மாரியப்பன் ஓடினான். இரண்டு மூன்று தெருக்களைத் தாண்டியும் மாட்டைப் பிடிக்க முடியவில்லை. மாட்டுக்குப் பக்கத்தில், அதன் வேகத்தோடு ஓரளவுக்காவது ஈடுகொடுத்து ஓடிக்கொண்டிருந்தவன் கிட்டுதான். மாரியப்பன் பின்னால்தான் ஓடிக்கொண்டிருந்தான். மாரியப்பனால் அவ்வளவு வேகமாக ஓட முடியவில்லை. மாடு அநேகமாக ஊரை விட்டே வெளியே போய்விட்டது. ஒரு இடத்தில் லேசாக மாட்டின் கயிற்றைப் பிடித்தான் கிட்டு. ஒரு சிலுப்புச் சிலுப்பிக் கொண்டு ஓடிவிட்டது. அது தெண்டிக்கா தேவி அம்மன் கோவிலுக்கு முன்னால் உள்ள பீடத்துக்குப் பக்கத்தில் போய் நின்றுகொண்டு, ஓடிவந்துகொண்டிருந்த கிட்டுவையும், மாரியப்பனையும் பார்த்தது. கிட்டு பக்கத்தில் வந்ததும், திரும்பவும் ஓட ஆரம்பித்தது. மாடும் கிட்டுவும் தெண்டிக்கா தேவி அம்மன் கோவிலைச் சுற்றி வந்துகொண்டிருந்தனர். ஒரு சுற்று முடியப்போகும் நேரத்தில் மாரியப்பன் எதிரே வந்து

கயிற்றைப் பிடித்துக்கொண்டான். பின்னாலேயே வந்து கொண்டிருந்த கிட்டு மாரியப்பனுடன் சேர்ந்து மல்லுக்கு நின்று, மாட்டை இழுத்துப் பிடிக்க உதவினான்.

மாரியப்பன் அவசர அவசரமாக மாட்டைப் பிடித்துப் பக்கத்தில் இருந்த கல்லில் கட்டிவிட்டு, கோபத்தோடு கிட்டுவை அடிப்பதற்குக் கையை ஓங்கினான். இதை எப்படியோ ஒரு நொடியில் புரிந்துகொண்டுவிட்ட கிட்டு, அவனிடமிருந்து தப்பித்து தெண்டிக்காதேவி அம்மன் கோயிலுக்குப் பின்னால் போகிற வண்டித் தடத்தில் ஓடினான். சிறிதுதூரம்வரை அவனைத் திட்டிக்கொண்டே பின்னால் சென்ற மாரியப்பன், அவனோடு ஓட முடியாமல் நின்றுவிட்டான். வண்டித் தடத்தின் ஓரத்தில், மழையில் அரித்துவந்து ஒதுங்கிக்கிடந்த அழகழகான உருண்டைக் கற்களை எடுத்து அவன் மீது வீசினான். கிட்டு எங்கோ தூரமாக ஓடி மறைந்துவிட்டான். வடிவேலுப் பிள்ளை வீட்டுப் பசு மாடு மிரண்டுபோய் வண்டித் தடத்தையே பார்த்துக்கொண்டு நின்றது.

மையம், 1982

சமத்துவம், சகோதரத்துவம்

ஜமாஅத் தலைவர் சலாம் மரைக்காயர் வீட்டில் எப்போதும் கூட்டத்துக்குக் குறைச்சல் இல்லை. அவர் வீட்டுக்கு முன்னால் தெருவோரமாக இரண்டு பெரிய திண்ணைகள். அந்தத் திண்ணை களைப் பார்த்தாலே அவற்றில் படுத்துத் தூங்க வேண்டும்போல்இருக்கும்.சிமெண்டுக்கொழுப்பைப் போட்டு மொளுமொளுவென்று தேய்த்துப் பளபளப்பேற்றிய தளம். பக்கத்தில் பெரிய வேப்ப மரம் வேறு. சலாம் மரைக்காயர் ஊரில் இருந்தால் வலதுபுறத்திண்ணையில்தான் உட்கார்ந்திருப்பார். பெரிய பெரிய இலவம் பஞ்சுத் திண்டுகளைப் போட்டுச் சாய்ந்து உட்கார்ந்து இருப்பார். இடது பக்கத் திண்ணை கணக்குப்பிள்ளைகளுக்கு. காலை எட்டு எட்டரை மணியிலிருந்து சாய்மான மேசைகளைப் போட்டுக்கொண்டு எழுதிக் கொண்டிருப்பார்கள். அவர்களுக்குப் பக்கத்தில், திண்ணையில் பாதியை அடைத்துக்கொண்டு சிட்டைகளும் பெரிய பெரிய பேரேட்டுப் புத்தகங் களும் கிடக்கும்.

மத்தியானம் ஒருமணிக்குமேல் சலாம் மரைக்காயர் அங்கே உட்கார்ந்திருக்க மாட்டார். சாப்பிட்டுவிட்டுப் படுத்துவிடுவார். பிறகு நாலு நாலரை மணிக்குத்தான் எழுந்திருப்பார். அன்று சலாம் மரைக்காயர் ஊரில்தான் இருந்தார்.

காலை அவர் சாயா குடித்ததிலிருந்தே ஆட்கள் வந்துகொண்டிருந்தார்கள். சலாம் மரைக்காயருக்கு நான்கு லாஞ்சிகள் இருக்கின்றன.

உடன்குடி ரோட்டில் காயலுக்கு அடுத்து வரும் பெரிய தென்னந்தோப்பு மரைக்காயருடையதுதான். தவிர, தூத்துக்குடியில் இரண்டு லாரிகள் ஓடுகின்றன. ஜமாஅத் தலைவர் வேறு. வீட்டில் கூட்டத்துக்குக் கேட்கவா வேண்டும்? சலாம் மரைக்காயர் சுவர் ஓரமாகச் சாய்ந்து, முதுகுக்குத் தலையணைத் திண்டுகளை அண்டை கொடுத்து உட்கார்ந்திருந்தார். அந்தத் திண்ணையில் அவரோடு சமதையாக உட்காருவதற்கே ஒரு தகுதி வேண்டும்.

நிச்சயமாக அசரப் அலிக்கு அந்தத் தகுதி கிடையாது. அவரும் சலாம் மரைக்காயரைப்போல ஒரு முஸல்மான்தான் என்றாலும் அவர் தறி நெய்கிறவர். ஒரு தறிக்காரர் முதலாளியுடன் சமதையாக உட்கார்ந்துவிட முடியுமா என்ன? இடுப்பில் ஒற்றை மூட்டுச்சாரம். அது கீழே நழுவிவிடாமல் இருக்க அரைநாண் கயிற்றைச் சாரத்துக்குமேல் போட்டிருந்தார். மேலே கட்டம் போட்ட ஒரு பழைய துண்டு. திண்ணைக்குக் கீழே தெருவில் அவரைப் பார்க்கவந்த ஆட்களுடன் நின்றுகொண்டிருந்தார் அசரப் அலி.

சலாம் மரைக்காயருக்கு எதிரே சற்றுத் தள்ளி, தூணோடு தூணாக, மீன் கொள்முதலுக்கு வந்திருந்த ஆட்கள் இரண்டுபேர் உட்கார்ந்து பேசிக்கொண்டிருந்தார்கள். சலாம் மரைக்காயருக்கு எதிரே இருந்த கணக்குப்பிள்ளைத் திண்ணையிலும் இரண்டு மூன்றுபேர் உட்கார்ந்திருந்தார்கள். தெருவில், மரத்தடியில் ஒரு அம்பாஸிடர் கார் நின்றுகொண்டிருந்தது.

'நீங்களே இப்படிச் சொன்னா எப்படி வாப்பா? நாலு ரூபா தந்திருதோம், முடிச்சுப்புடுவோம்...' என்றார் ஒருத்தர்.

சலாம் மரைக்காயர், எப்போதும் தான் பேசும்போது எதிராளி முகத்தைப் பார்க்கவே மாட்டார். தூரத்தில் எங்காவது பார்த்துக்கொண்டுதான் பேசுவார்.

'இதுல சொல்றதுக்கு என்ன இரிக்கி? ஆறு ரூபாய்க்கு குறையாதெண்டுதான் நான் அப்பவே சொல்லிட்டேனே' என்றார் சலாம் மரைக்காயர்.

அசரப் அலிக்கு, மரைக்காயர் தன்னைப் பார்த்துக் கொண்டு பேசினமாதிரிதான் இருந்தது. அவர் வந்து இரண்டு மணி நேரத்துக்கும்மேல் இருக்கும். அவருக்கு எதிரேதான் நின்றுகொண்டிருக்கிறார். யார் யார் எல்லாமோ வந்து போய்க் கொண்டிருக்கிறார்கள். இன்னும் அவரைப் பார்த்து ஒரு வார்த்தைகூட என்ன ஏது என்று கேட்கவில்லை. ஆறுமணிக்கு வீட்டைவிட்டுப் புறப்பட்டது. மணி ஒன்பதுக்கும்மேல் இருக்கும்

போல. நிற்க முடியவில்லை. ஏழெட்டு நாட்களாக இதே மாதிரி தினசரி காலையிலும் சாயந்திரமும் மாறி மாறி மணிக்கணக்கில் வந்து நின்று காத்திருந்து விட்டுத்தான் போகிறார். கடைசியில், அப்போதுதான் அவரைப் பார்த்தமாதிரி, 'என்னவே அசரப்? ஒம்ம வெவகாரம்தான? யாபகம் இரிக்கி. நாளைச்செண்டு வாருமேன் . . .' என்பார்.

'ஜமாஅத்துல இருந்து ஏதாச்சும் பண்ணினாத்தான் இந்தப் புள்ளயக் கரையேத்த முடியும். ஒங்களுக்குத் தெரியாதது ஒண்ணுமில்ல . . .'

'ஜமாஅத், ஜமாஅத்துன்னு சொல்லிக்கிட்டு இரிக்காதீரும். ஜமாஅத் பணத்தத் தூக்கியாவே தந்திர முடியும்? நிக்காவுக்கு எப்படித் தரமுடியும்? நாமளா பாத்துத்தான் கைப் பணத்துல இருந்துதான் ஏதாவது செய்யவேண்டியது இரிக்கிது. கொஞ்சம் பொறுமேன் பாப்பம் . . .'

இரண்டுநாள் கழித்துப் போவார். மணிக்கணக்கில் கால் கடுக்க, தெருவிலேயே, அவர் கண்ணில் படுகிறமாதிரி நின்று கொண்டிருப்பார். அப்போதுதான் அவரைப் பார்த்த மாதிரி, 'அதாரு? அஸ்ரப்பா? என்னவே? நேத்தைக்கு ராவுல கண்முழிப்பு. தூக்கம் இல்ல. ஆறுமுகநேரிக்குப் பக்கத்துல சரக்கு ஏத்திக்கிட்டுப் போன நம்ம லாரி ரோட்ட வுட்டுக் கீழே எறங்கிப் போச்சி. கிரேனக் கொண்ணாந்து தூக்கிச் சோலிய முடிச்சுப் போட்டுக் காலம்பறதான் வந்தேன். அதுக்குள்ள இங்க இத்தனை ஆளுக. பாத்தேருல்ல? பொறவு வாருமேன் . . .'

'கடனாக் குடுத்தா போதும் . . . மாசா மாசம் பணத்த அடச்சிட்டு வந்திருவேன்.'

'சரிதான்வே . . . எது ஒண்ணுன்னாலும் யோசிச்சுத்தான் செய்யணும். அதான் சொன்னேனில்லா. பொறவு வாருமேன்' என்பார்.

அவர் கண்காணவே அத்தனை நேரமும் யார் யாரோ வந்து பார்த்துப் பேசிவிட்டுப் போவார்கள். வியாபாரம், ஊர்க் காரியம் எல்லாம் நடக்கும். ஆனால் இவருக்கு மட்டும்தான் 'ராத்திரி கண்முழிப்பு' என்றரீதியில் பதில் வரும். தலையைத் தொங்கப்போட்டுக்கொண்டே வீட்டுக்குத் திரும்புவார். வீட்டில் இருந்தாலாவது அத்தனை நேரத்தில் ஒரு சவுக்கம் போட்டிருக்கலாம்.

அசரப் அலிக்கு ஐந்து பிள்ளைகள். மூத்தது மூணும் பெண்கள். பிறகு இரண்டு பையன்கள். மூத்தவள் சித்திக்குக்கு மட்டும்

நிக்காஹ் முடிந்திருந்தது. லைலாவுக்கும் மூருன்னிஸாவுக்கும் ஆகவில்லை. லைலாவுக்கு இருபத்தி ஆறு முடியப் போகிறது. நாலு வருஷத்துக்கு முன்னால் ரோஜாப்பூ கலரில் இருந்தவள் லைலா. இன்று உருக்குலைந்து போய்விட்டாள். அருளாளன் அல்லா, கடைசியாகப் பிறந்த இரண்டு ஆண்பிள்ளைகளையும் முதலில் கொடுத்திருக்கக் கூடாதா? கஷ்டத்துக்கு ஏற்றமாதிரி முதலில் பெண்களும் பிறகு பையன்களுமாக மாறிப் பிறந்து விட்டனர்.

லைலாவையும் ஒன்றிரண்டு இடங்களில் கேட்கிறார்கள். ஏரலில் எலெக்ட்ரிக் கடையில் வேலை பார்க்கிற ஒருபையனைப் பேசிவைத்திருக்கிறது. தறி அடிக்கிற காசு தறி கெட்டுத்தான் போகும் என்று அவருடைய வாப்பா சொல்லுவார். அது சரியாகத்தான் போய்விட்டது. ஏதோ சாப்பாட்டுக்கு ஓடி அடைகிறதே தவிர, மிச்சம் மீதம் ஒன்றுமில்லை.

திடீரென்று ஒரே பேச்சுக் குரல்களாகக் கேட்டன. அசரப் அலி திரும்பிப் பார்த்தார். தூரத்தில் பத்து இருபது ஆட்கள் வந்துகொண்டிருந்தனர். அவர்களைப் பார்த்ததும் சலாம் மரைக்காயர் நிமிர்ந்து உட்கார்ந்தார்.

திண்ணையில் உட்கார்ந்திருந்தவர்களைப் பார்த்து, ‘அப்பம் நீங்க பொழுது தாள வாங்களம்பா . . . பேசிக்குவம் . . . மேலூர்க்காரங்க வாறாங்க . . . ரொம்ப முக்கியமான வெசயம் பேச வேண்டியிரிக்கி . . .’ என்றார் சலாம் மரைக்காயர்.

அவர்கள் பின்னால் திரும்பிப் பார்த்தார்கள். அந்த ஆட்கள் ரொம்பப் பக்கத்தில் வந்துகொண்டிருந்தார்கள். ‘கேள்விப்பட்டோம். இஸ்லாத்துக்கு மாறப் போறாகளாமில்ல, அப்ப சரி . . . இது ரொம்ப முக்கியமான சமாச்சாரம்தான். பொறவு வாரோம் . . .’ என்று திண்ணையிலிருந்து இறங்கி, கீழே நின்றுகொண்டிருந்த லாஞ்சிக்காரர்களையும் அழைத்துக் கொண்டு போய்விட்டார்கள்.

சலாம் மரைக்காயர், வந்த ஆட்களை சந்தோஷமாக வரவேற்றார். அவர்களில் இரண்டுமூன்றுபேர் மட்டும் திண்ணையில் ஓர் ஓரமாக உட்கார்ந்தனர். மற்றவர்கள் நின்று கொண்டிருந்தார்கள். அசரப் அலியும் அவர்களுக்கு வழிவிட்டு, சற்றுத் தள்ளி நின்றுகொண்டார்.

‘அட அப்படி ஒதுங்கி ஒதுங்கி நிக்காதீங்கப்பா, இஸ்லாத்துல எல்லாரும் சகோதர சமத்துவந்தான். இப்படி பக்கத்துல வந்து இரியுங்கோ . . . ஏ . . . அந்த மேலக் கடேசில நிக்கது ஆரு? சின்னான் மவனோடே? ஏ, வேலுதானடே? அது

என்னப்பா அப்பிடி ஆரோ அசல் ஆளுமாதிரி தூணுக்குப் பொறத்தால மொவத்த மறைச்சிக்கிட்டு நிக்கா? கூச்சப்படாம இங்கன வந்து உக்காரப்பா ... இஸ்லாத்துல பெரிய ஆளு சின்ன ஆளு ஒண்ணும் கெடையாதப்பா ...'

'அத நெனச்சித்தான் நாங்க இங்கே வாரோம் ... அதுக்காவ ஐயா பக்கத்துல உக்காந்திர முடியுமா? மதிப்பு மரியாத இல்லாமப் போயிருமா?' என்றார் ஒருத்தர்.

'நீங்க என்னப்பா ... சுத்தப் பைத்தியக்காரங்களா இருக்கீய ளேப்பா ... வே ... ராமய்யா பிள்ளை ...' என்று பக்கத்துத் திண்ணையைப் பார்த்துக் கூப்பிட்டார். திண்ணையை மறைத்துக் கொண்டிருக்கிற ஆட்கள் ஒதுங்கிநின்றுகொண்டார்கள். ராமையா பிள்ளை சாய்மான மேஜையிலிருந்து எழுந்து நின்று, அவிழ்ந்த இடுப்பு வேட்டியைக் கட்டிக்கொண்டார்.

'வே ... உள்ள போயி, வந்திருக்க ஆட்கள் எல்லாருக்கும் சாயா போடச் சொல்லும்' என்றார் சலாம் மரைக்காயர். ராமையா பிள்ளை நின்றுகொண்டே ஆட்களை எண்ண ஆரம்பித்தார்.

'யப்பா ... எல்லா ஏற்பாடுகளும் பண்ணியாச்சி. மதராஸ்லே இருந்து நாளைச்செண்டு அல்லாரும் வர்றாங்கோ' என்றார் சலாம் மரைக்காயர்.

திண்ணையில் முதலில் உட்கார்ந்திருந்த ஒரு ஆள் அவரைப் பார்த்து, 'நம்ம பச்சேரி தலைக்கட்டுல அஞ்சு பயலுவோ பி.ஏ., பி.எஸ்ஸி., படிச்சுப் போட்டு சும்மா கெடக்கானுவோ ... அவனுகளுக்கு ஏதாவது வேல பண்ணி வைக்கணும் ... கண்ணத் தொறந்துவுட்ட மாதிரி இருக்கும் ... அய்யாதான் ஒரு வழி பண்ணணும் ... மறந்துராதீய ...' என்றார்.

'அது என்னடே அந்த மாதிரிச் சொல்லிட்ட? அப்பிடி மறந்துருவனா நான்? அன்னைக்கி ஒங்க ஊருல வச்சிச் சொன்னத யாபகம் வச்சுக்க. அத மீறி ஏதாவது ஆயிப்போச்சின்னா சொல்லு. மொஸல்மான் கவுல் கெடையா பண்ணுதவன் அல்ல. இஸ்லாத்துல யாரும் யாருக்கும் பயப்பட வேண்டியது இல்ல. அல்லா ஒருத்தனுக்குத்தான் பயப்படணும் ...' என்றார் சலாம் மரைக்காயர். அவர்களிடம் ரொம்ப அனுசரணையாகப் பேசிக்கொண்டே இருந்தார் சலாம் மரைக்காயர். வெகு நேரம் நின்று பார்த்தார் அசரப் அலி. அதற்கு மேலும் நின்று கொண்டிருப்பதில் பிரயோஜனமில்லை என்று நினைத்து, வீட்டுக்குப் புறப்பட்டுவிட்டார். மற்ற நாளிலாவது எப்போதாவது இவரைப் பார்த்து ஏதாவது நாலு வார்த்தை பதில் சொல்லுவார். இன்று அதுவும் இல்லை.

லைலா பின்வாசல் நடையில், கால்களின் மேல் சுளகை வைத்துப் பீடி சுற்றிக்கொண்டிருந்தாள். வாப்பா வந்த சத்தம் கேட்டுத் திரும்பிப் பார்த்தாள். வாப்பாவின் முகத்தைப் பார்த்ததுமே தெரிந்துபோயிற்று. ஒரு வாரத்துக்குள் தகவல் சொல்லிவிடவில்லை என்றால் வேறு இடம் பார்த்து விடுவோம்' என்று மாப்பிள்ளை வீட்டுக்காரர்கள் சொல்லி விட்டார்கள். எங்கேயாவது கண்ணுக்குத் தெரியாமல் போய்விடலாமா என்றிருந்தது லைலாவுக்கு. ஆனால் எங்கே போவது? அதுவும் ஒரு பெண் அந்த மாதிரிச் செய்துவிட முடியுமா என்ன?

அசரப் அலி செருப்பைக் கழற்றிப் போட்டுவிட்டுப் பாயில் உட்கார்ந்தார்.

'என்ன மொதலாளியப் பாத்தீங்களா?' என்று அவர் மனைவி கேட்டாள்.

'பார்த்தேன், பாக்காம என்ன? இன்னைக்கி இஸ்லாத்துக்கு மாறப் போற ஆளுக வந்துட்டானுங்க . . . ஏகத் தடபுடலா இரிக்கி. இஸ்லாத்துக்கு மாறினா ரூவா, வேல எல்லாம் தருவாவளாம். சொந்தச் சனத்துக்கு ஒதவ ஆளு இல்ல. அடுத்த சாதி சனத்துக்கு செய்யிதாவோ. தறி நெஞ்சும் பீடி சுத்தியும் ஆணும் பெண்ணும் செத்துச் சுண்ணாம்பா போயிட்டிருக்கு. நாம இந்த இஸ்லாத்துல வந்து பொறந்ததுக்கு அந்த ஆளுகளோட பச்சேரியில பொறந்திருந்தா இப்ப இவ நிக்காவுக்குத் துட்டாவது கெடைச்சிருக்கும் ...' என்று சொன்னார் அசரப் அலி.

1986

உள்ளும் புறமும்

‘என்ன, நான் சொல்லுறது காதுல விழுந்திச்சா என்ன? ஒங்களுக்குப் பொழுது விடிஞ்சா பேப்பருக்குள்ள தலையைப் பூத்துக்கிடதுக்குத்தான் நேரம் சரியா இருக்குது... ரெண்டுநாளா பிள்ளை கண்ண முழிக்க முடியாமக் கெடக்குது... நானும் என்னாலே ஏண்ட மட்டும் எல்லாக் கைப்பக்குவமும் பண்ணிப் பாத்தாச்சு ... ஒண்ணுக்கும் கேக்க மாட்டேங்குது. டாக்டர் கிட்டக் கொண்டுபோயி அவருக்கு அழவேண்டியத அழுதாத்தான் சரிப்பட்டு வரும்போல இருக்கு... ஒங்களுக்கானா பொழுது விடிஞ்சு பொழுது போனா ஊரு ஒலகத்துல எவன் என்ன பண்ணுதான்னு தேடி அலையதுக்குத்தான் நேரம் சரியா இருக்குது... இந்தப் புள்ளய டாக்டர் கிட்டே கூட்டிட்டுப் போயிக் காம்பிப்பமேன்னு தோணுதா? எல்லாத்துக்கும் இந்த நீலாம்மாதான் போகணும்... கடைக்கிப் போகணுமா? நீலா... கல்யாணத்துக்குப் போகணுமா? நீலா ... சுடுகாட்ல கொண்டு போயி வைக்கணும்னாலும் அதுக்கும் இந்த நீலாதான் வேணும். ஒங்களுக்கு என்ன? இன்னும் செத்த நேரத்துல, கெடக்கது கெடக்கட்டும், கெழவனத் தூக்கி மனையில வையின்ன கதையா, சட்டையைத் தூக்கிப் போட்டுட்டு சர்க்கோடு பொறப்பட்டுருவிய... திரும்பி வாரதுக்கு ராத்திரி பத்தாகுமோ, பனிரெண்டாகுமோ? அதுவரைக்கும் இந்தக் காச்சக்காரப் புள்ளய வச்சுக்கிட்டு லோல் படுதது ஆரு? செண்பகத்தக்கா வாறீயா, கிருஷ்ணம்மக்கா வாறீயான்னு டாக்டர் வீட்டுக்குப் போவதுக்கு நான் வீடு வீடா ஏறி எறங்கித் தொணை தேடணும்... நான் என்னத்தக் கத்தி என்ன பண்ண?

ஒங்க காதுல விழவா போகுது? பொழுதன்னைக்கும் பேப்பரு... பேப்பரு... அந்த மாயப்பேப்பருல என்ன எளவுதான் இருக்கோ ?'

'பின்னே பேப்பர் பாக்காமே தேவாரம், திருவாசகமா படிக்கச் சொல்லுத ? பேப்பர் படிக்கதுக்குத்தான் ஆபீஸ்லே சம்பளம் குடுக்கான் ...' என்று எரிச்சலோடு சொல்லிவிட்டு மறுபடியும் பேப்பர் படிக்க ஆரம்பித்தான்.

தொட்டிலில் கிடந்த குழந்தை, நீலா போட்ட சத்தத்தைக் கேட்டு முணங்கியது. குழந்தையைத் தொட்டிலில் இருந்து தூக்கலாம் என்று தோன்றியது. அப்படித் தூக்கினால் அவளுக்கு விட்டுக்கொடுத்த மாதிரி, அவள் சத்தம் போட்டதுக்குப் பயந்ததுபோல் ஆகிவிடும் என்று நினைத்தான். குழந்தை கால்களை உதைத்துத் திமிறிக்கொண்டிருந்தது, தொட்டில் வேட்டியின் வழியே தெரிந்தது. இன்னும் கொஞ்ச நேரத்தில் பெரிதாக அழ ஆரம்பித்துவிடுவான். பார்த்துக்கொண்டே பேசாமல் இருந்தான். லேசாகச் சத்தம் போட ஆரம்பித்தது குழந்தை. நீலா அடுக்களையிலிருந்து வரக் கொஞ்சம் நேரமாயிற்று.

'பாத்துக்கிட்டு உட்கார்ந்திருக்கீயளே? புள்ளயத் தூக்கினா என்னவாம்?' என்று குரல் கம்மச் சொல்லிக்கொண்டே குழந்தையைத் தூக்கிக்கொண்டு அடுக்களைக்குப் போனாள். தடால் தடால் என்று வேண்டுமென்றே பாத்திரங்களைச் சத்தம் கேட்கும்படியாகக் கீழேவைத்தாள்.

சங்கரனுக்கு ஒன்றும் ஓடவில்லை. பேப்பரை மூடி பெஞ்சில் ஒரு ஓரமாக வைத்துவிட்டு, ஜன்னல் வழியே தெரிந்த வயல்களையும் அதற்கு அப்பால் தெரிந்த குன்னத்தூர் பொத்தையையும் பார்த்துக்கொண்டிருந்தான். வயல்களுக்கு நடுவே சென்ற செங்கோட்டை லைனில், இரண்டு சிறுவர்கள், ஒருவர் கையை ஒருவர் பிடித்துக்கொண்டே வேகமாகப் போய்க்கொண்டிருந்தார்கள்.

'எல்லாம் எந்தலைவிதி . . . இப்பிடிக் கைப்பிள்ளையோட கெடந்து சாகவா, இல்லை அடுப்படியில் கெடந்து சாகவான்னு தெரியல . . .'

'வேலக்கி ஒரு ஆள வையின்னு சொன்னாக் கேக்க மாட்டேங்கிறீயே? ஒன்னை யார் எல்லா வேலையையும் செய்யச் சொன்னா?' என்று ஜன்னல் வழியே வெளியே பார்த்துக்கொண்டே சொன்னான் சங்கரன்.

'ஆமா . . . ஐயா கொண்டுட்டு வாற சம்பளத்துல வேலைக்கி ஆள் வைக்கது ஒண்ணுதான் கொறச்சலாப் போச்சாக்கும்? வேலைக்கு ஆளுவைக்கணுமாம்லே ஆளு, நாம கெடக்க கெடையிலே அது ஒண்ணுதான் கொறச்சல்.'

சங்கரனுக்கு ஒன்றும் சொல்லத் தோன்றவில்லை. வாழ்வே நரகம் ஆகிவிட்டது. ஒருவேளை குழந்தையை நேற்றே டாக்டரிடம் கொண்டுபோய்க் காண்பித்திருந்தால் நீலாவுக்கு இன்று இவ்வளவு கோபம் வந்திருக்காதோ ? அப்படியும் சொல்ல முடியாது. அவளுக்குச் சண்டை போட வேறு ஏதாவது காரணம் கிடைத்திருக்கும். வரவர எடுத்ததுக்கெல்லாம் இரண்டுபேருக்கும் சண்டை வந்துவிடுகிறது. யார் பக்கம் தவறு என்றே தெரியவில்லை.

யோசித்துப் பார்த்தால் நீலா கோபப்படுவதிலும் தவறு இல்லை என்றுதான் அவனுக்குத் தோன்றியது. அவன் பொறுப்பு இல்லாமல்தான் இருக்கிறான். வீட்டில் என்ன நடக்கிறது என்றே அவனுக்குத் தெரியாது. கடைக்குப் போய் ஒரு சாமான் வாங்கி அறியமாட்டான். சம்பளத்தை அவள் கையில் கொடுப்பதோடு சரி. அவனுக்கு முன்னாள் பிரதமரின் தவறுகளைப் பற்றித் தெரியும். இந்நாள் பிரதமரின் அரசியல் பலமின்மையைப் பற்றித் தெரியும். சத்யஜித் ரேயின் படங்களை ரசிக்கத் தெரியும். எவ்வளவு காலமானாலும் கு.ப.ரா.வின் அகலிகையை மறக்காதிருக்க முடிகிறது. ஆனால் வீட்டைத்தான் கவனிக்க முடியாமல் போகிறது. குடும்பப் பொறுப்பு தெரியாமல் போய்விட்டது. தான் ஏன் இப்படி ஆனோம் என்று அவனுக்கே புரியவில்லை. சமயங்களில், தான் ரொம்பச் சுயநலம் பிடித்தவனோ என்று தோன்றும்.

குழந்தை அழுகிற சத்தத்துடன் நீலா அழுவதும் கேட்டது. அதற்கும்மேல் அவனால் அங்கே உட்கார்ந்திருக்க முடியவில்லை. எழுந்து அடுக்களைக்குப் போனான். வாசல் பக்கம் நின்றுகொண்டு, ‘பிள்ளையை எங்கிட்டே குடு . . . நான் பார்த்துக்கிடுதேன்’ என்று மெதுவாக, அவளைச் சமாதானப்படுத்துகிறமாதிரி சொன்னான்.

‘போங்க ஒங்க சோலியப் பாத்துக்கிட்டு . . . பெரிசா புள்ளயத் தூக்க வந்துட்டாகளாம் . . . தூக்க. வேசம் போடதீய’ என்றாள் நீலா.

சிறிது நேரம் அங்கேயே நின்றுகொண்டிருந்தான். நீலா அழுகிற குழந்தையை மடியில் போட்டுக்கொண்டே அடுப்பிலிருந்து, அவிந்த இட்லியை எடுத்துக்கொண்டிருந்தாள்.

தடதடவென்று யாரோ படியில் ஏறிவருகிற சத்தம் கேட்டது. பவானி வந்தாள். நடைக் கூடத்தைத் தாண்டி அவன் எதிரே மூச்சு இறைக்க நின்றாள். அவிழ்ந்துகொண்டிருந்த பாவாடை நாடாவைக் கட்டிக்கொண்டே, ‘மாமா ஒங்களுக்கு போன் வந்திருக்கு’ என்றாள்.

‘போனா ? எங்கே இருந்து ?’

‘தெரியல . . . அப்பாதான் சொன்னா . . . மச்சு வீட்டு மாமாவுக்கு போன் வந்திருக்கு ‘போயிக் கூட்டியான்னா . . .’

என்று அவன் முகத்தைப் பார்க்காமல் நீலாவையும் குழந்தையையும் பார்த்தபடியே சொன்னாள். 'ஏன் அக்கா? ராஜு அழுதானா? எங்கிட்ட குடுங்க, நான் வேணும்னா கொஞ்ச நேரம் வச்சுக்கிடுதேன்...' என்று சொல்லிக்கொண்டே, அவள் பக்கத்தில் போய் குனிந்து, மடியில் இருந்த குழந்தையைத் தூக்கினாள்.

'இல்ல பவானி... அவனுக்கு மேலுக்குச் சொகமில்லை... தூக்குனா அழுவானே' என்று சொன்னாலும், குழந்தையைப் பவானியிடம் கொடுத்தாள் நீலா. இப்போது அவளுக்கு மனம் லேசாக இருப்பதுபோல் இருந்தது. சேலை முந்தானையால் நீலா கண்ணீரைத் துடைத்துக்கொண்டாள். அவள் கண்ணீரைத் துடைப்பதைப் பார்த்து, முகத்தைத் துணியால் மூடி விளையாடுகிறாள் என்று நினைத்துக் குழந்தை நீலாவைப் பார்த்துச் சிரித்தது.

'எதுக்குக்கா அழுதீங்க? மாமா ஏதாவது சொன்னாளா?' என்று பெரிய மனுஷி மாதிரி பவானி கேட்டாள்.

'மாமா என்னத்தைச் சொல்ல இருக்கு? என் விதிய நெனச்சு அழுதேன்...' என்று சொல்லிவிட்டுத் தலையைத் திருப்பி, சங்கரன் என்ன செய்கிறான் என்று பார்த்தாள்.

அவன் உள்ளறைக்கொடியில் துண்டைத் தேடிக்கொண்டிருந்தான். துண்டு கிழக்குச் சுவர் ஓரமாக டிரங்க் பெட்டி அடுக்கின் மீது கிடக்கிறது என்பது அவளுக்குத் தெரியும். ஆனாலும் அவன் தேடுகிறதைப் பார்த்துக்கொண்டே இருந்தாள். அவனே எப்படியோ அதைக் கண்டுபிடித்து எடுத்துத் தோளில் போட்டுக்கொண்டு போனான்.

அவன் கீழே படியிறங்கிப் போனபிறகு, பவானி குழந்தையைத் தூக்கிக்கொண்டு உள்ளே போய், பெஞ்சின் மீது அவனை உட்கார வைத்தாள். அவளும் அவனுக்குப் பக்கத்தில் உட்கார்ந்துகொண்டாள். குழந்தையிடம், ஜன்னல் வழியே தூரத்தில் தெரிந்த குன்னத்தூர் பொத்தையைக் காட்டி, 'ராஜு ... அந்தா பாரு மலை ... மலையைப் பாத்தியா? ஏயப்பா... எம்புட்டுப் பெரிசு...' குழந்தை வேறு எங்கோ பார்த்தது. முகத்தில் குளிர்ந்த காற்று பட்டதும், அது மூன்று நான்கு முறை தும்மியது. கூடவே சிறுநீரும் கழித்தது.

'பவானி ... அவன இப்படிக் கொண்டாம்மா ... அவனுக்குக் காய்ச்சல் அடிக்கி ... குளுந்த காத்து படக்கூடாது' என்று அடுக்களையிலிருந்து நீலா சொன்னாள்.

'சரிக்கா ...' என்று சொல்லிவிட்டு, பெஞ்சில் இருந்த குழந்தையைத் தூக்க முடியாமல் தூக்கிக்கொண்டு நீலாவிடம் போனாள்.

‘கொஞ்ச நேரம் அவனை இங்கேயே வச்சிரு… நான் இந்த ஈடு இட்லியை ஊத்திட்டு வந்து வாங்கிக்கிடுதேன்…’

இடுப்பில் இருந்த குழந்தையின் பாரம் தாங்க மாட்டாமல், ஒரு பக்கமாகக் காலைச் சாய்த்து நின்றுகொண்டு நீலா இட்லி ஊற்றுவதையே பார்த்துக்கொண்டிருந்தாள் பவானி. நல்ல வேளை அவள் அம்மா அங்கு இல்லை. அவள் இருந்தால், அடுத்த வீட்டு அடுக்களைக்குள் போகக்கூடாது என்று சத்தம் போடுவாள். குழந்தை கரண்டியிலிருந்து இட்லித் தட்டில் மாவு விழுவதை வேடிக்கை பார்த்துக்கொண்டிருந்தது.

‘இன்னுங் கொஞ்ச நேரத்துல ஒங்க மாமா ஆபீஸுக்குப் போகணும், ஆபீஸுக்குப் போகணும்னு கால்ல வென்னிய ஊத்திக்கிட்டு நிப்பாங்க…’ என்று சொல்லிக்கொண்டே இட்லித் தட்டைக் கொப்பரைக்குள் வைத்து மூடினாள். குழந்தையை பவானியிடமிருந்து வாங்கிக்கொண்டு, ‘நீ பள்ளிக்கூடம் போவாண்டாமா பவானி?’ என்றாள்.

‘போகணுமக்கா…’

‘நேரமாச்சுன்னா நீ போம்மா… இவன நான் பார்த்துக் கிடுதேன். இன்னமே அக்காவுக்கு வேல ஒண்ணும் இல்ல . . .’ என்றாள் நீலா. பவானி அவளிடம் சொல்லிக்கொண்டு புறப்படவும், எதிரே சங்கரன் படியேறி வரவும் சரியாக இருந்தது. ‘மெள்ள பார்த்துப் போ பவானி… ஓடாதே’ என்று, அவள் தன்னைத் தாண்டி வேகமாகப் போகும்போது சொன்னான் சங்கரன்.

அவனைப் பார்த்ததும் வெடுக்கென்று வேறெங்கோ பார்க்கிறமாதிரி முகத்தைத் திருப்பிக்கொண்டாள் நீலா. அவளிடம் டெலிபோன் தகவலைச் சொல்வதா வேண்டாமா என்று யோசித்தான். அவள் அவ்வளவு கோபமாக இல்லை என்று அவனுக்குத் தோன்றியது. குழந்தையைத் தூக்கிக்கொண்டு அவள் நின்றவிதம் அவனுக்கு ரொம்பப் பிடித்திருந்தது. அவளுடைய பின்புறப் பிடரி மயிர்ச் சுருள் ஜன்னல் பக்கமிருந்து வீசிய காற்றில் சுருண்டு, பார்க்க ரொம்ப அழகாக இருந்தது. அவள் நின்றிருந்த விதம் ஏதோ ஓர் ஓவியம் போல் இருந்தது.

‘ஆபீஸ்லேருந்துதான் போன் வந்தது . . . மினிஸ்டர்கூட டூர் போக வேண்டியிருக்கு. ரெண்டு ரிப்போர்ட்டர்ஸும் இல்லை. அதுதான் நான் போகவேண்டியிருக்கு. தூத்துக்குடி வரை போகணும். வர்றதுக்கு ராத்திரியாகும். நான் பவானி அம்மாகிட்டே சொல்லியிருக்கேன். நீயும் அவங்களுமா டாக்டர் கிட்டே பிள்ளையத் தூக்கிட்டுப் போயிட்டு வாங்க…’ என்று சொல்லிவிட்டு, அவள் ஏதாவது பதில் சொல்வாள் என்று அவள் முகத்தையே பார்த்துக்கொண்டு நின்றிருந்தான்.

அவன் முகத்தைப் பார்க்காமலேயே, ‘எதுக்கு இதை எங்கிட்ட சொல்லணும்? சொன்னாலும் சொல்லாட்டாலும் அப்படித்தான நடக்கப் போவுது...’ என்றாள் நீலா.

இன்னும் அவள் அவனிடம், யாரோ முன்பின் தெரியாதவர்களிடம் பேசுவதுபோல் பேசியது, அவனுக்கு என்னவோ போலிருந்தது. உண்மையில் அவள் மனத்தில், சற்று முன் இருந்த கோபமும் ஆத்திரமும் இல்லைதான். வேண்டுமென்றேதான் அவனிடம் முகம் கொடுத்துப் பேசாமல் இருந்தாள். ஏனோ அப்படிப் பொய்க் கோபத்துடன் இருப்பது அவளுக்குப் பிடித்திருந்தது. ஆனால் அவனால் அவள் அலட்சியத்தைத் தாங்க முடியவில்லை.

குழந்தை அவனைப் பார்த்துச் சந்தோஷத்துடன் கையை மேலும் கீழும் ஆட்டியது. குழந்தையைத் தூக்கவேண்டும் என்று நினைத்தான். என்றாலும் அவளுக்கு இருக்கிற கோபத்தில் இப்போது குழந்தையைத் தூக்கப்போனால் தரமாட்டாள் என்பது அவனுக்குத் தெரியும். தவிர, அவள் கோபமும் அதிகமாகும் என்று தோன்றியது.

உள் அறைக்குச் சென்று, மறுபடியும் ஜன்னல் வழியே வெளியே பார்க்க ஆரம்பித்தான். ஆற்றுக்குக் குளிக்கப் போகிறவர்களும் வருகிறவர்களுமாகக், குறுக்குத் துறை ரோடு பரபரப்பாக இருந்தது. ஆற்றில் குளித்து எவ்வளவோ காலம் ஆகிவிட்டது. கல்யாணமான புதிதில் அவனும் நீலாவும் தினசரி காலை ஐந்து ஐந்தரை மணிக்கெல்லாம் ஆற்றுக்குக் குளிக்கப் போய்விடுவார்கள். ஆற்றில் நீலா துணிகளுக்குச் சோப்புப் போடுகிறவரை அவன் கரையில் உட்கார்ந்து அவளுடன் பேசிக்கொண்டிருப்பான். அவள் சோப்பு போடும்போது, அவள் விரலில் அணிந்திருந்த நெளிவு மோதிரம் பார்க்க ரொம்ப அழகாக இருக்கும். அவனை சோப்பு போட விடமாட்டாள். ‘ஆம்பளைகளுக்கு இந்த வேலையெல்லாம் எதுக்கு?’ என்பாள். அந்த நாட்கள் எல்லாம் என்னவாயின? பொய்யாய், பழங்கதையாய், கனவாய் போயிற்றா?

வரவரப் பத்திரிகை வேலையும் அவனுக்குப் பிடிக்கவில்லை. அன்றாட அரசியல் நடப்புகளை விமர்சனம் செய்து கட்டுரைகள் எழுதுவது அவனுக்குப் பிடிக்கவில்லை. ஒருவிதத்தில் பார்த்தால் யாரையுமே விமர்சனம் செய்வது அவனுக்குப் பிடிக்கவில்லை. ஒரு குடும்பத்தை நிர்வாகம் செய்யத் தெரியாத தான், பிறரை விமர்சிப்பது சரியில்லை என்று அவனுக்குத் தோன்றியது. மேலும் கடவுளைத் தவிர யாரும் பரிபூரணமாக இருக்க முடியாது என்றும் நினைத்தான். ப்ரூஃப் ரீடர் குத்தாலம் பிள்ளை அண்ணாச்சிதான் அவனை அவ்வப்போது சமாதானப்படுத்தி

வந்தார். அவருக்காகத்தான் அவன் அங்கு தொடர்ந்து வேலை பார்த்துக்கொண்டிருந்தான். உடனே அவரைப் பார்க்க வேண்டும் போல் இருந்தது.

சோப் டப்பாவை எடுத்துக்கொண்டு குளிக்கப் புறப்பட்டான். நீலா மடியில் குழந்தையைப் போட்டுக்கொண்டே அடுப்பு வேலையைக் கவனித்துக்கொண்டிருந்தாள். அவளைப் பார்க்கும்போது அவனுக்குச் சங்கடமாக இருந்தது.

மாடியில் பாத்ரூம் கிடையாது. கக்கூஸ் கீழேதான். மாடியில் உள்ள அவன் வீட்டைத் தவிர கீழே மூன்று குடித்தனங்கள் இருந்தன. அதனால் காலை நேரத்தில் அந்த அறைகளுக்கு ஏகப்பட்ட போட்டி இருக்கும். ஆனால், அன்று அதிர்ஷ்டவசமாக பாத்ரூம் காலியாகக் கிடந்தது. அடி பம்பிலிருந்து தண்ணீர் அடித்து நிரப்பி பாத்ரூமுக்குள் கொண்டு போய் வைத்தான். எப்போதும் நீலாதான் தண்ணீர் அடித்து வைப்பாள்.

'தம்பி... நீங்க குளிக்கப் போறேளா?' என்று சுந்தரத்து மாமா கேட்டார். அவன் பாத்ரூமுக்குள் நின்றுகொண்டே 'ஆமாம்' என்பதுபோல் தலையை ஆட்டினான்.

'சரி... நான் அப்புறமா குளிச்சுக்கிடுதேன்' என்று சொல்லி விட்டு அவர் வீட்டுக்குள் போய்விட்டார்.

அவர் அந்தக் கேள்வியைக் கேட்டிருக்க வேண்டியதே இல்லை. அவனைப் பார்த்தாலே தெரிந்தது, அவன் குளிக்கப் போகிறான் என்று. இது ஒன்றும் புதுசில்லைதான். தங்களுக்குத் தெரிந்த பதிலையே எதிராளியிடம் கேட்டுத் தெரிந்து கொள்ளும் இதே காரியத்தை அவனே எத்தனையோ முறை செய்திருக்கிறான். ஏதோ ஒரு அன்னியோன்யத்தை ஏற்படுத்திக் கொள்கிற முயற்சி இது. என்றாலும் அவனுக்கு அவர் அப்படிக் கேட்டது எரிச்சலாக இருந்தது.

பாத்ரூம் கதவைச் சாத்தி, கொண்டி போட நேரமாகியது. அந்தக் கொண்டி, தகரக் கதவோடு சேர்ந்து சுற்றிக்கொண்டே இருக்கும். பல மாதங்களாக இப்படித்தான் இருக்கிறது. பாத்ரூமில் குளிக்கிற எல்லோருமே இந்தக் கஷ்டத்தை அனுபவிக்கிறார்கள். அந்த நட்டை முறுக்கினால் போதும். அது அசையாமல் நின்று விடும். தானே அதைச் செய்யவேண்டும் என்று பல நாள் நினைத்திருக் கிறான். ஆனால் செய்ததில்லை. அவனிடம் ஒருவிதமான கூச்சம் உண்டு. அவன் அந்த நட்டை முறுக்குவதை அகௌரவமாக நினைக்கவில்லை. அவன் அதைச் செய்யும்போது யாரும் பார்க்கக்கூடாது என்று நினைத்தான். குறிப்பாகப் பெண்கள் பார்த்துவிடக்கூடாது. ஞாயிற்றுக் கிழமை சாயந்திரம் எல்லோரும் டி.வி. பார்க்கிற நேரத்தில் அந்தக் கொண்டியைக் கதவோடு சேர்த்து

இரண்டு உலகங்கள் ❖ 145 ❖

முறுக்கிவிடலாம் என்று அதற்கு ஒரு மார்க்கம் கூடக் கண்டுபிடித்து வைத்திருந்தான். ஆனால் காரணம் சொல்ல முடியாமலே அந்தக் காரியம் நழுவிக் கொண்டிருந்தது.

சுந்தரத்து மாமாவுக்கோ, அடுத்த வீட்டில் இருக்கும் ஜவுளிக்கடை கனகுப்பிள்ளைக்கோ தாங்கள் நட்டை முறுக்குவதைப் பிறர், குறிப்பாகப் பெண்கள், பார்க்கக் கூடாது என்பதெல்லாம் ஒரு பிரச்னையே இல்லை. இப்படி எல்லாம் அவர்கள் மனதைக் குழப்பிக்கொள்ள மாட்டார்கள். இது கூச்சமா அல்லது பொறுப்பற்ற தன்மையா?

தன்னுடைய இதே பொறுப்பின்மைதான் குழந்தையை டாக்டர் வீட்டுக்குக் கூட்டிக்கொண்டு போகாததற்கும் காரணம் என்று தோன்றியது. அந்த காம்பௌண்டில், அந்தத் தெருவில், அந்த ஊரில்கூடத் தன்னைப்போல் இவ்வளவு பொறுப்பற்ற மனிதன் எவனும் இருக்க மாட்டான் என்று நினைத்தான்.

அந்த பாத்ரூம் பலவிதங்களிலும் அசௌகரியமானது. சோப்டப்பா வைப்பதற்கு ஒரு மாடக்குழி இருந்தது. அதை முக்கோண வடிவில் செய்திருந்தார்கள். ஆழம் போதவே போதாது. அது, சோப்புப் பெட்டியின் நீளம் கூடக் கிடையாது. எல்லோரும் எப்படி அதில் சோப்பு டப்பாவை வைத்துவிட்டுக் குளிக்கிறார்கள் என்றே தெரியவில்லை. கீழே தரையில் வைத்தால் டப்பாவின் மீது தண்ணீர் படும். சோப்பு கரைந்துவிடும். அந்த மாடத்தை இன்னும் ஆழமாகச் செய்திருக்கலாம். அதில் எப்படியோ டப்பாவை வைத்துவிடலாம்; ஆனால் குளித்து முடிக்கிறவரை அவன் கவனம் பூராவும் டப்பாவின் மீதுதான் இருக்கும். தண்ணீரின் குளிர்ச்சியையோ, சோப்பு போடும்போது அதன் மணத்தையோகூட அனுபவிக்க முடிந்ததில்லை. கொண்டி நழுவிக் கதவு திறந்துவிடுமோ என்ற பயத்திலும், சோப்புடப்பா கீழே விழுந்துவிடக்கூடாதே என்ற கவனத்திலுமே ஒவ்வொரு நாளும் குளிக்கவேண்டியிருந்தது. அன்றும் அப்படித்தான் குளித்து முடித்தான்.

பாதிப் படி ஏறிவரும்போது சுந்தரத்து மாமா ஞாபகம் வந்தது. கீழே இறங்கிப்போய் அவரிடம் சொல்லிவிட்டு வந்திருக்கலாம். அவன் குளிப்பதற்காக அவர் எத்தனையோ நாள் மெனக்கெட்டு மேலே ஏறி வந்து, பாத்ரூம் காலியாக இருக்கிறது என்று சொல்லி விட்டுப் போயிருக்கிறார். ஆனால் திரும்பவும் கீழே இறங்கி சுந்தரத்து மாமாவிடம் போய்ச் சொல்ல, வழக்கம் போல் அவன் சுபாவம் இடம் கொடுக்கவில்லை.

பெஞ்சில், அவன் சாப்பிடுவதற்காக இட்லி தயாராக இருந்தது. தொட்டிலில் குழந்தை தூங்கிக்கொண்டிருந்தான்.

அதற்குள் எப்படியோ நீலா குழந்தையைத் தூங்க வைத்திருந்தாள். மாடி கைப்பிடிச் சுவர்மீது ஏதோ ஞாபகமாகச் சொம்பை வைத்துவிட்டுப் போயிருந்தாள் போல. அதில் தண்ணீர் இருந்ததோ என்னவோ தெரியவில்லை. ஒரு காக்கை, சொம்பு விளிம்பில் ஏறி நின்றுகொண்டு, மூக்கை உள்ளே நீட்டித் தண்ணீர் குடித்துக்கொண்டிருந்தது. கண்ணாடி முன்னால் தலை சீவிக்கொண்டு இருந்தபோதுதான் அதைப் பார்த்தான். அவனே அதை விரட்டி இருக்கலாம். ஆனால். 'நீலா ... நீலா ...' என்று கூப்பிட்டான். பதில் இல்லை. அடுக்களையிலும் அவள் இல்லை. மறுபடியும் 'நீலா' என்று கூப்பிட்டான்.

அவனுக்குப் பயமாக இருந்தது. ஒருவேளை நீலா எங்காவது போய்விட்டாளோ? சிறுவயதில், மாமாவிடம் சண்டை போட்டுவிட்டு, கல்யாணமான நாலே மாதத்தில் காணாமல் போன கோமதி அத்தையின் ஞாபகம் வந்தது. இன்றுவரை அத்தையைப் பற்றிய தகவல் இல்லை. கோமதி அத்தை மாதிரி நீலாவும் காணாமல் போய்விட்டாளா?

அவசர அவசரமாக வீட்டுக்குள் போய் நீலாவின் பெட்டியைத் திறந்து பார்த்தான். துணிமணிகள் எல்லாம் அப்படியே இருந்தன. 'நீலா... நீலா...' என்று கூப்பிட்டுக்கொண்டே மாடிப்படிப் பக்கம் போய் நின்று கீழே பார்த்தான். அவன் பக்கத்தில் வந்ததும் அந்தக் காக்கை பறந்து போயிற்று.

கீழே சுந்தரத்து மாமா பம்பில் தண்ணீர் அடித்துக்கொண்டிருந்தார். அவனைப் பார்த்ததும், 'நீங்க பாத்ரூம்லே குளிச்சிட்டிருக்கும்போதுதான் நீலா எண்ணெய் பாட்டில் எடுத்துக்கிட்டுக் கடைக்கிப் போச்சு தம்பி... என்ன வேணும்? நம்ம பயலை விட்டுக் கூட்டியாரச் சொல்லட்டா?' என்றார். 'இல்லை, வேண்டாம். காணமேன்னு கேட்டேன்...' அவருடைய சௌஜன்யமும் பரிவும் அவனுக்குச் சங்கடமாக இருந்தது. சற்றுமுன் பாத்ரூம் காலியாகிவிட்டதைக் கூடச் சொல்லாமல் வந்துவிட்ட தன்னிடம் அவர் காட்டிய அக்கறை அவனைக் குறுக வைத்தது.

உள்ளே வந்து சாப்பிடுவதற்காக பெஞ்சில் உட்கார்ந்தான். அப்போதுதான் தட்டின் ஒரு ஓரத்தில் எண்ணெய் விடுவதற்குத் தயாராக, நீலா மிளகாய்ப் பொடியைக் குழித்து வைத்திருப்பதைப் பார்த்தான். எதிரே எண்ணெய் பாட்டிலுடன் நீலா அவசர அவசரமாக வந்துகொண்டிருந்தாள்.

***இந்தியா டுடே*, 1990**

மனைவியின் நண்பர்

சாயந்திரம் ஆகிக்கொண்டிருந்தது என்றாலும் வெயிலின் உக்கிரம் இன்னும் தணியவில்லை. ரங்கராஜு, கடைக்கு முன்னால் ஒரு ஓரமாக சைக்கிளை ஸ்டாண்ட் போட்டு நிறுத்தினார். பச்சை வண்ண ராலி வண்டி அது. அந்த வண்டியைப் பார்த்தால் ஒரு மாதத்துக்குமேல் சொல்லத் தோன்றாது. அவ்வளவு புதுசாக வைத்திருந்தார். அவர் அவனைக் கண்டுகொண்ட மாதிரியே தெரியவில்லை. அது ஒன்றும் ஆச்சரியமில்லை. எப்போதும் அவர் அப்படித்தான்; சைக்கிளை நிறுத்தி வைத்துவிட்டு, அவசரமில்லாமல் பூட்டி, சாவியைக் கையில் எடுத்தபிறகு, கண்ணிமைக்கும் நேரம் நின்று, தெருமுனைவரை பார்வையை ஓட்டுவார். அவர் அப்படிச் செய்வதில் விசேஷ அர்த்தம் எதுவும் இல்லை. என்றாலும் கடைக்குள் உட்கார்ந்திருக்கிற அவனுக்கு அவரது அச்செய்கை, அவருடைய குற்றமுள்ள நெஞ்சைக் காட்டுவதாகவே தோன்றும். தன்னை யாரும் நோட்டமிடுகிறார்களா என்று பார்க்கிறார் என்றுதான் அவன் நினைத்தான். அதற்குப் பிறகுதான் அவர், கழுத்திலிருந்து கைக்குட்டையை எடுத்து அலட்சியமாகத் தூசி தட்டிவிட்டு, அதையே விரித்து, கடைக்கு வெளியே கிடக்கிற ஸ்டூலில் உட்காருவார். உட்கார்ந்தபிறகும் அவனைப்பார்த்ததாகக் காட்டிக்கொள்ள மாட்டார். தங்க ஃபிரேம் போட்ட மூக்குக் கண்ணாடியை நேராக்கிய பின்னர்தான் அவனைப் பார்த்துப் பேசத் தொடங்குவார். பேச்சு வெகு சகஜமாக இருக்கும்படிப் பார்த்துக்கொள்வார். ஆனால்

ஏனோ தெரியவில்லை, ஒருபோதும் அவர் பேச்சு சகஜமாக இராது. அவர் அங்கே வந்தது முதல் திரும்பிப் போகிறவரை எதுவுமே சகஜமாக இராது. ரங்கராஜு கடைக்கு வந்துவிட்டால் அவனாலும் சகஜமாக இருக்க முடியாது.

அவர் எப்போதும் ரொம்ப மெல்லிசான சிவப்புக் கரை போட்ட மல் வேட்டிதான் கட்டுவார். அந்த எட்டுமுழ வேட்டியின் ஒரு தட்டை மட்டும் மடித்துக் கட்டியிருப்பார். அவரோடு அவனுக்குப் பழக்கம் ஏற்படுவதற்கு முன்னால், அந்த மாதிரி ஒற்றைத் தட்டாக வேட்டியை மடித்துக் கட்டுகிறவர்களைக் கண்டால் அவனுக்கு மிகவும் பிடிக்கும். இப்போதெல்லாம் இந்த மாதிரி மடித்துக் கட்டுகிறவர்கள் பெரிய போக்கிரிகள் என்று நினைக்க ஆரம்பித்திருந்தான்.

ரங்கராஜுவைப் போக்கிரி என்று சொல்ல முடியாது. அங்கிருந்து மூன்று மைல் தூரத்தில் அவருக்குக் குடும்பம் இருந்தது. ஒரு பையனும் இரண்டு பெண்களும் இருந்தனர். பையன் கல்லூரியில் படிக்கிறான். கூட்டுறவு நாணயச் சங்கம் போன்ற ஏதோ ஒன்றில் அவர் தலைவராக இருக்கிறார். அந்தத் தெருவிலேயே மூன்று வீடுகளை வாடகைக்கு விட்டிருக்கிறார். கொடுக்கல் வாங்கலும் உண்டு. எதற்காகவும் அவரைப் போக்கிரி என்று கருதவே முடியாது. கழுத்தில் அவர் கைக்குட்டை வைத்திருப்பது கூட, சட்டைக் காலர் அழுக்காகி விடக்கூடாது என்பதற்காகத்தான். அதற்காக ஒருவரைப் போக்கிரி என்று சொல்லலாம் என்றால் ரங்கராஜுவையும் அப்படிச் சொல்வதுதவிர வேறு வழியே இல்லை. எப்படியோ அவனைப் பொருத்தவரை அவர் போக்கிரிதான்.

'போக்கிரிதான்' என்று தன்னை அறியாமலேயே வாய் விட்டுச் சொல்லிவிட்டான். ஸ்டூலில் உட்கார்ந்திருந்த அவர் அவனைப் புதிருடன் பார்த்தார். முகத்துக்குள் வந்து வட்டமிட்ட ஈயைத் தூர விரட்டிக்கொண்டே 'என்ன சொன்னீங்க?' என்று கேட்டார். அப்போதுதான் அவனுக்குத் தான் ஏதோ சொல்லியிருக்கிறோம் என்று தெரிந்தது. 'ஒண்ணும் சொல்லலையே . . .' என்று சொல்லிச் சமாளித்தான். அவன் சொன்னதில் அவருக்கு நம்பிக்கை ஏற்பட்டதுமாதிரித் தெரியவில்லை. அவர் இன்னும் கடையின் உட்பக்கம் திரும்பி, கடையோடு சேர்ந்த வீட்டின் பின்பகுதியைப் பார்க்காமல் இருந்தது அவனுக்கு ஆச்சரியமாகத்தான் இருந்தது. அதைவிட ஆச்சரியம், இன்னும் அவன் மனைவி வீட்டின் உள்ளிருந்து வராததுதான். அவர் சைக்கிளை ஸ்டாண்ட் போட்டு நிறுத்துகிற சத்தம் கேட்டதுமே, சிவகாமி வீட்டின் எந்தப் பக்கத்தில் இருந்தாலும் வந்துவிடுவாள். வீட்டோடு சேர்ந்த கடை அது.

இரண்டு உலகங்கள் ❖ 149 ❖

வீட்டையும் கடையையும் பிரிக்கிற வாசல் கதவோரத்தில் வந்து நின்று, 'இப்பத்தான் வந்தீங்களா?' என்று கேட்டுக்கொண்டே, தான் இயல்பாக இருப்பதுபோல் காட்டுவதற்காக ஏதாவது ஒரு பொருளைச் சிறிது நகர்த்தியோ அல்லது சற்று இடம் மாற்றியோ வைத்து ஒழுங்குபடுத்துவதுபோல் பாவனை செய்வாள்.

நினைத்துக்கொண்டிருக்கும்போதே வீட்டின் உள்ளிருந்து குட்டிக்கூரா பவுடரின் மணம் வீசியது. தொடர்ந்து கொலுசுச் சத்தமும் கேட்டது. சிவகாமிதான் வந்தாள். ரங்கராஜுக்கும் கொலுசுச் சத்தம் கேட்டது. ஆனால் அவர் தெரிந்ததுமாதிரி காட்டிக்கொள்ளவில்லை. அவரால் அவ்வளவு வெளிப்படையாகக் காட்டிக்கொள்ள முடியாது. என்ன இருந்தாலும் அது அடுத்த இடம் . . . இங்கு கொஞ்சம் நாகரிகமாகத்தான் நடந்து கொள்ள வேண்டியிருக்கிறது. அவனிடம் யதேச்சையாகப் பேசுகிறமாதிரி 'மணி நாலு ஆகப் போவுது . . . இன்னும் வெயில் இறங்கலியே . . .' என்று அவர் சொல்ல ஆரம்பிக்கவும், சிவகாமி அவர் முகத்தைப் பாராமலேயே 'வந்து ரொம்ப நேரமாச்சுதா?' என்று கேட்கவும் சரியாக இருந்தது. அவர் அவனிடம் வெயிலைப் பற்றிக் கேட்டதற்கு அவன் பதிலே சொல்லவில்லை. சிவகாமி வந்துவிட்ட பிறகு அந்தப் பதில் தேவையில்லை என்பது இருவருக்குமே தெரியும். வலப்பக்கம் தலையைத் திருப்பி, அப்போதுதான் அவளைக் கவனித்தமாதிரி,'இல்லை,இப்பத்தான் வந்தேன் . . .' என்று லேசான சிரிப்புடன் சொன்னார்.

சிவகாமி அந்தப் பிற்பகல் வேளையிலும் பளிச்சென்று ரொம்ப அழகாக இருந்தாள். விவரிக்க முடியாத சோபையுடன் திகழ்ந்தாள். கண்களில் அபூர்வமான ஒளி. 'இப்பத்தான் குளிச்சீங்களா? பவுடர் எல்லாம் ரொம்பப் பெலமா இருக்கே' என்றார்.'ஏற்கெனவே காலையிலே ஒரு தடவை குளிச்சிட்டேன். வெயில் ஜாஸ்தியா இருந்ததாலே இப்பம் ஒரு செம்புத் தண்ணியை தலையிலே ஊற்றினேன் . . .' என்றாள். 'ஆமா . . . வெயில் ரொம்ப ஜாஸ்தியாத்தான் இருக்கு...' என்றார் ரங்கராஜு. அவர் அவளை, 'நீ' என்று ஒருமையிலேயே அழைத்திருக்கலாம். அவர் வயதும் அதை அனுமதித்திருக்கும்தான். என்றாலும் அவர் சிவகாமியை ஒருபோதும் ஒருமையில் அழைத்ததே இல்லை. இதில் என்றில்லை. எல்லாவற்றிலுமே அவர் ஒரு பண்பாட்டைக் கடைப்பிடித்தார். ஒரு பையன் வந்து எட்டணாவுக்குத் தேங்காய்ச் சில்லு கேட்டான். சிவகாமியின் கணவன் கீழே குனிந்து தேங்காய்க் கீறியால் சில்லு போட ஆரம்பித்தான். அவன் வேலையில் ஈடுபட்டது அவருக்கு உள்ளூர ஆசுவாசமாக இருந்தது. அவனுடைய கவனம் வியாபாரத்தில் இருக்கிற நேரத்தில் அவளிடம் பேசத் தோதாக இருந்தது அவருக்கு.

'ஒருத்தன் இவ்வளவு தூரம் வந்து உட்கார்ந்திருக்கானே ... அவனுக்கு ஒரு வாய் காப்பித்தண்ணி குடுப்போம்னு தோணுதா உங்களுக்கு?' என்று சிவகாமியைப் பார்த்துக் கேட்டார். அவளுக்கு, அவருடைய செல்லப் பேச்சுகள் அலுத்துவிட்டன. என்றாலும் ஐந்தாறு வருஷப் பழக்கத்தின் நிமித்தம் அவளும் அவருக்குச் சமதையாக அவரோடு சிணுங்கவும் செல்லமாகப் பேசவும் பழகியிருந்தாள். 'என்ன அப்படி யாரோ எவரோ மாதிரிப் பேசறீங்க? உள்ளே வாங்களேன்...' என்று கண்களை ஒரு வெட்டு வெட்டிக்கொண்டே சொன்னாள். அதில் அவர் கிறங்கிப் போயிருப்பார் என்று அவளுக்குத் தெரியும். அவர் அங்கு வருவதே அவளைப் பார்க்கத்தானே? அவளுடைய அன்னியோன்யத்தைத் தேடித்தானே? அவரை அப்படிக் கிறங்கடிப்பதில் அவளுக்கு ஒரு அலாதியான சந்தோஷம் இருந்தது. அவரிடம் என்று இல்லை. அவளிடம் வலிய வந்து பழக்கம் ஏற்படுத்திப் பேசும் எல்லா ஆண்களிடமும் அவள் இப்படித்தான்.

'உங்க வீட்டுக்காரர் காப்பி சாப்பிட்டுட்டாரா?' என்று மேலும் பேச்சைத் தொடர விரும்பி அவர் கேட்டார். அவனைப் பற்றிக் குறிப்பிடும்போதும் அவர் குரலில் மிதமிஞ்சிய பணிவும் கண்ணியமும் இருந்துன. அது அவள் கணவனுக்கும் பிடித்திருந்தது. அவர் சிவகாமியிடம் ஒருபோதும் ரசாபாசமாக நடந்துகொள்ளக் கூடியவரல்ல என்று நினைத்தான் அவன். 'நீங்க உள்ளே போயி காப்பி சாப்பிடுங்க. நான் அப்பவே காப்பி சாப்பிட்டுட்டேன். வேணும்னா இன்னொன்னு கூட சாப்பிடலாம். சிவகாமி... நீ அண்ணாச்சிக்கும் காப்பி போட்டுக் குடுத்துட்டு எனக்கும் ஒரு டம்ளர் கொண்டு வா...' என்றான். ரங்கராஜு உடனே போகவில்லை. ஸ்டூலிலேயே உட்கார்ந்திருந்தார். சிவகாமி ஒரு காலைச் சுவரின் மீது வைத்து, ஒற்றைக் காலில் சுவரோடு சுவராக, சிங்கால் வரைந்த காலண்டர் ஓவியம் போல் நின்றுகொண்டிருந்தாள். அவள் கணவனுக்கு, தான் அவரிடம் ரொம்பத் தாராளமாகப் பேசிவிட்டோமோ என்று தோன்றியது. ஆனால் அவரிடம் அப்படிப் பேசாமல் முடியாது. அவரைக் கடிந்துகொள்ளவோ அவர் முகத்தை முறித்துப் பேசவோகூட முடியாது. அவர் தயவு தேவையில்லாமல் இருந்தால், அவர் வருகிறபோதெல்லாம் அவரை விழுந்து விழுந்து உபசரிக்கவேண்டியதுகூட இல்லை. அவர் சிவகாமியிடம் இவ்வளவு உரிமை எடுத்துக்கொண்டு வம்பளக்க முடியாது. கடைக்கு சரக்கு வாங்கிப் போட, திடீர் திடீரென்று ஏற்படும் பணமுடையைத் தீர்க்க அவரை நாடாமல் இருக்க முடிந்திருந்தால் அவர் தொடர்பே ஏற்பட்டிருக்காது. ஆனால் அவரைச் சொல்லியும் குற்றம் இல்லை. இவளே அவர் வந்தால் சிரித்துச்

இரண்டு உலகங்கள் ❖ 151 ❖

சிரித்து மாய்ந்துபோகிறாளே, அதைப் பற்றி அவளிடம் கேட்க முடியவில்லை. அவரைப் பற்றி அவளிடம் பேசவே அவனுக்குப் பயமாக இருந்தது. அதனால் தாம்பத்ய வாழ்வு சீர்குலைந்து போகுமோ என்று அஞ்சினான்.

ரங்கராஜுவை வீட்டுக்குள் வரச் சொல்லிவிட்டு சிவகாமி போய்விட்டாள். போகும்போது கடையில் நின்றிருந்த அவன் மூக்கைச் செல்லமாகப் பிடித்து இழுத்துவிட்டுப் போனாள். அவள் மிகுந்த சந்தோஷமாக இருக்கிறபோது இப்படிச் செய்வது வழக்கம்தான். அதுவும் ரங்கராஜுவுக்கு முன்னால் அவனிடம் இப்படி விளையாடியது, அவள்பேரில் அவனுக்கு இருந்த நம்பிக்கையை உறுதிப்படுத்தியது. என்றாலும், க்ஷண நேரத்தில் அவள் விளையாட்டே அவனுக்கு வேறுவிதமாகப் பட்டது. வீட்டினுள் ரங்கராஜுவிடமும் இப்படித்தான் ஒயிலாக நடந்துகொள்வாளோ என்று தோன்றியது. சிவகாமி வேண்டுமென்றேதான் அவர் முன்னால் அப்படிச் செய்தாள். அவன் மூக்கு நுனியைப் பிடித்து இழுத்துவிட்டு வீட்டினுள் திரும்பும்போது அவரைப் பார்த்து லேசாகச் சிரித்ததை அவன் பார்க்கவில்லை. ரங்கராஜு தன்னையும் அறியாமல் பெருமூச்சு விட்டார்.

சிவகாமி அவ்வளவு அழகாக இல்லாவிட்டால் அவளைப் பார்க்க ரங்கராஜு அடிக்கடி வந்து போக மாட்டார். விபரீதமாக ஏதும் இல்லாவிட்டாலும், இவ்வளவு வயதில் ஏதோ ஒரு சபலம் அவருக்கு. அவர் லேவாதேவி செய்கிற வேறு கடைக்காரர்களிடம் அவர் இந்த மாதிரியெல்லாம் நடந்துகொள்வதில்லை. ஆனால், சிவகாமியும் அதற்கு இடம் கொடுக்கிறாளே. அவர் வலிய வந்து பேசும்போது, நாலுதடவை முகத்தைத் திருப்பினால் ரங்கராஜு இந்த மாதிரி நாய் போலத் தேடி வருவாரா? அவரிடம் என்றில்லை. எல்லோரிடமும் சிவகாமி இந்த மாதிரித்தான் சிரித்துச் சிரித்துப் பேசுகிறாள். ஆனால் அதெல்லாம் அவளைக் கட்டுப்படுத்தவில்லை. துரதிர்ஷ்டமோ அதிர்ஷ்டமோ தெரியவில்லை. நாற்பது வயதாகியும் அவள் வனப்பும் அழகும் குறையவே இல்லை. ஊரிலிருந்து வரும் உறவினர்கள்கூட அவனிடம் உபசாரத்துக்கு இரண்டு வார்த்தைகள் பேசுவதோடு சரி, அவளிடம் மணிக்கணக்காகப் பேசிக்கொண்டிருப்பார்கள். அவன் மத்தியானம் சாப்பிடப்போகும்போது அவள்தான் கடையைப் பார்த்துக்கொள்வாள். வியாபாரம் கொஞ்சம் ஓய்ந்திருக்கிற சமயத்தில் சாப்பிடப் போவான். ஆனால் அவன் உள்ளே போனதும் வியாபாரம் திடீரென்று சூடு பிடிக்கும். அவன் சாப்பிட்டுவிட்டுச் சிறு தூக்கம் ஒன்று போடுவான். அவன்

திரும்பி வந்து உட்காரும்போது கணிசமான அளவுக்கு அந்த மத்தியான நேரத்தில்கூட வியாபாரம் ஆகியிருக்கும்.

ரங்கராஜு ஸ்டூலை விட்டு எழுந்து வேட்டியை இறுக்கிக் கட்டிக்கொண்டார். அப்படியென்றால் அவர் வீட்டுக்குள் போகப் போகிறார் என்று அர்த்தம். மறுபடியும் ஒருமுறை கண்ணாடியை மூக்கின் மீது சரியாகப் பொருத்திக்கொண்டார். சைக்கிள் சாவிச் செயினை ஆள்காட்டி விரலில் வைத்து லேசாகச் சுழற்றினார். அதில்கூட ஒரு பவிசு தெரிந்தது. ரோட்டின் இருபுறமும் பார்வையை ஓட்டினார். அவர் உள்ளே போவதற்குள் தன்னிடம் ஏதாவது பேசுவார் என்று எதிர்பார்த்தான். அவன் நினைத்தமாதிரியே 'சின்னத்தம்பி இன்னும் பள்ளிக்கூடம் விட்டு வரலையா?' என்று கேட்டார். அவன் பள்ளிக்கூடத்திலிருந்து நேராக டியூஷனுக்குப் போய்விட்டுத்தான் வருவான் என்பது அவருக்கே தெரியும். 'அவன் வர்றதுக்கு ஏழுமணியாகுமே...' அவருக்குத் தெரிந்த தகவலையே அவரிடம் சொன்னான். அவன் சொன்ன தொனியே 'உங்களுக்குத்தான் இந்த விஷயம் தெரியுமே' என்கிற மாதிரி இருந்தது. அவரும் அதை உணர்ந்தார். ஆனால் தான் அகௌரவப்படுத்தப்பட்டதுபோல் அவர் நினைக்கவில்லை. அப்படியெல்லாம் நினைத்துக்கொண்டால் அவரால் தொடர்ந்து அங்கே வர முடியாது. சிவகாமியைப் பார்க்க முடியாமல் போய்விடும். 'ஓஹோ ... ஆமா ... அவன் டியூஷனுக்குப் போறான் இல்லே? மறந்தே போச்சு ...' என்று ரொம்ப சகஜமாகச் சொன்னார். 'பெரிய திருடன்யா நீ...' என்று அவன் நினைத்துக்கொண்டான்.

'சரி ... உள்ளே போய் காப்பியை ஒருகை பார்த்துட்டு வாரேன்...' என்று சொல்லிவிட்டு லேசாகச் சிரித்தார். அவனுக்கு அவர் இளித்ததுபோல் இருந்தது. கடையைச் சுற்றிக்கொண்டு பக்கத்திலிருந்த வாசல் வழியாக வீட்டினுள் நுழைந்தார் ரங்கராஜு. அவர் நினைத்தால் கடைக்குள் ஏறி, அந்த வாசல் வழியாகவே வீட்டுக்குள் போயிருக்கலாம். அவர் அப்படிச் செய்தால் அவனோ, சிவகாமியோ அவரை எதுவும் சொல்வதற்கில்லை. அவர்களுக்குப் பணமுடை ஏற்படுகிறபோதெல்லாம் கொடுத்து உதவுபவர் அந்த உரிமையையும் எடுத்துக் கொள்ள முடியும். முன்பெல்லாம் பல தடவை அவரிடம், 'எதுக்கு அப்பிடிச் சுத்திக்கிட்டு போறீங்க . . . இப்படியே போங்களேன் . . .' என்று சொல்வான். அவரது வருகைகள் எரிச்சலே தராத காலம் அது. அவர் மறுத்துவிடுவார். 'கடை சீதேவி இருக்கிற இடம். கல்லாப் பெட்டியைத் தாண்டக் கூடாது . . .' என்று சொல்லிவிடுவார். அதுதான் அவனுக்கும் விளங்கவில்லை. அவர் எல்லாவிதத்திலும் ஏதோ ஒரு ஒழுங்கை,

கண்ணியத்தைக் கடைப்பிடிக்க முயற்சி செய்வது ஏன் என்று அவனுக்குத் தெரியவில்லை. அந்தக் கண்ணியத்துடன் சிறிது வைராக்கியமும் சேர்ந்திருந்தால் ஒருவேளை சிவகாமியைத் தேடி வராமல் இருக்கக்கூட அவரால் முடியுமோ என்னவோ? இல்லை. இந்தக் கண்ணியமே அவரிடம் உள்ள ஏதோ ஒரு பலவீனமான பகுதியை மூடிமறைக்கும் போர்வையா? தவறு யாரிடம் இருக்கிறது? சிவகாமியிடமா, தன்னிடமா, அவரிடமா? ஒருவேளை இதெல்லாம் ஒன்றும் பெரிய தவறே இல்லையோ? அவனால் புரிந்துகொள்ள முடியவில்லை.

ரங்கராஜு செருப்பைக் கழற்றி வாசல் கதவுக்குப் பக்கத்தில் போட்டார். மடித்துக் கட்டியிருந்த வேஷ்டியின் மேல் தட்டை கீழே இறக்கிவிட்டார். எப்போதும் வீட்டுக்குள் நுழையும்போது வேட்டியை அவர் மடித்துக் கட்டுவதில்லை. சிறு கூடத்தைத் தாண்டி ஒரு பெரிய ஹால். ஹாலின் இருபுறங்களிலும் தென்வடலாக இரண்டு ரூம்கள். ஒன்று பிள்ளைகளுக்கு, இன்னொன்று சிவகாமிக்கும் அவள் கணவனுக்குமானது. ஹாலின் மேற்குப் பகுதியில் வீட்டின் உள்ளிருந்தே கடைக்குப் போக வாசல் இருந்தது. ஹாலின் கிழக்குக் கோடியில் சமையல் அறை தொடங்கிற்று. அதற்கு அப்பால் பின்வாசல், கிணறு. எல்லா வாசல் நிலைகளிலும் திரைச்சீலைகள் தொங்கின. ஹாலில் யாரும் இல்லை. இடது பக்கத்து அறையில் ஃபேன் சுற்றுகிற சத்தம் கேட்டது. 'சரோஜா, படிக்கிறியாம்மா?' என்று கேட்டார். அறைக்குள்ளிருந்து உடனே பதில் வரவில்லை. சற்றுப் பொறுத்து 'யாரு மாமாவா? நான் ஜாக்கெட் தைக்கிறதுக்காக துணி வெட்டிக்கிட்டு இருக்கேன்' என்று அவருக்குக் கேட்க வேண்டும் என்பதற்காகச் சற்றுச் சத்தமாகவே சொன்னாள் சரோஜா. சொன்னபிறகு, இவ்வளவு சத்தமாகச் சொல்லி யிருக்க வேண்டியதில்லையோ என்று பட்டது அவளுக்கு. 'அப்படியாம்மா, நடக்கட்டும்... நடக்கட்டும்...' என்று சொல்லிக்கொண்டே எதிர்ச் சுவர் ஓரமாக இருந்த பெஞ்சில் போய் உட்கார்ந்தார். அவர் கண்கள் சிவகாமியைத் தேடிற்று. 'சிவகாமி' என்று பிரியமாகக் கூப்பிடத் தோன்றியது. சரோஜா அங்கே இல்லை என்றால் அவர் கூப்பிட்டிருப்பார். அடுப்படியில் இருந்த சிவகாமிக்கு அவர் வந்தது அப்போதே தெரிந்துபோயிற்று. என்றாலும், வேண்டும் என்றே சற்று தாமதித்தாள். 'உக்காருங்க... இப்போ ஒரு பத்துநாளாத்தான் தையல் கிளாஸுக்குப் போறாள். கிளாஸுக்குப் போக ஆரம்பிச்சதிலேருந்து எப்போ பார்த்தாலும் துணியோடவும் அந்தத் தையல் மிஷினோடவும்தான் அவளுக்குப் பொழுது போவுது' என்று சொல்லிக்கொண்டே பெஞ்சில் அவருக்குப் பக்கத்தில் வந்து உட்கார்ந்தாள். முன்நெற்றியில் வியர்வை

அரும்பியிருந்தது. சேலை முந்தானையால் முகத்தைத் துடைத்துக்கொண்டாள். 'போக வேண்டியதுதானே? புருஷன் வீட்டுக்குப் போனால் இந்தக் காலத்தில் நாலும் தெரிந்திருக்க வேண்டியதிருக்கே...' என்று அவர் சொல்லிக் கொண்டிருக்கும்போதே, எழுந்து சென்று ஃபேனைப் போட்டுவிட்டு, முன்பைவிட இன்னும் பக்கத்தில் அவர் உடம்போடு உடம்பு படுகிறமாதிரி உட்கார்ந்து கொண்டாள். அவருக்கு மனசெல்லாம் குறுகுறுத்தது.

'எங்கே ஒரு வாரத்துக்கு மேலே ஆளையே காணலேயே? வெளியூருக்கு ஏதாவது போயிருந்தீங்களா? இல்லே ஒடம்புக்கு ஏதாவது சுகமில்லையா?' என்று அவர் கண்களை ஆழமாக உற்றுப் பார்த்துக் கேட்டாள்.

'வெளியூராவது ஒண்ணாவது? சும்மாதான் வரலை... தினசரி வரணும்னுதான் நெனைச்சுக்கிடுவேன்.'

'அப்போ வர்றதுக்கென்ன?' என்று ஒரு பொய்க் கோபத்துடன் கேட்டாள். அவள் பேச்சில் இருந்த நெருக்க உணர்வு அவரைக் கிளர்ந்தெழச் செய்தது. அந்த அன்னியோன்யம் தந்த மதுரத்திலிருந்து அவரால் உடனே மீள முடியவில்லை. எதிர் அறையில் தையல் மிஷின் ஓடுகிற சத்தம் கேட்க ஆரம்பித்தது. அவள் சரோஜாவின் தாய் என்பது நினைவுக்கு வந்ததும் மனத்தில் இனம்புரியாத குற்ற உணர்வு படர்ந்தது. மனம் தடுமாறியது.

'என்ன பேசாமே இருக்கீங்க? இந்த உலகத்திலேதான் இருக்கீங்களா?' என்று இன்னும் அவர் முகத்துக்கு நெருக்கமாக வந்து கேட்டாள். அவர் குனிந்து அவள் கால்களையே பார்த்துக் கொண்டிருந்தார். அவளுடைய விரல் நகங்கள் அர்த்த சந்திர வடிவில் சதைக்குள் அழகாக அழுந்தியிருந்தன.

'வேற ஒண்ணுமில்லே... உங்க வீட்டிலேயும் சமைஞ்ச பொண்ணு இருக்குது... என் வீட்டிலேயும் கல்யாணத்துக்கு ஒண்ணு நிற்குது... நான் அடிக்கடி இங்கே வந்து போறதுனாலே நம்ப ரெண்டு வீடுகளுக்கும் ஏதாவது அகௌரவம் வந்திருமோன்னு...' என்று சொல்லி இழுத்தார். சிவகாமி தன் சதைப்பற்றான விரல்களால் அவரது முடிகள் நிரம்பிய கையை அழுத்திப் பற்றிக்கொண்டாள்.

'ஏது? ஏதோ சாமியாராப் போறாப்பலே இருக்கு? புத்தருக்கு திடீர்னு ஞானம் உதயமான மாதிரி...' என்று அவரைக் கேலி செய்தாள்.

'இல்லே... ஏதோ அந்த மாதிரி தோணிச்சு... அதே நேரம் உங்களைப் பார்க்காமலும் இருக்க முடியலே...' என்று

அவள் முகத்தைப் பார்த்து ஏக்கத்துடன் சொன்னார். இப்போது சிவகாமி, சரோஜாவின் அறையை வெறித்துப் பார்த்துக்கொண்டிருந்தாள். அவரைப் பார்க்காமலேயே, 'உங்களுக்கே ஏதாவது மனசுக்குள்ளே தப்பா தோணுதோ என்னவோ?' என்றாள். வார்த்தையில் இருந்த கடுமை முகத்தில் சிறிதுகூட இல்லை. அவளுக்கே அவருடைய ஸ்நேகத்தை என்ன செய்வது என்று தெரியவில்லை. அது ஏதோ தொந்திரவுபோலப் பட்டது.

'சே, சே என்ன சிவகாமி அந்த மாதிரிச் சொல்லிட்டீங்க?' என்று அவசரத்துடன் கேட்டார் ரங்கராஜு. ஏதோ விரிசல் விழுந்துகொண்டிருக்கிற மாதிரிப் பட்டது.

'உங்களுக்கே உங்கமேலே நம்பிக்கை இல்லாமப் போயிட்டுதுபோல் இருக்கு . . . அதனாலேதான் மற்றவங்க அந்த மாதிரி நெனைக்கிறதுக்கு முன்னே நீங்களே அப்படி நெனைக்க ஆரம்பிச்சிட்டீங்க' என்றாள் சிவகாமி. இதைச் சொல்லும் போதுகூட அவள் முகத்தில் எவ்விதக் கடுமையோ அசூயையோ இல்லை. அவரும் வாய் தவறித்தான் எதையோ நினைத்துக்கொண்டு, எதையோ சொல்லிவைத்தார். என்ன பேசுவது என்று புரியாமல் தவித்தார்.

அதற்குள் சிவகாமி வெடுக்கென்று எழுந்துவிட்டாள். அவள் அடுப்பில் கொதித்துக்கொண்டிருக்கிற காப்பியை நினைத்துத்தான் எழுந்தாள். ஆனால் அவருக்கு அவள் கோபித்துக்கொண்டு போகிறமாதிரிப் பட்டது. தையல் மிஷின் இன்னும் ஓடிக்கொண்டிருந்தது. வெளியே கடையில் தராசின் செயின் சத்தம் கேட்டது. எதுவும் தோன்றாமல் சிறிதுநேரம் பெஞ்சிலேயே உட்கார்ந்திருந்த ரங்கராஜு மெதுவாக எழுந்து அடுப்படிப் பக்கம் போனார். சிவகாமி காப்பியை வடிகட்டிக் கொண்டிருந்தாள்.

'ஒருத்தரை ஒருத்தர் பார்த்துப் பேசறதே மற்றவங்களைப் பாதிக்கும்னா நாம் பார்க்காமலே இருக்கிறதுதான் நல்லது' என்றாள் சிவகாமி. அதைச் சொல்லும்போதே தொண்டையை அடைத்தது. ஆனாலும், அப்படிச் சொல்வதைத் தவிர அவளுக்கு வேறு வழியே இல்லை. தங்களுக்கு இடையே உள்ள ஸ்நேகம் எந்த நேரமும் வரம்புமீறிப் போய்விடுமோ என்ற பயமும் அவளுக்கு இருந்தது. அவரே அந்த விஷயத்தைத் தொட்டது, அவளுக்கு ரொம்ப நல்லதாகவும் போயிற்று.

'சிவகாமி, நான் ஏதாவது தவறாகச் சொல்லிட்டேனா?'

'இதிலே தப்பு எங்கேயிருந்து வந்தது? என்ன இருந்தாலும் நாம அன்னிய ஆட்கள் தானே? திடீர்னு ஏதோ கொஞ்ச நாள்

பழகினோம்... அந்த மதிப்பைக் காப்பாத்திக்கிட்டுக் கௌரவமா தூர வெலகிப் போயிருவோம். நீங்க பயப்படற மாதிரியே எனக்கும் நமக்குள்ளே ஏதாவது நடந்திருமோன்னு பயமாத்தான் இருக்கு...'

'என்ன தப்பு நடந்திடும்னு பயப்படறீங்க?'

இதற்கு சிவகாமி பதில் ஒன்றும் சொல்லவில்லை. அவரை ஏறிட்டுப் பார்த்துவிட்டு, காப்பி டபராவை எடுத்து அவர் கையில் கொடுத்தாள். 'காப்பி சாப்பிடுங்க...' என்று சொல்லிவிட்டு, இன்னொரு காப்பியை எடுத்துக்கொண்டு முன் பக்கம் பார்க்க நடந்தாள். கணவனிடம் காப்பியைக் கொடுத்துவிட்டு, நின்றுகொண்டே பேசிக்கொண்டிருந்தாள். அவள் அவசரப்படாமல் பேசிக்கொண்டிருந்தது அவனுக்கு ஆச்சரியமாக இருந்தது. ஒருவேளை ரங்கராஜு வீட்டினுள் இல்லையோ என்று சந்தேகப்பட்டான். 'ரங்கராஜு உள்ளே இல்லையா?' என்று கேட்டான். 'காப்பி குடிக்கிறார்' என்று அலட்சியமாகச் சொன்னாள். வெகுநேரமாக அவள் அங்கேயே நின்றுகொண்டிருந்தாள். அவன், 'அவரை உள்ளே விட்டுவிட்டு வந்துவிட்டாயே' என்று சொல்லியும்கூட, அவள் வேண்டுமென்றே நின்றுகொண்டிருந்தாள். அவனால் அவளைப் புரிந்துகொள்ள முடியவில்லை. அவளுடைய செயல் பெரிதும் விசித்திரமாக இருந்தது. திடீரென்று அவள் ஏன் இப்படி நடந்துகொள்ள வேண்டும்?

சிறிது நேரத்தில் அவரே மெதுவாகப் பூனை மாதிரி கடையைச் சுற்றிக்கொண்டு முன் பக்கம் வந்துவிட்டார். அவரைப் பார்த்ததும் சிவகாமிதான் 'என்ன எந்திரிச்சு வந்திட்டீங்க?' என்று விசாரித்தாள். 'உள்ளே ஒரே புழுக்கமா இருந்திச்சு...' என்று சொல்லிக்கொண்டே 'நான் வர்றேன். ஒரு அவசர வேல இருக்கு...' என்று சொல்லிவிட்டு சைக்கிளை எடுத்தார். அவன் ஒன்றும் புரியாமல் சிவகாமியின் முகத்தைப் பார்த்தான். அவள் கண்கள் கலங்கியிருந்தன.

'அவர் போறதைப் பார்த்தா ஏதோ கோபமாப் போறார் போலிருக்கே?' என்று அவளை அண்ணாந்து பார்த்துக் கேட்டான்.

'ஆமாம்... அதுக்கு நான் என்ன பண்ண முடியும்? இனி வர மாட்டார்...' என்று சொல்லிவிட்டு வேகமாக வீட்டினுள் போய்விட்டாள். அதற்குமேல் அங்கே நின்றால் அழுதுவிடுவாள்போல் இருந்தது.

தாய், 1990

இரண்டு உலகங்கள்

ஏக்கம்

நாளை விடிந்தால் வண்டிமலைச்சி அம்மன் கோவிலில் கணுக்கட்டு. பட்டகசாலையில் வள்ளி படுத்திருந்தாள். முன்வாசல் அழிக்கதவை வெறுமனே சாத்தியிருந்தாள். முற்பகல் வெயிலில் செங்கல் தரையில், எதையும் விரிக்காமல் படுத்திருப்பது அவளுக்கு ரொம்பப் பிடித்தமானது. பட்டக சாலையும் மச்சும் மட்டும் எவ்வளவு வெயில் அடித்தாலும் குளிர்ச்சியாக இருக்கும். வெளியே வெயில் ஏறஏற வீட்டினுள் குளிர்ச்சி அதிகரித்துவிடும்.

எப்போதுமே வீட்டுக்குள் கொஞ்சம் மங்கலான வெளிச்சம்தான் விழும். அதுவும் பின்வாசல் கதவைச் சாத்திவிட்டால் முன்வாசல் வெளிச்சம் மட்டும் தான் லேசாக விழும். அந்த இருட்டுதான் அவ்வளவு குளிர்ச்சியைத் தருகிறதோ என்னவோ? தூங்க மாட்டாள். சும்மா கண்களை மூடிப் படுத்திருப்பாள். ஏதேதோ நினைவுகளில் ஆழ்ந்திருப் பாள். கனவில் மிதப்பதுபோல் இருக்கும். அரைப் பிரக்ஞை நிலையில், நேரம் போவது தெரியாமல், பல நாட்கள் அப்படியே மத்தியானம் வரைக்கும் கூடப் படுத்துக் கிடந்திருக்கிறாள்.

குத்துவிளக்கு மாடத்துக்கு முன்னால் வாழைப்பழத்தில் குத்திவைத்திருந்த ஊதுபத்தி எரிந்து முடிந்திருந்தது. சிவப்புச் சாயம் தோய்ந்த அந்த வெறும் குச்சி மட்டும் பழத்துக்கும் மேலே கொஞ்சம் நீட்டிக்கொண்டிருந்தது. அந்தக் குச்சியை உருவினால், பழத்துவாரத்தின் வட்ட விளிம்பில் குச்சியின் சிவப்புச் சாயம் ஏறியிருக்கும்.

சில சமயம் பழத்தினுள்கூட அந்தச் சாயம் இறங்கியிருக்கும். சாயம் இறங்கிய பழப் பகுதியைச் சாப்பிடும்போது அதன் சுவையும் மணமும் வித்தியாசமாக இருக்கும். பழத்தை எடுத்துச் சாப்பிடவேண்டும் போல் இருந்தது. பத்திஎரிந்து வெகுநேரமாயிற்று என்றாலும் இன்னும் அந்தமணம் அறையைவிட்டுப் போகவில்லை.

நேரங்கழித்துப் பொங்கல் இட்ட யார் வீட்டிலோ காகத்தைக் கூப்பிட்டுக்கொண்டிருந்தார்கள். முன் வாசலில் மச்சு நிழல், பொங்கலிட்ட அடுப்புக்கட்டிவரை வந்து விழுந்திருந்தது. அந்த வருஷம் அடுப்புக் கட்டி நன்றாக வந்திருந்தது. சின்னக் குத்துப் போணியை வைத்து அடுப்புக்கட்டி போட்டால்தான் நன்றாக வருகிறது. முந்தின வருஷமெல்லாம் பாரீஸ் சாக்லெட் டின்னை வைத்துத்தான் பழனி அடுப்புக்கட்டி போட்டான்.

அது கொஞ்சம் உயரமாக இருக்கும். தவிர, அந்த டின்னை வேறு வருஷாவருஷம் பத்திரப்படுத்த வேண்டியிருந்தது. அவளுக்குக் கல்யாணமாகி வந்ததிலிருந்தே அந்த டின்னை வைத்துத்தான் அடுப்புக்கட்டி போடுவது வழக்கம். இந்த வருஷம் டின்னை எடுக்கும்போது டின்னின் தூர் இற்றுப் போயிருந்தது. அதனால்தான் சின்னக் குத்துப்போணியை வைத்து அடுப்புக்கட்டி போட நேர்ந்தது. நீண்ட உருண்டையான அந்த அடுப்புக்கட்டியைப் போடும்போதே, அதை அவளுக்கு ரொம்பப் பிடித்திருந்தது. ஈரம் காய்ந்து, சுண்ணாம்பு, காவிப் பட்டையெல்லாம் அடித்தபிறகு இன்னும் ரொம்ப அழகாக இருந்தது.

பழனி ஒருவருஷம்கூடப் பொங்கலுக்கு வீட்டில் இருக்க மாட்டான்; இருக்க முடியாது. அவனும் தெற்குத் தெரு ராசாப் பிள்ளை மாமாவும் வருஷா வருஷம் மாட்டுப் பொங்கலன்று நடக்கும் கணுக்கட்டுக்காக, பொங்கலுக்கும் முதல்நாளே வல்லநாட்டு மலைக்கு மண் எடுக்க நாலைந்து ஆட்களோடு போய்விடுவார்கள். மாமாவும் அவனும் பத்துநாள் விரதம் இருப்பார்கள். விரதம் இருந்து, மலையில் பார்வதி அம்மன் கோவிலுக்குப் பக்கத்தில் மண் எடுத்துவந்து வண்டி மலையானுக்கும் வண்டிமலைச்சிக்கும் தீத்துவார்கள்.

மலைக்குப் போகும்போதும் மலையிலிருந்து வரும்போதும் மலையைச் சுற்றிக்கொண்டு ஓடுகிற ஆற்றில் குளித்துவிட்டுத்தான் போகவேண்டும். விரதத்தில் தப்பு நடந்துவிடக் கூடாது. அம்மன் கண்ணைப் பறித்துவிடுவாள். கால் கையை முடமாக்கி விடுவாள். இந்தப் பத்துநாளும் பச்சரிசிச் சாப்பாடுதான். ராத்திரி அம்மன் கோவில் முன்னால் கயிற்றுக் கட்டிலில்தான் தூங்க வேண்டும். காலையில் தென்னமரத்து வீட்டு ஆச்சியோடும்

இரண்டு உலகங்கள் ❖ 159 ❖

வடக்கு வளவு ராசத்தக்காவோடும் ஆற்றுக்குக் குளிக்கப் போகும்போது, பனிக்குள் அவன் போர்வையைப் போர்த்திக் கொண்டு படுத்துக் கிடப்பதைப் பார்க்கச் சங்கடமாகத்தான் இருக்கும்.

ஆனாலும் என்ன செய்ய முடியும்? கோவில் காரியமாச்சே? மலையிலிருந்து மண் எடுத்து வந்து, அம்மனுக்கும் சாமிக்கும் தீத்தியபிறகு, கண் திறப்பார்கள். கண்திறக்கும்போது ராசாப்பிள்ளை மாமாவுக்குச் சாமி வந்துவிடும். போன வருஷமும் கண்திறக்கும்போது ராசாப்பிள்ளை மாமாவுக்கு ஆதாரனை (அருள்) வந்துவிட்டது. அப்போதுதான் பழனியைப் பார்த்து, 'இனிமே எனக்கு நீதாண்டா கண் தொறக்கணும்... தொறப்பியா?' என்று கேட்டார்.

மாமாவுக்கு அருள் வந்து பேசும்போது ஊர்ச்சனம் முழுவதும் பந்தலுக்குள் நின்றிருந்தாலும், அந்த நேரத்தில் மூச்சுவிடுகிற சத்தம்கூடக் கேட்காது. கணியான் கொட்டு அடிப்பதை நிறுத்திவிடுவான். ஊரே அடங்கி ஒடுங்கிப் போய்விட்ட மாதிரி இருக்கும். கோவிலுக்குத் தெற்கே கொடிக்காலுக்கு (வெற்றிலைக் கொடிக்கால்) போகிற பாதையில் நிற்கிற பனை மரங்களிலிருந்து பனை ஓலைகள் காற்றில் ஒன்றோடொன்று உரசுகிற சத்தத்தைத் தவிர வேறு அரவம் எதுவும் இராது.

ராசாப்பிள்ளை மாமா கேட்டதுக்குப் பழனி ஒன்றும் சொல்லவில்லை. தலையைத்தான் 'சரி' என்கிறமாதிரி ஆட்டினான். திரும்பவும் அவனைப் பார்த்துக் கேட்டார். 'நீதான்டா இனிமே என் மகன்... அதனாலே நீதான் எனக்குக் கண் தொறந்து வைக்கணும்... ஒரு தப்பும் நடந்திரப்படாது... வெரதத்துல குத்தம் வராமப் பாத்துக்கிடணும்...' என்று சொல்லி நிறுத்தி விட்டுச் சிறிது நேரம் அவனையே பார்த்துக்கொண்டு நின்றார். அவர் உடம்பு அருளினால் நடுங்கிக்கொண்டிருந்தது. லேசாக முன்னும் பின்னும் சென்றார். மறுபடியும் அவனுக்கு எதிரே வந்து நின்றுகொண்டு, 'ஒனக்குப் புள்ள இல்லன்னு தெரியும்...' என்று சொல்லிக்கொண்டே திருநீற்றுக் கொப்பரையை எடுத்துக்கொண்டு, வடக்கே திரும்பி, பீடத்தைப் பார்க்க நடந்தார். வேகமாகத் திருநீற்றை அள்ளிக் காற்றில் வீசினார்.

வள்ளிக்குச் சந்தோஷத்தினாலும் பக்தியினாலும் கண்களில் கண்ணீர் கோத்து நின்றது. உடம்பெங்கும் மயிர்க்கூச்செறிந்தது. கூடவே வெட்கமும். ராசாப்பிள்ளை மாமா திரும்பி வந்து பழனியைப் பார்த்து, 'எனக்குத் தெரியும்டா மகனே... உனக்கு எப்பம் சந்தான பாக்கியம் கொடுக்கணும்னு எனக்குத்

தெரியும்...' என்று சொல்லிவிட்டு, ஆடிக்கொண்டே அவன் நெற்றியில் திருநீற்றைப் பூசினார். 'அவளை எங்கே? என் மகளை எங்கே?' என்று கேட்டார்.

ஒரு கணம் ஒருத்தருக்கும் ஒன்றும் புரியவில்லை. கூடியிருந்த அத்தனைபேரிலும் மகளை எங்கே என்று மாமா கேட்டது ஊரிலிருந்து வந்திருந்த பத்திரகாளி ஆச்சிக்குத்தான் புரிந்தது. 'வள்ளி... ஒன்னைத்தாம்மா... போ... ஒனக்கு நல்ல காலம் பொறந்துட்டுது... போயி அவன் கையாலே திருநீறு வாங்கிக்கோ...' என்றாள். அவ்வளவு வயதான ராசாப்பிள்ளை மாமாவை 'அவன்' என்று பத்திரகாளி ஆச்சி சொன்னது அவளுக்கு ரொம்பப் பிடித்திருந்தது. மெதுவாக மாமாவுக்கு முன்னால் போய் நின்றாள். மாமா அவள் முகத்தைப் பார்த்தாரா, பார்க்கவில்லையா என்று சொல்ல முடியவில்லை. கண்களைப் பாதி மூடிக்கொண்டே அவள் நெற்றியில் திருநீற்றைப் பூசினார். 'எதுக்கும் கவலைப் படாதே... நான் இருக்கேன்...' என்றார்.

அன்று வீட்டுக்கு வந்தபிறகு, பத்திரகாளி ஆச்சி 'அந்த வண்டிமலைச்சியே சொல்லிட்டா... இந்த வருஷமாவது ஒன் வயித்தைத் தொறந்துவிட்டுட்டான்னா போதும்... ஒன் கொறை தீந்துரும்...' என்றாள்.

போன வருஷம் கணுக்கட்டுக்குப் பிறகு வந்த சோமவாரத்தன்று, எப்போதும் பூ கொண்டுவருகிற ஆவுடை அன்று சாயந்திரமும் பூ கொண்டுவந்தாள். அன்று அவள் கொண்டுவந்த பிச்சிப்பூவுக்கென்று அப்படியொரு மணம் இருந்தது. அவள் பூக்குடலையுடன் வளவுக்குள் நுழையும் போதே அடுப்படியில் நின்றிருந்த வள்ளிக்கு மணத்தது. அவள் நடைவாசலுக்கு வந்து அழிக்கதவைத் திறக்கவும் ஆவுடை வந்து நிற்கவும் சரியாக இருந்தது.

அவள் போன பிறகு, விளக்கு மாடத்துக்கு முன்னால் பட்டகசாலையை நிறைத்துத் தேர்க்கோலம் போட்டாள். கோவிலில் சாயந்திர பூஜையை முடித்துவிட்டு, அப்படியே கொடிக்காலுக்கும் போய்ப் பார்த்துவிட்டு ஏழு ஏழரை மணிக்கெல்லாம் பழனியும் வீட்டுக்கு வந்துவிட்டான். இரண்டுபேரும் ஒன்றாக உட்கார்ந்தே தோசை சாப்பிட்டார்கள். அவள் அவனுக்குச் சுட்டுப் போட்டுக்கொண்டே தானும் சாப்பிட்டாள். அன்று தோசையும் எள்ளு மிளகாய்ப் பொடியும் ஏதோ ஒரு புது ருசியுடன் இருக்கிறமாதிரிப் பட்டது.

சாப்பிட்டபிறகு எப்போதும் வழக்கமாக இரண்டு பேரும் தூக்கம்வருகிறவரை வாசல் நடையில் உட்கார்ந்து

இரண்டு உலகங்கள்

பேசிக்கொண்டிருப்பார்கள். தினந்தோறும் செய்கிற காரியம்தான் என்றாலும், அது அலுக்கவே அலுக்காது. அந்தப் பேச்சில் விவரிக்க முடியாத சந்தோஷம் இருக்கிறது. அதுவும் மனசுக்குப் பிடித்தமானவர்களுடன் பேசிக்கொண்டிருந்தால் கேட்கவே வேண்டாம். அன்று தற்செயலாக வடக்கு வளவு ராசத்தக்கா வந்திருந்தாள். அவளோடு நேரம் போவதே தெரியாமல், நேயர் விருப்பம் முடிகிறவரை பேசிக்கொண்டிருந்தார்கள்.

அன்று நேயர் விருப்பத்தில் போட்ட பாட்டுகள்கூட, சொல்லிவைத்துப் போட்டதுமாதிரி பழைய பாட்டுகளாகவே இருந்தன. எல்லாப் பாட்டுகளுமே அவளுக்குப் பிடித்தமான பாட்டுகளாக இருந்தன. சாயந்திரம் ஆவுடை பிச்சிப்பூ கொண்டு வந்ததிலிருந்து அடுத்தடுத்து நடந்தவை எல்லாமே அவளுக்குச் சந்தோஷமாக இருந்தன. இந்த மாதிரி எப்போதாவதுதான் ஒன்று சேர்ந்தாற்போல நடக்கும்.

அவளுக்கு மிதப்பதைப்போல் இருந்தது. ராசத்தக்காவுடன் பேசிக்கொண்டிருக்கும்போதே பழனி நடுவில் எழுந்து மச்சுக்குப் போய்விட்டான். எப்போதும் அவன்தான் முதலில் எழுந்து போவான். அழிக்கதவையும் பெரிய கதவையும் சாத்தித் தாழ்ப்பாள் போடுவது இவள்தான். அன்றும் அவன் வெகுஇயல்பாகத்தான் எழுந்து மச்சுக்குப் போனான். அவன் போனபிறகும் அவள் ராசத்தக்காவோடு கொஞ்ச நேரம் பேசிக் கொண்டிருந்தாள். ஏதோ ஒரு கூச்சம் அவளை உடனே எழுந்து போகவிடவில்லை.

பழனி எழுந்து போனதுமே அவளுக்கு உள்ளுக்குள் வெட்கமாக இருந்தது. ஏதோ ஒரு அந்தரங்கத்தை அந்த அக்கா உணர்ந்தமாதிரியும், இவளை அர்த்தத்தோடு பார்க்கிறமாதிரியும் இருந்தது. ஆனால், ராசத்தக்கா எந்தவிதமான விகல்பமும் இல்லாமல், இயல்பாகத்தான் தொடர்ந்து பேசிக்கொண்டிருந்தாள். அவள் பேச்சை முடித்துக்கொண்டு புறப்படுகிற மாதிரித் தோன்றிய சமயங்களிலெல்லாம், இவள், ‘தான் தூங்கப் போக அவசரப்படவில்லை’ என்று காட்டுகிறதுபோல, வேண்டுமென்றே மீண்டும் மீண்டும் வலியப் பேச்சைத் தொடர்ந்தாள்.

அழிக்கதவைச் சாத்தியபிறகும்கூடக் கொஞ்ச நேரம் கதவுக்குப் பின்னால் நின்று பேசிக்கொண்டிருந்தாள். பிறகு ராசத்தக்காவேதான், ‘சரிம்மா, நீ போயிப் படு... நேரமாச்சுது...’ என்று சொல்லிவிட்டுப் போனாள். பெரிய கதவைத் தாழ்ப்பாள் போடும்போதுகூட, அந்த அக்கா எதையோ ஜாடையாக உணர்ந்துகொண்டு போனமாதிரிதான் அவளுக்கு இருந்தது. உள்ளூரக் கூச்சமாகவும் இருந்தது. ஆனால், மச்சுப்படி ஏறும்

போதே மனம் தளும்பி வழிந்தது. அந்த மாதம்கூட நாலுநாள் தள்ளிப்போயிற்று. அதுவே பூரிப்பைத் தந்தது. ஆனால் நாலு நாளைக்கும்மேல் தள்ளிப்போகவில்லை.

அதன்பிறகு எத்தனையோ சோமவாரங்கள் வந்தன. ஆவுடை பிச்சிப் பூச்சரங்களைக் கொண்டு வந்தாள். எத்தனையோ நாள் பட்டகசாலையில் தேர்க் கோலங்கள் போட்டிருக்கிறாள். அன்றுபோல் தோசையும் எள்ளு மிளகாய்ப் பொடியும் வைத்துச் சாப்பிட்ட எத்தனையோ முன்னிரவுகள் வந்து சென்றன. இராக் காலத்துப் பேச்சுகள், நேயர் விருப்பங்கள் என்று அவளுக்குப் பிரியமான எவ்வளவோ நடந்தன. ஆனால்...

ரொம்ப நேரம் குப்புறப் படுத்திருந்ததால் தாலிக் கொடியில் இருந்த பிள்ளையார் சிறகு மார்பை அழுத்தியது. எழுந்து உட்கார்ந்தாள். வாசல் பக்கம் நிழலாடியது. வெளியே முற்றத்தில் யாரோ வேகமாகக் கடந்து போனார்கள். கடிகாரம் பதினொன்று அடித்தது. குத்துவிளக்குச் சுடர் ஒரே சீராக, செங்குத்தாக, நிறுத்தி வைக்கப்பட்ட சிவப்புக் கல் மாதிரி அசையாமல் பிரகாசித்துக்கொண்டிருந்தது. நல்லெண்ணெய்யின் மணமும் விளக்குக்கு முன்னால் படைத்திருந்த பாயசத்தின் மணமும் கலந்த வினோதமான வாடை அறையில் நிறைந்திருந்தது. யார் வீட்டிலோ கரண்டியைக் கீழே போடுகிற சத்தம் கேட்டது.

தூத்துக்குடி பஸ் இன்னும் கொஞ்ச நேரத்தில் வந்துவிடும். பிறகு வீடெல்லாம் நிறைந்துவிடும். அக்கா, அத்தான், பிள்ளைகள், கால்வாய் பெரியம்மா, பத்திரகாளி ஆச்சி எல்லோரும் வந்துவிடுவார்கள். இந்நேரம் எல்லோரும் பஸ்ஸில் வந்துகொண்டிருப்பார்கள். பஸ் இப்போது நத்தத்தைத் தாண்டியிருக்குமா? நத்தத்துக் கோயிலுக்குப் பக்கத்தில் பனை மரங்களினூடே பஸ் வருகிறபோதுதான் எவ்வளவு குதூகலமாக இருக்கும் ... அவிழ்ந்துகிடந்த முடியை அள்ளிக் கொண்டை போட்டாள்.

மனம் என்னவோபோல் இருந்தது. சற்று முன்னால் இருந்த சந்தோஷம் இப்போது இல்லை. ஏதோவொரு நெருடல், துக்கம் தொண்டைக் குழியை அடைத்தது. கண்கள் கலங்கின. வீட்டின் அமைதி அமானுஷ்யமாக இருந்தது. இந்த அமைதியைக் குலைக்க யாராவது வரமாட்டார்களா என்று மனம் ஏங்கிற்று. சேலை முந்தானையால் கண்களைத் துடைத்துக்கொண்டாள். எழுந்து அடுப்படிக்குப் போனாள். அடுப்படியில் வேலை ஒன்றும் இல்லைதான். என்றாலும் அங்கேயே உட்கார்ந்திருந் தால் இன்னும் அழுகைவரும்போல் இருந்தது. அதற்காகவே எழுந்துபோனாள்.

இரண்டு உலகங்கள்

பின்வாசல் கதவு இரட்டைக் கதவு. பேர்தான் பின்வாசலே தவிர, அந்த பக்கம்தான் தெரு போகிறது. மேல் கதவை மட்டும் திறந்தாள். எப்போதும் அந்தத் தாழ்ப்பாள் சத்தம் அவளுக்குப் பிடிக்கும். அவள் இருந்த மனோநிலையில் அந்தச் சத்தம் என்னவோபோல் இருந்தது.

கதவுக்கு வெளியே தெரு ஆளரவமின்றிக் கிடந்தது. அழிக்கதவுக்குப் பின்னால் நின்றுகொண்டு தெருவையே வெறித்துப் பார்த்துக்கொண்டிருந்தாள். எதிரேதான் ராதா வீடு.

இவள் கதவைத் திறக்கிற சத்தம் கேட்டாலே ராதா ஜன்னல் பக்கம் வந்து நின்றுவிடுவாள். அவள் அந்தப் பக்கம், இவள் இந்தப் பக்கமுமாக நின்று பேசிக்கொண்டிருப்பார்கள். பழனி வீட்டில் இருந்தால் அவனும் வள்ளிக்குப் பக்கத்தில் நின்றுகொண்டு ராதாவைக் கேலி செய்துகொண்டிருப்பான். அவனுக்கு ராதாவைக் கேலி செய்வது என்றால் ரொம்ப விருப்பம். இப்போது ராதா இல்லை. அவளுக்குக் கல்யாணமாகி இரண்டு வருஷம் ஆகிவிட்டது. ஒரு பிள்ளைகூட இருக்கிறது. ராதா வீட்டு ஜன்னலின் மீது முகம் பார்க்கிற கண்ணாடியைச் சாற்றி வைத்திருந்தது. பக்கத்தில் எவர்சில்வர் தம்ளர் ஒன்றிருந்தது. கண்ணாடியின் பின் சட்டத்தில் ‘கல்யாணப் பரிசு’ படத்தில் அக்கா மகனுடன் சரோஜாதேவி மத்தாப்பு கொளுத்துகிற படம் இருந்தது. அந்தக் கண்ணாடி ராதா இருக்கும்போது வாங்கினது. பட்டகசாலையில் கரும்புத் தோகை சரசரப்பதும், கூடவே குருவிகளின் சத்தமும் கேட்டது.

ஏனோ திடீரென்று கீரைக்கார நாச்சியாராச்சியின் ஞாபகம் வந்தது. நேற்றுகூட நாச்சியாராச்சி கீரை போடும்போது, ‘இந்தத் தடவை வேணும்னாப் பாரேன்... இந்தக் குருவி கூடு கட்டிக் குஞ்சு பொரிக்கையிலே, அம்மன் ஒன் வயித்திலேயும் கருப்புடிக்க வச்சிருவா பாரேன் . . . ஆச்சி சொன்னது நடக்கா இல்லையான்னு பாரு... அப்புறம் சொல்லு...’ என்று வெற்றிலைக் காவியேறிய பற்கள் தெரியச் சிரித்துக்கொண்டே சொன்னாள்.

வள்ளிக்கு ரொம்ப வெட்கமாக இருந்தது. சங்கடமாகவும் இருந்தது. மார்பு விம்மித் தாழ்ந்தது. ஆச்சி சொன்னது! இந்தத் தடவையாவது நிஜமாகுமா? இப்போது ஒருவாரமாகவே அந்தக் குருவிகளின் அன்னியோன்யத்தையும் விளையாட்டையும் பார்க்கும்போது, அவை இன்னும் சிலநாட்களில் கூடுகட்டும் போல் இருந்தது. அவள் நின்றுகொண்டிருக்கும்போதே, சத்தம் போட்டுக்கொண்டு ஆண் குருவி அவள் தலைக்கும்மேல் பறந்து

வெளியே போயிற்று. அதைத் தொடர்ந்து பெண் குருவியும் போனது.

இன்னுங் கொஞ்ச நேரத்தில் அக்கா பிள்ளைகள் இரண்டும் இந்த இரட்டைக் கதவில் ஏறி நின்று விளையாட ஆரம்பித்துவிடும். பெரியவளாவது சொன்னால் கேட்பாள்; சின்னவன் சற்றுப் பிடிவாதக்காரன்; கேட்கவே மாட்டான். அத்தானுக்கு அவனுடைய பிடிவாதத்தைப் பார்த்தால் கோபம் வரும். மேலும் அத்தானுக்குப் பெரியவள் என்றால் கொஞ்சம் செல்லம்தான். அவள் வள்ளியைப் போலவே இருக்கிறாள் என்பது அத்தானுடைய அபிப்பிராயம். எல்லாவற்றையும் மறந்து போகவேண்டும் போல் இருந்தது. வீட்டைப் பெருக்கினாள். மரப்படிகளில் மெட்டி சப்திக்க மாடிக்கு ஏறிப்போய்ப் பனங்கிழங்குக் கட்டை எடுத்து வந்தாள். கிழங்குகளைக் கழுவி இட்லிக் கொப்பரையில் வைத்து அவிக்க ஆரம்பித்தாள். அந்தக் குருவிகள் வீட்டுக்குள் வருவதும் வெளியே பறப்பதுமாக இருந்தன.

வாசல் அழிக்கதவு நாதாங்கிச் சத்தம் கேட்டது. தொடர்ந்து, 'சித்தி... சித்தி...' என்று கூப்பிடுகிற குரல் கேட்டது. திரும்பிப் பார்த்தாள். அக்கா பிள்ளைகள்தான் நின்றுகொண்டிருந்தன. பஸ் வந்துவிட்டதுபோல. பத்திரகாளி ஆச்சி, கால்வாய் பெரியம்மா, அக்கா, அத்தான் எல்லோரும் வந்துவிட்டார்கள். ஆச்சியும் பெரியம்மாவும் வாசல் நடையிலேயே உட்கார்ந் திருந்தார்கள். அத்தான் துண்டால் முகத்தைத் துடைத்துக் கொண்டு நின்றிருந்தார். வள்ளி கதவைத் திறந்தாள். இரண்டு பிள்ளைகளையும் அள்ளித் தூக்கி, முகமெங்கும் முத்தமாரிப் பொழிந்தாள். இவ்வளவு நேரமும் அடக்கி வைத்திருந்த அழுகை அவளை அறியாமலேயே வந்துவிட்டது. ஒருத்தருக்கும் அவள் ஏன் அழுகிறாள் என்று புரியவில்லை.

1990

விருந்தாளிகள்

வீடு நிறைய விருந்தாட்கள் வந்துவிட்டார்கள். கண்ணம்மாவுடைய சுதந்திரம் பறிபோய்விட்டது. அம்மாகூட அவளைக் கவனிப்பதில்லை. அவள் எப்போது பார்த்தாலும் அடுக்களையிலேயே வேலையாக இருக்கிறாள். வேலை இல்லாத வேளையில், வந்திருக்கிற விருந்தாட்களுடன் பேசிக் கொண்டிருக்கிறாள். ராத்திரி தூங்கப் போகும்போது அப்பா வழக்கமாகக் கதை சொல்லுவார். அவரும் இப்போது கதைசொல்லுவதை விட்டுவிட்டார். எல்லாம் இந்த விருந்தாட்களால் வந்த வினை.

அவர்களோடு ஒரு பெண் வந்திருக்கிறது. பெண்ணா அது? எமன்! எலிக்குஞ்சுமாதிரி இருக்கிறது. அது இருக்கிற லட்சணத்துக்கு அதற்கு இரட்டைவால் வேறு பின்னிவிடுகிறார்கள்.

முன்பெல்லாம் பள்ளிக்கூடம் விட்டு வந்ததும் புத்தகப் பையை வைத்துவிட்டு, அம்மா மடியில் உட்கார்ந்துதான் காப்பி குடிப்பாள். அவளுக்கு எவ்வளவு சூடு இருக்க வேண்டும் என்பது அம்மாவுக்குத் தெரியும். ஆனால் இந்த விருந்தாட்கள் வந்ததிலிருந்துதான் வீடே தலைகீழாக மாறிப் போய்விட்டதே. இப்போதெல் லாம் அம்மா மடியிலிருந்து காப்பி குடிக்க முடிய வில்லை. அடுப்படியில் வேலையாக இருக்கும் அம்மாவிடம் 'காப்பி, காப்பி' என்று கத்திக்கொண்டே இருக்க வேண்டியிருக்கிறது. காப்பித் தம்ளரைத் தரும்போதுகூட, அந்த விருந்தாளி அம்மாவுடன் பேசிக்கொண்டு, இவள் முகத்தைக்கூடப்

பார்க்காமல்தான் தருகிறாள். அழுகை முட்டிக்கொண்டு வருகிறது. காப்பி டம்ளரை அந்த விருந்தாளியம்மாள் மேல் விட்டெறியவேண்டும் போல் இருந்தது. நல்ல விருந்தாட்கள் இவர்கள்! எங்கிருந்துதான் வந்து தொலைந்தார்களோ? இன்னும் எத்தனை நாட்களுக்கு இங்கே டேரா போடப் போகிறார்களோ?

எப்போதும் அவளை அப்பாவோ அல்லது அம்மாவோதான் குளிப்பாட்டிவிடுவார்கள். இவர்கள் வந்தது முதல் அவளேதான் குளிக்கவேண்டியிருக்கிறது. துண்டு எடுத்துத் தரக்கூட ஆள் இல்லை. ஸ்டூலைப் போட்டு ஏறி எடுக்க வேண்டியிருக்கிறது.

இவளுடைய பீரோவில் யாரும் கைவைக்க மாட்டார்கள். விளையாட்டுச் சாமான்களையெல்லாம் அடித்தட்டில் வைத்திருப்பாள். மேல்தட்டில் புத்தகங்களை வைத்திருப்பாள். மூன்றாவது தட்டில் அவளுடைய துணிமணிகள் இருக்கும். இந்தக் கூட்டம் வந்ததிலிருந்து அவள் பீரோ அலங்கோலமாகி விட்டது. புத்தகத் தட்டில் போய் யாருடைய துணிகளை யெல்லாமோ மடித்து வைத்திருக்கிறது.

ஒருநாள் பள்ளிக்கூடம் விட்டு வரும்போது வெளிவாசல் பக்கம், போன வருஷம் பொருட்காட்சியில் வாங்கின ரயில் இஞ்ஜின் கிடந்தது. கல்திண்ணைக்குக் கீழே ஸ்கிப்பிங் கயிறு பிடியில்லாமல் கிடந்தது. ஓடிப்போய் பீரோவைத் திறந்து பார்த்தாள். பல்லாங்குழி, சோழியெல்லாம் தட்டு பூராவும் இறைந்துகிடந்தது.

எல்லாம் அந்த எலிவால் குஞ்சம்மாவின் வேலை. இவளுக்கு வந்த ஆத்திரம் இன்னமட்டும் என்றில்லை. பீரோ கதவைப் படாரென்று அடித்துச் சாத்திவிட்டு அந்த குஞ்சம்மா குரங்கைத் தேடினாள். அது அவள் அப்பாவுடன் எங்கோ வெளியில் சென்றிருந்தது.

இன்னொரு நாள் பூகோள நோட்டையே காண வில்லை. எவ்வளவு தேடியும் கிடைக்கவில்லை. அப்பா வேறு திட்டினார். நோட்டு இல்லாமலேயே பள்ளிக்கூடம் போனாள். பள்ளிக்கூடத்தில் நோட்டு கொண்டுவராததுக்காக சங்கரி டீச்சர் இவளை முழங்காலில் நிறுத்திவிட்டாள். அன்று ராத்திரி நெல்லு மூட்டைகளுக்கு ஊடே ஏதோ கிடக்கிற மாதிரி இருந்தது. ஏறிப் பார்த்தால், இவளுடைய பூகோள நோட்டுதான் அது. எல்லாம் அந்த எலிவால் ஜடை குஞ்சம்மாவின் வேலைதான்.

நெல்லையப்பன், சைலு, காந்தம்மா, முறுக்காச்சி வீட்டு ராஜம் இவர்களெல்லாம் சாயந்திரமானால் அவளுடன் விளையாட வந்துவிடுவார்கள். இவள்தான் அவர்களுக்கெல்லாம்

லீடர். இவள் பேச்சுக்கு மறுபேச்சு கிடையாது. பாண்டியானாலும் சரி, கிளியந்தட்டு, கள்ளன் போலீஸ், ஐஸ்பால் எது ஆடினாலும் சரி, இவள் சொல் பேச்சைக் கேட்டு நடப்பார்கள். சைலுதான் திடீர் திடீரென்று கிறுக்குத்தனம் பண்ணுவான்.

அவளுக்கு அடங்காதமாதிரி போனால், அவனை வழிக்குக் கொண்டுவர கண்ணம்மாவிடம் ஒரு அஸ்திரம் இருந்தது, 'ஏய் சைலு, நான் சொல்லுறதைக் கேட்கலேன்னா உன்னை ட்ரேட் விளையாட்டுலே சேர்க்க மாட்டேன்' என்று சொல்லி விட்டு, தன் இதர சிநேகிதர்களைப் பார்த்து முகத்தைக் கோபித்துக்கொண்டதுபோல் சீரியஸாக வைத்துக்கொண்டு, 'ஏய் அவன் விளையாட்டுக்கு வேண்டாம், நாம எல்லாரும் விளையாடுவோம் . . .' என்று சொல்வாள். அவர்களும் கண்ணாம்மாவுடன் ஒத்துப் பாடுவார்கள்.

அவர்களுக்கு ஞாயிற்றுக்கிழமைதோறும் கண்ணம்மா வீட்டு மாடியில் வைத்து விளையாடும் ட்ரேட் விளையாட்டுதான் சைலுவைவிட ரொம்ப முக்கியம். அதை அவர்களால் எக்காரணத்தைக் கொண்டும் இழக்க முடியாது. சைலு பக்கம் நியாயம் இருந்தால்கூட ட்ரேட் விளையாட்டுக்காக வேறு வழியில்லாமல் கண்ணம்மா கட்சியில் சேர்ந்துவிடுவார்கள். சைலு கோபித்துக்கொண்டவன் மாதிரி கொஞ்ச நேரம் சுவர் ஓரமாக ஒதுங்கிநின்றுவிட்டு, பிறகு மெல்ல மெல்ல விளையாட்டில் வந்து சேர்ந்துகொள்வான். சேராத நண்பர் களுடன் சேர்ந்து கெட்டழிந்துவிட்டு, தகப்பனாரைத் தேடிவந்த கதையில் வருகிற கெட்ட குமாரன் மாதிரி, கண்ணம்மா அவனை ஆரச் சேர்த்துக் கட்டியணைத்து விளையாட்டில் சேர்த்துக்கொள்வாள். அதற்குப் பிறகு அவனை யாரும் ஒரு வார்த்தை கடிந்துபேச விடமாட்டாள்.

பாழாய்ப்போன விருந்தாட்கள் வந்ததிலிருந்து அவளுடைய சிநேகிதர்கள் யாரும் இவள்கூட விளையாட வருவதே இல்லை. கண்ணம்மாவுடைய கூட்டாளிகளெல்லாம் – அதுவும் யார் வீட்டுக்கு, அந்த நெட்டைக் கொக்கு சங்கரம்மா வீட்டுக்கு. அவளுக்கும் இவளுக்கும் ஆகவே ஆகாது – அவளுடன் போய் இவள் சிநேகிதர்களெல்லாம் விளையாடுகிறார்கள்.

அவர்களைக் குற்றம் சொல்லவும் முடியாது. இங்கேதான் வீடு நிறைய எப்போது பார்த்தாலும் ஆட்களாக இருக்கிறார்களே. சாயந்திரமானால் எல்லோரும் வீட்டு முற்றத்தில் இருக்கிற நாற்காலி, ஈஸிச்சேர்களை எல்லாம் எடுத்துப் போட்டு உட்கார்ந்து பேசத் தொடங்கிவிடுகிறார்கள். பிறகு எங்கே விளையாட முடியும்?

முற்றம் பூராவும் அவர்கள் கழற்றிப்போட்டிருக்கிற செருப்பு மயம்தான். அந்தச் செருப்புகளைத் திண்ணையில் எடுத்துப் போடவும் விடமாட்டாள் அம்மா. 'செருப்புகளை வீட்டிற்குள்ளா கொண்டுவருவது?' என்று சத்தம் போடுவாள். உட்கார்ந்து பேசுவதற்கு அப்பாவுடைய பெரிய ஈஸிச்சேரை எடுத்துப் போட்டால்கூடப் பரவாயில்லை. இவள் உட்காருகிற சின்ன ஈஸிச்சேரையும் அல்லவா எடுத்துப் போட்டு உட்கார்ந்துவிடுகிறார்கள். சின்னப் பிள்ளை உட்காருகிற ஈஸிச் சேராயிற்றே என்கிற அறிவுகூட இந்த ஜென்மங்களுக்கு இல்லை.

அதுவும் இந்த எலிக்குஞ்சு குஞ்சம்மா இருக்கிறாளே, அவளுக்கு இந்தச் சின்ன ஈஸிச்சேரில்தான் கண். எப்போது பார்த்தாலும் கால்களை ஆட்டிக்கொண்டு, பெரிய ராணி மாதிரி அதில் உட்கார்ந்து இருக்கிறதும் அல்லாமல், இவளைப் பார்த்து எகத்தாளமாக வேறு சிரிப்பாள்.

தப்பு இவள் பேரில்தான், அவர்கள் வந்த அன்றைக்கு அவளிடம் அந்த ஈஸிச்சேரைக் காட்டிப் பெருமைப்பட்டதுதான் தப்பாகப் போயிற்று. சுவரில் ஆணியில் மாட்டியிருந்த ஈஸிச்சேரை இவள்தான் அப்பாவிடம் சொல்லி, கீழே எடுத்துப் போடச் சொன்னாள். அன்று இந்தக் குஞ்சம்மா, அவள் ஒய்யாரமாக ஈஸிச்சேரில் உட்கார்ந்திருப்பதை ஊமைக் கோட்டான் மாதிரிப் பார்த்துக்கொண்டே இருந்தாள். அவள், தன் வீட்டில் இந்த மாதிரி ஈஸிச்சேரே இல்லை என்று சொன்னது வேறு இவளுக்கு ரொம்பச் சந்தோஷமாக இருந்தது.

கொஞ்ச நேரம் கழித்து அம்மா சாப்பிடக் கூப்பிட்டதும், ஞாபகமறதியாக ஈஸிச்சேரை மடக்கிவைக்காமல் போய்விட்டாள். அப்பாவிடம் சொன்னால்கூட அவர் அதை மடக்கிப் போட்டிருப்பார். அப்படிச் சொல்லாததுதான் தவறாகப் போயிற்று. தோசை சாப்பிட்டுவிட்டுப் பார்த்தால், அந்தக் குஞ்சம்மா குரங்கு ஈஸிச்சேரில் உட்கார்ந்திருக்கிறது. இவளுக்கு வந்ததே கோபம். எழுந்திருக்கச் சொன்னதுக்கு, சூரன் தலையை ஆட்டுகிறமாதிரி, மாட்டேன் என்று ஆட்டினாள்.

அழுதுகொண்டே, தோசை சுட்டுக்கொண்டிருந்த அம்மா விடம் போய்ச் சொன்னபோது, அம்மா குஞ்சம்மாவுக்குத் தான் பரிந்து பேசினாள். குஞ்சம்மாவின் தலைமுடியைப் பிடித்து இழுத்தாள்; முகத்தில் பிராண்டினாள். அப்போதுகூட அந்தக் குஞ்சம்மா குரங்கு எழுந்திருக்கவில்லை. வாசலில் பேசிக்கொண்டிருந்த அப்பாவும் உள்ளே வந்து இவளைத்தான் அடித்தார். வெகுநேரம்வரை அழுதுகொண்டே இருந்தவள், அப்படியே வெறும் தரையில் படுத்துத் தூங்கிவிட்டாள்.

இரண்டு உலகங்கள்

காலையில் தூங்கி விழித்தபோது பார்த்தால் அவள் படுக்கையில் படுத்திருந்தாள். அப்பாதான் தூக்கிப் போட்டிருப்பார். அதுவும் யார் பக்கத்தில்? அந்தக் குஞ்சம்மா பக்கத்தில். நல்லவேளை, ஈஸிச்சேர் 'ட'னா ஆணியில்தான் மாட்டியிருந்தது. காப்பி குடித்தபிறகு, அதில் குஞ்சம்மா உட்காரக் கூடாது என்று வீட்டில் இருந்த எல்லோரிடமும் போய்ச் சொன்னாள்.

அன்று மாலை பள்ளிக்கூடம் விட்டு வந்து பார்த்தால் இவளுடைய ஈஸிச்சேரில் அந்தக் குஞ்சம்மா உட்கார்ந்திருக் கிறாள். பையை விட்டெறிந்துவிட்டு அழுதாள். அவளுடைய பிடிவாதம் எடுபடவில்லை. அன்றிலிருந்து அந்த ஈஸிச்சேருக்குப் பிடித்தது சனி. அதில் யார்தான் உட்கார வேண்டும் என்ற கணக்கே இல்லாமல் போய்விட்டது. தடித்தடியாகப் பெரிய ஆட்கள் எல்லோரும் உட்கார ஆரம்பித்துவிட்டார்கள். இந்தச் சனியன் பிடித்த விருந்தாட்கள் எங்கிருந்துதான் இப்படி வந்து சேர்ந்தார்களோ தெரியவில்லை. இவர்கள் என்றைக்கு வீட்டை விட்டுப் போய்த் தொலைவார்களோ?

அம்மா எப்போது பார்த்தாலும் அடுப்படியே கதி என்று ஆகிவிட்டாள். இந்தக் கூட்டத்திற்குப் பொழுதெல்லாம் சோறு பொங்கிப் போடுவதும் தோசை சுடுவதுமாகவே இருக்கிறாள். அப்பாவுக்கும் வந்திருக்கிற விருந்தாட்களை முகம் கோணாமல் பார்த்துக்கொள்வதற்கே நேரம் சரியாக இருக்கிறது. இவளை யாருமே கவனிப்பதில்லை.

இவளுக்கு தலைப்பின்னி விடக்கூட அம்மாவுக்கு நேரமில்லை. இரண்டுதினங்களுக்கு முன்னால் அந்த குஞ்சம்மாவுடைய சித்தியிடம் தலையைப் பின்னிக் கொள்ளச் சொன்னாள் அம்மா. அவளைப் பார்த்தாலே சூர்ப்பனகை மாதிரி இருந்தது. அவள் தலையைப் படக்படக்கென்று இழுத்துச் சீவினாள். வலி தாங்க முடியவில்லை. அதோடு, இரட்டைவால் போடும்போது இறுக்கிப் பிடித்துப் போட்டுவிட்டாள். அன்று பூராவும் பள்ளிக்கூடத்தில் இருக்கும்போது தலையை வலித்தது. மத்தியானம் பெரிய கிளாஸில் படிக்கிற ஒரு அக்காதான் இரக்கப்பட்டுத் தலையை அவிழ்த்து லேசாகக் கட்டிவிட்டாள்.

வீட்டுக்கு வந்த ஆட்களை எப்படி விழுந்து விழுந்து கவனிக்கிறார்கள். இவளுக்கு வலிக்காமல் தலை கட்டிவிடத்தான் நாதியில்லாமல் போய்விட்டது. வந்தவர்கள் தங்களை நன்றாக கவனித்தார்கள் என்று மெச்ச வேண்டுமாம். அதற்காகப் பெற்ற பிள்ளையைக்கூட கவனிக்க மாட்டேன் என்கிறார்கள்.

சாயந்திரம் பள்ளிக்கூடம் விட்டுப் போகும்போது அப்படியே எங்காவது கண்காணாமல் போய்விடலாமா என்று தோன்றும்.

பிள்ளை பிடிக்கிறவன் கையில் அகப்பட்டால் கையைக் காலை ஒடித்துப் பிச்சை எடுக்க வைத்துவிடுவான் என்று முறுக்காச்சி அடிக்கடி சொல்லுவாள். அதற்குப் பயந்துதான் அவள் எங்கும் போகவில்லை.

தினசரி சாயந்திரம் பள்ளிக்கூடம் விட்டு வீட்டுக்குத் திரும்பும்போது, இன்று என்ன விளையாட்டுச் சாமான் காணாமல் போயிருக்கிறதோ, எந்தப் புஸ்தகம் கிழிந்து போயிருக்கிறதோ என்று பயந்துகொண்டேதான் வர வேண்டி யிருக்கிறது.

ஒரு வழியாக, இரண்டு வாரம் வீட்டை நிர்மூலம் ஆக்கிவிட்டு அவர்களெல்லாம் புறப்பட்டார்கள். கண்ணம்மாவுக்குச் சந்தோஷம் பிடிபடவில்லை. அன்று ஞாயிற்றுக்கிழமை. காலையிலேயே அவர்கள் புறப்படப்போகிறார்கள் என்பது தெரிந்துபோயிற்று. உடனே இந்த சமாசாரத்தைத் தன் ஸ்நேகிதர்களிடம் போய்ச் சொன்னாள். இனிமேல் முற்றத்தில் மனம்போனபடி எல்லா விளையாட்டும் விளையாடலாம்.

மத்தியானம் மூன்றுமணி சுமாருக்கு அந்த விருந்தாட்கள் எல்லாம் புறப்பட்டபோது, அவர்களை வழியனுப்ப அப்பாவும் அவர்களோடு ஸ்டேஷனுக்குப் புறப்பட்டார். இவளையும் கூப்பிட்டார். இவளா போவாள்? வரவில்லை என்று சொல்லிவிட்டாள். போயும் போயும் இந்த ஆட்களை வழியனுப்ப ஸ்டேஷனுக்கு வேறு போகவேண்டுமாக்கும்?

குங்குமம், 1990

யௌவன மயக்கம்

கலா நிலைக்கண்ணாடிக்கு முன்னால் நின்று பக்கவாட்டில் திரும்பிப் பார்த்துக்கொண்டாள். அவள் அணிந்திருந்த கிளிப்பச்சை வண்ணத் தாவணி முந்தானையைத் தோள் பக்கம் கொஞ்சம் சரி செய்தாள். முந்தானையைச் சரி செய்கிறபோதெல்லாம் அவளுக்கு, தான் கெமிஸ்ட்ரி மிஸ்ஸைப்போல் இருப்பதாகப் படும். எஸ்தர் தனபாண்டியன்தான் அடிக்கடி முந்தானையை இழுத்து இழுத்துச் சரி செய்துகொள்ளும். முந்தானை ஒன்றும் நழுவுகிற மாதிரி இராது. என்றாலுங்கூட, அவளுக்குக் கை அடிக்கடி முந்தானைக்குப் போய்விடும். அவளுக்குக் கெமிஸ்ட்ரி ரொம்ப இஷ்டமான பாடம். அதனால்தான் கெமிஸ்ட்ரி மிஸ்ஸைப் பிடிக்கிறதோ என்னவோ?

காலையில் குளித்ததுமே அந்த டிரஸ்ஸை ஒரு தடவை உடுத்திப் பார்த்துவிட்டாள். அதை உடுத்திக்கொண்டுதான் அம்மன் கோவில் நந்தவனத்துக்குப் பூப்பறிக்கப் போனாள். கோவில் நந்தவனத்தில் இப்போது பூஞ்செடிகள் அவ்வளவாக இல்லை. அவள் சின்னப் பிள்ளையாக இருக்கையில், ஆள் நிற்கிறது தெரியாத அளவுக்கு ஒரே பூச்செடிகளாகத்தான் இருக்கும். தாத்தாவும் அவளும்தான் தினசரி குளித்து முழுகிவிட்டுப்போய் குடலை நிறையப் பூப்பறித்து வருவார்கள். இப்போது தாத்தா இல்லை. நந்தவனத்தில்கூடப் பேருக்கு ஒரே ஒரு நந்தியாவட்டையும், இடது மூலையில் அந்த வயதான தங்கரளி மரமும்தான்

நிற்கின்றன. என்றாலும் குளித்ததும் நந்தவனத்துக்குத்தான் ஓடுவாள். பழைய பழக்கம் விடவில்லை. அம்மாகூடச் சொல்லிப் பார்த்துவிட்டாள். அவள் கேட்கவில்லை.

இதுகூட ஒரு விஷயமில்லை. அவள் புறப்படுகிறது அந்த ராசத்தக்கா மகனுக்கு எப்படித்தான் தெரியுமோ, தெரியவில்லை. அவள் திரும்பி வருகிறபோது, அவள் வீட்டுக்கு வருகிற முடுக்கில், சொல்லிவைத்தது மாதிரி எதிரே வருவான். மேலே இடித்துவிடுவான் போல் இருக்கும். ஆனால் ஒரு நாள் கூட அப்படி இடித்ததில்லை. என்றாலும் அவனைப் பார்த்தாலே அவளுக்கு எரிச்சலாக இருக்கும். அவன் எதிரே வருவதைப் பார்த்ததுமே சுவரோடு சுவராய் ஒதுங்கித் தலையைக் குனிந்து கொண்டேதான் போவாள். ஆனாலும் அவன் அவள் பக்கத்தில் வந்ததும் பல்லைக் காட்டிச் சிரித்துக்கொண்டு, ‘என்ன ரொம்ப ஸ்பீடாப் போறாப்ல இருக்கு!’ என்பான். இல்லை யென்றால் ‘நேத்து ராத்திரி ரொம்ப நேரம் படிச்சியோ? ஒருமணிவரைக்கும் லைட் எரிஞ்சுதே?’ என்பான்.

அவன் பக்கத்தில் வந்ததுமே நடையை எட்டிப்போட்டு ஓடிவிடுவாள். சில சமயங்களில் அவளையும் மீறி, ‘இதுக விசாரிக்கலைன்னு யார் கவலைப்பட்டா? கொஞ்சம் கூட ஒரு இது கிடையாது’ என்று எரிச்சலுடன் சொல்வாள்.

ஆனால் ராசத்தக்காவுடைய மகன் இதுக்கெல்லாம் வருத்தப்படவே மாட்டான். மறுநாளும் இதேமாதிரி பல்லைக் காட்டிக்கொண்டு வருவான். அவன் பேரில் கலாவுக்குக் கொஞ்சங்கூட மரியாதை கிடையாது.

இன்று அந்த ட்ரெஸ்ஸைப் போட்டுக்கொண்டு பூப்பறித்துவிட்டுத் திரும்பும்போது அவன் ஞாபகம் வந்தது. அந்த உடையில் அவன் தன்னைப் பார்க்கவேண்டும் போல் இருந்தது. ஆனால் துரதிருஷ்டம் அவன் வரவில்லை. நேற்றுக்கூட அவனைக் காணவில்லை. அவன் ஊரிலே இல்லையோ என்னவோ? அந்த வருத்தமும் ஏமாற்றமும் மறைய அவளுக்கு வெகுநேரம் ஆயிற்று.

கீழே நீலா பேசுகிற சத்தம் கேட்டது. அம்மாவிடம்தான் பேசிக்கொண்டிருந்தாள். ராதா? ராதாவும் வந்திருப்பாள். ஆனால் அவள் குரல் கேட்கவில்லை. அவள் அதிகம் பேசவே மாட்டாள். ஏதாவது பேசவேண்டியிருந்தால்கூட ரெண்டு வார்த்தை பேசிவிட்டு மௌனமாகி விடுவாள். அவள் சுபாவமே அப்படித்தான்.

ஜன்னல் கம்பிகளுக்கு நடுவில் ஒரு காக்காய் வந்து உட்கார்ந்தது கண்ணாடியில் தெரிந்தது. சட்டென்று

திரும்பினாள். அது பறந்துபோய் எதிர்வீட்டு நாழி ஓட்டின் மேல் உட்கார்ந்துகொண்டது.

சிலோன் ரேடியோ நேயர் விருப்பத்தில், கள்ளப் பார்வை கண்ணுக்கு விருந்து, கள்ளச் சிரிப்பு நெஞ்சுக்கு இன்பம் . . . என்ற பாட்டு ஒலிபரப்பாகிக்கொண்டிருந்தது. அவளும் ரேடியோவுடன் அந்தப் பாட்டை முணுமுணுத்துக்கொண்டே இருந்தாள். ரொம்பச் சந்தோஷமாக இருந்தது.

ஈரத்துணிகளைக் காயப்போடுவதற்காக பிளாஸ்டிக் பக்கெட்டுடன் மேலே மச்சுக்கு வந்த மதினி அவளைப் பார்த்தும், 'நீயும் பச்சைப் பாவாடை தாவணிதான் போட்டிருக்கியா? ப்ரெண்ட்ஸ் மூணுபேரும் பேசிவச்சுக்கிட்டு இப்படி ட்ரெஸ் பண்ணிட்டுக் கௌம்பிட்டீங்களாக்கும்' என்று சிரித்துக்கொண்டே கேட்டாள்.

'நல்லா இருக்கா மதினி?' என்று லேசாக முதுகை முன்னால் தள்ளிக் குனிந்துபார்த்துக்கொண்டே கேட்டாள் கலா.

மதினி பக்கெட்டைக் கீழேவைத்துவிட்டு அவள் பக்கத்தில் வந்தாள். 'நல்லா இருக்காவா? அடேயப்பா! மகாராணிமாதிரி இருக்கு' என்று சொல்லிக்கொண்டே, அவளுடைய கன்னத்தில் இரண்டு கைவிரல்களையும் மடக்கிவைத்து, மழித்துத் திருஷ்டி கழித்து, சொடக்குப் போட்டாள். மதினியின் கையிலிருந்து ரின் சோப்பு வாடை அடித்தது.

வெள்ளந்தாங்கிப் பிள்ளையார் கோவில் பக்கம் போகும் போது, சாந்தி வந்தாள். அவர்களைப் பார்த்ததும் முதுகைத் திருப்பிக்கொண்டு வேகமாக முன்னால் போய்விட்டாள். நீலாவுக்கு அதைப் பார்த்ததும் ஆத்திரமாக இருந்தது.

'சூர்ப்பனகை போறா பாருடி!' என்றாள்.

'அவ பாட்டுக்குப் போறா . . . ஒன்னை என்னடி பண்றா?' என்றாள் ராதா மெதுவாக.

'அதானே பாத்தேன் ... காரைக்கால் அம்மையார் அறநெறிச் சிந்தனைகளை வழங்குவாங்களேன்னு' என்றாள் நீலா.

'வம்புச் சண்டைக்குப் போறதுன்னா ஒனக்கு அல்வா சாப்புடுத மாதிரி!' என்றாள் கலா, ஒருகையால் தாவணியைச் சரி செய்துகொண்டே.

'காரைக்கால் அம்மையார் ஆச்சு! அடுத்தது தமிழ் மூதாட்டியா? ஐயோ! ஏன்டி இப்படி ஒரே அறிவுரையா வழங்கி அறுக்கிறீங்க!' என்று தோள்களைக் குலுக்கி முகத்தைச் செயற்கையாகச் சுழித்தாள் நீலா.

எதிரே பேசிக்கொண்டே வந்துகொண்டிருந்த இரண்டு வயதான ஆண்கள் இவர்களைப் பார்த்ததும் பேச்சை நிறுத்தினர். அவர்களைக் கடந்துபோகும்வரை அவர்களையே பார்த்துக்கொண்டு சென்றனர்.

'மூணுல எது நல்லா இருக்குன்னு பாக்குறாங்க! மீசை நரைச்சாலும் ஆசை நரைக்கலே பாரேன்...' என்று அவர்கள் காதில் விழுகிறமாதிரி சற்றுச் சத்தமாகவே சொன்னாள் நீலா. சொல்லிவிட்டு ராதாவையும் கலாவையும் குறும்புச் சிரிப்புடன் பார்த்து விழுந்து விழுந்து சிரித்தாள். கலா மிரண்டுபோய்ப் பின்னால் திரும்பிப் பார்த்தாள். நல்லவேளையாக அவர்கள் தங்கள் பேச்சைத் தொடர்ந்தவாறு சென்றுகொண்டிருந்தனர். கலாவுக்குச் சற்று ஆசுவாசமாக இருந்தது. செல்லமாக நீலாவின் தோளில் தட்டினாள்.

மூவரும் சிறிது நேரம் பேசாமலே நடந்துகொண்டிருந்தனர். போகிற வருகிறவர்கள் எல்லாம் அவர்களையே பார்த்துக்கொண்டு சென்றனர். ஆண்கள் ஆசையோடு பார்த்தனர். பெண்கள் பொறாமையாகப் பார்த்தனர்.

ஆனால் கலாவுக்கு அதெல்லாம் திருப்தியாக இல்லை. அவள் மனம்பூராவும் சந்திப் பிள்ளையார் கோவிலுக்குப் பின்னால் வழக்கமாக சைக்கிளுடன் நின்று பேசிக்கொண்டிருக்கிற இரண்டு பையன்களைப் பற்றியே இருந்தது. அந்தப் பையன்கள் இவர்களைப் பார்ப்பதற்காகத்தான் நிற்பார்கள். அங்கிருந்து பஸ் ஸ்டாண்ட் வருகிறவரை இவர்கள் பின்னாலேயே வருவார்கள். இவர்கள் கவனத்தைக் கவரவேண்டும் என்பதற்காகச் சத்தம் போட்டுச் சிரித்துப் பேசிக்கொண்டே வருவார்கள். கலாவுக்கு அவர்களைக் கண்டால் ஆகவே ஆகாது. அதுவும் அந்த உயரமான பையன் அவளையேதான் முறைத்துப் பார்ப்பான். 'தீவெட்டித் தடியனுக மாதிரி பின்னாலேயே வாறானுக பாரேன்டி!' என்பாள் கலா.

ஆனால் இன்று கலாவுக்கு அந்தப் பையன்களைத் தேடிற்று. குறிப்பாக, அந்த உயரமான பையனுடைய முகம் கண்ணுக்குள்ளேயே நின்றது. அந்தப் பையன் தன்னைப் பார்க்கவேண்டும் போல் இருந்தது.

சந்திப் பிள்ளையார் கோவிலுக்குக் கொஞ்சம் தள்ளி வரும்போதே அவளுடைய கண்கள் அந்தப் பையனைத் தேடிற்று. காணவில்லை. அவளுக்கு ஏமாற்றமாக இருந்தது. கை தாவணி முந்தானையைத் தானாகவே இழுத்துவிட்டுக்கொண்டது.

யானை போட்ட வீட்டைத் தாண்டிப் போகும்போது, 'டீ இன்னைக்கி அந்த அப்பளத் தொப்பியை எங்கேடி காணலை?'

என்றாள் ராதா. வழக்கமாக அவர்கள் சந்திப் பிள்ளையார் கோவில் முக்கைக் கடப்பதற்குள் வட்டத் தொப்பி வைத்த ஒருத்தன் அவர்களைப் பார்த்துக்கொண்டே ஸ்கூட்டரில் போவான்.

'ஆமா அவனும், அவன் மொகரையும்' என்று சலிப்புடன் சொன்னாள் கலா. அவளுக்கு அந்தப் பையனைக் காணவில்லையே என்ற ஆதங்கம். ராசத்தக்கா மகனைத்தான் காணோம் என்றால் இந்தப் பையன் கூடவா இப்படி? பேசாமல் வீட்டுக்குத் திரும்பிப்போய், எல்லாவற்றையும் மாற்றி வேறு உடைகளை அணிந்துகொண்டு வந்துவிடலாமா என்றிருந்தது. அவளை ரசிக்கிறவர்கள் எல்லாம் பார்க்காத இந்த உடைகளை அவள் இனி யாருக்காக அணிந்துகொண்டு போகவேண்டும்? ஆத்திரமும் வெறுப்பும் முட்டிக்கொண்டு வந்தன.

சந்திப் பிள்ளையார் கோவிலைத் தாண்டி மேல ரத வீதியில் திரும்பும்போது ஆவலுடனும் எதிர்பார்ப்புடனும் பின்னால் திரும்பிப் பார்த்தாள். அந்த சைக்கிள் இளைஞர்களைக் காணவில்லை. கை தானாகவே முந்தானையைச் சரி செய்தது.

பஸ் ஸ்டாண்டில் அவர்களுடைய காலேஜ் பஸ் இன்னும் வரவில்லை. தூரத்தில் அவர்கள் வரும்போதே, அங்கே நின்றுகொண்டிருந்த அவர்களுடைய ஸ்நேகிதிகள் எல்லோரும் இவர்களையே பார்த்தனர். பக்கத்தில் போனதும் சிலர் முறுவலித்தனர். சில மாணவிகள், பார்த்தும் பார்க்காதமாதிரி முகத்தைத் திருப்பிக்கொண்டனர். மற்ற சமயமாக இருந்திருந்தால் கலாவுக்கு அவர்களுடைய பொறாமை சந்தோஷத்தைத் தந்திருக்கும். ஆனால், அப்போது இருந்த மனநிலையில் அவளுக்கு எதுவுமே பிடிக்கவில்லை. சக மாணவிகள் பொறாமைப்பட்டு என்ன செய்ய? இவர்கள் பார்த்து என்ன ஆகப்போகிறது? பார்த்து ரசிக்க வேண்டியவர்கள் ரசிக்காமல், இந்த இரட்டை வால் ஜடைகள் ரசிப்பதும் பொறாமைப்படுவதும் யாருக்கு வேண்டும்?

'பூங்கதவே தாழ் திறவாய்!' என்று பாடுகிற குரல் கேட்டுத் திரும்பினாள். அது அவளுக்கு அறிமுகமான குரல். ஆவலுடன் திரும்பினாள் கலா. அந்தப் பையன்தான் தன் நண்பனுடன் சைக்கிளைப் பிடித்துக்கொண்டு வந்துகொண்டிருந்தான். கூட்டத்துக்குள் நின்றிருந்த அவளை அவன் பார்க்கவில்லை. அவர்களுக்கு முன்னால் நிறைய மாணவிகள் நின்று கொண்டிருந்தனர். இன்னுங் கொஞ்சம் முன்னால் நின்றிருந்தால் அவன் பார்வையில் எளிதாகப் பட்டிருக்கலாம். எல்லாம் இந்த நீலாவால் வந்தது. நிழலுக்காக அவள் பின்னால் வரப்போய்தான்

இங்கே வந்து நிற்க வேண்டியதாயிற்று. நீலா ஒரு மாணவியிடம் சத்தம் போட்டுச் சிரித்துப் பேசிக்கொண்டிருந்தாள்.

இன்னுங்கூட அவன் அவளைப் பார்க்கவில்லை. அதுகூடப் பாதகம் இல்லை. ஆனால் அவன் முன்வரிசைப் பெண்களோடு நின்றுகொண்டிருந்த அந்தத் தாரிணியையே பார்த்துக்கொண்டிருந்தான். அவன்மீது அவளுக்குக் கோபம் வந்தது. இவனெல்லாம் ஒரு மனுஷனா? ஒவ்வொரு நாளைக்கும் ஒவ்வொருத்தியா? அதுவும் போயும் போயும் அந்தத் தாரிணியைப் பார்க்கிறானே? அவளும் அவள் ஒட்டகச்சிவிங்கி உடம்பும். கலாவுக்குக் கண்ணீர் முட்டி நின்றது. முகத்தைத் திருப்பிக்கொண்டாள். அந்தப் பக்கமே பார்க்கக்கூடாது என்ற வைராக்கியம் மனத்தில் எழுந்தது.

ஆனால் சிறிது நேரங்கூட அவளால் அப்படி நிற்க முடியவில்லை. அவள் பார்வை தன்னிச்சையாகவே அவன் பக்கம் திரும்பியது. அவள்மீது யாரோ பூவைச் சொரிந்தமாதிரி இருந்தது. அவன் அவளையே இமைக்காமல் பார்த்துக் கொண்டிருந்தான். மார்பு உவகையினால் விம்மித் தாழ்ந்தது. உடம்பெல்லாம் புல்லரித்தது. வெட்கத்துடன் தலையைக் குனிந்துகொண்டாள். புஸ்தகத்தை நெஞ்சோடு இறுக்கினாள். அவன் பேரில் இருந்த வெறுப்பெல்லாம் இப்போது மாயமாய் மறைந்திருந்தது. அவனை ஏறெடுத்துப் பார்க்கவே கூச்சமாக இருந்தது. இந்தச் சந்தோஷத்தை அடையத்தானே மனம் இவ்வளவு தூரம் ஏங்கிற்று.

அவன் தன் நண்பனிடம் பேசுவதை விட்டுவிட்டான். பிரமை பிடித்தவன் போல் அவளையே பார்த்துக்கொண்டிருந்தான். மின்னல் கொடி தரையில் நிற்பதுபோல் இப்படியும் ஒரு அழகா? வெட்கத்தை விட்டுத் தலைமுதல் பாதம்வரை திரும்பத் திரும்ப அவளைப் பார்த்தான்.

'டேய்! மாப்ளே! கொஞ்சம் இந்தப் பக்கம் பாருடா!' என்று அவன் ஸ்நேகிதன் கேலி செய்தான்.

'போடா! அதைப் பாரேன்டா. என்னமா இருக்கா' என்று வியந்தான்.

அவன் தன் காலடியில் விழுந்து கிடப்பது ரொம்பப் பெருமையாக இருந்தது. சொல்ல முடியாத சந்தோஷத்தைத் தந்தது; என்றாலும் அவளால் அவனுடைய பார்வையைத் தாங்க முடியவில்லை. வெட்கமும் சந்தோஷமுங் கலந்த இனம்புரியாத உணர்வினால் உடல் லேசாக நடுங்கிற்று. உள்ளங்காலில் வியர்த்தது. செயற்கையாக முகத்தை வேறு

எங்கோ பார்க்கிறமாதிரி வைத்துக்கொண்டு பார்த்தாள். கழுத்தை அப்படியும் இப்படியும் திருப்பிக் கைக்குட்டையால் முகத்துக்கு விசிறிக்கொண்டாள். ஆனாலும் கழுத்தைத் திருப்பும்போது திருட்டுத்தனமாக அவன் பக்கம் பார்க்கத் தவறவில்லை.

'ஒனக்கு எல்லாத்துக்கும் ஒரு பாட்டு ஞாபகம் வருமே... இப்பம் என்ன பாட்டுடா ஞாபகம் வருது?' என்று அவனுடைய ஸ்நேகிதன் கேட்டான். அவன் உதட்டுக்குள் சிரித்துக்கொண்டான்.

அவளைப் பார்த்துக்கொண்டே, 'ம்! பாட்டா...' என்று இழுத்தான். பிறகு, 'நின்றால் கோவில் சிலையழகு, நடந்தால் அன்னத்தின் நடையழகு' என்று பி.பி. ஸ்ரீனிவாஸ் மாதிரி குரலை மாற்றிக்கொண்டு பாடிக்காட்டினான்.

அதற்குள் பஸ் வந்துவிட்டது. நீலா அவள் தோளைத் தட்டினாள். ராதா அவளைப் பார்த்துச் சிரித்தாள். அவள் நடந்ததை எல்லாம் பார்த்திருப்பாளோ?

கலா எப்போதும் நெருக்கிக்கொண்டுதான் ஏறுவாள். இன்று ஏனோ அவளால் அப்படிச் செய்ய முடியவில்லை. எல்லோரையும் போகவிட்டு அவள் நின்றுகொண்டிருந்தாள். அவனைத் தாண்டிப் போய்த்தான் ஏற வேண்டியிருந்தது. அவன் அருகே வரும்போது குனிந்துகொண்டாள். அவள் பக்கத்தில் வந்ததும், 'என்ன இன்னைக்குப் பச்சை சாத்தியா?' என்று அவளுக்கு மட்டும் கேட்கிறமாதிரி தாழ்ந்த குரலில் கேட்டான். அவள் ஒன்றும் சொல்லவில்லை. கோபம்கூட வரவில்லை. எல்லோரும் ஏறுகிறவரை படிக்குப் பக்கத்திலேயே நின்றுகொண்டிருந்தாள். அதுகூட அவனுக்காகத்தான். அவள் ஏறவும் பஸ் புறப்படவும் சரியாக இருந்தது.

பஸ் ஸ்டாண்ட் வெறிச்சோடிக்கிடந்தது. அவன் ஏக்கத்தோடு பஸ்ஸையே பார்த்துக்கொண்டு நின்றிருந்தான்.

தாய், 1991

மெஹ்ருன்னிஸா

நாலைந்து நாட்களாகத்தான் வெயில் கொஞ்சம் கடுமையாக ஆரம்பித்திருந்தது. மத்தியான நேரங்களில் பனை வடலிகளின் ஊடே நிற்கிற கருவேல முள்மரங்களிலிருந்து, பச்சை முள்ளை முறித்தால் வருகிற வாசனை காற்றில் அவ்வப்போது மிதந்துவரத் தொடங்கியிருந்தது. அந்திக் கடைத் தெருவில் கடலில் மீன் படுகை குறைந்துவிட்டது என்று பேசிக்கொண்டார்கள். எல்லோரும் காலையிலும் சாயந்திரமும் இரண்டு நேரமும் கிணற்றில் தண்ணீர் இறைத்துக் குளித்தார்கள். வெயில் ஏறஏறப் பூவரச மரங்களின் இலைகள் தரையை நோக்கித் தலையைத் தொங்கப்போட்டுக் கொண்டன. அனேகமாகக் காலைமுதல் சாயந்திரம்வரை ஓடிக்கொண்டிருக்கும் தோமாஸ் நாடாருடைய ரைஸ் மில், விட்டு விட்டுத்தான் ஓடவேண்டியிருந்தது. ஜெர்மனியிலிருந்து வரவழைத்த பிரமாண்டமான ஸ்டீம் இஞ்சினில் ஓடும் ரைஸ்மில் அது. அதற்குத் தேவையான தண்ணீரை மில்லின் பின்புறம் உள்ள அந்தப் பெரிய கிணற்றால் சப்ளை செய்ய முடியவில்லை. தண்ணீர் ஊற ஊறத்தான் டிரைவர் ஜெயராஜ் மில்லை ஓட்டுவான். அப்படியென்றால் வேனில் காலம் ஆரம்பித்துவிட்டது என்றுதான் அர்த்தம்.

ஆனால் என்னதான் நொடித்துப்போயிருந்தாலும் மேலத்தெரு கப்பல் முதலாளி வீட்டின்வண்ணச்சுண்ணாம்புக்கொழுப்புபூசப்பட்ட மாடி அறைகளை இந்தக் கோடை வெயிலால் ஒன்றும் செய்ய முடியவில்லை. ஏனென்றால்

அந்த அறைகளின் கூரைகளுக்கு இரட்டை ஓடுகள் போடப் பட்டிருந்தன. வீட்டின் பின்பகுதி விழுந்து நொறுங்கி எத்தனையோ காலம் ஆகிவிட்டது. விழுந்துவிட்ட பகுதிகளில், ஒரு காலத்தில் ஆட்டுக்கறியும் கோழியும் சதாவும் வெந்துகொண்டிருந்த ஆக்குப்புரையும் ஒன்று. என்றாலும், இன்னும் இடிந்துவிழாமல் இருந்த வீட்டின் முன்பகுதி கப்பல் முதலாளியின் கௌரவத்தைக் காப்பாற்றிக்கொண்டிருந்தது. இவ்வளவு துயரத்திலும் அந்தக் குளுமையான, வண்ணச் சுண்ணாம்புக் கொழுப்பு பூசப்பட்ட அந்த மாடி அறைகள் ஒன்றிலிருந்து பிற்பகல் நேரத்தில், மிருதுவான வயலின் நாதம் கேட்டுக்கொண்டுதான் இருந்தது. அதை இசைத்தது கப்பல் முதலாளியின் ஒரே பெண்ணான மெஹ்ருன்னிஸா.

தேரிக்காட்டிலிருந்து தலையில் முள் விறகுச் சுமையுடன் ஓட்டமும் நடையுமாக ஊருக்குள் விறகு விற்கப்போகும் பெண்கள், அந்த வீட்டுக்கு முன்னால், தெருவில் நிற்கிற பூவரச மரத்தின் மீது சுமையைச் சாத்திவைத்துவிட்டு நிற்பார்கள். அப்போது மாடியிலிருந்து கேட்கும் வயலின் இசை அவர்களை அண்ணாந்து பார்க்கச் சொல்லும்.

சிலவருஷங்களுக்கும் முன்னே ஷவ்வல் நாலாம் பிறை அன்று, அந்தி மயங்கிக்கொண்டிருந்த நேரத்தில் மெஹ்ருன்னிஸாவின் புருஷன் மீரான், கருத்த உயரமான ஒரு வாலிபப் பையனைத் தன்னுடன் அழைத்துக்கொண்டு வந்தான். அப்போது மெஹ்ருன்னிஸா நடுக்கூடத்தில் அவளுடைய சாச்சாவுடனும் கைரூன் மாமியுடனும் பேசிக்கொண்டிருந்தாள். ஆக்குப்புரையில் ராத்திரிச் சாப்பாட்டுக்காக ஆயிஷா வைத்துக்கொண்டிருந்த ரசத்தின் மணம் வீட்டுக்குள் சுற்றிச் சுற்றி வந்தது. ஆயிஷா ரசம் வைப்பதிலும் புட்டு வைப்பதிலும் கெட்டிக்காரி. அவன் கூச்சத்துடன் சுவர் ஓரமாக நின்றுகொண்டிருந்தான். மல் சட்டையைக் கழற்றி மர ஸ்டாண்டில் தொங்கவிட்டுவிட்டுத் திரும்பிய மீரான், ‘ஏம்பா நின்னுக்கிட்டிருக்கா? அட! சும்மா அந்தச் சேர்ல உக்காருவேன் ... கூச்சப்படாத மக்கா!’ என்றான்.

அன்றுமுதல் அவன் அந்தக் குடும்பத்தில் ஒரு நபர் ஆகிவிட்டான். சில தினங்களிலேயே அவன் எல்லா வேலைகளும் செய்யக் கற்றுக்கொண்டுவிட்டான். ஊரில் இருந்தபோது அவனுக்கு எதுவும் தெரியாது. கடையில் ஒரு சாமானைச் சரியாக நிறுத்து வாங்கத் தெரியாது. அழுகல் தேங்காயை வாங்கிக் கொண்டு வந்து நின்று அம்மாவிடம் பேச்சு வாங்குவான். ‘நீயெல்லாம் என்னன்னுதான் காலங்கழிக்கப் போறீயோ தெரியலை’ என்று அம்மா வருத்தப்படுவாள்.

ஆனால் நாற்பது மைல் தள்ளி இருக்கிற அந்த ஊருக்கு, கப்பல் முதலாளி வீட்டுக்கு வந்து சேர்ந்தபிறகு அவன் ரொம்பக் கெட்டிக்காரப் பையன் ஆகிவிட்டான். அந்திக்கடையில் போய் நல்ல மீன், கருவாடு எல்லாம்கூட வாங்கத் தெரிந்துகொண்டு விட்டான். ஒருபோதும் முக்காட்டைத் தலையிலிருந்து நழுவவிடாத ஆயிஷா அவனுக்கு ரசம் வைப்பதற்குச் சொல்லித் தந்திருந்தாள். அவனுடைய ஊரில் ஆறு, வாய்க்கால், குளம் இவை எல்லாமே இருந்தன. இங்கே வந்தபிறகு இப்போது அவனுக்கு வயதான சீக்காளி மனுஷனைப்போல் முணங்கும் துலாவில் தண்ணீர் இறைத்துக் குளிக்கத் தெரியும். ஆனால் சுண்ணாம்புத் தண்ணீரில் சோப்புதான் சரியாகநுரைப்பதில்லை.

அந்த வீட்டின் நடுவீட்டு மாடத்தில், வேலைப்பாடு அமைந்த நீளமான கண்ணாடி பாட்டிலில், கிளிப் பச்சை நிறத்தில் ஒரு எண்ணெய் இருந்தது. அந்த எண்ணெய்யைத்தான் தலையில் தேய்த்துக்கொள்வான். அந்த எண்ணெய்யில் சம்பங்கி விதைகளைப் போட்டிருந்தது. அதைத் தேய்த்துக்கொண்டால், இரவு படுக்கப் போகிறவரைகூட அந்த மணம் முகத்துக்குள் வீசிக்கொண்டிருக்கும். அவனுக்கென்று பூத்தையல் போட்ட ஒரு தலையணையும் பாயும் கொடுத்திருந்தார்கள். அந்தத் தலையணையில்கூட அந்த எண்ணெய்யின் மணம் இருந்தது.

மெஹ்ருன்னிஸாதான் தன்னிடமிருந்த தலையணையை அவனுக்குக் கொடுத்திருந்தாள், 'இந்தா, அத்தை தலையணையை வச்சுக்குவேன்!' என்று. அந்த வீட்டுக்கு அவன் வந்து சேர்ந்த அன்று தந்தாள். ஆனால் அதை அவளுடைய சாச்சாவும் கைரூன் மாமியும் வெகுவாக எதிர்த்தார்கள். 'கடை வேலைக்கு வந்திருக்கிற பையனுக்கு இவ்வளவு நல்ல தலையணை எல்லாம் எதற்கு?' என்ற பேச்சு எழுந்தது. எல்லோரும் தூங்கப்போகிற நேரம் ஆகிவிட்டபடியால் அந்த விஷயம் பெரிதாகவில்லை. பிறகு அந்தத் தலையணை அவனுக்கே சொந்தம் ஆகிவிட்டது. அன்றிலிருந்து அவன் மெஹ்ருன்னிஸாவை அத்தை என்றும் அவள் புருஷன் மீரானை மாமா என்றும் அழைத்தான்.

கப்பல் முதலாளி வீட்டின் முன்புறம் தெருவை ஒட்டிப் பெரிய திண்ணை ஒன்று இருந்தது. ஏக காலத்தில் அதில் பத்துப் பனிரெண்டுபேர் படுத்துத் தூங்கலாம். அங்கு வந்த அவன் அந்தத் திண்ணையில்தான் படுத்துக்கொண்டான். அவ்வளவு பெரிய திண்ணையில் அவனும் மெஹ்ருன்னிஸாவுடைய சாச்சாவும்தான் படுத்துறங்கினார்கள். நடு இரவில், காற்றில் சலசலக்கிற பூவரச இலைகளின் சத்தத்தில் எப்போதாவது அவன் விழித்துக்கொள்வான். நிலாக்காலத்தில் அந்தத் தெரு பார்க்க அழகாக இருக்கும். இருபுறமும் வரிசையாக நின்ற பூவரச

இரண்டு உலகங்கள் ❖ 181 ❖

மரங்கள், அவற்றினூடே அரைகுறையாகத் தெரிகிற வீடுகள் இவற்றையெல்லாம் பார்க்க ஒரு ஓவியம் போல் இருக்கும். நடு இரவில், விழித்துக்கொண்டால், வெளியூர்களில் வந்து வேலை பார்க்கிற பையன்களுக்கு ஏற்படும் வீட்டு ஞாபகம் ராமையாவுக்கும் வந்துவிடும். எத்தனையோ வருஷங்களுக்கும் முன்னால் நடந்த சிறுசிறு விஷயங்கள்கூட நினைவுக்கு வரும். சாச்சாவின் குறட்டையொலி, பூவரச இலைகள் ஒன்றோடு ஒன்று உரசுகிற சத்தத்துடன் சேர்த்து விசித்திரமாய்க் கேட்கும். அந்த வீட்டுடன் ஊர் முடிந்துவிடுகிறது. வீட்டுக்குப் பின்னால் அடர்த்தியான பனங்காடுதான். வீட்டை ஒட்டி மேற்கே பார்த்துப் போகிற வண்டிப்பாதை அந்தப் பனைவடலிகளுக்கு அழைத்துச் செல்லும்.

சாச்சா நல்ல உறக்கத்தில் இருக்கிறார் என்றால், அந்த வண்டிப்பாதையில் பனைவடலிகளை நோக்கிப் போவான். நிலவொளியில் குளிர்ந்துபோயிருக்கும் தேரி மணலில் கால்கள் புதையப் புதைய நடந்துபோவான். ஒவ்வொரு பனைமரத்தைச் சுற்றியும் அதன் அடியில், காற்று கொண்டுவந்து சேர்த்த மிருதுவான தேரி மணல் கிடக்கும். நிலவின் குளுமையிலும் கடல் காற்றிலும் சில்லென்று குளிர்ந்துபோயிருக்கும். அந்த மணலைக் கையால் அள்ளி முகர்ந்து பார்ப்பான். அதன் விவரிக்க முடியாத மணம் அவனை எங்கோ இழுத்துச்செல்லும். அந்தத் தேரிக்காட்டு மணலுக்கு ஒவ்வொரு நேரத்தில் ஒவ்வொரு விதமான மணம் உண்டு. விடிவதற்குச் சற்றுமுன்னால் அந்த மணலை முகர்ந்து பார்த்தால் பச்சைப் பனை ஓலைகளின் வாடை அடிக்கும். நல்ல மத்தியான வேளையில் வெயில் சூட்டினால் அந்த மணலில் ஒரு விதமான கார நெடி வீசும். எண்ணெய்யில் வறுத்த முருக்கு வத்தலின் மணத்தை ஒத்திருக்கும். சிறுவயதில் அவனை அம்மா அணைத்துக் கொஞ்சும்போது அம்மாவுடைய உடம்பிலிருந்து அந்த மணம்தான் வீசும். இன்றும் அம்மா தன் கோணல்மாணலான கையெழுத்தில் அவனுக்கு எழுதும் கடிதங்களில்கூட அந்த மணம் வீசுவதுபோல் இருக்கிறது.

நிலவொளியில், சாம்பல் நிறத்தில் தெரிகிற நெருக்கமான அந்தப் பனைகளினூடே வளைந்து வளைந்து போய்க் கொண்டே இருக்கவேண்டும் போல் இருக்கும். ஆனால் சிறிது நேரத்திலேயே சாச்சாவின் நினைவு வந்துவிடும். சாச்சா ரொம்பக் கண்டிப்பானவர். திடீரென்று தூக்கத்திலிருந்து விழித்துக்கொண்டால் அவ்வளவுதான்! மெஹ்ருன்னிஸாவைத் தவிர வேறு யாராலும் அவருடைய ஆத்திரத்தைத் தணிக்க முடியாது. சாச்சாவின் ஞாபகம் வந்துவிட்டால் வேகமாகத் திரும்பிவிடுவான். பிறகு அவனுக்கு உறக்கம் வராது. சாச்சாவின்

குறட்டையொலியுடன், விட்டுவிட்டுக் கேட்கிற சுவர்க் கோழியின் சத்தத்தையும் கேட்டுக்கொண்டு மீதி இராப் பொழுதையும் கழிப்பான்.

பிறகென்ன? மீண்டும் இன்னொருநாள் பொழுது தொடங்கும்.

முக்காட்டை ஒருபோதும் தலையிலிருந்து நழுவவிடாத ஆயிஷாவை ஆக்குப்புரைக்குத் தேடிக்கொண்டு போய் சாயா வாங்கிக் குடிப்பான். எப்போதும் அவள் தனக்கென்று 'ரெங்கு' அதிகமாக இருக்கும் சாயாவைத் தனியே எடுத்துவைத்திருப்பாள். ஆக்குப்புரைக் கதவுவரை சென்று, யாராவது வருகிறார்களா என்று பார்த்துவிட்டு, அதைக் கலந்து அவனிடம் ஊற்றித் தருவாள். அவன் சாயா குடித்துக்கொண்டிருக்கும்போது வீட்டை ஒட்டிப்போகிற வண்டித்தடத்தில் காட்டுவேலைக்குப் போகிறவர்களின் பேச்சுக் குரல்கள் அனேகமாகக் கேட்கும்.

அடுத்து, புறவாசலில் போட்டிருக்கிற துலாவில் தண்ணீர் இறைத்து அரையாள் உயரமுள்ள தண்ணீர்த் தொட்டியை நிரப்பவேண்டும். தண்ணீர் இறைக்கும்போது சாச்சா வந்துவிட்டால், வாளி கிணற்றுச் சுவரில் படாமல் தண்ணீர் இறைக்க வேண்டும்' என்பார். துலாவில் தண்ணீர் இறைக்கும் போது மாடியிலிருந்து மெஹ்ருன்னிஸாவின் ரேடியோ பாட ஆரம்பித்துவிடும். கடல் காற்றில் லேசாக அசையும் முக்காடு போட்ட மெஹ்ருன்னிஸாவின் முகம் சமயங்களில் ஜன்னல் கம்பிகளினூடே தென்படும். அவனுக்காக அவள் பரிந்து பேசுவாள்.

'போதும்! போதும்! வூட்டுல உள்ள ஆட்கள் எல்லோருக்கும் குளிக்கதுக்கு நீதான் தண்ணி எறச்சுக் குடுக்கணுமா? அவுஹ இறைச்சிக்கிட மாட்டாங்களா? நீ அப்புராணிப் புள்ளையா இருக்கப் போயிதான் ஒன்னை இந்த மாதிரி வேலை எல்லாம் வாங்குதாவ . . . நீ பேசாம இரு!' என்று மிகுந்த பிரியத்துடன் ஜன்னல் வழியே சொல்வாள்.

அவள் கப்பல் முதலாளியின் ஒரே பெண்தான் என்றாலும், அவளுடைய பேச்சு ஒன்றும் அந்த வீட்டில் எடுபடாது. ஏனென்றால் அவளை உலகம் தெரியாத பேதை என்றுதான் சாச்சாவும் கைரூன் மாமியும் முடிவு செய்திருந்தார்கள். அவள் புருஷன் மீரானேகூட அப்படித்தான் நினைத்தான். வீட்டு நிர்வாகம் பூராவும் ஒருவிதத்தில் பார்த்தால், சாச்சாவிடமும் கைரூன் மாமியிடமும்தான் இருந்துவந்தது என்று சொல்ல வேண்டும். தண்ணீர் இறைக்கிற விஷயத்தில் அத்தையின் பேச்சைக் கேட்டால் சாச்சாவிடம் ஏச்சு வாங்கவேண்டியிருக்கும் என்பது அவனுக்குத் தெரியாததல்ல. என்றாவது ரெண்டாம்

பிளே சினிமாவுக்குப் போவதை சாச்சா பெரிய மனதோடு அனுமதித்து வந்தார். அத்தைக்காக அதை அவனால் இழக்க முடியாது.

எப்போதும் ஆக்குப்புரையிலேயே வெந்துகொண்டிருக்கும் ஆயிஷாவுக்கு அவன் கடைக்குப் புறப்படத் தயாரானது எப்படித்தான் தெரியுமோ? தலை சீவிவிட்டு சீப்பை மாடத்தில் வைக்கவும் ஆக்குப்புரையிலிருந்து ஆயிஷாவின் குரல் கேட்கவும் சரியாக இருக்கும். 'ராமையா... புட்டு தயாராயிட்டுது... வந்து நாஷ்டா பண்ணுவேன்...' என்பாள்.

சரியாக எட்டுமணிக்குக் கடையைத் திறக்கவேண்டியது அவனுடைய பொறுப்பு. மீரான் கடைக்கு வர பத்து, பத்தரை மணி ஆகிவிடும். மீரான் எதிலுமே பட்டும் படாமலும்தான் இருப்பான். கடை விஷயத்திலும் அப்படித்தான். அந்த வீடு, கடை எல்லாமே அவனுடைய மனைவியுடையதுதான். என்றாலும் அவன் எதிலும் உரிமை கொண்டாடியதில்லை. அவன் வீட்டில் இருக்கிற சமயங்களில்கூட, அவ்வளவு பெரிய குடும்பத்தின் மூத்த மருமகன் போல் தோன்ற மாட்டான். அந்த வீட்டில் உள்ள நபர் யாரையோ பார்த்துவிட்டுப் போவதற்காக வந்த வெளி ஆள் மாதிரித்தான் அவனுடைய நடவடிக்கைகள் இருக்கும்.

அவன் கடைச் சாவியை எடுத்துக்கொண்டு புறப்படும் போது அனேகமாக மீரான் நார்க்கட்டிலில் நன்றாக உறங்கிக்கொண்டிருப்பான். கட்டிலுக்குக் கீழே அவனுடைய செல்லமான கருப்புப் பூனை அரைத் தூக்கத்தில் படுத்துக் கிடக்கும். பக்கத்தில் யாராவது நடமாடுகிற அரவம் கேட்டால் லேசாகக் கண்களைத் திறந்து பார்த்து, திரும்பவும் அது சோம்பலுடன் கண்களை மூடிக்கொள்ளும்.

ஆயிஷாவோ புட்டு அவிப்பதிலும் ரசம் வைப்பதிலும் தான் கைதேர்ந்தவள். மட்டன் கறி, கோழிக்கறி எல்லாம் அவ்வளவாக வைக்கத் தெரியாது. மெஹ்ருன்னிஸாவைத் தவிர மற்றவர்களுடைய ஏகோபித்த அபிப்பிராயம் இது. மெஹ்ருன்னிஸாதான் அவளுக்குப் பரிந்து பேசுவாள். 'இம்புட்டுத் தூரத்துக்கு ஆக்கி எடுத்துப் பண்ணுதவளுக்கு அதெல்லாம் ஆக்கத் தெரியாமலா போகும்? நீங்க அவளைக் கறி புளி ஆக்கவுட்டாத்தானே' என்பாள். ஆனால் அவளுடைய பேச்சை யார் மதிப்பார்கள்? வேலைக்காரர்களிடம் அளவற்ற பரிவு காட்டுகிற அவளைச் சொந்தக்காரர்கள் எல்லோரும் எரிச்சலுடன் பார்த்தனர். 'இந்தாப் பாரு முருன்னிஸா! ஒனக்கு இந்த வூட்டு வெவகாரமெல்லாம் சரிப்பட்டு வராது' என்று

கைரூன் மாமி முகத்தில் அடித்ததுபோல் சொல்லிவிடுவாள். என்றாலும், மெஹ்ருன்னிஸா அதற்காகக் கோபித்துக்கொள்ள மாட்டாள். அவளுக்கு யார் பேரிலும் கோபமோ ஆத்திரமோ ஏற்படாது. அதுதான் மெஹ்ருன்னிஸா.

ஆனால் ஆயிஷா அப்படியல்ல. அவளை யாராவது குற்றம் சொன்னால் அவளுக்குக் கோபம் வந்துவிடும். வீட்டுக்காரர்கள் இருக்கும்போது அவர்கள் காதுபட எதுவும் சொல்லமாட்டாள். வேறு யாரும் இல்லாத நேரத்தில், ராமையாவிடம் மட்டும், 'எனக்குன்னு சாதி சனம் ஆரும் இல்லண்டு நெனைச்சுட்டாங்க போல... செய்யது வாப்பா தர்க்கா இருக்க உரூஸ்பேட்டை தெரியுமா ஒனக்கு... அங்க எங்க பெரிய மாமி வூடு இருக்குதாக்கும்... இன்னைக்கியும் என்னையத் தாங்கி வெச்சுக்கிடுவாஹ... ஒரு வரி கடுதாசி எளுதிப் போட்டாப் போறும். எங்க மாமி ரவூத் அண்ணனை அனுப்பிச்சு என்னையக் கூட்டியாரச் சொல்லிருவா! ஆண்டவரு இந்த ஆயிஷாம்மாவை அப்பிடி ஒண்ணும் அனாதையாப் படைச்சிரலை...' என்று சொல்லிவிட்டு அழுவாள். அவனுக்கு என்ன சமாதானம் சொல்வதென்று தெரியாது. ஆனால் ஆயிஷா ஒரு தடவைகூட உரூஸ்பேட்டையில் இருக்கிற பெரிய மாமிக்குக் கடிதம் எழுதிப் போட்டதே இல்லை. ரவூத் அண்ணனும் அவளைக் கூட்டிக்கொண்டு போக வரவில்லை. சிறிது நேரம் விம்மிக்கொண்டிருப்பாள். அவளுடைய அழுகை குறையும்வரை இருந்துவிட்டுப் புறப்படுவான். அப்போது அவனை ஆயிஷா போக விடமாட்டாள். 'மக்கா! ரெண்டு சீனிக் கெழங்கு சாப்புட்டுட்டுப் போயேன்...' என்றோ, 'அந்திக்கடையில் வாங்குன இனிப்புச் சேவு இருக்குது! சாப்புடுவேன்' என்றோ எடுத்துத் தருவாள். அப்படிச் செய்வதில் அவளுக்கு ஒரு சந்தோஷம். கைரூன் மாமியோ சாச்சாவோ அல்லது வேறு யாருமோ அவளைச் சத்தம் போட்ட சமயத்திலெல்லாம் அனேகமாக இப்படித்தான் நடந்துகொள்வாள். இதைச் செய்தபிறகு, கொல்லைக்குப் போகிற வழியில் உள்ள ஓடுகள் போட்ட நீண்ட தாழ்வாரத்தை நோக்கிப் போவாள். அந்தத் தாழ்வாரத்தில், பம்பரக் கயிற்றால் கட்டப்பட்ட கொடியில்தான், கறி மசாலா வாடை அகலாத தன் சேலைகளைத் துவைத்துக் காயப்போட்டிருப்பாள். எவ்வளவு துவைத்தாலும் அந்த மசாலா வாடை போகவே போகாது. அந்தச் சேலையை எடுத்து 'என்னைய சாதி சனம் ஆரும் இல்லாதவண்டு நெனைச்சுக்கிட்டாவ போல...' என்று முணுமுணுத்துக்கொண்டே மடிப்பாள்.

ராமையாவுக்குச் சங்கீதம் என்று எதுவும் பெரிதாகத் தெரியாது. அவனுக்குத் தெரிந்ததெல்லாம் சினிமா பாட்டுகள்தான்.

தனியே இருக்கும்போது தனக்குப் பிடித்தமான சினிமா பாட்டுகளை மிகுந்த உணர்ச்சியுடன் பாடுவான். ஆனால் மெஹ்ருன்னிஸா வயலின் வாசிக்கும்போது அவனும் உட்கார்ந்து கேட்பான். இளஞ்சிவப்பு வண்ணச் சிமெண்டு கொழுப்பு இட்ட அந்தத் தரை, சுவரில் மாட்டிய பழைய போட்டோ படங்கள், சட்டமிட்ட ஓவியங்கள் இவற்றுடன் அவளுடைய வாசிப்பு இசைந்திருப்பதுபோல் இருக்கும். அவள் எழுப்பும் நாதம் மனதை உருக வைக்கும். அதைக் கேட்கும்போது அவனுக்குப் பிடித்தமான தேரிக்காட்டு மணலில் பனை வடலிகளினூடே, தன்னந்தனியே முடிவற்ற அந்த வண்டித்தடத்தில் நடந்துபோவதைப்போல் இருக்கும். ஏனோ அவள் எப்போதும் பிற்பகல் நேரத்தில்தான் வயலின் வாசிப்பாள். மத்தியானச் சாப்பாட்டுக்கு வரும் சமயம், பூவரச மர நிழலில் சைக்கிளை ஸ்டாண்ட் போட்டு நிறுத்தும் போதே, மாடியிலிருந்து அவள் வயலின் வாசிப்பது, துருப்பிடித்த ஜன்னல் கம்பிகள் வழியே வெளியே கேட்கும். முன் கூடத்தைத் தாண்டிப் போனால், வானவெளி முற்றத்தில் கைரூன் மாமி தன் கனத்த உடம்புடன் நார்க் கட்டிலில் குறட்டைவிட்டுத் தூங்கிக்கொண்டிருப்பாள். அவள் அந்த வேளையில் உறங்குவதும் நல்லதுதான்.இல்லையென்றால் 'ஒனக்கு வேற ஜோலி இல்லியா? எதுக்கு எப்பம் பார்த்தாலும் அதைப் போட்டு வறட்டு வறட்டுன்னு இழுத்துக்கிட்டு இருக்கே?' என்பாள்.

அவசர அவசரமாக ஆக்குப்புரையில் போய்ச் சாப்பிட்டு விட்டு மாடிக்கு ஓடுவான். தன்னுடைய வாப்பாவின் பெரிய போட்டோ படத்துக்கு முன்னால், ஜமுக்காளத்தில் முக்காடிட்ட தலையுடன் வயலின் வாசித்துக்கொண்டிருப்பாள். அவனைப் பார்த்ததும் வாசிப்பை நிறுத்தாமலே லேசாகச் சிரிப்பாள். அவளுடைய உற்சாகம் பெருகிவிடும்.ஏனென்றால், அந்த வீட்டில் அவனைத் தவிர வேறு யாரும் அவள் வயலின் இசைப்பதை விரும்புவதே இல்லை. அந்த உவகை அவளுடைய மெலிந்து நீண்ட விரல்களின் வழியே தந்திக் கம்பிகளில் நாத வெள்ளமாய்ப் பிரவஹிக்கும்.

ஒருநாள் மதியம் அவன் சாப்பிட வந்தபோது மெஹ்ருன்னிஸாவின் வயலின் நாதம் கேட்கவில்லை. வழக்கம் போல் ஆயிஷாதான் மசாலா வாடை வீசும் முரமுரப்பான சேலையுடனும் நழுவாத முக்காட்டுடனும் சாப்பாடு பரிமாறினாள்.சாப்பிடும்போது 'ஆயிஷாம்மா' என்று மெதுவாகக் கூப்பிட்டான்.ராமையா.என்ன என்பதுபோல் திரும்பிப் பார்த்தாள் ஆயிஷா. குழம்புதான் கேட்கிறானோ என்று நினைத்தாள்.

'மத்தியானம் சாச்சா, அவுஹ ஊர்க்காரங்க ரெண்டுபேரைக் கூட்டிக்கிட்டு சாப்புட வந்துட்டாஹ ... அதுதான் கொழம்பு போதாது' என்றாள்.

'அதுக்கில்லை.'

'பின்னே?'

'அத்தை மச்சுலே இருக்காங்களா?'

'எந்த அத்தை? கைரூன் மாமியா?'

'மோருன்னிஸா அத்தை.'

'எதுக்கு?'

'இல்லை ... இந்த நேரத்துக்கு எப்பவும் பிடில் வாசிப் பாங்களே ... இன்னிக்கி வாசிக்கக் காணலையேன்னு கேட்டேன்.'

இதற்கு ஆயிஷா உடன் பதில் சொல்லவில்லை. ஏதோ ரகசியத்தை அவனுடன் பகிர்ந்துகொள்ளப் போகும் பாவனையுடன் அவள் முகம் தோற்றமளித்தது. பொதுவாக, வீட்டில் உள்ளவர்களைப் பற்றி அவனிடம் ஏதாவது பேசப் போகிறாள் என்றால், கதவுப் பக்கம் சென்று, யாராவது வருகிறார்களா என்று எட்டிப் பார்த்துவிட்டு வருவாள். அதுபோல் இப்போதும் செய்தாள். பிறகு, முக்காட்டை நன்றாக இழுத்து விட்டுக்கொண்டு அவனுக்கு முன் வந்து நின்றாள். மிக முக்கியமான தகவலைச் சொல்லப்போகிற பாவனை யுடன் முகத்தை வைத்துக்கொண்டாள். ஆக்குப்புரை அரையிருட்டில் அவனருகே குனிந்து, 'ஒனக்கு வெசயம் தெரியாதா?' என்று கேட்டாள். அவன் தலையை அசைத்தான். யார் வீட்டிலோ சேவல் தீனமாகக் கத்தியது.

'மோருன்னிஸா, மீரானுக்கு நிக்கா பண்ணி வைக்கப்போறா! தெரியுமா?' என்றாள்.

'அப்போ மோருன்னிஸா அத்தை?' என்று வியப்புடன் கேட்டான்.

'ஸ்...ஸ்...' என்று தன் கருத்த ஆள்காட்டி விரலை, கூட்டிக் குவித்த இரண்டு உதடுகளின் மீதும் வைத்து அவனை எச்சரிக்கை செய்தாள்.

'மெள்ளப் பேசு மக்கா ... சத்தம் போட்டுப் பேசாத. கைரூன் மாமி காதுல வுழுந்தா ஒன்னையும் என்னையும் கொத்திப் போடுவா கொத்தி ... மீரானுக்கு இவளே இன்னொரு நிக்கா பண்ணி வைக்கப் போறாளாக்கும்!'

‘நெசம்மாவா?’ என்று மிகுந்த ஜாக்கிரதையாக, மெதுவாகப் பேசினான்.

‘பின்னே பொய்யா சொல்லுதேன்?’

‘எதுக்கு இன்னொரு கல்யாணம்?’

‘சுத்த பைத்தியக்கார புள்ளியா இருக்கியே? ரெண்டு பேருக்கும் கல்யாணங்களிஞ்சு எத்தனை வருஷம் இருக்கும்?’ என்று கேட்டுவிட்டு, ‘நீ எங்கே சரியான பதிலைச் சொல்லப் போகிறாய்’ என்பதுபோல் அவனை இளக்காரமாகப் பார்த்தாள்.

அவனும், ‘ரொம்ப வருஷம் இருக்காது?’ என்று பொதுவாகக் கேட்டான்.

‘ஆச்சு மக்கா... இந்த ரம்சான் பொறை கண்டா பதினாலு வருசம் ஆயிப்போச்சு... அவ வயித்துல ஒரு புள்ள உண்டுமா சொல்லு?’ என்று சொல்லிவிட்டு, திரும்பவும் ஒரு தடவை கதவுப் பக்கம் போய்ப் பார்த்துவிட்டு வந்தாள். யாருமில்லை என்ற திருப்தி முகத்தில் நிலவியது. தண்ணீர் நிரம்பிய துலா வாளி ‘மொர மொர’ வென்ற சப்தத்துடன் மேலே ஏறிக்கொண்டிருந்தது எங்கிருந்தோ கேட்டது.

‘இந்தக் கைரூன் மாமி காதுல நாம பேசுதது வுளுந்திச்சோ ... கொத்திப் போடுவா கொத்தி... வெசயத்தைக் கேளு! தனக்குப் புள்ள இல்லண்டுதான் மோரூன்னிஸாவே பொண்ணு பேசி முடிச்சிருக்கா... இன்னைக்கி வெள்ளன நீ கடை தொறக்கப் போனம் பெறவு புருசங்கிட்டே இதைப் பேசப் போக, அந்த ஆளு மாட்டேன்னு சொல்லப்போக . . . ஒரே தகராறு! அவன் கடைக்கிப் போனம் பெறவு மச்சுக்குப் போனவதான். கீள எறங்கவே இல்ல. இதுவாக்கும் வெசயம்!’ என்று நழுவப்போன முக்காட்டை இழுத்து விட்டுக்கொண்டே சொன்னாள். இதைத் சொல்லிவிட்டு, ஏதோ நினைவில் மோட்டுவளையைப் பார்த்துக்கொண்டிருந்தாள்.

‘அந்த நிக்கா நடந்துச்சுன்னா இந்த ஆக்குப்புரைக்கு வேற ஆளு வந்திரும்... எங்க மாமிக்கு நான் கடுதாசி எளுதிப் போடுவேன்ர... வூத் அண்ணன் வந்து என்னையக் கூட்டிட்டுப் போயிருவாங்க. நிக்கா முடிஞ்சிட்டுதுன்னா, வார மனுஷி எப்படிப்பட்டவளோ... ஆரு கண்டது? சொல்லு பாப்பம்’ என்றாள் ஆயிஷா.

வேகமாகச் சாப்பிட்டு முடித்தான். மாடிப்படிக்குப் போகிற பாதையில் வானவெளி முற்றத்தில் உறங்கிக்கொண்டிருந்த கைரூன் மாமியை எழுப்பிவிடாமல் மெதுவாக மாடிப் படிகளில் ஏறினான். பாதிப் படிக்கட்டில் படுத்துக்

கிடந்த பூனை, அவனைக் கண்டதும் எழுந்து நின்று முதுகை உயர்த்திச் சோம்பல் முறித்தது. அவன் மேலே ஏறிப் போகிறவரை அவனையே பார்த்துக்கொண்டிருந்தது. அவன் தலை மறைந்ததும் மறுபடியும் அதே படியில் கால்களை முடக்கிக்கொண்டு படுத்துக்கொண்டது.

மாடியில் மெஹ்ருன்னிஸாவின் அறைக் கதவு லேசாகச் சாத்திக் கிடந்தது. எங்கிருந்தோ கௌளிப் பல்லி குறி சொல்லியது. காலையில் வைத்திருந்த ஊதுபத்தியின் மணம் இன்னும் அந்த அறைக்குள் லேசாக மிதந்து கொண்டிருந்தது. எட்டிப் பார்த்தான். அவனுடைய பிரியமான மெஹ்ருன்னிஸா அத்தை தோம்ரா கட்டிலில் ஒருச்சாய்ந்து படுத்து உறங்கிக்கொண்டிருந்தாள். அவளுடைய வயலின் பெட்டி கட்டிலுக்குக் கீழே கிடந்தது. அவளுக்கு நேரெதிரே சுவரில் மாட்டியிருந்த பெரிய போட்டோ படத்திலிருந்து, கப்பல் முதலாளி, தன் மகளையே மிகுந்த வாத்ஸல்யத்துடன் பார்த்துக்கொண்டிருந்தார். அதற்கும்மேல் அவனால் நின்றுகொண்டிருக்க முடியவில்லை. கீழே இறங்கிப் போய்விட்டான்.

பிறகு மேலத்தெரு கப்பல் முதலாளியின் வீட்டில் எவ்வளவோ காரியங்கள் நடந்துவிட்டன. மீரான் என்ன வெல்லாமோ சொல்லிப் பார்த்தான். ஆனால் அவளுடைய மெலிந்த திரேகத்தினுள் இருந்த ஹிருதயம், அந்த வயலின் நாதத்தைப் போலவே பரிசுத்தமானதாக இருந்தது. அதனால் கரையூரிலிருந்த ஏழைப் பெண்ணான சுலைகாவுக்கும் அவள் புருஷனுக்கும் அவளே கல்யாணம் செய்து வைத்தாள். ஆனால் மீரானால் பதினாலு வருஷமாகக் குடும்பம் நடத்திய அதே வீட்டில், மெஹ்ருன்னிஸாவின் முன்னால் இன்னொரு பெண்ணுடன் குடித்தனம் நடத்த இயலாமல் போயிற்று. தன் புதுப் பொஞ்சாதியுடன் ஆத்தாங்கரைப் பள்ளிக்குப் போய்விட்டான். மெஹ்ருன்னிஸா, மாதத்துக்கு ஒரு தடவையாவது ஆத்தாங்கரைப் பள்ளிக்குப் போய் வருவாள். அந்த ஊருக்குக் குடிபோன ஒரு வருஷத்துக்கெல்லாம் சுலைகா ஒரு பெண் குழந்தையைப் பெற்றாள். அதற்கு மெஹ்ருன்னிஸா என்றே பெயரிட்டார்கள். வேறு யார், சுலைகாதான் அந்தப் பெயரை இடவேண்டும் என்று சொன்னவள்.

ராமையா, மீரானுக்குக் கல்யாணம் நடப்பதற்கு முன்பே வேலையை விட்டுப் போய்விட்டான். மெஹ்ருன்னிஸாவின் மென்மையான ஹிருதயத்துக்கு நேரிடப்போகும் தனிமையை அவனால் நினைத்துக்கூடப் பார்க்க முடியவில்லை. சொன்னால்

போகவிட மாட்டார்கள் என்பதனால், ஒருநாள் இரவு கடையைப் பூட்டிவிட்டு வந்தபிறகு, கடைச்சாவியை நாகூர் தர்க்கா படம் மாட்டியிருந்த ஆணியில் வழக்கம் போல் மாட்டிவிட்டுப் போய்விட்டான். துரதிர்ஷ்டவசமாக அன்று மீரான் ஊரில் இல்லை. சரக்கு எடுப்பதற்காகச் சாத்தான்குளம்வரை போயிருந்தான். அவன் வீட்டை விட்டு வெளியேறியது ஆயிஷாவுக்குத்தான் முதலில் தெரிந்தது. அவள் அவனுக்குச் சாப்பாடு போடுவதற்காக அந்தப் புகை படிந்த ஆக்குப்புரை யின் மங்கலான வெளிச்சத்தில் வெகுநேரம்வரை காத்துக் கொண்டிருந்தாள். பிறகுதான் தெரிந்தது ராமையாவைக் காணவில்லை என்று. தனது மனத்தாங்கலைப் பகிர்ந்து கொள்வதற்கு இருந்த ஒரே ஜீவனும் அந்த வீட்டை விட்டுப் போய்விட்டது என்பதைக்கூட உணர முடியாத அந்த அப்பாவிப் பெண், மறுநாள் காலை வழக்கம்போல் புட்டு அவிப்பதற்கான ஏற்பாடுகளில் யந்திரம் போல் ஈடுபட்டாள்.

மீரானுக்குக் கல்யாணம் ஆன நாலாவது மாதத்தில்தான் அது நடந்தது. உலகந் தெரியாத ஆயிஷா ஒருநாள் நெஞ்சு வலிக்கிறது என்று ஆக்குப்புரை நடைவாசலில் உட்கார்ந்தாள். அப்படியே அவளுடைய உயிர் பிரிந்துவிட்டது. அவளை எப்போதும் சத்தம் போட்டுக்கொண்டே இருக்கும் கைரூன் மாமி அன்று அழுததை நினைத்தால் ஆச்சரியமாகத்தான் இருக்கிறது. யாருடைய மனத்தில் எப்போது அன்பு சுரக்கும் என்று எப்படிச் சொல்ல முடியும்? 'இந்தப் பைத்தியக்காரிக்கு இப்பிடி ஒரு சாவையா அந்த ஆண்டவர் தரணும்?' என்று மார்பில் அடித்துக்கொண்டு துக்கம் தாங்காமல் அழுது புரண்டாள் கைரூன் மாமி. பாவம், அவளுடைய மவுத்துக்கு மியான் பள்ளியிலிருந்து அவளுடைய மாமியோ ரவூத் அண்ணனோ வரவில்லை.

ஆயிஷாவுக்குபிறகு, நொடித்துப்போன கப்பல் முதலாளி வீட்டுக்குச் சமையல் வேலைக்கு யாரும் வரத் தயாராக இல்லை. அதனால் கைரூன் மாமியும் சாச்சாவும் ஆத்தாங்கரைப் பள்ளிக்கு மீரான் வீட்டுக்குப் போய்விட்டார்கள். அவர்கள் சென்ற சில நாட்களில், அந்தக் கருப்புப் பூனை, நடைக் கூடத்தில் செத்துக் கிடந்ததை ஒருநாள் காலை மெஹ்ருன்னிஸாவே பார்த்தாள். இப்போது அந்த வீட்டில் அவளைத் தவிர யாருமே இல்லை. உயர்வைப் போலவே தாழ்வும் வெகுவேகமாகத்தான் வருகிறது என்பதற்குக் கப்பல் முதலாளி வீடு ஒன்றே போதும். கடவுளுடைய நோக்கத்தை யாரால் அறிய முடியும்? மீரானுக்கு இரண்டாவது பெண் குழந்தை பிறந்த சமயத்தில் பெய்த அடை மழையில் அந்த வீட்டின் பின்பகுதி பூராவும் விழுந்து

விட்டது. இப்போது எஞ்சி இருந்தது வானவெளி முற்றத்தை ஒட்டியிருந்த இரண்டே இரண்டு அறைகளும் மாடியும்தான். வீடு இடிந்து விழுந்ததைப்பற்றி மேலத் தெருவில்தான் யாரோ இரக்கப்பட்டு மீரானுக்கு எழுதிப்போட்டார்கள். அவன் அன்று சாயந்திரமே ஓடிவந்தான். தன்னோடு வந்துவிடும்படி மெஹ்ருன்னிஸாவிடம் மன்றாடினான். அவள் மறுத்துவிட்டாள். வாழ்வானாலும் தாழ்வானாலும் இந்த வீட்டோடுதான் இருப்பேன் என்று சொல்லிவிட்டாள். அவளுடைய ஜீவனத்துக்குக் கடை வாடகை மட்டும் நூறு ரூபாய் வந்துகொண்டிருந்து.

எப்போதாவது தன் தளர்ந்து மெலிந்த விரல்களால் வயலின் வாசிப்பாள். ஆனால் அதைக் கேட்க ராமையாதான் இல்லை. அதனால் என்ன? அவளுடைய வாப்பாதான் போட்டோ படத்திலிருந்து மிகுந்த வாத்ஸல்யத்துடன் தன் மகள் வாசிப்பதைப் பார்த்துக்கொண்டிருக்கிறாரே.

தாய், 1991

சரஸ்வதி

நாளை மறுநாள் சரஸ்வதிக்குக் கல்யாணம். வாசலை நிறைத்துக் கொட்டகைப் பந்தல் போட்டிருந்தது. பந்தலுக்குள் உயரே தொங்கவிட்டிருந்த அலங்காரக் கண்ணாடி ஜாடிகளுக்குள் தண்ணீரில் மீன்கள் நீந்திக்கொண்டிருந்தன. அந்தப் பந்தலை சுப்பையா மூப்பனார்தான் போட்டார். அவரால்தான் அந்த மாதிரிப் பந்தல் போட முடியும். மூணுநாளாகப் பந்தல் வேலை நடந்தது. கல்யாணத்துக்கு வந்திருந்த பிள்ளைகள் எல்லாம் பந்தல் கால்களைப் பிடித்துக்கொண்டு கிளியந்தட்டு ஆடிக்கொண்டிருந்தன. காருகுறிச்சியிலிருந்து வந்திருந்த மீனாட்சி அத்தை, அந்தப் பக்கம் வரும்போதெல்லாம் பிள்ளைகளைச் சத்தம் போட்டுக்கொண்டிருந்தாள். அவள் போடுகிறது ஒன்றும் அவ்வளவு கண்டிப்பான சத்தமில்லை என்பது அந்தப் பிள்ளைகளுக்கும் தெரியும். அவர்களைச் சத்தம் போட்டுக் கடிந்துகொள்ளும் போது, அவர்கள் பேரில் அவளுக்கு விவரிக்க முடியாத பாசம் எழுந்தது. அதற்காகத்தானோ என்னவோ, அவள் அந்த மாதிரிச் செல்லமாகச் சத்தம் போட்டாள். பிள்ளைகளும் அவள் சொல்வதைக் கேட்கிற மாதிரி ஒரு நிமிஷ நேரம் விளையாட்டை நிறுத்திவிட்டு, அவளுடைய தலை மறைந்ததும் திரும்பவும் முன்பைவிட வெகு குஷியாக விளையாட்டைத் தொடர்ந்தார்கள். மீனாட்சி அத்தைக்கும் அவர்களுக்கும் இடையே இந்தக் கண்ணாமூச்சி ஆட்டம் தொடர்ந்து நடந்துகொண்டே இருந்தது.

தெருவாசலை ஒட்டியுள்ள நடைகூடத்துக்கும் வீட்டுக்கும் இடையே உள்ள வானவெளியில்தான் பந்தல் போட்டிருந்தது. அதனால் வீட்டுக்குள் இருண்டுவிட்டது. புறவாசல் பக்கமிருந்துதான் லேசான வெளிச்சம் வந்து கொண்டிருந்தது. அந்த வெளிச்சம்கூட அடுப்பங்கரை, அறைவீடுவரைதான் இருந்தது. பட்டகசாலையில் வெளிச்சமே இல்லை. ஆனால் அந்தப் பந்தல் இருட்டை எல்லோருக்குமே பிடித்திருந்தது. நாலைந்து நாட்களுக்கு முன்பே ஊரிலிருந்து ஆட்கள் வர ஆரம்பித்துவிட்டார்கள். கல்யாணத்துக்கு வந்த பெண்கள், நடைகூடம், பட்டகசாலை, இரண்டாங்கட்டு, அடுப்படி என்று எல்லா இடங்களிலும் எப்போதும் இரண்டு மூன்றுபேராக உட்கார்ந்து பேசிக் கொண்டிருந்தார்கள். சமயம் கிடைக்கும்போதெல்லாம் சரஸ்வதியைக் கேலி செய்தார்கள். அந்தக் கேலிப் பேச்சுகள் அவளுக்கு என்னவோபோல இருந்தாலும், உள்ளூர அவளுக்குப் பிடிக்கத்தான் செய்தது. 'போங்க அத்தை!' என்று வெட்கத் தோடு, தலையைச் சாய்த்துச் சிரித்தபடியே சொல்வாள். ராத்திரி வேளைகளில் சாப்பாடு நேரத்தின்போதோ அல்லது படுக்கப்போகிறபோதோ இந்தக் கேலிப்பேச்சில் வீட்டு ஆண் களும் கலந்துகொள்வார்கள்.

சரஸ்வதியை அவர்கள் ஒரு வேலை செய்யவிட வில்லை. ஏதாவது ஒத்தாசையாக வேலை செய்யப்போனால், 'யம்மா! நீ கல்யாணப் பொண்ணு . . . பேசாம ஒரு எடத்துல உக்காரு' என்று சொல்லித் தடுத்துவிடுவார்கள். அவளுக்கு நேரமே போகவில்லை. காலையில் பத்துமணிவரை சிலோன் ரேடியோ கேட்பாள். பிறகு கொஞ்ச நேரம் தாயம் அல்லது பல்லாங்குழி விளையாடுவாள். அதுவும் எவ்வளவு நேரம் விளையாட முடியும்? ராத்திரி தூங்குவதற்குப் பத்து பத்தரை மணி ஆகும். அதுவரை என்ன செய்வது? கல்யாணி கொஞ்ச நேரம் வந்து பேசிக்கொண்டிருப்பாள். பேச்சு ரசமாகப் போய்க் கொண்டிருக்கும் நேரத்தில் அவளுடைய அம்மா அவளைக் கூப்பிட்டு விடுவாள்.

இந்தத் தெய்வு எங்கே போனான் என்றே தெரியவில்லை. இவ்வளவு பேர் இருந்தும், இவ்வளவு சந்தோஷம் இருந்தும் அவளுக்கு அவனைத் தேடிற்று. மூன்றுநாட்களுக்கும்மேல் ஆகிறது அவனைப் பார்த்து. பள்ளிக்கூடம் போகிற நேரம் போக, மீதி நேரம் பூராவும் அவளுடன்தான் இருப்பான். அவனுடன் கல்யாண சந்தோஷத்தைப் பகிர்ந்துகொள்ளத் தோன்றியது.

பள்ளிக்கூடம் விட்டு வந்ததும் காப்பி குடித்துவிட்டு அவளைத் தேடி வந்துவிடுவான். விளையாடக்கூடப் போக

மாட்டான். அவள் வீட்டில்தான் படிப்பான். சமயங்களில் அங்கேயே சாப்பிடுவான். வீட்டுக்குப் போகிறவரைக்கும் ‘சரசக்கா! சரசக்கா!’ என்று அவளையே சுற்றிக்கொண் டிருப்பான். காம்பவுண்டு சுவருக்கு அந்தப் பக்கத்தில் நின்று கொண்டு அவனுடைய அம்மா ‘சரசு! அவனை அனுப்பி வையம்மா. தூங்கிரப் போறான்!’ என்று சொல்வாள். அதற்குப் பிறகுதான் வீட்டுக்குப் புறப்படுவான். அப்போதுகூட அவனைப் பார்த்தால் வேண்டா வெறுப்பாகப் போகிறவன் மாதிரிதான் தெரியும். காலையில் வாய்க்காலுக்குக் குளிக்கப் போகிறபோது அவனும் வருவான். இப்போது நாலைந்து மாதமாகத்தான் அவன் அவளோடு வாய்க்காலுக்குக் குளிக்க வருகிறதில்லை. ஒருநாள் அவனுடைய அம்மா அவனை ‘இவ்வளவு பெரிய பிள்ளையா ஆயிட்டே! பத்தாங்கிளாஸ் போகப்போறே... பொம்பளப் பிள்ளைகள் கூடவா குளிக்கப் போகிறது?’ என்று சொன்னாளாம். அன்று முதல் அவன் அவளுடன் குளிக்க வருவதில்லை. அவளே வேம்பக்காவிடம், ‘எதுக்கு அந்த மாதிரிச் சொன்னீங்க அக்கா? அவன் சின்னப் பிள்ளைதானே? அவன் பாட்டுக்கு வந்துட்டுப் போறான்...’ என்று ஆற்றாமையோடு கேட்டாள். ‘என்னம்மா சின்னப்பிள்ளை? பதிமூணு வயசாகுது. அவனைப் போய் சின்னப் பிள்ளைங்கிறியே? இத்தனை வருஷமும் சரி... அக்காவும் தம்பியுமா ஒண்ணாவே அலைஞ்சீங்க... நீ நாளையும் பின்னயும் ஒருத்தன் வீட்டுக்குப் போகப் போறவள். தடிமாடு கணக்கா இம்புட்டுப் பெரிய பையனக்கூட்டிக்கிட்டு வாய்க்கால், குளம்னு அலைஞ்சா ஏதாவது நெனைக்கமாட்டாங்க?’ என்றாள் வேம்பக்கா.

அவள் அம்மா கூட ‘ஏட்டீ! வேம்பு சொல்றதும் சரிதான்...’ என்றாள்.

நல்லவேளை, வேம்பக்கா தன் பையனை அவள் வீட்டுக்கே போகக்கூடாது என்று சொல்லவில்லை. அவனை வாய்க்காலுக்கு அவள்கூடக் குளிக்கப் போகக்கூடாது என்று சொன்ன அன்று சாயந்திரம் ரெண்டுபேரும் மச்சில் ரொம்ப நேரம் உட்கார்ந்துகொண்டிருந்தார்கள். சிறுபிள்ளைகள் மாதிரி அழுதார்கள். மறுநாள் அவன் இல்லாமல், கல்யாணியும் அவளும் மட்டும் குளிக்கப்போனபோது அவளுக்கு என்னவோபோல் இருந்தது. இந்த வேம்பக்கா இந்த மாதிரிப் பண்ணிவிட்டாளே என்று கோபமாக இருந்தது. ஆனால் நாளாக நாளாக, எல்லா விஷயங்களையும்போல அதுவும் பழகிவிட்டது. அப்படி ஒன்று நடந்ததுகூட மறந்துபோய்விட்டது.

இந்தத் தெய்வு எங்கே போய்விட்டான்? வீட்டில் இவ்வளவு களேபரமும் சந்தோஷமுமாகக் கிடக்கிறது. இதையெல்லாம்

பார்க்காமல் இதில் எல்லாம் சேர்ந்து சந்தோஷப்படாமல் இந்தத் தெய்வு எங்கேதான் போனானோ?

‘சரசு! கருக்கல் ஆயிட்டுதே . . . தலையைச் சீவி மொகம் கழுவக் கூடாதாம்மா? நடைகூடத்துல பார்வதி சித்தி இருக்கா. அவகிட்ட போயித் தலையக் கட்டிக்கம்மா . . .’ என்றாள் ஆராம்பள்ளி ஆச்சி.

ஆச்சி சொன்னது, நடைகூடத்தில் உட்கார்ந்திருந்த பார்வதி சித்தியின் காதிலும் விழுந்திருக்கும்போல. அவள் பந்தல் வேலையை முடித்துவிட்டுச் சாவகாசமாக இருந்த சுப்பையா மூப்பனாரிடம், அவர் மகன் குடித்தனம் நடத்துவதைப் பற்றி அக்கறையோடு விசாரித்துக்கொண்டிருந்தாள். ஆராம்பள்ளி ஆச்சி சொன்னது காதில் விழுந்ததும், அந்தப் பக்கம் திரும்பி, ‘ஏனா! நான் அப்பமே அவளைத் தலைபின்ன வாடீன்னு கூப்புட்டேன் . . . இந்தா வாரேன்னு சொன்னவ இன்னமும் வாரா பாத்துக்கோ . . . நானும் வருவா வருவான்னு பார்த்துக்கிட்டு உக்கார்ந்திருக்கேன்! ஏல, சரசு! வாரீயா?’ என்றாள். பேச்சு விட்டுப்போன அந்த நேரத்தில் சுப்பையா மூப்பனார், காது கடுக்கன் திருகைச் சரி செய்துகொண்டே, வேலையாட்களைப் பார்த்து ‘எல்லாத்தையும் கெட்டி வச்சீட்டீங்களடா? பொறப்படலாமா?’ என்று கேட்டார்.

‘இந்தா வாரேன் சித்தி!’ என்று சொல்லிக்கொண்டே அடுக்களைக்குள் போனாள் சரஸ்வதி. அம்மா ஏதோ பலசரக்குச் சாமானை ஒவ்வொரு டப்பாவாகத் திறந்து தேடிக்கொண்டிருந்தாள்.

‘எம்மா! தெய்வு இன்னைக்கி வந்தானாம்மா?’

அம்மா ஏதோ ஞாபகமாக ‘நான் பார்க்கலையே!’ என்று சம்பந்தமில்லாமல் ஒரு பதிலைச் சொல்லிவிட்டுத் தேடிக்கொண்டிருந்தாள்.

புறவாசல் சுவர்ப்பக்கம் போய், துவைக்கிற கல்லின் மீது ஏறி நின்றுகொண்டு தெய்வு வீட்டைப் பார்த்தாள். அவர்கள் வீட்டில் இன்னும் திண்ணை விளக்கைப் போடவில்லை. வீட்டினுள் மட்டும் ஓரிரண்டு விளக்குகள் எரிந்துகொண்டிருந்தன. மங்கலான கருக்கல் வெளிச்சத்தில் திண்ணைச் சுவர் ஓரமாக சைக்கிளை நிறுத்திவைத்திருப்பது தெரிந்தது. இரண்டாங்கட்டில் யாரோ நடமாடுவதுபோல் இருந்தது. மரத்தில் அடையப் போகிற காக்கைகள் கத்திக்கொண்டிருந்தன.

‘தெய்வு! தெய்வு . . .’ என்று கூப்பிட்டாள். ரொம்பச் சத்தம் போட்டுக் கூப்பிட அவளுக்கு என்னவோ மாதிரி இருந்தது.

அதனால் கொஞ்சம் மெதுவாகத்தான் கூப்பிட்டாள். ஆனால் அவள் கூப்பிட்ட சத்தம் போதுமானதாக இருந்தது. வீட்டுக்குள் அடுப்படிப் பக்கமிருந்து தெய்வுவின் அம்மா எட்டிப்பார்த்தாள்.

'சரசு! கல் மேல ஏறி நின்னு கீழே விழுந்திராத ஒரு எடத்துலே இருன்னா கேக்க மாட்டேங்கிறயே?' என்று சரசுவின் அம்மா உள்ளேயிருந்து அவளைச் சத்தம் போட்டாள். அவள் சொன்னது, உள்ளே இருந்த மீனாட்சி அத்தையின் காதில் விழுந்திருக்கும் போல. 'இன்னும் ரெண்டு நாள் பாடும்மா! தாலி கட்டியாச்சுன்னா ஒம்பாடு, அவன்பாடு... அதுக்குள்ளே இவ ஒரு எடத்துல இருக்க மாட்டா போலிருக்கே... கீழே வுழுந்து கையில கால்லே அடிபட்டுட்டா யாரு என்ன பண்ண முடியும். சொல்லு பார்ப்போம்...' என்று மீனாட்சி அத்தை சொன்னது அவள் காதில் விழுந்தது.

'தெய்வு ... தெய்வு ...' என்று திரும்பவும் ஒரு தடவை கூப்பிட்டாள் சரஸ்வதி.

'யாரு? சரசா? அவன் அங்கே வரலையாம்மா?' என்று வேம்பக்காவின் குரல் வீட்டினுள்ளிருந்து கேட்டது.

'வரலையேக்கா ... அவன் எங்க வீட்டுப்பக்கம் வந்து ரெண்டு நாளாச்சு அக்கா ... அதான் காணலையேன்னு கேட்டேன்...'

'அட மூதி! எங்க போயிட்டுதோ தெரியலையே... அவன் வந்தான்னா வீட்டுக்கு வரச்சொல்லுதேம்மா ...' என்றாள் வேம்பக்கா.

'மறந்திராதீங்க... கண்டிப்பா வரச்சொல்லுங்க...' என்று சொல்லிவிட்டுக் கல்லிலிருந்து கீழே குதித்தாள்.

தலையைப் பின்னிவிட்டு, முகம் கழுவுவதற்காக சோப் டப்பாவை எடுக்க மச்சுக்குப் போனாள். மாடிப்படி ஏறும்போதே மாடியிலிருந்து பச்சைக் காய்கறிகளின் வாடை அடித்தது. மத்தியானம்தான் பார்வதி சித்தி வீட்டுச் சித்தப்பாவும், ராஜவல்லிபுரத்து பெரிய மாமா மகனும் சேர்ந்து ஆளுக்கு ஒரு சைக்கிளில் டவுனுக்குப் போய் காய்கறி வாங்கிக்கொண்டு வந்திருந்தார்கள். கல்யாணத்துக்காகச் சாமான்கள் வந்து இறங்குகிறபோதும், விருந்தாட்கள் வருகிறபோதும் அவளுக்குள் ஒருவிதமான வெட்கம் பரவியது. கண்ணாடி மேஜைக்கு முன்னால் இருந்த சோப் டப்பாவை எடுத்துக்கொண்டு திரும்பும் போது கொடியில் கிடந்த மீனாட்சி அத்தையுடைய சேலை, அந்த மாமாவுடைய மல் ஜிப்பா இவற்றின் மீது அவள் பார்வை போனது. இனிமேல் அவள் துணிமணிகளுடன் ரங்கனுடைய

சட்டை, வேட்டிகளும் இப்படித்தான் கிடக்கும். அதை நினைத்துச் சந்தோஷமாக இருந்தது.

புறவாசலில் கனகாம்பரச் செடிக்குப் பக்கத்தில் நின்று கொண்டு சோப்பு போட்டு முகம் கழுவிக்கொண்டிருந்தாள். அடுப்படி விளக்கு வெளிச்சம் வாசல் வழியாக நீண்ட செவ்வக வடிவில், வெட்டி எடுத்த துண்டு போல் விழுந்திருந்தது. பின்னால் யாரோ வந்து நிற்கிறமாதிரி இருந்தது. திரும்பிப் பார்த்தாள். தெய்வுதான் நின்றுகொண்டிருந்தான். ஆச்சரியமும் சந்தோஷமும் தோன்ற தண்ணீர் வடிகிற முகத்துடன் அவனை இழுத்து அணைத்துக்கொண்டாள்.

'துரைகள் சொல்லிவிட்டாத்தான் வருவீயளாக்கும்? ரெண்டு மூணுநாளா எங்கே போயிருந்தே ? ஆளையே காணலையே?' என்று பிரியத்தோடு கேட்டாள். அவன் அவளிடமிருந்து தன்னை விடுவித்துக்கொள்ள முயன்றான். அவள் விடவில்லை. தெய்வு, ஒன்றும் சொல்லாமல் தலையைக் குனிந்துக்கொண்டு நின்றான். சரஸ்வதி அவன் நாடியைப் பிடித்துத் தூக்கி, 'என்ன ? அக்காகிட்ட பேச மாட்டியாக்கும்' என்று கேட்டாள்.

'சரஸு ! சரஸு !' என்று அவளுடைய அம்மா உள்ளே யிருந்து கூப்பிட்டுக்கொண்டே வந்தாள். சரஸ்வதியின் கை, தன்னிச்சையாக அவனை மெதுவாகத் தூர விலக்கிற்று.

தெய்வு நிற்பதைப் பார்த்ததும் அவள் அம்மாவுக்கு ஆச்சரியம் தாங்கவில்லை. 'டேய்! எங்கடா ஒன்னைய ஆளையே காணலையே? அக்கா ஒன்னக்காணாமே தவிச்சுப்போயிட்டாடா!' என்று சொல்லிவிட்டு சரஸ்வதியைப் பார்த்து, 'சரஸு! நாங்க எல்லாம் கோவிலுக்குப் போயிட்டு வாரோம்... ஆராம்பள்ளி ஆச்சி, வெளக்கு முன்னால் ஜெபம் பண்ணிக்கிட்டு இருக்கா... வீட்டைப் பாத்துக்க. போயிட்டு வந்திருந்தோம்... தெய்வு. நீ அக்காகூட தொணைக்கு இருடா... என்ன?' என்று வேகமாகப் பேசிவிட்டுப் போனாள்.

சரஸ்வதி கை, கால்களைக் கழுவிக்கொண்டே அவனிடம் ஏதேதோ பேசினாள். அவன் பேசாமலே சுவர் ஓரமாக நின்றுகொண்டிருந்தான். அவனைக் கூட்டிக்கொண்டு மாடிக்குப் போனாள். ஆராம்பள்ளி ஆச்சி, பட்டகசாலையில் குத்து விளக்குக்கு முன்னால் உட்கார்ந்து தேவாரம் பாடிக்கொண் டிருந்தாள். இவர்கள் வருகிற காலடிச் சத்தத்தைக் கேட்டு, தேவாரத்தை நிறுத்தாமலேயே திரும்பிப் பார்த்தாள். தெய்வு மௌனமாக சரஸ்வதியின் பின்னால் படியேறினான். இஷ்டமே இல்லாமல்தான் அவள் பின்னால் போய்க்கொண்டிருந்தான்.

அவளைப் பார்க்க, இவ்வளவு வருஷமாகப் பழகிய சரஸ்வதி அக்கா மாதிரியே தெரியவில்லை. யாரோ புது மனுஷிபோல் தோன்றியது. வீட்டில் ஏற்பட்டிருந்த கல்யாணக் களை அவனுக்கு என்னவோபோல் இருந்தது. முன்பின் தெரியாத வீட்டில் நுழைந்துவிட்டமாதிரி இருந்தது. ஏதோ ஒரு ஏக்கம் தொண்டையை அடைத்தது.

'உக்காரு!' என்று கட்டிலைக் காட்டிவிட்டு, தோளில் கிடந்த ஈரத்துண்டைக் காயப்போடுவதற்காக தட்டட்டிக்குப் போனாள். அவனைத் தாண்டிப் போகும்போது, அவள் போட்டிருந்த சந்தன சோப்பின் மணம் லேசாக வீசியது. துண்டைக் காயப் போட்டுவிட்டு கட்டிலில் அவன் பக்கத்தில் வந்து உட்கார்ந்துகொண்டாள். அவன் அவளுடைய முகத்தைப் பார்க்காமல் குனிந்தே உட்கார்ந்திருந்தான்.

'என்ன உம்முனு இருக்கியே?' என்று அவன் சட்டைப் பித்தான்களைச் சரி செய்துகொண்டே கேட்டாள்.

'சும்மாதான்.'

'சும்மான்னா... நொடிக்கொரு தடவை ஓடி வருவீயே... எங்கே ஒன்னை ஆளையே பார்க்க முடியலையே?'

தெய்வு அவள் முகத்தை ஏறிட்டுப் பார்த்துவிட்டுக் குனிந்துகொண்டான். கண்கள் லேசாகக் கலங்கியிருந்தன. கீழே ஆராம்பள்ளி ஆச்சி தேவாரம் பாடுவது தெளிவில்லாமல் முணுணுவென்று கேட்டுக்கொண்டிருந்தது. 'தெய்வு!' என்று அவன் நாடியைப் பிடித்துத் தூக்கினாள். அவன் வெடுக்கென்று முகத்தைத் திருப்பிக்கொண்டான்.

'ஏன்டா கண்ணெல்லாம் கலங்கியிருக்கு?' அவன் பதிலே சொல்லவில்லை. திரும்பவும் கேட்டாள்.

'இனிமே ஒங்களுக்குக் கல்யாணம் ஆயிட்டுதுன்னா ஊருக்குப் போயிருவீங்க... இந்த தெய்வை நெனைச்சா பாக்கப்போறீங்க?' என்று தட்டுத் தடுமாறிச் சொல்லிவிட்டு விரல்களால் கண்களைத் துடைத்தான். டிரவுசரில் கண்ணீர்த் துளிகள் விழுந்தன.

'அடப் பைத்தியக்காரா! இதுக்காகவா அழுதே!' என்று சொல்லிக்கொண்டே அவனைத் தன்மேல் சாத்திக்கொண்டு தலையைப் பிரியத்துடன் கோதிக் கொடுத்தாள். 'அக்கா என்னைக்கும் ஒங்கூடவே இருந்திர முடியுமாடா? ஊருக்குப் போனாலும் அக்கா அடிக்கடி வந்து போய்க்கிட்டுத் தான்டா இருப்பேன்...இதுக்குப்போயிச் சின்னப்பிள்ளை மாதிரி அழுதீயே...'

'ஒங்களுக்கென்ன? இன்னமே அத்தான் வந்துட்டாங்கன்னா என்னையெல்லாம் நெனைக்கவா போறீங்க?'

'ஆரு வந்தா என்னடா? உனக்கு அக்கா இல்லாமே போயிருவேனாடா? ஸ்கூல் லீவு விட்டதும் நீ அக்கா வீட்டுக்கு வந்துரு...' என்று சொல்லிக்கொண்டிருக்கும்போதே அவள் கைகளைத் தூரத் தள்ளினான். அவனை என்ன சொல்லித் தேற்றுவது என்றே தெரியவில்லை. திடீரென்று எழுந்து கண்ணாடி மேஜை டிராயர்கள் ஒவ்வொன்றாகத் திறந்து திறந்து மூடினாள். மூன்றாவது டிராயரிலிருந்து சில கவர்களில் எதையோ தேடினாள். ஒரு கவரிலிருந்து தன் போட்டோவை எடுத்து அவனிடம் கொடுத்தாள். 'இந்தா! அக்கா ஞாபகம் வரும்போதெல்லாம் இதைப் பார்த்துக்கோ...' என்றாள்.

தெய்வு போட்டோவை வாங்கிக் கிழித்து எறிந்தான். அவள் பிரமித்துப்போய் அவனைத் தடுத்தாள். அவன் அவள் கையைத் தள்ளிவிட்டு வேகமாக மாடிப்படி இறங்கிப் போனான். கீழே ஆச்சியின் தேவாரத்தோடு பந்தலில் பிள்ளைகள் விளையாடுகிற சத்தமும் கேட்டுக்கொண்டிருந்தது...

இந்தியா டுடே, 1991

மனச் சிற்பங்கள்

சிவப்புச் சரளைக் கற்கள் பாவிய பகுதியைக் கடந்துவந்திருந்தான். இன்னும் கொஞ்ச தூரம் அந்தச் சரளைக் கற்கள் இருந்திராதா என்று இருந்தது.

அந்த ஊரிலேயே தங்கி இருக்கலாம் என்றுதான் வந்தான். தன் ஆயுள் காலம் பூராவையும் அங்கேயே இனிக் கழித்துவிடலாம் என்று நினைத்திருந்தான். அவளுடைய நினைவுகள் அந்த ஊர் எங்கும் இறைந்துகிடந்தன. அவளோடு பேசிச்சென்ற தெருக்கள், அவளோடு குளித்த ஆற்றங்கரைப் படித்துறைகள், சினிமா பார்த்த தியேட்டர்கள் என்று எண்ணித் தொலையாத எத்தனையோ நினைவுகளை அவ்வூர் கொண்டிருந்தது. இப்போது அவள் அந்த ஊரிலேயே இல்லை. அவளுடைய குடும்பமே அந்த ஊரை விட்டு வெளியே வடக்கே எங்கோ போய்விட்டது என்றாலும், அவள் நினைவு தீராத தாகமாய் இவனுள் இருந்துகொண்டிருந்தது. எங்கிருந்தாலும் என்ன செய்தாலும் எப்போதும் அவள் நினைவுதான் மேலோங்கி இருந்தது. அவளைத்தான் மனம் தேடிற்று. அவள் இவனைப் போல இவன் நினைவாகவே இல்லை என்பதெல்லாம் இவனுக்குத் தெரியும். அவள் தன் வீடு, தன் குடும்பம் என்றெல்லாம் கரைந்து போயிருந்தாள் என்றெல்லாம்கூடக் கேள்விப்பட்டிருந்தான். ஒரு பெண்ணுக்கு அதுதான் சகஜம். வெகு இயல்பானதும் கூட. இதையெல்லாம் அவன் உணராமல் இல்லை. என்றாலும் அவனால் கடந்துபோன நாட்களைக்

கடந்துவர முடியவில்லை. கடந்த காலத்தில் வாழ்வது என்பது பிணத்துடன் வாழ்வதைப்போல் என்று உறவினர்களும் சிநேகிதர்களும் சொன்னார்கள்.

இடையறாது அவ்வூரின் நினைவும் அவள் நேசமும் அவனை அலைக்கழித்தன. அதனால்தான் அந்த ஊருக்கு வந்து சேர்ந்தான். இனி எஞ்சிய நாட்களை அவ்வூரிலேயே கழித்துவிடலாம் என்று நினைத்திருந்தான். ஆனால் வந்த சில தினங்களுக்குள்ளே அங்கிருந்து கிளம்பும்படி ஆயிற்று. இன்னும் சிறிது நேரத்தில் அவன் இங்கிருந்து எங்காவது சென்றாகவேண்டும்.

'ஐயா, எந்த ஊருக்குப் போறீங்க?' என்று பக்கத்தில் ஏதோ ஒரு குரல் கேட்டது. அந்தப் பக்கம் திரும்பிப் பாராமலேயே 'தெரியவில்லை. இன்னும் முடிவு செய்யவில்லை' என்று சொன்னான். அவனுடைய பதில் அவரை அதிர்ச்சியுறச் செய்ததோ என்னவோ, அவர் போய்விட்டார்.

அந்த ஊரைப்போலவே அந்த ஸ்டேஷன்கூட மாறித்தான் போய்விட்டது. ஹிக்கின்பாதம்ஸ் ஸ்டாலில் இப்போது யாரோ இருந்தார்கள். ஸ்டாலுக்கு எதிரே பிளாட்பாரத்தின் கூரையில் தொங்கிக்கொண்டிருந்த 'இந்த வாரம் ஆனந்த விகடன் வாசித்தீர்களா' போர்டைக் காணவில்லை. உடனே மனம் நழுவிக் கீழே விழுந்துவிட்டது. அந்த போர்டு இல்லாமல் அந்த ஸ்டேஷனை நினைத்துக்கூடப் பார்க்க முடியவில்லை. அது இல்லாமல் ஸ்டேஷன் மூளி ஆகிவிட்டிருந்தது. அன்று அப்போதுதான் ரயிலைவிட்டு இறங்கியிருந்தான். உடனே அடுத்த வண்டியில் திரும்பிப் போய்விடலாமா என்று இருந்தது.

அந்த ஸ்டேஷனை எதிர்காலத்தை உத்தேசித்து விரிவுபடுத்தியிருந்தார்கள். நீண்ட கால்சராய் அணிந்தவர்கள் அப்போதெல்லாம் எப்போதாவதுதான் தென்படுவார்கள். இப்போதோ அவனுடன் ரயிலில் வந்தவர்களே வயது பேதம் இன்றி நீண்ட கால்சராய் அணிந்திருந்தார்கள். வயதானவர்கள் கூட வேஷ்டியிலிருந்து அந்த நாகரிகத்திற்கு நழுவி இருந்தார்கள். சமீபத்தில்தான் அவர்கள் மாறியிருக்கவேண்டும். ஆனால் சிறிதும் வெட்கமின்றி மாறியிருந்தார்கள். பச்சோந்தி போல் காலத்துக்குக் காலம் அவ்வக்காலத்து நடையுடை பாவனைகளில் தங்களைப் பறிகொடுத்துத் திரிந்தது அவனுக்குக் கஷ்டமாக இருந்தது.

அன்று அந்த ஊருக்கு வந்த பிரயாணிகள் எல்லோரும் வடிந்துபோகட்டும் என்று பிளாட்பாரத்திலேயே வெகு நேரம் நின்றிருந்தான். அந்த இடைவெளி நேரத்தை நிரப்பவும், பழைய

நினைவுகளைத் தேடியும்தான் ஹிக்கின்பாதம்ஸ் ஸ்டாலுக்குப் போனான். ஸ்டாலில் அவன் முன்பின் பார்த்திராத இளைஞன் ஒருவன் இருந்தான். நல்லவேளையாக அந்த ஸ்டாலின் அமைப்பு பெரிதாக மாறியிருக்கவில்லை. அதன் பழமையும் அதன் மாறாத நிரந்தரமும் தந்த உவகை அவனுக்கு ஆறுதலாக இருந்தது. வாழ்வில் ஒவ்வொன்றும் இப்படியே உறைந்து போகவேண்டும் போல் இருந்தது.

ஊரில் இருக்கும்போதுகூட, ஹிக்கின்பாதம்ஸ் ஸ்டால்களைப் பார்ப்பதற்காகவே வேறு காரணம் ஏதும் இன்றியே ரயிலில் வெகு தொலைவு சென்று வருவான்.

அந்த ஸ்டாலின் பழமைக்குச் சற்றும் பொருத்தம் இல்லாமல் பல நவ நாகரிக யுகத்துப் பத்திரிகைகள் நிறைந்திருந்தன. 'மூர்த்தி இருக்காரா?' என்று அந்த இளைஞனிடம் கேட்டான். அவன் இவனை உற்றுப் பார்த்துவிட்டு, 'அவர் எப்பவோ வெளியூர் போயிட்டாரே' என்றான். மூர்த்தி இவன் முகத்தைப் பார்த்ததுமே அவன் விருப்பப்பட்டு வாசிக்கிற பத்திரிகைகளை எடுத்துத் தந்துவிடுவார். தில்லானா மோகனாம்பாள், ஜெயகாந்தனுடைய கதைகளைப் பற்றி எல்லாம் அவரோடு மணிக்கணக்காகப் பேசிக்கொண்டிருந்த நாட்கள் நிறைய. ஆனந்த விகடன் போர்டு காணாமல் போன மாதிரி அவரும் இடம் பெயர்ந்துவிட்டார். எல்லாம் மாறிக்கொண்டிருக்க வேண்டும் என்பது என்ன குருட்டு விதி? அந்த இளைஞனிடம் ஒரு காலை தினசரியை வாங்கிக்கொண்டே, 'இந்த வாரம் தில்லானா மோகனாம்பாள் எப்படி இருக்கு?' என்று கேட்டான். அவன் இவனைப் புதிராகப் பார்த்தான்.

கூட்டம் இன்னும் வடியவில்லை. எதிரே ரயில்வே லைன்களுக்கு அப்பால் தூரத்தில் தெரிந்த ரெயில்வே காலனி வீடுகளிலிருந்து 'என் சிந்தை நோயும் தீருமோ?' என்ற பாட்டு கேட்டது. தன்னை மறந்து பரவசத்தோடு அந்த இளைஞனிடம், 'இந்தப் பாட்டெல்லாம் கூடப் போடுகிறார்களா?' என்றான். 'பாட்டா? எங்கே?' என்றான் இளைஞன். அப்போதுதான் அவன் மனச் சஞ்சாரம் நின்றது. பாட்டு எதுவும் கேட்கவில்லை. எல்லாமே நினைவுதான். 'கடந்த காலத்தில் எப்படி உங்களால் வாழ முடிகிறது' என்று கேட்பதுபோல் அந்த இளைஞன் நின்றிருந்தான்.

ஸ்டேஷனை விட்டு வெளியே வந்தபோது ஊரே இனங்காண முடியாமல் உருமாறியிருந்தது. பெயருக்குச் சில கட்டடங்கள் அப்படியே இருந்தன. காலத்தோடு காலமாய் உறைந்துபோயிருந்தன. அவற்றைப் பார்த்து மனம் விதிர்த்தது.

ஏக்கமும் துயரமும் மேலிட்டன. ஸ்டேஷனுக்கு எதிரே சற்றுத் தாழ்வாகப் போகும் சாலையின் சரிவை, எதிர்காலத்தைத் திட்டமிடும் நிர்வாகிகளால் ஒன்றும் செய்ய முடியவில்லை. அந்த இறக்கமான சாலையில் அவளோடு எண்ணித் தொலையாத தடவைகள் நடந்திருக்கிறான். சுமார் இருபது வருடங்களுக்கு முன் இதே ஸ்டேஷனில் அவளை ரயில் ஏற்றிவிடுவதற்காக நடந்ததுதான் கடைசி. அது ஒரு ஜனவரி மாதத்துச் சாயங்காலம். பொதுவாக ஜனவரி மாதங்களில் மத்தியானத்திற்கும் மேல் மேக மூட்டமாகத்தான் இருக்கும். நேரம் ஆக ஆக வாடைக்காற்று வீச ஆரம்பித்துவிடும். அன்று மாலை, முன் நெற்றியில் முடிகள் விழுந்து புரள இவனோடு வந்துகொண்டிருந்தவளிடம், ‘ஒரு காப்பி சாப்பிடலாமா?’ என்று கேட்டான். சரிவில் இருந்த அந்த ஓட்டலுக்குள் நுழைந்தார்கள். ரோட்டுப் பக்கமாகக் கண்ணாடிச் சட்டம் இடப்பட்டிருந்த பகுதியில் உள்ள இருக்கைகளில் அமர்ந்து, வெளியே வேடிக்கை பார்த்துக் கொண்டே காப்பி சாப்பிட்டார்கள். சாலையில் காற்றுக்கு எதிராகத் தங்களைத் தள்ளிக்கொண்டும், காற்றின் திசையில் அடித்துத் தள்ளப்பட்டும் ஆடைகள் பறக்கப் போய்க்கொண் டிருந்தவர்களைப் பார்க்க வேடிக்கையாக இருந்தது. அன்று அவளுடைய நினைவுக்காக அந்த ஓட்டலில் புகுந்தான். பல வருஷங்களுக்கு முன் அவளோடு அமர்ந்து காப்பி சாப்பிட்ட அந்த இருக்கையைத் தேடினான். அந்த இடத்தில் கரடுமுரடான இரண்டுபேர் உட்கார்ந்திருந்தார்கள். பழைய கண்ணாடிச் சுவருக்குப் பதிலாகக் கடினமான சிமெண்ட் சுவர் நின்றது. சிறிது நேரம் நின்று பார்த்திருந்துவிட்டு எதுவும் சாப்பிடாமலேயே வெளியே வந்தான். வாசலில் நின்றிருந்த ஒருவர், ‘ஏன் சாப்பிடலையா? நிறைய இடம் இருக்குதே’ என்றார். ‘இல்லை ... ஓட்டல் பழைய மாதிரி இல்லை. இப்போது அவளும் இல்லை’ என்று சொல்லிவிட்டுப் படியிறங்கினான்.

கூட்ஸ் வேகன்கள் பின்னோக்கி மெதுவாக நகர்ந்து சென்றுகொண்டிருந்தன. பின்புறம் இருந்த வேகன்களில் ஒன்றில் ஒரு ரயில்வே தொழிலாளி தொற்றிக்கொண்டு பச்சைக் கொடியை வேகமாக ஆட்டிக்கொண்டிருந்தான். அவன் கொடியை ஆட்டிய வேகத்துக்கும் அந்த வேகன்கள் நகர்ந்து சென்ற வேகத்துக்கும் சிறிதும் இசைவே இல்லாமல் இருந்தது. அவனாவது வேகன்களின் வேகத்திற்கு ஏற்றவாறு கொடியை மெதுவாக அசைத்திருக்கலாம் என்று தோன்றியது. ஒருவேளை அவ்வளவு வேகமாக அசைக்கவேண்டும் என்று ஏதேனும் விதி இருந்திருக்கலாம். எவ்வளவு விதிகள் உள்ளன. வாழ்வு பூராவுமே விதிகளால் பிணைத்துக் கட்டப்பட்டுள்ளன. குடும்ப விதிகள்,

சமுதாய விதிகள், சட்ட விதிமுறைகள் என்று ஏராளமான விதிகளிடம் மனிதர்கள் தங்களை ஒப்படைத்துவிட்டிருக்கின்றனர்.

அவன் உட்கார்ந்திருந்த சிமெண்ட் பெஞ்சின் இன்னொரு மூலையில் நடுத்தர வயதைத் தாண்டிக்கொண்டிருந்த ஒருவர் வந்து உட்கார்ந்தார். அவரைப் பாராமலேயே, ஏதோவொரு உள்ளுணர்வினால் அவர் ஒரு ஆண் என்ற நிச்சயம் தன்னிச்சையாய் மனத்தில் விழுந்திருந்தது. ஒருவேளை வந்து உட்கார்ந்தது கிருஷ்ணனாக இருக்குமோ என்று நினைத்தான்.

திடுக்கிட்டுத் திரும்பிப் பார்த்தான். அவர் வேறு யாரோ என்பது ஊர்ஜிதமானதும் முகத்தைத் திருப்பிக்கொண்டான். கண்ணிமைக்கும் நேரம் அவரைச் சற்று அதிகமாகப் பார்த்திருந்தாலும், அவர் தன்னோடு பேசுவதற்கு அது ஏதுவாகிவிடும் என்று நினைத்தே முன்னெச்சரிக்கையுடன் முகத்தைத் திருப்பிக்கொண்டான். இருந்தும்கூட அவனுடைய எச்சரிக்கை உணர்வு பயனற்றுப் போய்விட்டது. அவர் பேச்சுக் கொடுக்க ஆரம்பித்துவிட்டார். ரயில்வே ஸ்டேஷன், பஸ் ஸ்டாண்ட் போன்ற பிரயாணம் தொடங்கும் இடங்களில், முன்பின் அறிமுகம் இல்லாதவர்களுடன் பேச்சுக் கொடுப்பவர்கள் கேட்கும் வழக்கமான கேள்வியையே அவரும் கேட்டுத் தன் பேச்சைத் தொடங்கினார். ‘நீங்க எந்த ஊருக்கு?’சற்று முன் யாருக்கோ அவர் முகத்தைக்கூடப் பாராமல் பதில் சொன்ன மாதிரி, ‘இன்னும் முடிவு பண்ணவில்லை’ என்ற பதிலைச் சொல்லலாமா என்று யோசித்தான். அது அநாகரிகமாக இருக்கும் என்று தோன்றியது. ‘ஒருத்தர் வரணும். அவருக்காகக் காத்துக் கொண்டிருக்கிறேன்’ என்று சொல்லிவிட்டு எரிச்சலுடன் பையைத் தூக்கிக்கொண்டு வேறு இடம் தேடி நடக்க ஆரம்பித்தான். தான் அப்படிச் செய்தது அவரைச் சங்கடப்படுத்துமோ என்று நினைத்தான். அவர் அவன் உதாசீனப்படுத்தியதாக நினைக்கவில்லைபோலும். தன் போக்கில் இயல்பாகச் சட்டைப் பையில் எதையோ தேட ஆரம்பித்து விட்டார். இதுவே தன் நெருங்கிய உறவுகளிடையே இம்மாதிரி நேர்ந்திருந்தால் அவர் கோபித்திருக்கலாம். அவர் மனைவியோ மகனோ நண்பனோ இதுபோல் அலட்சியப்படுத்துவதுபோல் எழுந்து சென்றிருந்தால் அவர்களிடம் அவர் கோபித்திருக்கலாம். கோபிக்காவிட்டாலும் மனம் சங்கடப்பட்டிருக்கக் கூடும். வேற்று ஆள் என்பதால் அவனிடம் எந்தப் பற்றும் அவருக்கு இல்லை. அதனால் சஞ்சலமும் இல்லைபோல.

முன்பின் அறிமுகமற்ற மனிதர்களிடம் தொடர்புகொள்ள நினைப்பதையும், அந்தத் தொடர்பை நீடிக்க முடியாத

நிலையில் அதற்காகச் சிறிதும் வருத்தப்படாமல் இருப்பதையும் அவனால் புரிந்துகொள்ள முடியவில்லை. அறிமுகத்தை நீடிக்க முடியாதபோது ஏன் தொடர்புகொள்ள முயல வேண்டும்? அவனுக்கு எரிச்சலாக இருந்தது. கிருஷ்ணன் இந்த எரிச்சலை, அன்பற்ற தன்மை என்பான். சக மனிதர்கள்மீது உனக்கு அன்போ மரியாதையோ இல்லை என்பான். என்றாலும் அதற்காக இவன்மீது அவனுக்குக் கோபம் ஏற்பட்டிருக்காது சகித்துக்கொண்டிருப்பான். சகிப்புத்தன்மை பயத்தினாலோ அல்லது அன்பினாலோ ஏற்படுகிறது. இவனைவிட்டுப் பிரிந்துசென்ற அவள்மீது ஏற்பட்ட சகிப்புத் தன்மையும் இதனால் ஏற்பட்டதுதானோ? அவள்மீதுகொண்ட அளவற்ற பிரியத்தினால்தானோ? கிருஷ்ணனிடம் சொல்லாமல் புறப்பட்டு வந்தது தவறுதான். அவன் தேடிவருவதற்குள் அந்த ஊரை விட்டுப் போய்விட வேண்டும்.

மூன்றுநாட்களுக்கும்முன் அந்த ஸ்டேஷனில் வந்து இறங்கியபோது இருந்த மனநிலைக்கும், இப்போதைய மனநிலைக்கும் இடையே இருந்த முரணை அவனாலேயே புரிந்துகொள்ள முடியவில்லை. இருபது வருஷங்களுக்கும் முன்னால் அந்த ஊரை விட்டு வெளியேறியபோது இருந்த மனநிலைக்கும் இன்றிருக்கிறதுக்கும் கூடத்தான் எவ்வளவு வித்தியாசம்? தானே மாறிவிட்டோமா? இந்தக் கட்டடங்கள், இந்த ஊரைப்போல. மாறாமல் இருக்கிறோம் என்று நினைத்துக்கொள்வது, தனக்கு விருப்பமான, துயரம் கலந்த ஒரு கற்பனையோ என்று தோன்றிற்று.

அரசமரத்தைச் சுற்றி வட்டமான சிமெண்ட் மேடை இருந்தது. அவ்விடம் பிளாட்பாரத்தின் ஒரு கோடிதான் என்றாலும் ஸ்டேஷனுக்குள் இன்னும் அரச மரத்தைப் பேணி வந்தது அவனுக்கு ஏதோவொரு இதத்தைத் தந்தது. எல்லாமே இப்படிப் பழமையும் புதுமையுமாகக் கலந்துதான் இருக்கின்றன போலும். ஆனால் இந்த ஸ்திதியைத் தன்னால் ஏன் ஏற்றுக் கொள்ள முடியவில்லை எனத் தெரியவில்லை. மாற்றங்கள், புதுமைகள், நாகரிகங்கள்மீது தனக்கு ஏன் இத்தனை சலிப்பு என்று தெரியவில்லை. மனமே புதிரானதுதான். மரத்தைச் சுற்றிலும் காய்ந்த அரசிலைகள் உதிர்ந்துகிடந்தன. அவற்றின் மீது நடந்துசெல்வது சிறுவயது முதலே அவனுக்குப் பெரிதும் உவப்பானது. அந்தச் சருகுகளின் மீது நடந்தபோது கடந்த நாட்களின் எத்தனையோ சம்பவங்கள் மனதில் கரைபுரண்டு ஓடின. நினைவுகள் அவனை எங்கோ இழுத்துச் சென்றன. உடம்பு மூப்படைவதுபோல் மனம் மூப்பெய்துவதில்லை போலும். சிமெண்ட் மேடைக்கு அருகே வந்ததும் அதன்மீது

உட்காராமல், மேடையைச் சுற்றி இறைந்து கிடந்த சருகுகளின் மீதே திரும்பத் திரும்பச் சிறுகுழந்தை போல் நடந்து வந்து கொண்டிருந்தான். அந்த அரசிலைச் சருகுகளுக்காக அந்த ஊரிலேயே இருந்துவிடலாம்போல் இருந்தது. இவ்வளவு காலமாக மனத்தில் வளர்ந்துவந்த ஏக்கம் இத்தனை சீக்கிரமாக வடிந்துபோகும் என்று அவன் ஒருநாளும் நினைத்ததே இல்லை. மாறுதல் உலக வழக்கம்தானே? அவளே தன் உணர்ச்சிகளை மாற்றிக்கொண்டு எதிர்வந்த புதுவாழ்வுக்கு ஏற்றபடித் தன்னை அமைத்துக்கொண்டுவிட்டாள். இத்தனை வருஷத்தில் அவள் தன் குடும்ப வாழ்வில் புழங்கிச் சலித்து, நளினமான உணர்வுகளையும் தன் ஒயிலையும் கூட இழந்து போயிருக்கலாம்; இந்த ஊரைப்போல. தான் மட்டும் இத்தனை காலம் ஆகியும் பழைய நினைவுகளிலேயே மூழ்கிக் கிடப்பது எதன் நிமித்தம் என்று அவனால் புரிந்துகொள்ள முடியவில்லை. மற்றவர்கள் தன்னை எளிதில் நெருங்க முடியாதபடிச் செய்துவரும் அரணோ அவள் நினைவு என்று தோன்றுகிறது. முழுக்க முழுக்க அவள் நினைவிலும் அவன் இல்லைதான். நடைமுறையில் அவன் கால் பாவத்தான் செய்தான். அன்றாடத் தேவைகளை அவன் நிறைவேற்றிக் கொள்ளாமலும் இல்லை. என்றாலும் தன்னுணர்வு இன்றியே, அவளை நினைத்துக் கொள்வான். ஏதோ ஒரு சுவை, ஏதோ ஒரு மணம், ஏதோ ஒரு சப்தம், ஒரு கீதம், ஒரு காட்சி அவள் நினைவை இவனுள் கவித்துவிடும்.

பொதுவாகவே வாழ்வு, கடந்தகால நினைவுகளிலும் நிகழ்காலச் சம்பவங்களிலுமாக அல்லாடிக்கொண்டிருக்கிறது. நினைவிலும் நிஜத்திலும் நாட்கள் கழிகின்றன. நிஜம் நினைவுச் சருகாகி மனத்தை நிறைக்கிறது. இது மனத்தின் அவஸ்தையா, வாழ்வின் அவஸ்தையா என்பதே புரிவதில்லை. சம்பவங்களின் தொகுப்பு நாளாவட்டத்தில் நினைவுகளாய்ச் செமித்து, நிகழ்காலத்தில் மனம் ஒன்றவிடாமல் சஞ்சலப்படுத்துகின்றன. இச்சலனமே இல்லாமல் காலமும் சம்பவங்களும் உறைந்து போகக் கூடாதா என்று மனம் ஏங்கிற்று. நிகழ்காலமும் நடப்புலகும் உறைந்து, உலகு பனிச்சிற்பம் போல் ஆகிவிடக் கூடாதா? அவள் எப்படி வாழுகிறாள்? கிருஷ்ணன், அவன் மனைவி ராதா, அவன் கடை ஊழியர்கள், ஹிக்கின்பாதம்ஸ் ஸ்டால் இளைஞன், பச்சைக்கொடி காட்டிய அந்த ரயில்வே ஊழியன், சற்றுமுன் தன் எரிச்சலுக்கு ஆளான அந்த அந்நியர் எல்லோருமே இப்படி நினைவிலும் நடப்புலகிலுமாக உழன்று உழன்று சஞ்சலப்படுகிறார்களா? ஆனால் அது தன்னை மட்டுமே சுற்றிச் சுற்றி வரும் துக்கம் என்று நினைத்துக்கொள்வது அவனுக்கு இதமாக இருந்தது. மற்றவர்கள் ஏதோ ஒரு முடிவுக்கு

வந்து வாழ்ந்துகொண்டிருக்கிறார்கள். அந்த முடிவில் நின்று கொண்டுதான் காரியம் ஆற்றுகிறார்கள் என்பது துல்லியமாகத் தெரிகிறது. அந்தத் தர்க்கநிலை தன் மனத்துக்கு மட்டும் ஏன் கூடிவரவில்லை என்பது அவனுக்கு வெகு விசித்திரமாக இருந்தது. கடந்த காலத்திய நினைவுகள் தரும் அவஸ்தையை அந்த முடிவு நிர்தாட்சண்யமாகச் சுருக்கிவிடும் என்று தோன்றியது. எல்லோருமே கடந்த காலத்தின் துயர நினைவுகளோடுதான் வாழ்கிறார்கள். ஆனால் நிகழ்காலத்தோடு ஒன்றியைந்திருப்பதுபோல் பாசாங்கு செய்கிறார்கள்.

காற்றில் நிலக்கரி மணம் மிதந்து வந்தது. எங்கோ பக்கத்தில் நீராவி இஞ்சின் நின்றுகொண்டிருந்திருக்க வேண்டும். அவளைக் கடைசித் தடவையாக ரயில் ஏற்றிவிட வந்தபோது நிலக்கரி இஞ்சின்தான் அவள் இருந்த ரயிலையும் இழுத்துச் சென்றது. அவள் பெட்டியினுள் ஏறி ஜன்னலருகே உட்கார்ந்து பேசிக்கொண்டிருந்தாள். அப்போதும் இதேபோல்தான் காற்றில் நிலக்கரி மணம் அவ்வப்போது மிதந்துவந்துகொண் டிருந்தது. அன்று ரயிலில் அதிகக் கூட்டம் இல்லை. ஏதேனும் ஓய்வு நாளோ என்று நினைக்கும்படி அந்த நாள் இருந்தது. அவன் சிறு வயதுமுதலே பார்த்துவரும் வெண்டர், தன் மாறாத குரலில் பிஸ்கெட்டும் மலைப்பழமும் விற்றபடிச் சென்று கொண்டிருந்தார். அதிக விலை என்று சொல்லி அவள் தடுத்தபோதும் கூட அவருக்காக என்றே மலைப்பழம் வாங்கி அவளிடம் தந்தான். ஹிக்கின்பாதம்ஸ் ஸ்டால்களுக்கும் ரயில்வே ஸ்டேஷன்களுக்கும் விவரிக்கவொண்ணாத மதுரமான தொடர்பு இருப்பதுபோல், ரயில்வே பிளாட்பார வெண்டர்களுக்கும் ஸ்டேஷன்களுக்கும் ஏதோ ஒரு தொடர்பு இருப்பதுபோல் தோன்றியது. அவளை ஏற்றிக்கொண்டு சென்ற அந்த ரயில் பெட்டி இன்று எந்த ஸ்டேஷனில், யாரை ஏற்றிக்கொண்டு சென்றுகொண்டிருக்கும்? அவள் இருந்த ஜன்னல் ஓரத்தில் இன்றும் யாராவது ஒரு பெண்தான் உட்கார்ந்து பயணம் செய்துகொண்டிருப்பாளோ?

'எல்லாம் கண்ணாலே பாத்தாத்தான் கஷ்டம் . . . பார்க்காட்டா ஒண்ணுமேயில்லை. பார்த்துப் பழகப் போய்த்தானே மனசு கெடந்து அடிக்குது . . .' என்று ஒரு வயதான பெண் தன் கணவரைப்போல் இருந்தவரிடம் சொல்லிக்கொண்டே சென்றுகொண்டிருந்தாள். அவர் வெகுதொலைவில் தன் பார்வையை நிலைக்கவைத்தபடி சென்றுகொண்டிருந்தார். கையில் ஒரு துணிக்கடை விளம்பரப் பை வைத்துக்கொண் டிருந்தார். அவர்களுடைய வீட்டின் கூரையில் மலையாள

இரண்டு உலகங்கள் ❖ 207 ❖

ஓடுதான் வேய்ந்திருக்கும் என்று நினைத்தான். அவர்களுடைய வீட்டில் வெண்கலக் கும்பாகூட இருக்கலாம். பூ வேலைப்பாடு செய்த பெரிய மரச் சட்டத்துக்குள் ரவி வர்மாவின் சரஸ்வதி படம் கண்ணாடி இடப்பட்டுத் தொங்கிக்கொண்டிருக்கலாம். காவிப்பட்டை அடித்த திண்ணை இருக்கும். சுவரில் தயிர்க்காரியின் சாணிப் பொட்டு இருக்கக்கூடும். வேகமாகக் காற்று வீசியது. அது அவன் முன்னே கிடந்த அரசிலைச் சருகுகளை பிளாட்பாரத்துக்குக் கீழே ஓடிய தண்டவாளங்களுக்கிடையே கொண்டுபோய்ப் போட்டது. தண்டவாளங்களுக்கு இடையே கிடக்கும் சருகுகளைப் பார்த்தபடியே அவன் போய்க்கொண்டிருந்தான். அந்த ஸ்டேஷன் வர்ணம் இழந்து மங்கிப்போன ஓவியம் போல் இருந்தது. அந்த ஓவியத்தினூடே அவன் மட்டும் சென்றுகொண்டிருந்தான்.

காலம், 1991

மைத்துனி

தூரத்தில் சபாபதி வருவதைப் பார்த்ததுமே நீலாவின் உதட்டில் புன்னகை நெளிந்தது. வேண்டுமென்றே அவனைப் பார்க்காதமாதிரி குனிந்து பூக்களைத் தொடுத்துக்கொண்டிருந்தாள். ஆனால் அவன் நடை ஏறி உள்ளே வந்து வழக்கம் போல் செருப்பைக் கழற்றிப் போட்டதுமே அவளை அறியாமல் கவனம் அவனிடம் சென்றது.

'என்ன அத்தான்? சினிமாவுக்குக் கூட்டிட்டுப் போற ஆளா நீங்க?' என்று அவனை அண்ணாந்து பார்த்துக் கேட்டாள்.

பின்வாசல்வரை எல்லா அறைகளிலும் விளக்கு எரிந்துகொண்டிருந்தது. வாளியில் தண்ணீர் விழுந்துகொண்டிருந்த சத்தம் பின்பக்கமிருந்து கேட்டது. மீனாவைக் காணோம். அவள் காதில் விழுந்துவிடக்கூடாது என்ற ஜாக்கிரதையுடன், நீலாவுக்கு மட்டும் கேட்கிற குரலில் பேசினான்.

'சீக்கிரமா வரலாம்னுதான் பார்த்தேன்... இன்னைக்கு என்னமோ ஆபீஸர் ஒரு நாளும் இல்லாத திருநாளா ஆறுமணிவரைக்கும் உக்காந்துட்டாரு! பரவாயில்லே! செகண்ட் ஷோவுக்குப் போயிட்டு வரலாம்... அக்கா இல்லையா?' என்று கேட்டான்.

'உள்ளேதான் வேலை பார்த்துக்கிட்டு இருக்கா... அவளுக்குத்தான் ஒரு நிமிஷம் சும்மா இருக்க முடியாதே... செகண்ட் ஷோவுக்குப் போகணும்கிறீங்களே? நாளைக்குக் காலம்பற

மொதல் பஸ்ஸுல நான் ஊருக்குப் போகணும்லா... எப்பம் தூங்கி எந்திரிக்கிறது?' என்று பாதி சந்தோஷமும் சங்கடமும் கலந்த குரலில் கேட்டாள் நீலா.

அவளிடம் பேசிக்கொண்டிருக்கவேண்டும் போல் இருந்தது. ஆனால் மீனாவுக்குத் தெரிந்தால் அவனிடம் சண்டைக்கு வந்துவிடுவாள். இப்போது அவனும் நீலாவும் பேசிக்கொண்டது கூடப் புறவாசலில் இருக்கிற மீனாவுக்குக் கேட்டிருக்கும். அதற்கும்மேல் அங்கே நின்றால் மீனாவே வந்துவிடுவாள். 'என்ன நீங்க ? வயசுக்கு வந்த புள்ளையோட வாசல்ல நின்னு பேசிக்கிட்டிருக்கீங்க?' என்று சத்தம் போடுவாள்.

சபாபதி உடனே வீட்டுக்குள் செல்ல யத்தனித்தான். மேற்கொண்டு எதுவும் பேசாமல் உள்ளே சென்றால் நீலா ஏதாவது நினைத்துக்கொள்வாள் என்பதால், தான் ரொம்ப சகஜமாக இருப்பதுபோல், 'படந்தான் ஒரு மணிக்கெல்லாம் முடிஞ்சிருமே... அஞ்சு மணிக்குத்தானே முதல் பஸ் . . . வந்து கொஞ்ச நேரம் தூங்கலாமே...' என்று சொல்லிக்கொண்டே வீட்டுக்குள் நுழைந்தான்.

நீலா ஊரிலிருந்து வந்த ஒரு வாரத்துக்கெல்லாம் மீனாவின் மனத்தில் எந்தக் கஷ்டமும் தோன்றவில்லை. அவனும் நீலாவும் பேசிக்கொண்டிருப்பதைப் பார்த்துத் தவறாக நினைக்கவில்லை அவள். நீலா இயல்பிலேயே கலகலப்பானவள். அதுவும் அக்காள் புருஷன் என்பதால் அவனை எடுத்ததுக்கெல்லாம் சீண்டிப் பேசுவதும், அவனோடு விழுந்து விழுந்து சிரிப்பதுமாக இருந்தாள். நீலாவுக்கும் அவனோடு பேசி விளையாடிக்கொண்டிருப்பதில் விவரிக்க முடியாத சந்தோஷம் இருந்தது. எப்போதும் அவன் பக்கத்தில் உட்கார்ந்து கலாட்டா செய்வாள். நீலா ஊரிலிருந்து வந்தபிறகு சபாபதி, மீனாவிடம் பேசுவதைக் குறைத்துக்கொண்டான். வேண்டுமென்றே அவன் அப்படிச் செய்யவில்லை. அவனை அறியாமலேயே மீனாவுடன் பேசிக்கொண்டிருக்கிற நேரம் குறைந்தது. ஆனால் நீலாவுடன் பேசுவதில் கொஞ்சம்கூடச் சலிப்பு ஏற்படவில்லை. இத்தனைக்கும் கல்யாணமாகி ஐந்து மாதங்கள்தான் ஆகியிருந்தன. சபாபதியைப் பொருத்தவரை மீனாவிடம் எந்தக் குறையும் காணவில்லை. என்றாலும் அவன் மனம் ஒரு நூலிழை அளவு நீலாவின் பக்கம் சாய்ந்திருந்தது. எப்படியோ மீனாவும் இதைக் கண்டுபிடித்து விட்டாள். மிகுந்த எச்சரிக்கை அடைந்தாள். அவர்கள் இருவரும் பேசிப் பழகுவதைக் கண்டித்தாள். அவள் சத்தம்போட்டபிறகுதான் அவனுக்கே தான் எந்த நிலையில் இருக்கிறோம் என்பது

புரிந்தது. மீனாவைக் கோபப்படுத்தக் கூடாது என்று நீலாவுடன் பேசுவதை மெள்ளக் குறைத்துக்கொண்டான். அப்படியே பேசினாலும் மீனாவும் உடன் இருக்கிற தருணமாகப் பார்த்துக் கொண்டான்.

நீலாவுக்கு இதெல்லாம் தெரியாமல் இல்லை. அவள் அதைக் காட்டிக்கொள்ளவில்லை. அவ்வளவுதான். தவிர, அவள் சபாபதியுடன் பேசிக்கொண்டிருப்பதால் மீனாவுக்கு ஏற்படும் பொறாமையைப் பார்க்க உள்ளூர அவளுக்குச் சந்தோஷமாக இருந்தது.

பின்வாசலில் விழுந்துகொண்டிருந்த குடிதண்ணீரின் காரமான குளோரின் நெடியுடன் பாண்ட்ஸ் பவுடரின் மணமும் சேர்ந்து ஒரு விசித்திரமான மணத்தை அறை எங்கும் நிரப்பியிருந்தது. சுவர்ப் பக்கமாக நின்று சட்டையைக் கழற்றிக்கொண்டிருந்தவனின் தோளில், பனியன் பட்டிக்கும் மேல், ஈரமான கை பட்டது. மீனாதான் 'எப்பம் வந்தீங்க? பூனை போல வந்திருக்கீங்களே?' என்று சிரித்துக்கொண்டே கேட்டாள்.

அவளுடைய சிரிப்பைப் பார்த்ததும் சபாபதிக்கு ஏனோ எரிச்சலாக இருந்தது. சட்டையை ஹேங்கரில் மாட்டிக் கொண்டே, ரொம்பச் சாதாரணமாக, 'இப்பத்தான் வந்து சட்டையைக் கழற்றிக்கிட்டிருக்கிறேன் . . .' என்றான். அவன் உணர்ச்சியே இல்லாமல் பதில் சொன்னது மீனாவுக்கு என்னவோபோல் இருந்தது. சபாபதி பெஞ்சில் உட்காரப் போனான். திரும்பும்போது அவன் முகத்திலிருந்து சிகரெட் வாடை அடித்தது. அவனுக்குப் பக்கத்தில் பெஞ்சில் உட்கார்ந்து கொண்டு, அவன் முகத்தைத் தன் பக்கம் திருப்பினாள் மீனா. 'என்ன? மறுபடியும் சிகரெட்டா?' என்று அவனைக் குற்றம் சாட்டுவதுபோல் போலியாக முகத்தைக் கடுமையாக வைத்துக்கொண்டு கேட்டாள்.

பிரியத்துடன் அவனுடைய கையைப் பிடித்துக்கொண்டாள். சபாபதிக்கு அவளிடமிருந்து கையை விடுவித்துக்கொள்ள வேண்டும் போல் இருந்தது.

'வந்ததும் வராததுமா குற்றவாளியைக் கூண்டிலே நிறுத்தி விசாரிக்கிற மாதிரி விசாரிக்கிறியே? காப்பி இருந்தாக் கொண்டா...'

மீனாவுக்கு அவனுடைய எரிச்சலுக்கான காரணம் புரியவில்லை. மிரள மிரள விழித்தாள். எழுந்து மெதுவாக அடுப்படிக்குப் போனாள். பின்வாசலில் வாளியில் தண்ணீர் நிறைந்து வெளியே போய்க்கொண்டிருந்தது. தண்ணீர்

நிறைந்து ஓடிக்கொண்டிருந்த சத்தத்தைக் கேட்டதும் அவன் எரிச்சல் மேலும் அதிகமாயிற்று. கோபத்துடன் மீனாவைப் பார்த்து ஏதோ சொல்ல வாயெடுத்தான். அதற்குள் நீலாவே உள்ளே வந்துவிட்டாள். காலியான எவர்சில்வர் தட்டையும் கட்டிய பூவையும் அவனருகே பெஞ்சில் வைத்துவிட்டு, 'இந்த அக்காவே இப்படித்தான் . . . ஒரு வேலை செஞ்சுக்கிட்டு இருக்கும்போதே அதை மறந்துட்டு வேற ஏதாவது பண்ணப் போயிடுவா . . .' என்று சொல்லிக் கொண்டே பின்பக்கம் போய்க் குழாயை மூடினாள். குழாயைப் பூட்டிவிட்டுத் திரும்பும்போதுதான் அடுக்களையில் காப்பி கலந்து கொண்டிருந்த மீனாவைக் கவனித்தாள். 'நீ இங்கேதான் இருக்கியா?' என்று சொல்லிக்கொண்டே அக்காவுக்குப் பக்கத்தில் வந்து உட்கார்ந்தாள். மீனா பதிலே பேசாமல் காப்பி கலந்துகொண்டிருந்தாள். அவளுக்கு நீலா அங்கே வந்தது பிடிக்கவில்லை. அவளே காப்பியை எடுத்துக்கொண்டு போய் அவனிடம் கொடுத்துவிடுவாளோ என்று மீனா உள்ளூரப் பயந்தாள். அவள் ஊரிலிருந்து வந்தது முதலே, மீனா சபாபதிக்குச் செய்துவந்த சிறு சிறு பணிவிடைகள் எல்லாம் எப்படியோ நீலாவின் கைக்கு மாறியிருந்தன. நீலாவிடம் சாடைமாடையாகச் சொல்லிப் பார்த்தும் கூட அவள் அதைப் பெரிதாக எடுத்துக் கொள்ளவில்லை.

மீனா காப்பியை ஆற்றிக்கொண்டிருந்தாள். கண்களில் கண்ணீர் கோத்து நின்றது. ஆற்றிய காப்பியைக் கீழே வைத்துவிட்டு, சீனி டப்பாவை மூடி அலமாரியில் வைக்கப் போனாள். அவ்வளவுதான். நீலா காப்பி டம்ளரைக் கையில் எடுத்துக்கொண்டு 'அத்தானுக்குத்தானே' என்று கேட்டுக் கொண்டே எழுந்தாள். மீனா அவள் கையை எட்டிப் பிடித்தாள். இரண்டு பேர் சேலையிலும் காப்பி சிந்திவிட்டது. நீலா ஆச்சரியத்துடன் அக்காவைப் பார்த்தாள். மீனா வேகமாக காப்பி டம்ளருடன் முன்னறையை நோக்கிப் போனாள். சபாபதியிடம் டம்ளரைக் கொடுத்துக்கொண்டே, 'சக்களத்தி! காப்பி குடுக்க வந்துட்டா . . .' என்று முணுமுணுத்தாள்.

'என்ன? அக்கா தங்கச்சிக்குள்ள தகராறு வந்துட்டுதா?' என்று சலிப்புடன் கேட்டான்.

'தங்கச்சியா அவ? விட்டா என்ன வெரட்டிட்டு அவளே ஒங்களுக்குப் பொஞ்சாதியா வீட்டிலே உட்கார்ந்துருவாபோல இருக்கே!'

'மெல்லப் பேசு மீனா! ஏதோ ஒரு நாலுநாள் இருந்துட்டுப் போகப் போறா . . . அதுக்குப்போயி இப்படிப் பேசுதியே . . .

அவளுக்குக் கல்யாணம் ஆயிட்டா இந்த மாதிரியா அடிக்கடி வரப்போறா?'

'கட்டுனவள்னு நான் ஒருத்தி எதுக்காக இருக்கணும்?' என்று அழ ஆரம்பித்துவிட்டாள் மீனா.

'அது சின்னப்புள்ளை... சூதுவாது இல்லாமெ அத்தான் அத்தான்னு பிரியமா இருக்கு! அதைப் போயி இவ்வளவு தப்பா நெனைக்கிறயே?' அதற்கும்மேல் அவனால் பேச முடிய வில்லை. அவனுக்கே தான் பொய்யாகப் பேசுகிறோம் என்று தோன்றியது.

'என்ன சின்னப்புள்ள? இந்தானைக்கிக் கட்டிக் குடுத்தா வருஷத்துக்கு ஒண்ணு பெத்துத் தள்ளிருவா! அவளா சின்னப்புள்ள? சின்னப்புள்ளைன்னா எப்பம் பார்த்தாலும் "என்னத்தான்... என்னத்தான்"னு ஒங்கமேல இடிச்சுக்கிட்டு உக்காருமோ? ஒங்களுக்கு அவன்னா கல்கண்டா இனிக்குது. அவகிட்ட இளிச்சி இளிச்சிப் பேசுற ஆளுக்கு என்னக் கண்டாதான் ஆகலே! எங்கூடப் பேசணும்னா மூஞ்சி சிறுத்துப் போவுது! கல்யாணம் ஆகி ஒரு வருஷங்கூட ஆகலை... அதுக்குள்ள நான் பழசாப் போயிட்டேன்...' என்று மேலும் அழ ஆரம்பித்துவிட்டாள்.

அவள் சொன்னதில் உண்மை இல்லாமல் இல்லை. நீலாவிடம் பேசிக்கொண்டிருந்தால் நேரம் போவதே தெரிய வில்லை. அவள் அவனிடம் சீண்டி விளையாடுவது அவனுக்கு ரொம்பப் பிடித்திருந்தது. ஆனால் இதையெல்லாம் மீனா தன் உள்ளுணர்ச்சியினால் புரிந்துகொண்டிருப்பதுதான் அவனுக்குச் சுத்தமாகப் பிடிக்கவில்லை.

அவனுக்கும் பதிலுக்குப் பதில் சத்தம் போடவேண்டும் போல் இருந்தது. சத்தம் போட்டால் மேலும் ரசாபாசம் ஆகிவிடும் என்று நினைத்தான். எழுந்து அடுக்களைப் பக்கம் போனான். அங்கே நீலா இல்லை. ஒருவேளை மீனா பேசியதெல்லாம் அவள் காதில் விழுந்திருக்குமோ, கோபித்துக்கொண்டு வெளியே போய்விட்டாளோ? வேகமாகப் பின்வாசலுக்குப் போனான். முள்கம்பி வேலிக்குப் பக்கத்தில் நின்று பக்கத்து வீட்டுப் பெண்ணுடன் பேசிக்கொண்டிருந்தாள் நீலா. வழக்கம்போல் சத்தம் போட்டுச் சிரித்துப் பேசிக்கொண்டிருந்தாள். பக்கத்து வீட்டுப் பெண், சபாபதி வந்து நிற்பதைப் பார்த்ததும் உதட்டுக்குள் லேசாகச் சிரித்தாள். அதைப் பார்த்து நீலா பின்னால் திரும்பிப் பார்த்தாள். மீனா உள்ளே பேசியதை அவள் கேட்ட மாதிரியே தெரியவில்லை.

நீலா அவன் பக்கம் கையைக் காட்டி, 'இந்த அத்தான நம்புனா நட்டாத்துல நிக்கவேண்டியதுதான். சாயந்திரம் சினிமாவுக்குப் போகலாம்னு சொல்லிட்டு ஆறரைமணிக்கு வீட்டுக்கு வந்து நிக்கிறாங்க அத்தான்!' என்று அவனைக் கேலி செய்தாள்.

மீனா அழுதுகொண்டிருந்தாலும், அவள் கவனம் பூராவும் சபாபதியின் பேரிலேயே இருந்தது. அவன் பின்வாசலுக்குப் போன சிறிது நேரத்துக்கெல்லாம் நீலாவின் சிரிப்பும் சத்தமும் கிண்டலும் கேட்டது. அதற்குமேல் மீனாவால் அங்கே உட்கார்ந்துகொண்டிருக்க முடியவில்லை. ஆத்திரமும் இயலாமையும் முட்டிக்கொண்டு வந்தன.

சபாபதிக்கு, தனக்குப் பின்னால் யாரோ வந்து நிற்பதுபோல் இருந்தது. பின்னால் திரும்பிப் பார்த்தான். மீனா நின்றுகொண்டிருந்தாள். கண்களில் வெறுப்பு கொப்பளித்தது.

மறுநாள் காலை நாலரை மணிக்கு அலாரம் அடித்ததும் மீனாதான் முதலில் எழுந்தாள். அடுப்பைப் பற்றவைத்து நீலாவுக்குக் குளிக்க வெந்நீர் போட்டாள். கொஞ்ச நேரத்தில் பாலும் வந்துவிட்டது. நீலாவை எழுப்பினாள். அவள் குளித்து விட்டு வருவதற்குள் தோசை தயாராக இருந்தது. நீலா இரண்டே தோசையுடன் எழுந்தாள். மீனா அவளை விடவில்லை. அவள் கையைப் பிடித்து உட்காரவைத்து இன்னொரு தோசை சாப்பிட வைத்தாள்.

ராத்திரி ஈரத்துணியில் பொதிந்து வைத்திருந்த மல்லிகைப் பூவை எடுத்து நீலாவுக்குச் சூட்டினாள். நேற்று நடந்ததை எல்லோருமே மறந்துவிட்டதுமாதிரி இருந்தது.

'அக்கா! நீயும் பஸ் ஸ்டாண்டுக்கு வாயேன் . . .' என்று நீலா கூப்பிட்டாள்.

'நான் எதுக்கு . . . அத்தான்தான் வர்றாங்களே . . . எனக்குப் பனி ஒத்துக்கிடாது. தலைவலி வந்துரும்!'

தெரு திரும்பும்வரை சபாபதி முன்னாலும் நீலா பின்னாலுமாகப் போய்க்கொண்டிருந்தனர். நீலா தன் தாவணி முந்தானையைக் கழுத்தைச் சுற்றிப் போர்த்தியபடிப் போய்க்கொண்டிருந்தாள். தெருக்களில் விளக்கே இல்லை. சில வீடுகளில் உள்ள வெளிச்சம்தான் திறந்துகிடந்த கதவு வழியே, தெருவில் துண்டு துண்டாக ஆங்காங்கே விழுந்திருந்தது. வீட்டு வாசல்களில் தண்ணீர் தெளிக்கிற சத்தம் கேட்டது.

பஸ் ஸ்டாண்டில் கூட்டமே இல்லை. மூன்று பஸ்கள் நின்றுகொண்டிருந்தன. எல்லா பஸ்களிலும் உள்ளே விளக்கு

எரிந்துகொண்டிருந்தது. பஸ் ஸ்டாண்ட் டீக்கடையில் மில்லுக்குப் போகிற ஆட்களும் கண்டக்டர், டிரைவர்களும் கூட்டமாக நின்று சத்தம்போட்டுப் பேசிக்கொண்டிருந்தார்கள். அந்த மெயின் ரோட்டில் இன்னும் போக்குவரத்து ஆரம்பிக்காததால் மில்லுக்குப் போகிற ஆட்கள் சைக்கிள்களை ரோட்டில் தங்கள் இஷ்டத்துக்குக் குறுக்கும் நெடுக்குமாக நிறுத்தியிருந்தார்கள். அவர்கள் அனுபவித்த அந்தச் சுதந்திரம் அவர்களுடைய முகத்தில் தெரிந்தது.

திருநெல்வேலி பஸ்ஸில் நீலாவை ஏற்றி உட்கார வைத்தான். தலைப்பாகை கட்டிய ஒரு வயதான ஆளும் இரண்டு பெண்களும்தான் பஸ்ஸில் இருந்தார்கள். பின் சீட்டில் நாலைந்து தடியங்காய்களை ஏற்றியிருந்தது.

சபாபதி கீழே நின்றுகொண்டிருந்தான். நீலா பஸ்ஸை விட்டு இறங்கிவந்து அவனுக்குப் பக்கத்தில் நின்றுகொண்டாள்.

'என்ன? யோசனை ரொம்பப் பலமா இருக்கே?' என்று கேட்டாள்.

'ஒண்ணுமில்லை!'

'பங்குனி உத்திரத்துக்கு வரும்போது ஒரு வாரத்துக்கு முன்னாலேயே வந்திருங்க ... என்ன?' என்றாள் நீலா.

'சரிங்க பாட்டி!' என்றான் சபாபதி. இரண்டுபேருக்குமே சிரிப்பு வந்துவிட்டது. பேசிக்கொண்டிருக்கும்போதே டிரைவர் ஏறி உட்கார்ந்துவிட்டார். நீலாவும் தன் இடத்தில் போய் அமர்ந்துகொண்டாள். பஸ் மெதுவாக ஊர்ந்தது. பஸ்ஸுடன் நடந்துகொண்டே நீலாவை அண்ணாந்து பார்த்துப் பேசினான்.

'ரைட்!' என்ற கண்டக்டரின் குரல் கேட்டது. பஸ் வேகமாக நகர்ந்தது.

'இனிமேல் அக்கா உங்கமேலே கோபப்பட மாட்டாள்! தைரியமா இருங்க ...' என்று கண்களில் கேலி மின்னச் சொன்னாள் நீலா.

வாசுகி, 1992

அவன் அவள் அவன்

'அன்றன்றுள்ள எங்கள் அப்பத்தை இன்று எங்களுக்குத் தாரும் . . . எங்களுக்கு விரோதமாய்க் குற்றம் செய்கிறவர்களை நாங்கள் மன்னிக்கிறது போல, எங்கள் குற்றத்தை நீர் எங்களுக்கு மன்னியும். எங்களைச் சோதனைக்கு உட்படுத்தாமல் தீமையினின்று ரட்சித்துக்கொள்ளும். ராஜ்யமும் வல்லமையும் மகிமையும் என்றென்றைக்கும் உம்முடையவைகளே. ஆமென்!'

ஜெபம்சொல்லிமுடித்ததும் அத்தை உடனே எழுந்திருக்கவில்லை. கண்கள் இன்னும் மூடியே இருந்தன. இத்தனை வயதிலும் அத்தையால் ஜெபத்துக்கு முழந்தாள் படி இட்டு நிற்க முடிகிறது. பரிமளா, அத்தை எழுந்தபிறகுதான் எழுந்திருப்பாள். ஆனால் அவள் புருஷன் யோசுவாவும் மகள் பெற்றியும் எப்போது ஜெபம் முடியும் என்று இருந்ததுமாதிரி, உடனே எழுந்து பக்கத்து அறைக்குப் போய்விடுவார்கள். சின்னவன் லாசர் இரவு ஜெபத்துக்கு ஒருநாளும் இருக்கவே மாட்டான். அவனுக்கு எட்டுமணி ஆகிவிட்டால் தூக்கம் வந்துவிடும்.

அத்தையின் கண்கள் இன்னமும் மூடியே இருந்தன. முகத்தில் துயரத்தின் சாயை படிந்திருந்தது. அத்தையின் ஜெபம் பூராவும் பெரிய அத்தானைப் பற்றித்தான். பெரிய அத்தான் இன்னும் வீட்டுக்கு

வரவில்லை. அனேகமாக ஊரே அடங்கிப் போய்விட்டது. எங்காவது குரைக்கும் நாய்கள், எப்போதாவது கேட்கும் சைக்கிள் மணிச்சத்தம் இவற்றைத் தவிர எந்தச் சத்தமும் இல்லை. புறவாசல் கதவைத் திறந்தால் தோட்டத்தில் பனை ஓலைகள் காற்றில் உராயும் சத்தத்தை விட்டுவிட்டுக் கேட்கலாம்.

பரிமளாவும் பெரிய அத்தானுக்காகக் கர்த்தரிடம் வேண்டிக் கொண்டாள். அவளுக்கு அத்தையைப் போல், கடவுள் நம் ஜெபத்துக்கு என்றாவது செவிமடுப்பார் என்ற நம்பிக்கை இருந்தது. இயேசு சுவாமி அவளுக்கு எவ்வளவோ நன்மைகளைச் செய்திருக்கிறார். அவளுடைய வேண்டுதல்களை நிறைவேற்றி வைத்திருக்கிறார். பெரிய அத்தானை நல்ல வழியில் மனம் திருப்புவார் என்ற நம்பிக்கை அவளுக்குத் திடமாய் இருந்தது.

'பரிமளா...' என்று யோசுவா கூப்பிட்டான். அவனுடைய ஆத்திரம் அவளுக்குத் தெரியாததல்ல. ஜெபம் முடிந்ததும் அவள் உடனே வந்துவிட வேண்டும். ஆனால் பரிமளாவால் அப்படிச் செய்யமுடியாது. அவள் அத்தை படுத்த பிறகுதான் தன் புருஷனிடம் போவாள். திரும்பிப் பார்த்தாள். தலையைச் சுற்றிப் போட்டிருந்த சேலை முந்தானை நழுவிக் கொண்டைமீது விழுந்தது.

அலங்காரம் மருமகளைப் பார்க்கத் திரும்பினாள். 'பரிமளா! நீ இன்னும் போகலையா? போம்மா' என்றாள். மங்கலான வெளிச்சத்தில் அத்தையின் முகத்தைப் பார்த்தாள். கண்கள் கலங்கியிருந்தன.

'இல்லை அத்தை... நீங்க படுத்தப்புறம் நான் போறேன்' என்று சொல்லிக்கொண்டே எழுந்திருந்து அத்தைக்குப் பக்கத்தில் போனாள். அலங்காரம் பிரியத்தோடு பரிமளாவின் தலையை வருடிக் கொடுத்தாள். தன் நெஞ்சோடு சேர்த்து இழுத்து அவள் தலைவகிட்டில் முத்தமிட்டாள்.

'இவ்வளவு அருமையான மருமகளைக் கொடுத்து ஆசீர்வதித்த கர்த்தர், திருஷ்டி மாதிரி எனக்கு மூத்த மகனைக் கொடுத்துட்டாரே' என்றாள் அலங்காரம்.

'அப்படியெல்லாம் சொல்லாதீங்க அத்தை! பெரிய அத்தானை மாதிரி தங்கமான மனசு யாருக்கு உண்டு. அவங்களுக்கு என்ன கொறச்சல்? அவங்க எழுதற கவிதையைப் படிச்சிட்டு எத்தனை பேர் அவங்களைப் பாராட்டறாங்க. எவ்வளவு பேர் லெட்டர் எழுதறாங்க' என்றாள் பரிமளா.

இரண்டு உலகங்கள் ❖ 217 ❖

‘ஆண்டவரைக் கனம் பண்ணாம கவிதை எழுதி என்னம்மா பிரயோஜனம்? கவிதை எழுதி, சேராதவங்களோட சேர்ந்து, குடிச்சுக் கெட்டழிஞ்சு போறானே. ரெண்டு நாளா வீட்டிலேயே இருந்தான். இன்னைக்கு அவனுக்குப் பணம் எப்படி கெடைச்சுது? நீ கொடுத்தியா?’ என்று கேட்டாள் அலங்காரம். அதற்குப் பரிமளா ஒன்றும் சொல்லவில்லை. தலையைக் குனிந்துகொண்டு நின்றாள்.

‘நீயானா அவன் கேட்டதுமே மறுபேச்சுப் பேசாம துட்டைத் தூக்கிக் குடுத்திருதே . . . ஒன் புருஷங்காரனும் அப்படி இப்படின்னு அவனைச் சத்தம் போட்டுட்டு கடேசில இந்தா போ . . . ஒன்னையெல்லாம் திருத்தவே முடியாது’ன்னு தத்துவம் பேசிக்கிட்டே துட்டை எடுத்துக் குடுத்திருவான். நீங்க ரெண்டு பேரும் சேர்ந்துதான் அவனைக் கெடுத்தீங்கன்னு சொல்வேன்’ என்று ஆற்றாமையோடு சொன்னாள் அலங்காரம்.

இதுமாதிரி நேரங்களில் பரிமளா ஒன்றுமே பேசமாட்டாள். ஜன்னல் கதவு கொக்கி காற்றில் அசைந்து ஆடியது. அத்தையை அவளுடைய அறையில் கொண்டுபோய் விட்டாள். அவள் படுக்கையைச் சரிசெய்துகொண்டிருந்தபோது, அத்தை மர பீரோவைத் திறந்து வழக்கம்போல முந்திரிப்பழ பாட்டிலை எடுத்துத் திறந்தாள். அவள் படுக்கையைச் சரிசெய்துவிட்டுத் திரும்பவும் அத்தை நாலைந்து முந்திரிப் பழத்தை எடுத்து அவள் கையில் கொடுக்கவும் சரியாக இருந்தது.

‘நீ பேசாமே முன்வாசல் கதவைத் தாழ்ப்பாள் போட்டுட்டுப் போயிப் படும்மா. அவன் எந்தத் தெருவுல எங்கே விழுந்து கெடக்கானோ? எல்லாம் என் தலைவிதி’ என்று சொல்லிக்கொண்டே ‘கர்த்தாவே என்னை ரட்சியும்’ என்று படுக்கையில் சாய்ந்தாள் அலங்காரம். பரிமளா ஜன்னல் அடிக்கதவுகளைச் சாத்தினாள். ஆள் நடமாட்டமே இல்லை. ஃபேனைப் போட்டாள். விடிவிளக்கு சுவிட்சைப் போட்டு விட்டு கதவுப் பக்கம் போகும்போது அத்தை ‘பரிமளா, நீ பேசாமப் படு. அவன் வந்து கதவைத் தட்டினா நானே தொறந்துவிடுதேன்’ என்றாள்.

‘சரி அத்தை’ என்று சொல்லிவிட்டுக் கதவை வெறுமனே லேசாக மூடினாள். எதிர் அறையைப் பார்த்தாள். விளக்கு அணைந்திருந்தது. விடிவிளக்கு வெளிச்சம் மட்டும் மங்கலாகத் தெரிந்தது. கூடவே ஃபேன் ஓடிக்கொண்டிருக்கிற சத்தமும் கேட்டது. யோசுவாவும் பெற்றியும் படுத்துவிட்டார்கள்போல. பெற்றிக்கு அவள் பக்கத்தில் படுத்தால்தான் தூக்கம் வரும். இன்று அவள் சாப்பிடும்போதே கொட்டாவி விட்டுக்கொண்டுதான்

இருந்தாள். பள்ளிக்கூடத்தில் ரொம்ப விளையாடினாளோ என்னவோ? அசதியில் தூங்கிவிட்டாள்.

பரிமளா ஹால் விளக்கை அணைத்துவிட்டு மெதுவாகத் திண்ணைப் பக்கம் நடந்து போனாள். கதவைத் திறந்து வைத்துக் கொண்டு நின்றாள். நிலவு அப்போதுதான் அடிவானத்தில் மேலே வந்துகொண்டிருந்தது. தெருவின் இருபுறமும் வரிசையாக இருந்த பூவரச மரங்கள் காற்றில் லேசாக அசைந்துகொண் டிருந்தன. உபதேசியார் வீட்டுக்கு முன்னால் நின்றிருந்த பஞ்சாயத்து போர்டு டியூப் லைட் அணைந்து அணைந்து எரிந்து கொண்டிருந்தது. அந்த லைட் ஒரு வாரத்துக்கும் மேலாக அப்படித்தான் எரிகிறது. அப்படியே கொஞ்சதூரம் தெருவில் போய் வரவேண்டும் போல் இருந்தது.

திடீரென்று தெருவிளக்கின் முன்னால் இரண்டு பேர் சைக்கிளில் பெரிய கூடைகளைக் கேரியரில் வைத்துக் கட்டிக் கொண்டு பேசிக்கொண்டே வந்துகொண்டிருந்தனர். யாரோ வியாபாரிகள் போல. வீட்டுக்குப் பக்கத்தில் வந்ததும் இடது பக்கம் வந்துகொண்டிருந்த ஆள் பேச்சை நிறுத்திவிட்டு வாசலில் நின்றுகொண்டிருந்த அவளைப் பார்த்தார். அவர் பேச்சு நின்றதைப் பார்த்து, கூட வந்தவரும் திரும்பிப் பார்த்தார். வீட்டைத் தாண்டியதும் அவர்களுடைய பேச்சு மறுபடியும் தொடர்ந்தது.

அந்த ராத்திரி நேரத்துத் தெருவை வைத்து பெரிய அத்தான் எழுதியிருந்த கவிதை வரிகள் அவள் நினைவுக்கு வந்தன. சிறிது நேரம் தெருவையே பார்த்துக்கொண்டு நின்று கொண்டிருந்தாள். பிறகு கதவைத் தாளிட்டுவிட்டு, போய்ப் படுத்தாள். யோசுவாவின் இரண்டு பக்கமும் பெற்றியும் லாசரும் அப்பாவின் மீது கால்களைப் போட்டபடியே படுத்திருந்தனர். லாசருக்குப் பக்கத்தில் பரிமளா படுத்துக்கொண்டாள். தூக்கமே வரவில்லை. ஊரின் நிசப்தத்தில் நட்சத்திரங்களின் ஒலி, புறா கத்துவதுபோல் கேட்டது. அந்த ஒலி அவளை விவரிக்க முடியாத அமானுஷ்யத்துக்கு இழுத்துச் சென்றது.

சிறிது நேரம் கழித்துக் கதவு தட்டுகிற சத்தம் கேட்டது. அவசரமாக எழுந்து ஹால் விளக்கைப் போட்டாள். வாசல் கதவைத் திறந்தாள். சாராய நெடி முகத்துக்குள் வீசியது. தாமஸ்தான் நின்றுகொண்டிருந்தான். குடிகாரர்களுக்கே ஏற்படும் ஒரு வினோதமான குற்றவுணர்வில் தலையைச் சாய்த்து நின்றுகொண்டிருந்தான். பரிமளா அவனுடைய கையைப் பிடித்து மெதுவாக உள்ளே அழைத்துவந்து டைனிங் டேபிளுக்கு முன்னால் உட்கார வைத்தாள். திரும்பவும் போய்க் கதவைத் தாழ்ப்பாள் போட்டாள்.

இரண்டு உலகங்கள்   219

தாமஸ் தலையைத் தொங்கப்போட்டவாறு உட்கார்ந்திருந்தான். 'அம்மா தூங்கிட்டாளா பரிமளா?' என்று கேட்டான். சமையல் அறையில் அவனுக்குச் சாப்பாடு எடுத்துக்கொண்டே, எந்தவித உணர்ச்சியும் இன்றி மெதுவாக, 'ஆமா!' என்றாள். விளக்கு வெளிச்சமும் கதவைத் திறக்கிற சத்தமும் யோசுவாவை எழுப்பியிருந்தன. தூக்கக் கலக்கத்தோடு அறை வாசலில் வந்து நின்று பார்த்துவிட்டு, எந்தக் காரணமும் இல்லாமல் தான் எழுந்துவந்துவிட்டதுபோல் நினைத்துக்கொண்டு மறுபடியும் படுக்கையில் போய் விழுந்தான். அவனுக்கும் லேசான முரட்டுச் சாராய நெடி வீசியது.

பரிமளா அவனுக்கு முன்னால் சாப்பாட்டை வைத்தாள். தண்ணீர் கொண்டுவருவதற்காகத் திரும்பவும் சமையல் அறைக்குள் போனாள். தாமஸ் பரிமளா போவதையும் வருவதையும் பார்த்துக்கொண்டிருந்தான். மேஜையில் தண்ணீர் டம்ளரை வைத்துவிட்டு அவனுக்குப் பக்கத்தில் நாற்காலியில் உட்கார்ந்தாள். 'சாப்பிடுங்க!' என்றாள்.

'என்னாலே உனக்கு எவ்வளவு கஷ்டம்?' என்றான் தாமஸ். 'என்ன கஷ்டம். ஒரு கஷ்டமும் இல்லை. எதையாவது நெனைச்சு மனசைக் கஷ்டப்படுத்திக்காமே பேசாமல் சாப்பிடுங்க' என்று பிரியத்தோடு அவனைப் பார்த்துச் சொன்னாள்.

'நான் வேணும்னா கையிலே உருட்டிப் போடட்டுமா?' என்று கேட்டுக்கொண்டே சோற்றை எடுக்கப் போனாள். அதற்குள் அவன் தட்டைத் தன் பக்கம் இழுத்துக்கொண்டான். கண்களில் கண்ணீர் தேங்கிவிட்டது.

'பரிமளா! லில்லியைக் கல்யாணம் பண்ணியிருந்தா நான் இந்த மாதிரி ஆகியிருக்க மாட்டேன் தெரியுமா?' என்று சொல்லிக்கொண்டே விசித்து விசித்து அழ ஆரம்பித்தான். அவள் அவனுக்குப் பக்கத்தில் நெருங்கி உட்கார்ந்து, தன் சேலை முந்தானையால் அவன் கண்களைத் துடைத்தாள். 'எதுக்கு இப்போ அந்தப் பழைய கதையெல்லாம்? பேசாம சாப்பிடுங்க அத்தான்' என்றாள். எதிரே அறை வாசலில் மங்கலான வெளிச்சத்தில் யாரோ வந்து நிற்கிறமாதிரி இருந்தது. சோற்றை உருட்டி அவன் கைகளில் போட்டுக்கொண்டே கண்களை இடுக்கிக்கொண்டு பார்த்தாள். யோசுவாதான். கொஞ்ச நேரம் அறை வாசலிலேயே நின்று பார்த்துவிட்டு உள்ளே போய்விட்டான்.

தாமஸுக்குச் சாப்பாடு கொடுத்து, அவனைப் படுக்க வைத்துவிட்டு அறைக்குள் வந்து படுத்தாள். யோசுவா

தூங்குகிறானா, விழித்திருக்கிறானா என்று தெரியவில்லை. கொஞ்ச நேரம் கட்டிலிலேயே உட்கார்ந்திருந்தாள். படுக்கவில்லை. திடீரென்று கட்டில் அசைந்தது. சுவர்ப் பக்கமாகத் திரும்பிப் படுத்திருந்த யோசுவா, படுத்திருந்தபடியே தலையைத் திருப்பி, 'அவனுக்குச் செய்யவேண்டிய பணிவிடை எல்லாம் செஞ்சாச்சு இல்லே? பிறகு இன்னும் எதுக்கு உட்கார்ந்திருக்கே? பேசாம படு!' என்றான். அவன் சொன்ன விதத்தில் ஒருவிதமான பொறாமை இருந்தது. பரிமளா ஒன்றும் சொல்லவில்லை.

சுபமங்களா, 1992

பெண்ணின் தலையும் பாம்பின் உடலும்

பாவா அவளைக் கூட்டிக்கொண்டு போக வந்தபோது மத்தியானம் ஆகியிருந்தது. மணி இரண்டு கூட இருக்கும். இந்த நேரத்துக்கு ஊருக்குள் வருகிற பஸ் கிடையாது. சிவந்திபுரம் வந்து அங்கே யிருந்து நடந்துதான் அவர் வந்திருக்கவேண்டும். தோளில் போட்டிருந்த துண்டை எடுத்து முகத்தைத் துடைத்துக்கொண்டே சாணம் போட்டு மெழுகியிருந்த திண்ணையில் உட்கார்ந்தார். வழுக்கை விழுந்திருந்த தலையில் ஒத்தி எடுத்தார். அனேகமாக முடிகள் உதிர்ந்துபோயிருந்தன. இரண்டு காதுமடல்களுக்கும் பின்னால் தலையைச் சுற்றி அரைவட்டமாக நரைமுடிகள் மட்டும் கொஞ்சம் தலையில் ஒட்டிக்கொண்டிருந்தது மாதிரி இருந்தது.

எதிர்த்த வண்டிக்காரர் வீட்டுக் கூரைமேல் வெருகுப் பூனை ஒன்று மெல்ல நடந்துபோய்க் கொண்டிருந்தது. வெள்ளையும் பழுப்பு முடிகளும் கலந்த அதன் திரேகத்தை வெயிலில் பார்க்க ரொம்ப அழகாக இருந்தது.

அவர் வந்ததுமே, ஸ்டால் வேலைக்குக் கூட்டிக் கொண்டு போகத்தான் வந்திருக்கிறார் என்பது தங்கத்துக்கும் பச்சைக்கும் தெரிந்துபோயிற்று. அவரை 'வாங்க' என்று கேட்டுவிட்டுத் தொடர்ந்து அரிசி புடைத்துக்கொண்டிருந்தாள் தங்கம். பச்சை அப்போதுதான் மேலத் தோட்டத்து பம்ப் செட்டில் குளித்துவிட்டு வந்து தாவணி மாற்றிக் கொண்டிருந்தாள். மருந்து வரவில்லை என்று இரண்டுநாளாக அவள் தீப்பெட்டி ஆபீசுக்கே போகவில்லை.

தண்ணீர் கேட்டு வாங்கிக் குடித்துவிட்டு, பெரிய விருந்து சாப்பிட்டவர் மாதிரி நீளமாக ஏப்பம்விட்டார். தலையைக் கொண்டை போட்டுக்கொண்டே அவர் எதிரே உட்கார்ந்தாள் பச்சை. அவருடைய கண்கள் குழிவிழுந்து போயிருந்தன. போன தடவை வந்திருந்தபோது இருந்ததைவிட இப்போது ரொம்ப மெலிந்துபோயிருந்தார். அவர் மேலே போட்டிருந்த மஞ்சள் ஜிப்பாவைக் கழற்றினால் உள்ளே எலும்புக் கூடுதான் இருக்கும் போல.

'நல்ல மத்தியான வெயில்ல வந்திருக்கேளே . . .' என்றாள் தங்கம்.

'ஆமா . . . சோலி இருக்கும்போது வெயிலப் பாத்தா முடியுமா!' என்று சொல்லிவிட்டு, எதிரே இருந்த பச்சையைப் பார்த்து, 'என்ன, ஒனக்கு இன்னைக்கு வேலை இல்லியா?' என்று கேட்டார்.

'மருந்து இல்லன்னு லீவு விட்டுட்டாங்க...' என்றாள் பச்சை.

'ஒன் வெசயமாத்தான் வந்தேன்...' என்று சொல்லிவிட்டுத் தெருப்பக்கம் கண்களை இடுக்கிக்கொண்டு பார்த்தார். 'இந்தக் கனிப்பெயல சுருட்டு வேண்டிட்டு வர அனுப்பினேன் . . . ஆளக் காணயில்லய?' என்று சலிப்புடன் சொன்னார். கனியும் அவருடன் வந்திருக்கிறான் என்றால் ஸ்டாலுக்குக் கூப்பிடத்தான் வந்திருக்கிறார் என்பது நிச்சயமாகிவிட்டது. முகத்துக்குள் சுற்றிச் சுற்றி வந்த கொசுவை விரட்டிக்கொண்டே தங்கம், 'என்ன ஸ்டால் போடப் போறேளா?' என்று கேட்டே விட்டாள். அவளுக்கு எதிரே தரையில் சிந்திக்கிடந்த குருணையை ஒரு குருவி பயந்து பயந்து கொத்திக்கொண்டிருந்தது.

'மாதா கோயில்ல கொடி ஏறியாச்சு! நாளை செண்டு திருவிழா ஆரம்பிக்குது. அதுக்குத்தான் பச்சையைக் கூட்டிக்கிட்டுப் போலாம்னு வந்தேன். திருவிழாவுக்கு ஸ்டால் போடலாமுன்னு பாக்கேன்!' என்று சொல்லிவிட்டு, வீட்டினுள் திரும்பி அரைகுறை வெளிச்சத்தில் தெரிந்த தங்கத்தின் முகத்தையே பார்த்தார் பாவா.

'அவ இப்பம் தீப்பெட்டி ஆபீசுக்குப் போயிக்கிட்டு இருக்காளே... நேத்தும் இன்னைக்கியும் தான் மருந்தோ என்னம்போ வரலைன்னு வூட்டுல இருக்கா... அவள எப்பிடி அனுப்பட்டும்?' என்று சடைத்துக்கொண்டாள்.

'ஒரு பத்தே பத்துநாப் பாடு! தெனசரி சாப்பாடு போவ பதினஞ்சு ரூபா சம்பளம் தந்திருதேன்!'

'அவ போன தடவயே வரலன்னு சொன்னாளே . . . மருகி மருகிக் கூப்பிடுதேளேன்னுதான் அனுப்பிச்சுவச்சேன். போயிட்டு வந்தம் பொறவு புள்ள வருத்தப்பட்டாள். ஸ்டாலுக்கு

வெளயாட வார ஆட்கள் ரொம்பக் கேலி பண்ணுதாவன்னு சொல்லி அழுதா...' என்று ஆற்றாமைப்பட்டாள் தங்கம்.

'வேணும்னே மேல வளையத்தைப் போடுதாங்க... அந்த மாதிரி எடத்துக்குத் திரும்ப வர முடியுமா பாவா?' என்றாள் எதிரே உட்கார்ந்திருந்த பச்சை.

'இந்தத் தடவ வளையம் போடுத ஸ்டால் இல்ல... பாம்பு ஸ்டால் போடப் போறேன். கண்ணாடிக் கூண்டுக்குள்ள இருக்க வேண்டியதுதான்...' என்று சமாதானம் சொன்னார். ஒரேயடியாகத் தாயும் மகளும் முடியாது என்று சொல்லிவிடுவார்களோ என்று அவருக்குப் பயமாக இருந்தது.

'மனுசத் தலையும் பாம்பு ஒடம்பும்தான? இப்பம் அத எல்லாம் யாரு பாக்க வாரா? போன வருசம் பொருக்காச்சியில் அந்த ஸ்டால்தான் போட்டோம்... வசூலே ஆகலையே! நீங்கள்லா கையை வுட்டுக் காசு தரவேண்டியிருந்திச்சு...' என்றாள் பச்சை.

'இல்லை தாயி! இது கெராமாந்தரமான எடம்... அதனால சனங்க வந்து பாக்கும்ங்க... நீ எதுக்கு அதப்பத்திக் கவலைப்படுத? நாம் பாத்துக்கிடுதேன்...' என்றார் பாவா.

அதற்குள் கனி சுருட்டு வாங்கிக்கொண்டு வந்துவிட்டான். அவனைப் பார்த்ததும் 'கனியும் ஸ்டாலுக்கு வாரானா?' என்று வாசலருகே வந்து நின்று கேட்டாள் தங்கம். அவள் கேட்ட விதம் பச்சையை அனுப்பிவைக்கச் சம்மதித்து விடுவாள்போல் இருந்தது.

'பின்னே? அதான அவெனக் கூட்டிக்கிட்டு வந்திருக்கேன்... அவென் அப்பங்கிட்ட சொல்லிக் கூட்டிக்கிட்டுதானே நேரே இங்க வாரேன்...' என்று சற்று நம்பிக்கையுடன் சொன்னார்.

வெகுநேரம் மன்றாடியபிறகு இதுதான் கடைசித் தடவை என்று சொல்லி, தங்கம் பச்சையை அவருடன் அனுப்பி வைத்தாள். மூணுபேரும் புறப்பட்டுப் போகும்போது சாயந்திரம் ஆகிவிட்டது.

'**வா**ங்க சார் வாங்க... வாங்கம்மா வாங்க. காண்பதற்கு அரிய காட்சியைக் காண வாருங்கள். பெண்ணின் தலையைக் கொண்ட பாம்பை எங்காவது பார்த்திருக்கிறீர்களா? அந்த அதிசயத்தை இங்கே இப்போதே பாருங்கள். ஐம்பதே பைசா செலவில் அந்த அதிசயத்தைப் பார்க்க வேண்டாமா நீங்கள்? அழகான பெண்ணின் தலையைக் கொண்ட பாம்பின் உடம்பு... இந்த இருபதாம் நூற்றாண்டின் இணையற்ற அதிசயம். இந்த அதிசயத்தை அதிகச் செலவில்லாமல் வெறும்

ஐம்பதே ஐம்பது பைசா செலவில் காண விரைந்து வாருங்கள். சினிமா நடிகை கவர்ச்சிக் கன்னி காஞ்சனா தேவி பார்த்துப் பாராட்டிய இந்த அதிசயத்தைக் குடும்பத்தோடு நீங்கள் பார்க்க வேண்டாமா! ஐயாமாரே, அம்மாமாரே, சகோதர சகோதரிகளே! ஐம்பதே ஐம்பது பைசா செலவழிக்க மாட்டீங்களா? பெண்ணின் தலை பாம்பின் உடம்பு...'

என்னவெல்லாமோ சொல்லி மெகா போனில் அழைத்துக்கொண்டிருந்தான் கனி. ஆனால் ஸ்டாலுக்கு எதிரே, அவன் வயதை ஒத்த பையன்கள்தான், மேலே கட்டியிருந்த துணி பேனரை வேடிக்கை பார்த்துக்கொண்டிருந்தார்கள். பெரிய ஆட்கள் பேனரைப் பார்த்ததுமே கிண்டல் செய்து கொண்டு போனார்கள். பச்சை அக்கா சொன்னது சரியாகத்தான் போயிற்று. ஆனால் பாவா, கனி விளம்பரம் சொல்லுகிற விதம்தான் சரியில்லை என்று நினைத்தார். 'டேய்! சனங்களைப் பார்த்துச் சொல்லுடா . . . மேல மானத்தைப் பார்த்துச் சொன்னா யாருக்குடா கேக்கும்?' என்று அடிக்கடி அவனுக்கு ஞாபகப்படுத்திக்கொண்டிருந்தார். அது அவனுக்கு ரொம்ப எரிச்சலாக இருந்தது. 'நீ சொல்லித்தான் தெரியணுமாக்கும்' என்று அவன் முணுமுணுத்தது மெகாபோனில் கூட லேசாகக் கேட்டது.

மத்தியானம் மூணு மணிக்கு ஆரம்பித்தது. அவனும் இத்தனை நேரமாக மூச்சுவிடாமல் கத்திக்கொண்டுதான் இருக்கிறான். யாரோ இரண்டு பட்டிக்காட்டு ஆட்கள் ஒரு ரூபாய் கொடுத்துப் பார்த்துவிட்டுப் போனதோடு சரி.

அவன் இன்னும் ஒரு சாயாகூடக் குடிக்கவில்லை. முதல் இரண்டுமூன்று நாட்கள் சாயந்திரம் நாலரை மணியானால், அவனை சாயாக் கடைக்குப் போய் ஒரு சாயா வாங்கிச் சாப்பிட்டுவிட்டு, பாட்டிலில் அவருக்கும் உள்ளே கண்ணாடிக் கூண்டுக்குள் இருக்கிற பச்சைக்கும் சேர்த்து சாயா வாங்கிவரச் சொல்லுவார். இப்போது இரண்டு நாட்களாக அவரே ஸ்டாலுக்குப் பின்னால் ஸ்டவ்வைப் பற்ற வைத்து, பால் விடாத சாயா போட்டுத் தந்துவிடுகிறார். வரவர சாப்பாடு கூட ரொம்ப மோசமாகிவிட்டது. ஸ்டால் போட்ட அன்றைக்கும் மறுநாளும் கருவாட்டுக் குழம்பு வைத்ததோடு சரி. பிறகெல்லாம் மூணு நேரமும் வெறும் சோறும் மிளகாயும்தான். அவரைப் பார்த்தாலும் பாவமாகத்தான் இருக்கிறது. இந்த வருஷம் திருவிழாவில் வசூலே இல்லை. அவனுக்கும் பச்சைக்கும் பேசினபடி சம்பளத்தையாவது ஊருக்குப் போகும்போது தருவாரோ என்னவோ?

இன்று ஆறாம் திருவிழா. இந்த ஆறுநாளில் ஐம்பது ரூபாய்கூட வசூல் ஆகவில்லை. ஜனங்கள் ரொம்பப் படித்து

விட்டார்கள்போல. எளிதில் ஏமாறத் தயாராயில்லை. கேளிக்கையாக இருந்தாலும், கொடுக்கிற காசுக்குத் தகுமா என்று பார்க்கிறார்கள். காசைக் கணக்குப் பார்த்துச் செலவு பண்ணத் தெரிந்துகொண்டுவிட்டார்கள். பெறுமதி இல்லாத கேளிக்கைக்கோ விநோதத்துக்கோ யாரும் காசை அவிழ்க்கத் தயாராக இல்லை.

தவிர, இப்போதெல்லாம் திருவிழாவுக்குத் திருவிழா மரணக் கிணறு விளையாட்டுக்காரர்களும் மிருகக்காட்சிச் சாலைக்காரர்களும் தவறாமல் வந்துவிடுகிறார்கள். இதெல்லாம் போதாது என்று ராட்சஸ ராட்டினம் வேறு சுற்றுகிறது. போன வருஷமாவது கையில்லாத கண்ணம்மா சிலேட்டில் காலால் எழுதுவதையும், காலால் ஊசியில் நூல் கோக்கிறதையும், ஸ்டவ் பற்றவைப்பதையும் பார்க்கக் கூட்டம் வந்தது. இந்த வருஷம் அங்கேயும் கூட்டமில்லை என்று அந்த ஸ்டாலைக் குத்தகைக்கு எடுத்திருக்கிற செவல்காரர் சொல்லிக்கொண்டிருந்தார். பாவம், கையில்லாத பெண் இவ்வளவு வேலையையும் கஷ்டப்பட்டுச் செய்கிறதே என்ற இரக்கம்கூட ஜனங்களுக்கு இல்லாமல் போய்விட்டது.

கனி, மெகாபோனில் கூப்பிடுகிறது போதாதென்று, பாவாவும் போகிற வருகிறவர்களையெல்லாம் கூப்பிட்டுக்கொண்டிருந்தார். கனி, தன் வேலையில் ரொம்பக் கவனமாக இருந்தான். இப்போது தன் விளம்பரத்தில், சூப்பர் ஸ்டார் சுரேஷ்காந்த் ரசித்துப் பாராட்டிய பெண்ணின் தலையைக் கொண்ட விநோதப் பாம்பைக் காணக் குடும்பத்தோடு வாருங்கள் என்று அழைத்துக்கொண்டிருந்தான். தன் குரலைக்கூட ஒரு பிரபலமான அரசியல் தலைவருடையதைப்போல மாற்றிக் கொண்டிருந்தான். ஒரு வெறியுடன் வயிற்றை எக்கி எக்கிக் கத்திப் பேசிக்கொண்டிருந்தான்.

பாவாவுக்குக்கூட அவனுடைய சாதுர்யமான பேச்சு திருப்தியாக இருந்தது. என்ன இருந்தாலும் அவர் முதலாளி அல்லவா? அவ்வளவு லேசில் தன் திருப்தியைக் காட்டிவிட முடியுமா என்ன?

‘லே மக்கா! கூட்டத்தைப் பார்த்துச் சொல்லு மக்கா...’ என்று அவனை விரட்டிக்கொண்டிருந்தார்.

தலை துண்டிக்கப்பட்டுப் பதப்படுத்தப்பட்ட மலைப் பாம்பின் உடலோடு பொருந்தியிருக்கும்படியாய், தன் தலையை மணிக்கணக்கில் ஆடாமல் அசையாமல் வைத்திருப்பது பச்சைக்கு அலுத்துவிட்டது.

அதுவும் அவள் முகத்துக்குப் போட்டிருந்த மட்டமான மேக்கப் பவுடர் கலவை காய்ந்துபோய் இறுகக் கவ்விப்

பிடிப்பதுபோல் இருந்தது. யாராவது ஆட்கள் வந்து போய்க் கொண்டிருந்தாலாவது நேரம் போகும். எவ்வளவு நேரம்தான் கண்ணாடிக் கூண்டுக்குள் தலையை வைத்துக்கொண்டு வெறித்துப் பார்த்துக்கொண்டிருப்பது? எப்போதாவது காற்றில் தூக்கிக்கொள்ளும் டெண்ட் துணிக்குக் கீழே, வெளியே போய்க்கொண்டிருக்கிறவர்களின் கால்கள் மட்டும் தெரியும். மரணக் கிணற்றில் கூட்டம் சேர்ப்பதற்காகப் போடும் சினிமாப் பாட்டுகளைக்கூடக் கேட்டுக் கேட்டு அலுத்துவிட்டது. அதே பாடல்களைத்தான், அதுவும் அதே வரிசையில்தான் திரும்பத் திரும்பப் போடுகிறார்கள். வந்த இரண்டாவது நாளிலேயே வசூல் ஆகாது என்று தெரிந்துபோயிற்று. ஊருக்குப் போகணும் என்று எத்தனையோ தடவை சொல்லிப் பார்த்து விட்டாள். 'ஆறாம் திருவிழா தங்கச் சப்பரம் வரும். ரொம்பக் கூட்டம் வரும்' என்று சொல்லித் தடுத்துவிட்டார். இன்று ஆறாம் திருவிழாதான். ஆனால் இவ்வளவு நேரமாகியும் ஒரு ரூபாய்க்குத்தான் டிக்கெட் விற்றிருக்கிறது. இப்படி வந்து மாட்டிக்கொண்டு விட்டோமே. கண்ணாடிக் கூண்டுக்குள் கீழே, அவள் இருப்பதற்காகத் தோண்டியிருந்த பள்ளம் ரொம்பச் சிறியது. அதில் உடம்பை நுழைத்து மண்டி போட்டுக் கூனிக்குறுகி உட்கார்ந்து உடம்பெல்லாம் வலித்தது. பதினைந்து ரூபாய் சம்பளத்துக்குப்போய் என்ன பாடுபடவேண்டியிருக்கிறது.

பாவா, எப்போதும் ஸ்டாலுக்கு முன்பக்கம்தான் படுப்பார். படுக்கிறதுக்காக மடக்குக் கட்டில் ஒன்று கொண்டு வந்திருந்தார். பச்சையும் கனியும் ஸ்டாலுக்கு உள்ளே கண்ணாடிக் கூண்டுக்குப் பக்கத்தில் சாக்கை விரித்துப் படுத்துக் கொள்வார்கள். அவர்களோடு தலை துண்டிக்கப்பட்ட மலைப் பாம்பின் உடல், வளைந்து நெளிந்து கண்ணாடிக் கூண்டுக்குள் பார்க்கக் கோரமாகக் கிடக்கும்.

வழக்கம்போல அன்று இரவு பத்துமணிக்கும்மேல் மூன்று பேரும், மத்தியானம் பொங்கித் தண்ணீர்விட்டுவைத்திருந்த பழைய சோற்றைத் தின்றுவிட்டுப் படுத்துக்கொண்டார்கள்.

மறுநாள் காலையில் பாவா எழுந்தபோது, கண்ணாடிக் கூண்டுக்குள் தலையை இழந்த, பதப்படுத்தப்பட்ட மலைப்பாம்பு மட்டும் வளைந்து நெளிந்து கிடந்தது. பச்சையையும் கனியையும் காணவில்லை. வெளியே தேடிப்பார்த்தார். நேரம் ஆக ஆக அவர்கள் ஓடிப் போய்விட்டார்கள் என்பது உறுதியாகிவிட்டது. பாவாவுக்கு அழுகை வந்தது.

இந்தியா டுடே இலக்கிய ஆண்டு மலர், 1993-94

தேடித்தேடி . . .

சாலாச்சிக்கு மாமா கடைக்குப் போகவே என்னவோபோல் இருந்தது. ஆனால் போகாமலும் தீராது. சங்கரனை மூன்றுநாளாகக் காணோம். பிள்ளைக்கும் உடம்புக்குச் சுகமில்லை. வெட்கத்தை விட்டு அவன் வேலை செய்கிற ஆபீஸிலும் போய்த் தேடிப் பார்த்துவிட்டாள். ஆபீஸ் முடிந்ததும் புறப்பட்டுப் போனதைப் பார்த்தோம் என்று அவனுடன் வேலை பார்க்கிறவர்கள் சொன்னார்கள்.

இதற்கு முன்புகூடப் பலமுறை அவன் இந்த மாதிரி திடீர் திடீரென்று ஒருநாள் இரண்டு நாள் வீட்டுக்கு வராமல் இருந்திருக்கிறான். கேட்டால், மெட்ராஸிலிருந்து ஒரு எழுத்தாளர் வந்திருந்தார், அவருடன் குற்றாலம் எல்லாம் போனேன் என்பான். இல்லை மதுரையில் ஒரு கருத்தரங்கம், அதுக்குப் போனேன் என்பான். போகிறவன் சொல்லிக்கொண்டு போகக்கூடாதோ? அப்படியே உடுத்தின வேஷ்டி சட்டையோடு ஆபீஸில் இருந்தவாறே புறப்பட்டுப் போய்விடுவான். மாதச் சம்பளத்தில் பாதி இந்த மாதிரி திடீர் பிரயாணங்களுக்கே போய்விடும். கண்டும் காணாததுக்குப் புஸ்தகங்கள் வேறு. வீடு பூராவும் புஸ்தக மயம். 'எதற்கு இப்படிச் செலவழிக்கிறீர்கள்?' என்று கேட்டால், 'உனக்கு இதெல்லாம் புரியாது' என்பான். நிஜமாகவே அவன் படிக்கிற புஸ்தகங்க ளெல்லாம் அவளுக்குப் புரியவில்லைதான். அவளும், வீட்டில் பெரிய மனுஷியாகச் சமைந்து இருக்கிற போது தொடர்கதைகள் படித்திருக்கிறாள். ஆனாலும்

அவன் படிக்கிற புஸ்தகங்கள் எல்லாம் ஒரு தினுசாகத்தான் இருக்கின்றன.

கல்யாணமான புதிதிலேயே அவன் இப்படி ஒருநாள் சொல்லாமல் கொள்ளாமல் போய்விட்டான். அவனுக்கும் அவளைப்போல அப்பா அம்மா இல்லைதான். அவள் தாய் மாமன் வீட்டில் வளர்ந்ததுமாதிரி, அவனும் அவன் சித்தப்பா வீட்டில்தான் வளர்ந்திருக்கிறான். எல்லாவற்றையும் விசாரித்துவிட்டுத்தான் மாமா அவளை அவனுக்குக் கொடுத்தார். குடித்தனம் வந்து ஒரு மாதங்கூட ஆகவில்லை. ஒருநாள் ஆபீஸுக்குப் போனவன் வீடு திரும்பவில்லை.

எப்போதும் அவன் ராத்திரி வீடு திரும்பப் பத்துமணிக்கும் மேல் ஆகிவிடும். அதுவரை வீட்டுக்காரப் பெரியம்மை வீட்டிலேயே இருப்பாள். அவர்கள் வீட்டில் டி.வி. இருக்கிறது. நேரம் போவது தெரியாதுதான். தெருவாசல் பக்கம் சத்தம் கேட்கிறபோதெல்லாம் அவன்தான் வந்துவிட்டானோ என்று தோன்றும். யாரெல்லாமோ வருவார்கள், போவார்கள். ஆனால் அவன் வருகிற நேரம் பத்து மணிதான்.

கல்யாணம் ஆகி இருபத்திரண்டு நாளோ என்னமோதான் இருக்கும். அன்று பாவூரில் இருந்த பெரிய அத்தை அவளை வந்து பார்த்துவிட்டுச் சாயந்திரம் போலத்தான் போனாள். அன்று இரவுதான் அவன் வீட்டுக்குத் திரும்பவில்லை. சாலாச்சிக்கு ஒன்றுமே புரியவில்லை. பக்கத்து வீட்டு ஜெயா வந்து, கூடப் படுத்திருந்தாள். என்றாலும் அன்று இரவு பூராவும் சாலாச்சி தூங்கவே இல்லை. அழுது அழுது தலைவலியே வந்துவிட்டது. பொழுது விடிந்ததும் விடியாததுமாக வீட்டுக்காரப் பெரியம்மைதான் தன் மகனை மாமா வீட்டுக்கு அனுப்பிவைத்து, விஷயத்தைச் சொல்லிவிட்டு வரச் சொன்னாள். மாமா பதறி அடித்துக்கொண்டு ஓடிவந்தார். தடிவீரன் கோவில் தெருவில் விசாரித்துவிட்டு வந்தார். பிறகு, காலை ஒன்பது மணி சுமாருக்கு அவனே வந்துவிட்டான். தன்னோடு கூடவே கவிஞன் என்று சொல்லிக்கொண்ட ஒரு இளைஞனை அழைத்துக்கொண்டு வந்திருந்தான். இரவெல்லாம் குறுக்குத்துறை ஆற்றங்கரையில் பேசிக்கொண்டிருந்தார்களாம். மாமா அவனிடம் நாசூக்காக, எல்லோரும் பதறிப்போனதைப்பற்றிச் சொன்னார். என்ன இருந்தாலும் அவன் அவருடைய வீட்டு மாப்பிள்ளை அல்லவா? சத்தம் போடவா முடியும்?

இந்த மூன்று வருஷத்தில் இதுபோல் எத்தனையோ முறை இப்படி ஆகிவிட்டது. ஒவ்வொரு தடவையும் அவள் மாமாவைத்தான் தேடிப்போக வேண்டியிருக்கிறது.

இரண்டு உலகங்கள்

‘என்னம்மா பெல் அடிச்சுக்கிட்டே வாரேன். ஒதுங்க மாட்டேங்கேளே அம்மா’ என்று சொல்லிக்கொண்டே ஒரு சைக்கிள்காரன் அவளைக் கடந்துபோனான்.

லாலா சத்திர முக்குக்கே வந்துவிட்டாள். வற்றல் மண்டிக்கு உள்ளிருந்து மிளகாய் வற்றல் வாடை வந்தது. எதிர் வரிசையில் ஒரு கடையின் முன்னே யானை வாலை ஆட்டிக்கொண்டு நின்றுகொண்டிருந்தது. யானையைச் சுற்றிச் சிறு கூட்டம் ஒன்று நின்றது. பதினோரு மணிதான் இருக்கும். அதற்குள் வெயில் தீப்பந்தமாக வந்துவிட்டது. யானைப் பாகன் யானையின் நிழலில் நின்றுகொண்டிருந்தான். மாமா கடைக்குப் போவதற்குள் சங்கரன் எதிரே திடீரென வந்துவிட மாட்டானா என்று இருந்தது. ‘ஒரு ப்ரெண்ட் வந்தான். அவன்கூட தூத்துக்குடிவரை போனேன்’ என்று சொல்லிக் கொண்டு எதிரே வந்துவிட மாட்டானா என்று இருந்தது.

லாலா சத்திர முக்கு திரும்பி, மாமா வேலை பார்க்கிற ஜவுளிக்கடையை நெருங்க நெருங்க சாலாச்சியுடைய நடையின் வேகம் குறைந்தது. மாமா கடைக்கு ஒவ்வொருமுறை வரும்போதும் வெட்கமாகத்தான் இருக்கிறது. மாமாவை வயது காலத்தில் இந்த மாதிரியெல்லாம் கஷ்டப்படுத்த வேண்டியிருக்கிறது.

அவளை அனேகமாகக் கடையில் வேலை பார்க்கும் எல்லோருக்கும் தெரியும். சின்னப்பிள்ளையாக இருக்கையில் ஆடிக்கழிவு, தீபாவளி, பொங்கல் சமயத்தில் எல்லாம் மாமாவுக்கு வீட்டிலிருந்து சாப்பாடு எடுத்துப் போயிருக்கிறாள். கடையில் வேலை பார்க்கிற கணக்குப்பிள்ளை தாத்தா, மாரியப்பன், கிட்டு, ராமலிங்கம், நாராயணன் இவர்களுக்கு எல்லாம் அவளை நன்றாகத் தெரியும்.

அவளை அழைத்து வைத்துக்கொண்டு பேசுவார்கள். சின்ன வயசில் இருந்த சகஜம், பிறகு வயதாக வயதாகப் போய்விட்டது. கூச்சமும் வெட்கமும் வந்துவிட்டது.

கடைக்கு வெளியே ரோட்டோரத்தில் தயங்கித் தயங்கி நின்றாள். மாமா, கடைக்குள் சேலைப் பிரிவில்தான் இருப்பார். கடைக்குள் நுழைந்ததும் முதலில் இருப்பது கைலி, துண்டுப் பிரிவு, அதற்கப்புறம் ஆண்களுக்கான சூட்டிங், சர்ட்டிங் பிரிவு, கடைசியில்தான் சேலைப் பிரிவு. கடைக்குள்ளிருந்து கடையில் வேலை பார்க்கிற ஆள் யாராவது வெளியே வந்தால் நன்றாக இருக்கும். அவர்களிடம் சொல்லி அனுப்பி மாமாவை வரச்சொல்லி விடலாம்.

அவள் எதிர்பார்த்த மாதிரியே சின்ன கணக்குப்பிள்ளை வெற்றிலைச் சாற்றைத் துப்புவதற்காக வெளியே வந்தார். ரோட்டில் நிற்கிற அவளைப் பார்த்ததும் அவர் கண்கள் அகல விரிந்தன. சாக்கடையில் குனிந்து வெற்றிலை எச்சிலைத் துப்பிவிட்டு அவளிடம் வந்தார்.

'என்னம்மா சாலாச்சி . . . எங்க வந்தே? மாமாவைப் பார்க்க வந்தியா? அண்ணாச்சி உள்ளதான் இருக்காஹ . . . கூப்பிடட்டுமா?' என்று கேட்டார்.

'ஆமா . . . கொஞ்சம் கூப்பிடுங்களேன் . . .' என்றாள் சாலாச்சி.

'வெயில்ல நிக்காத, நெழல்ல நில்லு, அனுப்பி வைக்கிறேன்' என்று சொல்லிவிட்டு, சின்ன கணக்குப்பிள்ளை படி ஏறி உள்ளே போய்விட்டார். சாலாச்சி கொஞ்சம் தள்ளிக் கடைச் சுவர் ஓரமாக ஒட்டி நின்றுகொண்டாள். குழந்தை ஞாபகம் வந்தது. வீட்டுக்காரப் பெரியம்மை வீட்டில் அவளைத் தூங்கப் போட்டுவிட்டுத்தான் வந்திருந்தாள்.ஒருவேளை விழித்திருப்பாளோ என்று பயமாக இருந்தது. அவள் அழ ஆரம்பித்தால் லேசில் நிறுத்தமாட்டாள். மாமாவிடம் விவரத்தைச் சொல்லிவிட்டு சீக்கிரம் போய்விடவேண்டும். லாலா சத்திர முக்கில் நின்றிருந்த யானை புறப்பட்டு விட்டதுபோல, மணிச்சத்தம் சீராகக் கேட்டது.

பிள்ளையையும் தூக்கி வந்திருக்கலாம். யானையைப் பார்த்தால் ரொம்பச் சந்தோஷப்படுவாள். வெயில் இல்லாமல் இருந்தால் தூக்கிக்கொண்டு வந்திருக்கலாம்.

'இப்படி வெயில்ல வந்திருக்கியே?' என்று கேட்டுக்கொண்டே மாமா படியிறங்கி வந்தார். ஒரு குடும்பம் கடைக்குள் நுழைந்தது.

'என்ன அவனைக் காணலயா?' என்று எடுத்ததுமே கேட்டார். அவளுக்குக் கண்களில் கண்ணீர் தேங்கி நின்றது. தொண்டையை அடைத்தது.

'நீ வந்திருக்கேன்னதுமே நான் நெனச்சேன்' என்றார் மாமா. அவளால் உடனே பேசமுடியவில்லை. கண்களைத் துடைத்துக்கொண்டாள்.

'கல்யாணம் ஆகி ஒரு புள்ளையும் ஆகியாச்சு. இன்னும் அப்படியே மைனர் மாதிரி இருந்தான்னா என்ன பண்ணுறது? அவுஹ சித்தப்பாகிட்டே சொன்னியா?'

'போன தடவ அவுஹகிட்டப் போயிச் சொன்னதுக்கே சத்தம் போட்டாஹ... அவன் பேச்சை எங்கிட்ட எடுக்காதே... அதான் கல்யாணம் கட்டிக் குடுத்தாச்சில்ல... பொறவு எதுக்கு

இங்கே வர்றேன்னு சத்தம் போட்டு அனுப்பிட்டாங்க' என்றாள். அவர் முகத்தை ஏறிட்டுப் பார்க்க முடியவில்லை. தலையைக் குனிந்துகொண்டே சொன்னாள்.

'நானுந்தான் என்ன பண்ணட்டும் சொல்லு பாப்பம்? கடன உடன வேண்டி ஒன்னையக் கட்டிக் குடுத்தாச்சு... ஒங் கல்யாணத்துக்கு வேண்டுன கடன இன்னம் அடச்ச பாடில்லை. அடுத்தாப்புல ரெண்டு புள்ளைய வீட்டுல உட்கார்ந்திருக்குது. அதுகள எப்படிக் கட்டிக் குடுக்கப்போறேன்னு தெரியல. சவுளிக்கடை வேலையில என்ன ஆயிரம் ஆயிரமா அள்ளியா குடுக்கான்? இதுக்கு மத்தியில் நீ வேற மாசத்துக்கு ஒரு தடவை புருஷனைக் காணோம்னு வந்து நின்னா நான் என்னத்தைச் செய்யட்டும் சொல்லு . . .' என்று எரிச்சலுடன் பேசினார்.

சாலாச்சிக்குப் பொங்கிப் பொங்கி அழுகை வந்தது. குனிந்து தரையில் பெருவிரலால் கோடு கிழித்துக் கொண்டிருந்தாள். அவள் அழுவதைப் பார்த்து அவருக்கே தாங்க முடியவில்லை. அவளுக்கு அவரை விட்டால் வேறு நாதி ஏது? எந்தக் கதியும் இல்லாமல் வந்து நிற்கிறவளைப்போய் இந்த மாதிரி சத்தம் போட்டுவிட்டோமே என்று வருத்தமாக இருந்தது. 'என்னைக்கிப் போனான்?' என்று அவளைச் சமாதானப் படுத்துகிறமாதிரி கேட்டார்.

'போயி மூணுநாளாச்சு மாமா. செவ்வாய்க்கிழமை வேலைக்குப் போன ஆளு. எங்க போச்சுன்னே தெரியலை. நேத்து அவங்க ஆபீஸ்ல போயிக்கூடக் கேட்டுப் பாத்துட்டேன். லீவு லெட்டர் கூடக் குடுக்கலையாம் . . . எனக்கும் ஒங்களப் போயி இந்த மாதிரி அடிக்கடி கஷ்டப்படுத்துறமேன்னு வெளிய சொல்ல முடியாத சங்கடமாத்தான் இருக்கு. நேத்தே வரணும்னு நெனச்சேன். வரக் கூச்சப்பட்டுக்கிட்டுத்தான் வரலை. பொறவு இன்னைக்கும் ஆளைக் காணலைன்னதுந்தான் என்ன செய்யறதுன்னு வந்தேன்' என்றாள். சேலைத் தலைப்பால் கண்ணைத் துடைத்துக்கொண்டாள்.

'அழாதம்மா அழாத. அழுது என்ன செய்ய? ஒந்தலை யெழுத்து ஒனக்கு இப்படி ஒருத்தன் வந்து வாச்சிருக்கான்' என்று அவளைத் தேற்றினார். ரோட்டில் காலியான டீ கிளாஸ்களை எடுத்துச் சென்றுகொண்டிருந்த ஒருபையன் அவர்களைப் பார்த்துக்கொண்டே போனான். எதிர்ப்பக்கம் ஒரு லாரியிலிருந்து இரும்புக் கம்பிகளை இறக்கிக்கொண்டிருந்த ஆட்கள் போடுகிற சத்தம் பெரிதாகக் கேட்டது. டிரைவர் தன் சீட்டில் இருந்தவாறே சிகரெட் பிடித்துக்கொண்டிருந்தார். அவருக்கும் மாமா வயதிருக்கும். இவ்வளவு வயதிலேயும் லாரி

ஓட்டிப் பிழைக்கவேண்டியிருந்தது. அந்த லாரி டிரைவருக்கும் சங்கரனை மாதிரி ஒரு பொறுப்பில்லாத மருமகன் இருப்பானோ? திடீரென்று ஒரு காற்று அடித்துத் தெருவில் இருந்த தூசியைக் கிளப்பிற்று.

'அந்தத் தெக்குப் புதுத் தெருக்காரி வீட்டுல போய்க் கேட்டால் தெரியுமோ . . . அவளும் இவன மாதிரி கதை, பாட்டு எல்லாம் எழுதறவதானே?' என்று கேட்டார் மாமா. இப்போது அவர் குரலில் கோபமோ எரிச்சலோ இல்லை.

'தெரியல மாமா' என்று தலையைக் குனிந்துகொண்டே சொன்னாள் சாலாச்சி. கோமதியா பிள்ளை கடைப்பக்கமே பார்த்துக்கொண்டு நின்றுகொண்டிருந்தார். அவருக்கு என்ன சொல்வது என்றே தெரியவில்லை. சிறிது நேரம் கழித்து, 'அவ வீட்டுக்கெல்லாம் இப்ப அவுஹ போறதில்லை' என்றாள் சாலாச்சி.

'நீ வீட்டுல இருக்கவ . . . ஒனக்கு என்ன தெரியும்? ஆம்பள சமாச்சாரம் ஒனக்குப் புரியாது' என்று சொல்லிவிட்டு அவளையே பார்த்தார்.

'சரி வெயில்ல நிக்காதே . . . புள்ளை எங்கே? வீட்டுல விட்டுட்டு வந்திருக்கியா? சரி . . . சோறு கீறு பொங்குனியா? சாப்பிட்டியா? அவன் இல்லைங்கறதுக்காகச் சோறு பொங்காம இருக்கியா?'

'காலைல உப்புமா கிண்டிச் சாப்புட்டேன்.'

'ஒனக்கு வீட்டுல இருக்க ஒரு மாதிரியா இருந்தா நம்ம வீட்டுல போய் இரேன். நான் கடையில சொல்லிட்டுத்தான் வரணும் . . . நீ இப்ப வீட்டுக்குப் போ . . . நான் மத்தியானம் ரெண்டுமூணு மணிபோல வாரேன். அந்தத் தெக்குப் புதுத் தெருக்காரிகிட்ட போயிக் கேட்டுட்டு வாரேன்' என்றார்.

அவளுக்கு அந்த மாதிரியெல்லாம் சந்தேகம் வரவில்லை. கவிதைகள் எழுதுகிற அந்தப் பெண்ணைப் பற்றி அவனே அவளிடம் ஒன்றிரண்டு தடவை பிரஸ்தாபித்திருக்கிறான். ஒருமுறை கோவிலுக்குப் போயிருந்தபோது அந்தப் பெண்ணை அவளுக்கு அறிமுகப்படுத்தி வைத்தான். மாமா திரும்பத் திரும்ப அந்தப் பெண்ணைப் பற்றிப் பிரஸ்தாபித்தபோதும் அவளுக்கு ஏனோ அவள் பேரில் சந்தேகமே வரவில்லை.

'அது ஏதோ சின்னப் பிள்ளை மாமா.. நீங்க நெனக்கிற மாதிரி ஒண்ணும் இல்ல மாமா . . .'

'சரி . . . நீ வீட்டுக்குப் போ . . . நான் பாத்துக்கிடுதேன்' என்றார் கோமதியா பிள்ளை.

புறப்படும்போது அவளுக்கு, மாமாவிடம் வந்து சொல்லி யிருக்க வேண்டாமோ என்று பட்டது. அவரிடம் சொல்லிக் கொண்டு புறப்பட்டாள். நாலைந்து எட்டு வைத்து நடந்ததும் பின்னால் யாரோ மூக்குச் சிந்துகிற சத்தம் கேட்டது. திரும்பிப் பார்த்தாள். மாமாதான். யானையின் மணிச் சத்தம் தேய்ந்துபோய் லேசாகக் கேட்டது. பிள்ளை விழித்திருக்குமோ என்று பயந்துகொண்டே வேகமாக நடந்தாள்.

வீட்டுக்குள் நுழைந்தபோது சங்கரன் உட்கார்ந்திருந்தான். அவன் மடியில் குழந்தை இருந்தது.

தினமணி கதிர், 1994

ராதா அக்கா

விக்கிரமசிங்கபுரம் பெரியப்பா வீட்டுக்குப் போவதற்காக அம்பாசமுத்திரம் பஸ் ஸ்டாண்டில் நின்றுகொண்டிருந்தேன். குற்றாலத்தில் இரண்டு வாரமாகவே நல்ல சாரல். பொழுது விடிந்து ஒன்பது மணி ஆகியும்கூட சூரியன் முகத்தைப் பார்க்கமுடியவில்லை. வானம் மப்பும் மந்தாரமுமாக இருந்தது. வாடைக்காற்று வீசிக்கொண்டிருந்தது. கருத்த மேகங்கள் கூட்டம் கூட்டமாகக் கிழக்கு நோக்கிச் சென்றுகொண்டிருந்தன.

அதிகாலையில் மழை பெய்திருக்க வேண்டும். தெருவில் எங்கே பார்த்தாலும் திட்டுத் திட்டாகத் தண்ணீர் தேங்கியிருந்தது. பஸ் ஸ்டாண்டுக்கு இடதுபுறம் தெரு ஓரத்தில் நின்றுகொண்டிருந்த கோவில் தேரின் மீது வேய்ந்திருந்த தகரக் கூரையின் மீது இன்னும் ஈரம் காயாமல் இருந்தது. கீழ்ப்பக்கம் பஸ் ஸ்டாண்ட் காம்பவுண்ட் சுவரிலிருந்து ஆரம்பித்த வயல்வெளி அடிவானம்வரை விரிந்திருந்தது. சில தினங்களுக்கு முன்னால்தான் நடுகை முடிந்திருக்க வேண்டும். பிரம்மாண்டமான பச்சைவண்ண ஸாட்டின் மெத்தை ஒன்றைக் கண்ணுக்கு எட்டிய தொலைவுவரை விரித்திருந்த மாதிரி இருந்தது. அதன் நடுவே வெள்ளைத் துணியைக் கிழித்துக் குச்சிகளில் செருகிவைத்திருந்ததுபோல் கொக்குகள் நின்றுகொண்டிருந்தன.

எப்போதும் பரபரப்போடு இருக்கிற பஸ் ஸ்டாண்டுக்கு அருகே, இதுபோல் தண்ணீரும் பசுமையும் இருப்பது எவ்வளவு ரம்யமாக இருக்கிறது. தென்காசியில்கூட பஸ் ஸ்டாண்ட்

பக்கத்தில் இப்படித்தான் வயல்கள் இருக்கும். சேர்மாதேவி பஸ் ஸ்டாண்டை ஒட்டி வாய்க்கால் ஓடும். ஸ்ரீவைகுண்டத்தில் பஸ் ஸ்டாண்டுக்குப் பக்கத்தில் ஆறே ஓடுகிறது. இப்படி வயல்களுக்குப் பக்கத்தில் பஸ் ஸ்டாண்டுகளைக் கட்டவேண்டும் என்று யாருக்கோ முதலில் தோன்றியிருக்கிறதே.

ராத்திரியே புறப்பட்டேன். ஆனால் ராசா சித்தப்பா விடவில்லை. 'மணி ஒம்பதுக்குமேல் ஆவுது. இந்நேரத்துல அங்க போயி என்ன பண்ணப்போறே... படுத்திருந்துட்டுக் காலம்பற எந்திரிச்சுப் போடா' என்று சித்தப்பா நிறுத்திவைத்துவிட்டார்கள். கொஞ்ச நேரம் கழித்து, 'பொறப்படு...சினிமாவுக்குப் போயிட்டு வரலாம்...' என்றார்கள். செகண்ட் ஷோவுக்குக் கூட்டிக்கொண்டு போவதற்காகவே சித்தப்பா என்னைப் போகவேண்டாம் என்று சொன்னதுமாதிரி இருந்தது. சினிமா விட்டு வந்த பிறகும் மூணு மூணரைமணிவரை படுத்துக்கொண்டே பழைய கதைகளை எல்லாம் பேசிக்கொண்டிருந்தோம். எதிரே இருந்த காப்பி கிளப்பில் தோசை மாவைக் கல்லில் விடுகிற சத்தம் கேட்டது. அம்பாசமுத்திரம் வந்தால் அந்த ஹோட்டலில் சாப்பிடாமல் போனதே இல்லை. அங்கே சாப்பிடுவதற்காகப் பல தடவை பஸ்களைக் கூடத் தவறவிட்டிருக்கிறேன். இத்தனைக்கும் அது ஒன்றும் ரொம்பப் பெரிய ஹோட்டல் அல்ல. எதனாலோ ஒரு விஷயம் மனசுக்குப் பிடித்துவிட்டால் அதை லேசில் விட்டுவிட முடிவதில்லை. ஆனால் அதுவே மற்றவர்களுக்கு ரொம்ப அற்பமாகப் படலாம். இதையா இவ்வளவு பிரமாதப்படுத்தினான் என்று தோன்றும். அம்பாசமுத்திரத்துக்கு வந்துவிட்டு அந்தக் கிளப்பில் நுழைந்து கை நனைக்காமல் போவதா? ஒரு காப்பியாவது சாப்பிட வேண்டும் போல் இருந்தது.

கக்கத்தில் சுருட்டிவைத்திருந்த துணிப்பையைக் கைக்கு மாற்றிக்கொண்டு காப்பி சாப்பிடுவதற்காகப் புறப்பட்டேன்.

'தம்பி நீ செல்லப்பாதானே?' என்று யாரோ பேர் சொல்லிக் கூப்பிட்டார்கள். திரும்பினேன். பக்கத்தில் ஒரு நடுத்தர வயதுப் பெண். ரொம்பப் பரிச்சயமான முகம் போல் இருந்தது. ஒருகணம் தடுமாறினேன். பேர் ஞாபகத்திற்கு வரவில்லை.

திரும்பவும் அவள், 'நீ செல்லப்பாதானே?' என்று நிச்சயத்தோடு கேட்டாள்.

'ஆமாம் நீங்க?'

'தெரியலையா?' என்று விரல்களை விரித்துக் கேட்டுவிட்டுச் சிரித்தாள். சட்டென்று பொறி தட்டியது.

'ராதா அக்காவா நீங்க?'

‘பரவாயில்லையே? ஞாபகமிருக்கே . . .’

ஆச்சரியமும் சந்தோஷமும் முதுகுத்தண்டில் மின்னலைப் போல் ஓடியது. இப்படியும் கூட நடக்க முடியுமா என்ன? மேற்கொண்டு என்னால் எதுவும் பேச முடியவில்லை. ஆனால் ராதா அக்கா, ரொம்ப சகஜமாகப் பேச்சைத் தொடர்ந்தாள்.

‘அப்பமே ஒன்னைப் பாத்துட்டேன். மொதல்ல கொஞ்சம் சந்தேகமாத்தான் இருந்திச்சு. வேற யாருமா இருந்துட்டா என்ன பண்றதுன்னு நெனச்சேன். நீ இந்தப் பக்கம் திரும்புவேன்னு பாத்தேன். நீ என்னடான்னா திரும்பவே இல்லை. பெறவு நீ எங்கியோ பொறப்படுகிற மாதிரி இருக்கவுந்தான் . . . சரி, துணிஞ்சு கேட்டுரவேண்டியதுதான்னு பேர் சொல்லிக் கூப்புட்டேன்.’

பக்கத்தில் நின்றுகொண்டிருந்தவர்களின் கவனம் எல்லாம் எங்கள் மீதுதான் இருந்தது. எங்களது பரவசமும் சந்தோஷமும் அவர்களையும் தொற்றிக்கொண்டிருந்தன. ராதா அக்காவைப் பார்த்தபிறகு அந்த பஸ் ஸ்டாண்ட், அந்தத் தெரு, தேர், வயல்கள் எல்லாமே சொப்பனத்தில் வருகிறமாதிரி இருந்தன.

‘காப்பி சாப்பிடத்தான் கௌம்பிக்கிட்டிருந்தேன். வாங்கக்கா . . . காப்பி சாப்பிடுவோம் . . .’ என்று கூப்பிட்டேன். ராதாக்காவின் முகத்தில் லேசான தயக்கம் ஓடி மறைந்தது; அவ்வளவுதான்; பிறகு என்னுடன் புறப்பட்டாள்.

‘அன்னைக்கு இருந்தமாதிரிதான் இருக்கே. ஆள்தான் கொஞ்சம் தாட்டிக்கமா இருக்கே . . .’ என்று சொல்லிக்கொண்டே என்னுடன் ரோட்டைக் கடந்தாள். தலையில் ஒன்றிரண்டு நரை முடிகள் தென்பட்டன. அதைத் தவிர முப்பது வருஷத்துக்கு முன்னால் பார்த்துப் பழகின, தாவணி அணிந்த அதே ராதா அக்காவோடு நடக்கிற மாதிரிதான் இருந்தது.

‘கதையில் வர்ற மாதிரியில்லா இருக்கு அக்கா . . . இத்தனை வருஷத்துக்குப் பிறகு நாம திரும்பச் சந்திப்போம்னு நான் நெனச்சுப் பார்த்ததே இல்லே அக்கா . . .’ என்றேன்.

‘கதைதான் . . . வாழ்க்கையே கதை மாதிரித்தானே இருக்கு?’ என்று தலையைக் குனிந்துகொண்டே சொன்னாள். பெருமூச்சு விட்டாள். நெஞ்சு ஏறித் தாழ்ந்தது. எங்களுக்குள் பேசிக்கொள்ள நிறைய விஷயம் இருப்பதுபோல் இருந்தது. கிளப்பினுள் நுழைந்தோம். ஆமை வடையின் வாசனை அடித்தது. ராதா அக்காவே ஒரு ஓரமாக இருந்த டேபிளில் உட்கார்ந்தாள்.

‘ஒங்களுக்கு ஒண்ணும் அவசரமில்லையே அக்கா?’ என்று கேட்டுக்கொண்டே அவளுக்கு எதிரே உட்கார்ந்தேன். அக்கா

என்னையே பார்த்துக்கொண்டிருந்தாள். இளநீல வண்ணத்தில் அவள் கட்டியிருந்த சேலை ரொம்ப அழகாக இருந்தது.

'சொன்னா நம்ப மாட்டீங்க அக்கா ...' என்று தயக்கத்துடன் பேச ஆரம்பித்தேன்.

'இத்தனை வருஷத்துக்குப் பிறகு சந்திச்சிருக்கோமே ... இதை நம்பவா முடியுது?'

'நேத்து ராத்திரி நானும் சித்தப்பாவும் காத்திருந்த கண்கள் போயிருந்தோம். படம் போட்டதும் உங்க ஞாபகம் தான் வந்துச்சுக்கா. பாளையங்கோட்டையில் நாம் எல்லோரும் வளவோட அந்தப் படத்துக்குப் போனோமே, உங்களுக்கு ஞாபகம் இருக்கா?'

'அதுக்கு மட்டுமா போயிருக்கோம்? எத்தனையோ படத்துக்கு நாம சேர்ந்து போயிருக்கோம் ... ஹூம் ... சொப்பனம் மாதிரியில்லா இருக்கு. ஏதோ ஒரு ஜென்மாந்திரத் தொடர்பு இருக்கு... அதுதான் ஒன்னையும் என்னையும் இங்கே இழுத்துக்கிட்டு வந்திருக்கு...' சொல்லிக் கொண்டிருக்கும் போதே அக்காவுடைய குரல் கம்மிவிட்டது. கண்கள் கலங்கி இருந்தன.

காசுக்கடை பிள்ளை வீட்டு வளவில்தான் நாங்கள் குடி இருந்தோம். ராதா அக்காவுடைய வீடு தெருவடியில் இருந்தது. பள்ளிக்கூடம் போகிற நேரம் தவிர மற்ற நேரங்களில் ராதா அக்கா வீட்டில்தான் எங்கள் வளவுப் பிள்ளைகள் எல்லாம் இருப்பார்கள். அவர்களுடைய வீட்டின் முன்பகுதியில் பெரிய வராந்தா ஒன்று உண்டு. வராந்தா சுவர் பூராவும் போட்டோ படங்கள் மாட்டியிருக்கும். ஒரு மர ஸ்டாண்டின் மீது ரேடியோ பெட்டி. அந்த வராந்தாதான் எங்களுடைய உலகம். இருட்டிவிட்டால் வரிசையாக உட்கார்ந்து படிப்போம். லீவு நாட்களில் தாயம், பல்லாங்குழி, சீட்டு, டிரேட் விளையாட்டு என்று அமர்க்களப்படும். சிமெண்ட் தளம் போடும்போதே தரையில் தாயக் கட்டத்தைப் பதித்திருந்தார்கள்.

ராதா அக்காவின் அப்பா பயோனியர் பஸ்ஸில் டிரைவராக ஓடிக்கொண்டிருந்தார்கள். அக்காவுடன் பிறந்தவர்கள் இரண்டு அக்காவும் ஒரு அண்ணனும். ராதா அக்காதான் கடைசி. இரண்டு அக்காமாருக்கும் கல்யாணம் ஆகியிருந்தது. அண்ணனுக்கு அப்போது இருந்த திருநெல்வேலி, தூத்துக்குடி எலெக்ட்ரிசிட்டி கம்பெனியில் வேலை. அக்கா எஸ்.எஸ்.எல்.சி வரை படித்துவிட்டு வீட்டில் இருந்துவந்தாள். அச்சு அசல் அப்படியே ஈ.வி. சரோஜா மாதிரி இருப்பாள்.

அக்கா அருமையான ரசிகை. வீட்டில் என்ன வேலை செய்தாலும் பாடிக்கொண்டேதான் செய்வாள். சொன்ன

சொல்லை மறந்திடலாமா வா . . . வா . . . என்ற பாட்டை ரொம்ப அருமையாகப் பாடுவாள். ராதா அக்காவுடைய அண்ணன், அவள் படிக்கிறதுக்காகவே நிறையப் பத்திரிகைகள் வாங்கிப் போடும். அப்போது கல்கியில் ‘குறிஞ்சி மலர்’ வந்து கொண்டிருந்தது. அதில் வருகிற பூரணி மாதிரியே ராதா அக்காவும் இருக்கிற மாதிரிப் படும்.

எங்கள் வளவிலேயே ராதா அக்கா வீட்டில்தான் ரேடியோ இருந்தது. ரேடியோவில் வருகின்ற நிகழ்ச்சிகள் எல்லாம் அக்காவுக்கு அத்துப்படியாகி இருந்தது. ரேடியோ பெட்டிக்குப் பக்கத்திலேயே வானொலி பத்திரிகையும் இருக்கும். இப்போது டெலிவிஷனில் ஞாயிற்றுக்கிழமை படம் பிரபலமாக இருக்கிறமாதிரி, அப்போது ஞாயிற்றுக்கிழமை மத்தியானத்துக்கு மேல் ஒலிபரப்பாகும் ஒலிச்சித்திரம் ரொம்பப் பிரபலமாக இருந்தது. ராதா அக்காவுடைய அண்ணனும் கோபால் அண்ணனும் ரொம்ப ஸ்நேகம். இரண்டு பேரும் ஒன்றாகப் படித்தவர்கள். கோபால் அண்ணனுக்குச் சொந்தமாகத் தெற்குப் பஜாரில் ஜவுளிக்கடை இருந்தது.

தெருவாசலில் மோட்டார் சைக்கிள் நின்று கொண்டிருக்கிறது என்றால் கோபால் அண்ணன் வந்திருக்கிறது என்று தெரிந்துகொள்ளலாம். அந்த அண்ணனும் ராதா அக்கா வீட்டு அண்ணனும் அந்த வண்டியிலேயே திருச்செந்தூர், குற்றாலம் எல்லாம் போவார்கள்.

கோபால் அண்ணன் வீட்டு மதினியும், வீட்டுவேலை ஒழிந்த நேரங்களில் பேசிக்கொண்டிருப்பதற்காக ராதா அக்கா வீட்டுக்கு வந்துவிடும். சமயங்களில் அந்த அண்ணனே கடைக்குப் போகிறபோது லீலா மதினியை பைக்கில் பின்னால் வைத்துக் கூட்டிக்கொண்டு வந்து ராதா அக்கா வீட்டில் விட்டுவிட்டுப் போகும். கோபால் அண்ணன் வந்துவிட்டால் ராதா அக்காவுடைய போக்கே மாறிவிடும். ராதா அக்காவைக் கேலி செய்வது என்றால் கோபால் அண்ணனுக்கு ரொம்ப இஷ்டம்.

அந்த வருஷம் கால் வருஷப் பரீட்சை முடிந்து அன்றுதான் பள்ளிக்கூடம் திறந்திருந்தது. சாயந்திரம் பள்ளிக்கூடம் விட்டு வரும்போது ராதா அக்காவுடைய வீடு பூட்டிக் கிடந்தது. அவர்களுடைய வீடு பூட்டிக் கிடந்து நான் ஒருநாளும் பார்த்ததில்லை. ராதா அக்காவுடைய அம்மா வீட்டை விட்டு ஒரு பக்கமும் போக மாட்டார்கள். விசேஷ வீடுகளுக்குப் போனால் கூட யாராவது ஒருத்தர் வீட்டில் இருப்பார்கள். வீடு பூட்டிக் கிடந்ததைப் பார்த்ததும் ஆச்சரியம் தாங்க முடியவில்லை.

வளவில் உள்ள பெண்கள் கூடிக்கூடிப் பேசிக்கொண்டிருந்தார்கள். அவ்வளவு நாளும் ராதா அக்கா வீட்டுடன்

அவ்வளவு அன்னியோன்யமாக இருந்தவர்கள், அன்று அக்கா வீட்டாரை யாரோ எவரோ என்பதுபோல் பாவித்துப் பேசிக்கொண்டிருந்தார்கள். நடு வீட்டுக் கைலாசத்துப் பெரியம்மா அன்று காலையில் கூட அக்காவுடைய அம்மாவோடு வாசல் நடையில் உட்கார்ந்து பழக்கம் பேசிக்கொண்டிருந்தாள். அவள் இப்போது கூடிநின்ற பெண்கள் மத்தியில், 'ஏளா, அது என்ன குடுத்தனக்காரங்க இருக்க வீடு மாதிரியா இருந்துச்சு? கண்ட ஆட்களும் வாரதும் போறதுமால்ல இருந்துச்சு . . .' என்று சொல்லிக்கொண்டிருந்தாள். அம்மாகூட, 'இனிமே அவ வீட்டுக்கெல்லாம் போகாதே' என்று சொன்னாள்.

ராத்திரி எட்டு மணிபோல அவர்கள் வீட்டில் எல்லோரும் வந்தார்கள். ராதா அக்காவை மட்டும் காணவில்லை. அவளுடைய அப்பா ராத்திரி வெகுநேரம்வரை வீட்டில் சத்தம் போட்டுக்கொண்டிருந்தார். ஒரே சண்டையாகக் கிடந்தது. ராதா அக்கா, கோபால் அண்ணன் வீட்டுக்குப் போய்விட்டாளாம். இரண்டு, மூன்று நாள் கழித்து ராதா அக்கா வீட்டில், வீட்டைக் காலி செய்துகொண்டு போய்விட்டார்கள்.

கோபால் அண்ணன் வீட்டு வழியாகத்தான் நாங்கள் எல்லாம் பள்ளிக்கூடம் போவோம். ராதா அக்கா, வீட்டுக்குள் ஜன்னல் பக்கம் நின்றுகொண்டு எங்களைக் கூப்பிட்டு வைத்துப் பேசுவாள். வளவுக்காரர்களை எல்லாம் விசாரிப்பாள். அவளுக்கு எங்கள் பேரில் இருந்த பிரியம் மாறவே இல்லை. என்றாலும் அவள் கோபால் அண்ணன் வீட்டுக்குப் போனபிறகு, அவளுடன் பேச எனக்கு என்னவோ போல் இருந்தது. பிறகு கொஞ்ச நாளில் கோபால் அண்ணனும் வீடு, கடையெல்லாம் விற்றுவிட்டு வெளியூர் போய்விட்டதாகச் சொன்னார்கள். கோவில்பட்டியிலோ செங்கோட்டையிலோ இருப்பதாகச் சொன்னார்கள். அதற்கப்புறம் நான் ராதா அக்காவைப் பார்க்கவே இல்லை.

ராதா அக்காவைச் சாப்பிடச் சொல்லி வற்புறுத்தினேன். மறுத்துவிட்டாள். காப்பி மட்டுந்தான் சாப்பிட்டாள். நாங்கள் உட்கார்ந்திருந்த இடம் பேசுவதற்கு வசதியாக இருந்தது. நாங்கள் இருந்த டேபிள் பெரிய கல்தூணை ஒட்டி இருந்தது. பேசிக்கொண்டிருந்ததில் நேரம் போனதே தெரியவில்லை. ராதா அக்கா இப்போது செங்கோட்டையில்தான் இருக்கிறாளாம். கோபால் அண்ணன் இறந்துவிட்டதாம். இரண்டு வருஷத்துக்கு முன்னால் நிமோனியா ஜுரம் வந்து இறந்திருக்கிறார். அண்ணனுடைய முதல் சம்சாரமான லீலா மதினிக்குப் பிள்ளையே இல்லை. ராதா அக்காவுக்குத்தான் ஒரு பெண் இருக்கிறது. அவளை அம்பாசமுத்திரத்தில்தான்

கட்டிக் கொடுத்திருக்கிறது. அவளைப் பார்க்கத்தான் அக்கா நேற்று முன்தினம் செங்கோட்டையிலிருந்து வந்திருக்கிறாள். இப்போது ஊர் திரும்புகிற வழி. செங்கோட்டைக்குப் போன பிறகு, கோபால் அண்ணன் திரும்பவும் ஜவுளி வியாபாரத்தைத் தொடங்கியிருக்கிறது. எதனாலோ வியாபாரம் விருத்தி ஆகவில்லை. போன புதிசிலேயே இரண்டு மூன்று வீடுகளை வாங்கிப் போட்டிருந்திருக்கிறது. அந்த வீடுகளிலிருந்து வருகிற வாடகையில்தான் ராதா அக்காவும் லீலா மதினியும் ஜீவனம் நடத்திக்கொண்டிருக்கிறார்கள். வெளியே திரும்பவும் மழை தூற ஆரம்பித்திருந்தது.

'நீ கண்டிப்பா வீட்டுக்கு வந்துட்டுப் போகணும். லீலாக்காவும் உன்னைப் பார்த்தால் ரொம்ப சந்தோஷப்படுவா' என்றாள். என்னால் எதுவும் பேச முடியவில்லை. நெஞ்சு கனத்துப்போன மாதிரி இருந்தது. அந்த மனோநிலையில் அக்காவுடன் செங்கோட்டைக்குப் போக முடியும் என்று தோன்றவில்லை. வேறொரு சமயம் அவசியம் வருவதாகச் சொல்லி, வீட்டு அட்ரஸை வாங்கிவைத்துக்கொண்டேன். அக்காவுக்குக் கொஞ்சம் வருத்தம்தான்.

ராதா அக்கா குடை வைத்திருந்தாள். குடையை விரித்துப் பிடித்தாள். இரண்டு பேரும் தேரடிப் பக்கத்து வாசல்வழியாக பஸ் ஸ்டாண்டுக்கு வந்தோம். நான், பேருக்குக் குடைக்குள் தலையை மட்டும் நுழைத்திருந்தேன். முதுகுப் புறம், கையெல்லாம் நனைந்துகொண்டிருந்தது.

'குடைக்குள்ள வா... முதுகெல்லாம் நனையுது பாரு... கூச்சப்படாம பக்கத்துல வந்து நில்லு. கல்யாணமாகிப் பிள்ளைக் குட்டிக்காரனாகிட்டே... இன்னும் கூச்சம் போகலியே...' என்றாள்.

ஒரு விஷயம் ரொம்ப நாளாக என் மனதைக் குடைந்து கொண்டே இருந்தது. அதை அக்காவிடம்தான் கேட்டுத் தெரிந்து கொள்ள முடியும். கேட்டால் ஏதாவது தவறாகிவிடுமோ என்று தயக்கமாகவும் இருந்தது. இவ்வளவு வருஷத்துக்குப் பிறகு துளிர்த்திருக்கிற இந்த உறவைப் பாழாக்கிவிடக்கூடாது என்ற எச்சரிக்கை உணர்வு அலைக்கழித்தது. இன்னொரு பக்கம் அதைக் கேட்டுத் தெரிந்துகொள்ளவேண்டும் என்ற ஆசை.

'என்ன யோசிச்சுக்கிட்டிருக்கே?' என்று அக்காவே கேட்டாள்.

'ஒண்ணுமில்லக்கா...'

'வாய்தான் ஒண்ணுமில்லேன்னு சொல்லுது... ஆனா... மொகத்தைப் பார்த்தா அப்படித் தெரியலையே?'

இரண்டு உலகங்கள்

அதற்கு மேலும் மனசைக் கட்டிப்போட முடியவில்லை. தயக்கத்தோடு ஆரம்பித்தேன்.

'தப்பா எடுத்துக்கிட மாட்டீங்களே?'

என் இடுப்பில் மெதுவாகக் குத்தினாள். 'ரொம்பப் பெரிய மனுஷன் மாதிரியெல்லாம் பேசுதீயே? சும்மா சொல்லு' என்றாள்.

'கோபால் அண்ணன் உங்க வீட்டுக்கு வந்தா நீங்க அந்த அண்ணன்கூடவே சிரிச்சுப் பேசிக்கிட்டு இருப்பீங்க. அதெல்லாம் என்னன்னு எனக்கு அப்பம் தெரியாது. ஆனா அந்த அண்ணன் வந்தா மட்டும் நீங்க ஏதோ வித்தியாசமா இருக்கீங்கங்கிறது புரிஞ்சுது...'

உதடுகள் பிரியாத மென்முறுவலுடன் ராதா அக்கா என்னைப் பார்த்தாள். 'பெரிய ஆளுதான்... எல்லாத்தையும் நோட் பண்ணியிருக்கியே?' என்றாள்.

'ஆனா, கோபால் அண்ணனோட சம்சாரம் லீலா மதினி எப்பிடி உங்களை ஏத்துக்கிட்டாங்க? அதுதான் அக்கா எனக்குப் புரியாத புதிரா இருக்கு...' என்றேன். ஏதோ வேகத்தில் கேட்டுவிட்டேனே தவிர, உள்ளூர மனம் தவித்துக்கொண் டிருந்தது. நான் கேட்டது அக்காவுடைய மனதைப் புண்படுத்தி யிருக்குமோ? ஆனால் அவளுடைய முகத்தில் எந்தச் சலனமும் இல்லை. குனிந்து தரையையே பார்த்துக்கொண்டு நின்றிருந்தாள். நான் பார்த்துக் கொண்டிருக்கும்போதே அவளுடைய கண்கள் கலங்கின. நான் பதறிப் போனேன்.

'மன்னிச்சிருங்கக்கா...' என்று அவசர அவசரமாகச் சொன்னேன். அக்கா என்னை அண்ணாந்து பார்த்தாள்.

'ச்சே... இதிலே என்ன இருக்கு மன்னிக்கிறதுக்கு? நீ அப்பிடித் தப்பா என்ன கேட்டுட்டே? அதெல்லாம் ஒண்ணுமில்ல... பழசெல்லாம் ஞாபகம் வந்தது. அதான்... வேற ஒண்ணுமில்லே...'

திருநெல்வேலி போகிற பஸ் வளைந்து திரும்பியது. மழைத் தூறலில் இஞ்சின் ஓடுகிற சத்தமே வேறு மாதிரியாக இருந்தது. எங்களுக்கு அருகே நின்றுகொண்டிருந்த ஒருவர், தோளின் மீது முகம் வைத்துத் தூங்கிக்கொண்டிருந்த குழந்தையைத் துண்டால் போர்த்தியபடி பஸ்ஸைப் பார்த்து ஓடினார். வெள்ளாடு ஒன்று தெருப்பக்கமிருந்து வந்து எங்களுக்குப் பின்னால் சுவரோடு சுவராய் மழைக்கு ஒதுங்கியது. அதனுடைய முகத்தில் மழைத்துளிகள் வழிந்துகொண்டிருந்தன. முதுகு மட்டும் நனைந்திருந்தது.

'செல்லப்பா... என்னை, கோபால் அண்ணனை எல்லாம் விட லீலா அக்கா ரொம்பப் பெரிய மனுஷி... அன்னைக்கு,

நான் வீட்டை விட்டுப் போன அன்னைக்கு என்ன நடந்ததுன்னு சொன்னாத்தான் ஒனக்குப் புரியும்... அண்ணனும் நானும் ஏற்கெனவே பேசி வச்சிருந்த மாதிரி, நான் வாய்க்காலுக்குக் குளிக்கப் போறாப்பிலே, என் துணிமணிகளை எல்லாம் குடத்துக்குள்ளே போட்டுக்கிட்டு அப்படியே அண்ணன் வீட்டுக்குப் போயிட்டேன். மொதல்ல லீலா அக்காவுக்கு நான் எதுக்கு வந்திருக்கேன்னு தெரியலை. வாய்க்காலுக்குக் குளிக்கப் போறவா, சும்மா பேசிக்கிட்டு இருந்துட்டுப் போறதுக்காக வந்திருக்கான்னுதான் நெனைச்சிருந்திருக்கா. மத்தியானம் வரைக்கும் நான் போகலைன்னதும் வீட்டுல ஏதாவது தகராறான்னு கேட்டா. நான் என்னன்னு சொல்லட்டும்? அதெல்லாம் ஒண்ணுமில்லேன்னுட்டேன். பின்னே, ஒனக்குச் சக்களத்தியா வந்திருக்கேன்னா சொல்லமுடியும்? அவளைப் பார்த்தா சங்கடமா இருந்துச்சு. பேசாம வீட்டுக்கே திரும்பிப் போயிரலாம்னு நெனைச்சேன். அண்ணன் கடையிலேருந்து வந்ததும், அக்காவுக்குத் தெரியாம அவங்ககிட்டே சொல்லிட்டு வீட்டுக்கே போயிருவோம்னு இருந்தேன். அதுக்குள்ளே வீட்டிலேருந்து வெசயம் தெரிஞ்சு அம்மாவும் அண்ணனும் வந்துட்டாங்க. ஒரே ரணகளமாயிட்டுது. நான் என்ன நெலயில் வீட்டைவிட்டு வந்திருக்கேன்னு அப்பந்தான் அக்காவுக்குத் தெரிஞ்சுது. அப்போ அக்கா எங்க அம்மாவையும் அண்ணனையும் பார்த்து என்ன சொன்னா தெரியுமா? அவ என் வீட்டுக்குத் தஞ்சம்னு வந்துட்டா... இன்னமே அவ என் தங்கச்சிதான். எங்கூடத்தான் இருப்பா... நீங்கள்ல்லாம் சண்டை போடுறதா இருந்தா வெளியில போயிருங்கன்னு சொல்லிட்டா . . . செத்துப்போன ஒங்க கோபால் அண்ணன், நான் எல்லாம் அவ கால் தூசிக்குச் சமமாக மாட்டோம். அவ மனுஷப் பொறவியே இல்லை...' என்றாள்.

சிறு குழந்தைகள் வைத்திருக்கிற கிலுக்குச் சத்தம் மாதிரி, தூறல் குடையில் விழுந்து தெறித்துக்கொண்டிருந்தது. தேரை மூடியிருந்த தகரக் கூரையின் உச்சியில் ஒரு கிருஷ்ணப்பருந்து நனைந்துகொண்டே உட்கார்ந்திருந்தது. அக்காவை அனுப்பிவைப்பதற்காக செங்கோட்டை பஸ்ஸை எதிர்பார்த்து நின்றுகொண்டிருந்தேன்.

***குங்குமம்*, 1996**

பிழைப்பு

கண் விழித்ததுமே தலையை வலித்தது. பஜாரில் இன்னும் ஆள் நடமாட்டம் ஆரம்பிக்க வில்லை. வலது காலில் பாதத்துக்குமேல் எக்ஸிமா புண் நொதித்துப்போயிருந்தது. விரட்ட விரட்ட அதன்மீது ஈக்கள் வந்து உட்கார்ந்தன. கீழே கிடந்த, பழுத்து மக்கிப் போயிருந்த பழைய நியூஸ் பேப்பர் துண்டைக் கிழித்துப் புண்ணின் மீது அப்பி வைத்தார் ரெத்தினம் பிள்ளை. இன்னும் கொஞ்ச நேரமானால் கடைகளைத் திறக்க ஆரம்பித்துவிடுவார்கள். இப்படி விச்ராந்தியாக உட்கார்ந்திருக்க முடியாது. மீசையை ஒதுக்கிவிட்டுக்கொண்டார். நரைத்துப் போன மீசையும் காது மடலுக்குக் கீழே இறங்கியிருந்த நீளமான கிருதாவும் இன்னும் கூட எடுப்பாகத்தான் இருக்கிறது. முகத்தைக் கண்ணாடியில் பார்க்க வேண்டும் போல் இருந்தது. பனியனின் கைப் பகுதியைச் சுருட்டிவிட்டுக்கொண்டார். முன்பெல்லாம் பனியனைச் சுருட்டிவிட்டால் அப்படியே அது கை முண்டாவோடு பிதுங்கிக் கொண்டு நிற்கும். இப்போது சுருட்டி விட்ட பகுதி தொளதொளவென்று ஒரு பக்கமாகச் சரிந்து கிடந்தது. அவ்வளவு காலையிலேயே ஒரு பையன் பூக்குடலையைத் தூக்கிக்கொண்டு போய்க்கொண்டிருந்தான். மேலே சட்டை இல்லை. வெறும் டிரவுசர் மட்டும் போட்டிருந்தான். குடலை நிறையப் பூச்சரம் இருந்தது. மேலே ஈரத்துணியைப் போட்டு மூடியிருந்தது. மல்லிகைப் பூவின் வாசம் சன்னமாகப் பரவியது.

‘பூவு யாவாரத்துக்காடா?’ என்று கேட்டார். அந்தப் பையன் திரும்பிப் பார்த்துவிட்டுப் பதிலே சொல்லாமல் அலட்சிய மாகப் போய்க்கொண்டிருந்தான். ‘ஹும்! எல்லாம் ஒங்க நேரம்டா... ரெத்தினம் பிள்ளைன்னா அழுத புள்ள வாயை மூடிக்கிடுத காலம் ஒண்ணு இருந்திச்சு. இப்பம் பதில்கூடச் சொல்ல மாட்டேங்கானுவோ?’ என்று சலித்துக்கொண்டார்.

ராத்திரி குடித்திருந்த பிராந்தி, வியர்வையுடன் சேர்ந்து உடம்பெல்லாம் நாறியது. ஆற்றில் போய் சூடு அமர முங்கிக் குளித்துவிட்டு வரலாம். ஒருமைல் தூரம் போகவேண்டும். கால்புண் நெறிகட்டி வலித்தது. அவ்வளவு தூரம் நடந்து போய்க் குளித்துவிட்டு வரமுடியும் என்று தோன்றவில்லை. சட்டைப் பையில் ஐந்து ரூபாய்தான் இருக்கிறது. குளிப்பதற்காக ஆற்றுக்கு பஸ்ஸில் போனால் டிபன் சாப்பிட முடியாது.

நேற்று மாதிரி தன்னை மறந்து நிலைகொள்ளாமல் குடித்து வெகுகாலம் ஆகிவிட்டது. சாயந்திரம் மூனாதானா வத்தல் மண்டியில் உட்கார்ந்திருந்தபோதுதான் சண்முகம் அந்தப் பக்கமாக வந்தான். நிலுவைப் பணத்தைக் கொடுத்துவிட்டுப் போவதற்காக வந்தவன், சைக்கிளை எடுத்துக்கொண்டு புறப்படும் போது, இவரைப் பார்த்து, ‘அண்ணாச்சி தச்சநல்லூருக்குக் கொடை பாக்க வாரேளா?’ என்று கூப்பிட்டான். சட்டைப் பையில் இருந்த அஞ்சுரூபாயைத் தவிர வேறு பைசா கிடையாது.

‘தச்சநல்லூருக்கா?’ என்று இழுத்தார். அவனிடமெல்லாம் போய்க் கையில் பணத்தட்டுப்பாடு என்று சொல்ல முடியுமா என்ன?

‘சைக்கிள்லேயே போயிருவோம் அண்ணாச்சி...’ என்று பிரியமாகக் கூப்பிட்டான். பேரேடு எழுதிக்கொண்டிருந்த மணி ஐயரும், ‘இங்க உக்காந்து என்ன பண்றீர்? போயிட்டுத்தான் வாருமேன்...’ என்றார்.

‘இவனை எல்லாம் நம்பிப் போகவா? கூட்டிட்டுப் போய் விட்டுருவான். ராத்திரி அம்புட்டு நேரத்துக்குமேல திரும்பி வாரது எப்பிடி?’

‘என்ன அண்ணாச்சி அப்பிடிச் சொல்லிப் போட்டிய? மெனைக்கிட்டு ஒங்களக் கூட்டிட்டுப் போயிட்டு தனியா விட்டுட்டா வருவேன்?’

‘செரி! என்னைய வச்சு ஒன்னால மிதிக்க ஏலுமா?’

‘நீங்க வாங்க சொல்லுதேன், நான்லா மிதிக்கேன்... ஒங்களுக்கு எதுக்கு அந்தக் கவல?’

தொண்டர் சன்னதியில் காப்பி சாப்பிட்டுவிட்டு அவன் பின்னால் உட்கார்ந்து போனவர்தான். பிறகு அவர் நிலை அவர் வசத்தில் இல்லாமல் போய்விட்டது. கொடையும் கொண்டாட்டமும் மனத்தை நிறைத்தன. கோவிலில் கொட்டகைப் பந்தலுக்குள் செவ்வரளியின் மணமும், படத்தின் மீது பூசியிருந்த எண்ணெய்யின் பிசுக்கும் கலந்து நாசியில் ஏறியது. கோமரத்தாடி ராமையா மூப்பனார் இவரைப் பார்த்ததும் சிரித்துக்கொண்டே, 'வாரும் மாப்ளே !' என்று நெற்றியில் திருநீறு பூசிவிட்டார். நையாண்டி மேளச் சத்தத்துக்குள், 'சாமக் கொடை பார்த்துட்டு போரும் . . . அவசரப்பட்டு ஓடிராதீரும்' என்று சொன்னது திரும்பத் திரும்பக் காதுக்குள் கேட்டுக்கொண்டே இருந்தது. தனது பருத்த விரல்களுக்குள் அவர் திருநீற்றுக் கப்பரையைப் பிடித்திருந்ததே அழகாக இருந்தது. நாம் ஒன்றும் அனாதையாகிவிடவில்லை, இந்த சண்முகம் மாதிரி, கோமரத்தாடி ராமையா மூப்பனார் மாதிரி ஆதரவான ஆட்கள் எல்லாம் இருந்துகொண்டிருக்கிறார்கள் என்று நினைத்தார். மனத்துக்குத் தெம்பாக இருந்தது. சாமக்கொடை வரை இரும் என்று கோமரத்தாடி சொன்னதுக்கு ரெத்தினம் பிள்ளை தலையசைத்தாரே தவிர, கொஞ்ச நேரம் கரகாட்டம் பார்த்த பிறகு, புறப்பட்டுவிடலாம் என்று தோன்றிவிட்டது. ஆனால் விதி அவ்வளவு லேசில் விடுமா என்ன ?

'அண்ணாச்சி, இம்புட்டுத் தூரம் வந்துட்டு சும்மா போறது நல்லா இருக்காது. குவாட்டர் வாங்கிச் சாப்புட்டுட்டுப் போலாம் . . .' என்றான் சண்முகம். அவருக்கு இஷ்டமே இல்லை. அவனுக்காகத்தான் போனார்.

சாப்பிட்டுக்கொண்டிருக்கும்போதுதான் ராஜமாணிக்கம் வந்தான். அவரைப் பார்த்ததும் அப்படியே ஆவிசேர்த்துக் கட்டிக்கொண்டான். அவனைப் பார்த்து ஏழெட்டு வருஷத்துக்கும் மேல் இருக்கும். அப்போது ராஜமாணிக்கம், மில்லில் வேலை பார்த்துக்கொண்டிருந்தான். அவனுடைய சொந்த அக்கா புருஷன் தன் மகளுடைய கல்யாணச் செலவுக்காகக் கேட்டார் என்று குடும்பச் சொத்தில், அவன் பேருக்கு வந்திருந்த ஒரு குச்சுவீட்டை ஒத்திவைத்துப் பணம்வாங்கிக்கொடுத்தான். அவருக்கு பஸ் ஸ்டாண்ட் பக்கம் சொந்தமாக எலெக்ட்ரிக் கடை இருந்தது. இரண்டே மாதத்தில் பணத்தைத் தந்துவிடுகிறேன் என்றவர், வருஷம் இரண்டாகியும் பணத்தைத் தருகிற பாடாக இல்லை. கடை, வீடு, புல்லட் வண்டி எல்லாம் இருந்தது. வசதியாகத்தான் இருந்தார். ராஜமாணிக்கம், ரெத்தினம் பிள்ளையிடம்தான் ஓடிவந்தான். அப்போது ரெத்தினம் பிள்ளை ஊரில் பெரிய சண்டியராகத் திகழ்ந்தார். மறுநாள்

அவனுடைய அக்காள் புருஷன் கடைக்குப்போய் அவனுக்குக் கொடுக்கவேண்டிய பணத்தைக் கேட்டார். சத்தம் போடாமல் நிதானமாகத்தான் கேட்டார். அந்த ஆள் கொஞ்சம் எடுத்தெறிந்த மாதிரிப் பேசவும், ரெத்தினம் பிள்ளை கடைவாசலில் நிறுத்தி வைத்திருந்த புல்லட்டைக் காலால் எட்டி உதைத்தார். அதன்மேலே ஏறி நின்று மிதித்தார். கத்தினார். மூணாம் நாளே ராஜமாணிக்கத்தைத் தேடி வந்து, அவனுடைய அக்கா புருஷன் பணத்தைப் பைசா பாக்கி இல்லாமல் செட்டில் பண்ணிவிட்டுப் போய்விட்டார்.

'இன்னைக்கி நம்ம செலவு அண்ணாச்சி... ஒங்களுக்கு வேண்டியத வாங்கிச் சாப்புடுங்க...' என்று ராஜமாணிக்கம் ஊற்றிக்கொடுத்துக்கொண்டே இருந்தான். அவன் காட்டிய மரியாதையைப் பார்த்த அவருக்கு ரொம்பக் கூச்சமாக இருந்தது. அவருக்கும் சண்முகத்துக்கும் சாப்பாடெல்லாம் வாங்கிக் கொடுத்தான். சண்முகமும் அவரும் தச்சநல்லூரைவிட்டுக் கிளம்பும்போது ராத்திரி பனிரெண்டு மணிக்குமேல் இருக்கும். ஊருக்குள் எங்கிருந்தோ மேளச் சத்தம் கேட்டுக்கொண் டிருந்தது. சண்முகமே நிலைகொள்ளாமல்தான் நின்றான். அவ்வளவு போதையிலும் எப்படி அவரைப் பின்னால் வைத்து மிதித்தான் என்று தெரியவில்லை. வழியெல்லாம் சண்முகம் ராஜமாணிக்கத்தைப் புகழ்ந்துகொண்டே வந்தான். நயினார் குளத்தங்கரை வழியாகத்தான் வந்தார்கள். இடையே சைக்கிளை நிறுத்தி, குளத்தில் இறங்கி முகத்தைக் கழுவிக்கொண்டார்கள்.

ராயல் டாக்கீஸில் இன்னும் செகண்ட் ஷோ விட்டிருக்க வில்லை. தூரத்தில் வரும்போதே தியேட்டருக்குள்ளிருந்து, தெளிவில்லாமல் வசனம் கேட்டுக்கொண்டிருந்தது. நயினார் குளத்தங்கரை ரோட்டில் லாரி ஒர்க்ஷாப்கள் நிறைய உண்டு. அந்த ஒர்க்ஷாப்களில் அந்த ராத்திரி நேரத்தில் ஒருவிதமான மந்தகதியில் வேலை நடந்துகொண்டிருந்தது. எல்லாமே சொப்பனத்தில் நடக்கிறமாதிரி இருந்தது. ரெத்தினம் பிள்ளைக்குப் பாடத் தோன்றிற்று. 'வஸந்த முல்லை போலே வந்து அசைந்து ஆடும் வெண்ணிலாவே' என்று பாட ஆரம்பித்துவிட்டார். சைக்கிளை மிதித்துக்கொண்டே சண்முகமும் அவரோடு சேர்ந்து பாடினான். ஒர்க்ஷாப்களில் வேலை செய்துகொண் டிருந்தவர்கள் அவர்களை ஆச்சரியத்தோடு பார்த்தார்கள்.

தொண்டர் சன்னதி வாய்க்கால் பாலத்தில் ரெத்தினம் பிள்ளை இறங்கிக்கொண்டுவிட்டார். சண்முகத்துடைய வீடு குற்றால ரோட்டில் இருந்தது. அவன் அவரைப் பாட்டப்பத்தில் அவருடைய வீட்டிலேயே கொண்டுவிடுகிறேன் என்று சொன்னான். விரட்டாத குறையாக அவனை அனுப்பிவைத்தார்.

ஒரு காலத்தில் ரெத்தினம் பிள்ளைக்குச் சொந்த வீடு எல்லாம் இருந்தது. மைனராகவே காலத்தை ஓட்டியதில் எல்லாம் போய்விட்டது. நல்லவேளையாகக் கல்யாணம் செய்து கொள்ளவில்லை. சீட்டு, தண்ணி, அடிதடி எல்லாம் இருந்தாலும் அவருக்கு ஏனோ பெண்களின் மீது நாட்டம் இருந்ததில்லை. லாண்டரி கடை நடத்துகிற கிருஷ்ணன்தான் அவருக்குத் தன் வீட்டில் திண்ணையை ஒதுக்கிக்கொடுத்திருந்தான். எப்போது வேண்டுமானாலும் அவர் போகலாம்; வரலாம். திண்ணையின் ஒரு ஓரத்தில் ஒரு ஒழுக்கரைப் பெட்டியை வைத்திருந்தார். அதுதான் அவருடைய சொத்து.

ஏதோவொரு தைரியத்தில் சண்முகத்தை அனுப்பி வைத்துவிட்டாரே தவிர, கூலக்கடை பஜார் முக்குவரை கூட நடக்க முடியவில்லை. அடைத்துக் கிடந்த கடை ஒன்றின் முன்பலகையில் அப்படியே படுத்துவிட்டார்.

அங்கொன்றும் இங்கொன்றுமாகக் கடைகளைத் திறக்க ஆரம்பித்திருந்தார்கள். தலையை இரண்டு கைகளாலும் அழுத்திப் பிடித்துவிட்டார். தலை பாரம் நீங்குகிற பாடாகத் தெரியவில்லை. சந்திப் பிள்ளையார் முக்கில் ஒரு டீயாவது குடிக்கலாம் என்று நினைத்தார். எழுந்து நின்று அவிழ்ந்திருந்த வேட்டியை இறுக்கிக் கட்டினார். ‘அத்தான்!’ என்ற குரல் கேட்டது. ஏறிட்டுப் பார்த்தார். செல்லம்மாள் நின்றுகொண் டிருந்தாள். அவளை அடையாளம் கண்டுபிடிக்கக் கொஞ்சம் சங்கடப்பட்டார்.

அதற்குள் அவளே, ‘தெரியலியா அத்தான்? நாந்தான் செல்லம்மா . . .’ என்றாள்.

ரெத்தினம் பிள்ளைக்கு நினைவு தடுமாறியது.

‘என்ன அப்பிடிப் பாக்கியே? நான்தான் கீழப்புதுத் தெரு ஆவடையாச்சி மக செல்லம்மா . . .’

அப்போதுதான் ரெத்தினம் பிள்ளைக்கு அவளை அடையாளம் தெரிந்தது. ‘நீயா? சட்டுன்னு ஞாபகத்துக்கு வரலைள்ளா!’ என்றார்.

‘நல்லாத்தான் மறந்தியோ போங்க . . .’

‘இவ்வளவு காலையில் எங்க போயிட்டு வார?’

‘வேற எங்க? எடுத்த செம்மம் தீரணும்லா . . . பெரிய கோயிலுக்குத்தான் போயிட்டு வாரேன். வேற ஆருகிட்ட எங்கொறையச் சொல்லட்டும்?’

‘இப்பிடி உக்காரு . . .’ என்று கையைக் காட்டினார். அவரும் அவளுக்கு எதிரே உட்கார்ந்தார்.

‘எதுக்குள்ளா அப்படிச் சடைச்சுக்கிடுதே? ஒம் மாப்புள்ள சௌக்கியந்தான?’

‘எல்லாம் இருக்காஹ! சௌக்கியத்துக்கு என்ன கொறச்சலு? வேளா வேளைக்கித் தின்னாம பட்டினியா கெடக்காஹ?’

‘ரொம்ப மனசு விட்டாப்பல பேசுதீய?’ என்று ஆற்றாமைப்பட்டார் ரெத்தினம் பிள்ளை. தலையைக் குனிந்துகொண்டு உட்கார்ந்திருந்தாள் செல்லம்மா. துக்கம் தொண்டையை அடைத்தது. அவளை அறியாமலே கண்ணீர் வந்துவிட்டது. கையில் சுருட்டிவைத்திருந்த துணிப்பையால் கண்களைத் துடைத்துக்கொண்டாள். தன்னைப்போலவே நொம்பலப்பட்ட இன்னொரு ஜீவன் அழுவதைப் பார்த்து அவருக்கு என்ன செய்வதென்றே தெரியவில்லை.

‘அட பைத்தியாரி! எதுக்கு இப்பிடி அழுத?’

‘ஒங்களப் பாத்துச் சொல்லணும்னு ரொம்ப நாளாத் தேடிக்கிட்டு இருக்கேன் ... நீங்க கண்ணுலயே தெத்துப் படல ...’

‘எனக்கு எங்க போக்கடி ? சந்திப்பிள்ளையார் கோயில் முக்குல நிப்பேன். இல்லைன்னா லாலா சத்திர முக்கில நிப்பேன். வேற எங்க போக்கெடம்? களுத கெட்டா குட்டிச் செவரு. ஏங்கத கெடக்கட்டும், ஒனக்கு என்ன கஷ்டம் சொல்லு?’

அவர் பேசியபோது அவரிடமிருந்து பிராந்தி வாடை அடித்தது. அது அவளுக்கு அழுகிப்போன பழத்தின் வாடையைப் போல் இருந்தது. ஏனோ அந்த வாடை பிடித்திருந்தது. ஆனாலும் அவள் அதைக் காட்டிக்கொள்ளவில்லை. ரோட்டில் மை போடாத பைதாவுடன் சக்கடா வண்டி ஒன்று ‘வீய்ய்ய்’ என்ற நீண்ட ஒலியுடன் போய்க்கொண்டிருந்தது. தொண்டைக்குழியில் நின்ற சளியைக் காறித் துப்பினாள். காறும்போது தன்னிச்சையாய் மூக்கு ஒரு பக்கமாக வளைந்தது.

‘கீழப்புதுத் தெரு வீட்டுல குடி இருக்க ஆளு ஏழெட்டு மாசமா வாடகை தரலை. வீட்டையுங் காலி பண்ண மாட்டேங்கான். இதுக்காகத்தான் ஒங்களைப் பாத்துப் பேசணும்னு தேடிக்கிட்டே இருக்கேன் ... ஒங்க மாப்புளை ஒருநாள் வேலைக்கிப் போனா ஒம்பது நா வீட்டுக்குள்ள அடச்சு மூடிப் படுத்துக்கிடுதாஹ. அந்த வாடகை ஒண்ணுதான் உசுர்நாடி. அதும் இல்லன்னா நான் பொம்பள என்னன்னு குடுத்தனம் நடத்தட்டும் சொல்லுங்க?’

‘செரி... இப்பம் என்ன செய்யணும்கே?’

அவரது பெரிய கிருதா மீசை, அவரிடமிருந்து வீசிய பிராந்தி வாடை எல்லாம் அவளுக்கு மிகுந்த நம்பிக்கையை ஏற்படுத்தின.

‘நீங்கதான் எப்பிடியாவது அந்த ஆளைக் காலி பண்ணித் தரணும். வாடகை குடுக்காட்டாலும் போவுது. காலி பண்ணிட்டான்னா வேற ஆளைப் பாத்தாவது வச்சுக்கிடுவேன்.’

‘ஏளா! நீ நெனைக்கிற மாதிரி ஏஞ்சொல்லு அம்பலம் ஏறாதுள்ளா! ரெத்தினம் பிள்ளைக்கு சனங்க பயந்து ஓடுனதெல்லாம் அந்தக் காலம். இப்பம் நான் ஓடிக்கிட்டு இருக்கேன்.’

‘இல்ல அத்தான் . . . இன்னைக்கும் ஒங்களுக்கு ஒரு செல்வாக்கு இருக்கு . . . நீங்க அந்த ஆளைப் பாத்து நாலு சத்தம் போட்டியன்னா வீட்டக் காலி பண்ணிருவான். எனக்கு வேற கெதியே இல்ல அத்தான். எங்க வீட்டு ஆளு ஒரு கதைக்கும் ஒதவாத ஆளு. ஒங்களத்தான் மலைபோல நம்பியிருக்கேன் . . .’

ரெத்தினம் பிள்ளை பதிலே சொல்லாமல் ரோட்டையே பார்த்துக்கொண்டிருந்தார். பிறகு ‘செரி . . . போயிச் சொல்லிப் பாக்கேன் . . . பலிச்ச மட்டுக்கும் பாப்போம். நீ மாதாங்கோயில் தெருவுல அந்தப் பழைய வீட்டுலதான் குடியிருக்கே?’

‘ஆமா, அதே வீடுதான் . . . ஆம்பளை ஆளு சரியில்லாததால அரமணை மாதிரி வீட்டை வாடகைக்கி விட்டுட்டுக் குச்சுல போயிக் குடியிருக்கேன்.’

‘வாடகைக்கு விட்டிருக்க வீடு எங்க இருக்கு?’ என்று விசாரித்துத் தெரிந்துகொண்டார். புறப்படும்போது செல்லம்மாள் கையெடுத்துக் கும்பிடாத குறையாக, ‘கை விட்டுராதீய அத்தான். எப்படியாவது அவனைக் காலி பண்ணிக் குடுத்துருங்க. கோடு நாடுன்னு கேஸ் போட்டுட்டு அலையதுக்கு எனக்கு வழியில்ல’ என்று மன்றாடினாள். பேசிக்கொண்டிருக்கும்போதே அவளிடம் கைச்செலவுக்கு ஏதாவது பணம் வாங்கலாம் என்று நினைத்தார். ஆனால் அவளுடைய பாட்டைக் கேட்ட பிறகு அவளிடம் கேட்கத் தோன்றவில்லை. வீட்டைக் காலிசெய்து கொடுத்த பிறகு ஏதாவது செலவுக்குத் தராமலா போய்விடுவாள்?

அவர் செல்லம்மாவுடைய கீழப்புதுத் தெரு வீட்டைத் தேடிப் புறப்படும்போது இருட்டிவிட்டிருந்தது. ரொம்ப நாளைக்கு முன்னால் செல்லம்மா அந்த வீட்டில் குடியிருந்தபோது போனது. வீட்டைக் கண்டுபிடிக்கக் கொஞ்சம் சிரமப்பட்டுத்தான் போனார். வளவு சேர்ந்த வீடு. சந்து வழியே வளவுக்குப் போக வேண்டியிருந்தது. அகலக் கட்டம் போட்ட அண்டர்வேர் வெளியே தெரியும்படி வேட்டியைத் தொடைக்குமேல் உயரத் தூக்கி, சண்டியர் கட்டு கட்டியிருந்தார். அது ரொம்பப் பெரிய வளவு. இரண்டுபுறமும் வரிசையாக வீடுகள் இருந்தன. வீடுகளிலிருந்து வந்த வெளிச்சம் பல்வேறு வடிவங்களில் முற்றத்தில் விழுந்து கிடந்தது. ஒரு வீட்டின் முன் கிடந்த பெஞ்சில் வயதானவர்

ஒருவர் உட்கார்ந்திருந்தார். பக்கத்தில் பெஞ்சின் மீது ஓலை விசிறி கிடந்தது. எந்த வீட்டிலிருந்தோ ஒரு பையன் சத்தம் போட்டுப் பாடம் படித்துக்கொண்டிருந்தான். கறி தாளிக்கிற மணம் காற்றில் வந்தது. காலையில் நாலே நாலு இட்லி சாப்பிட்டதுதான். வீட்டில் குடியிருக்கிறவனை மிரட்டிவிட்டுச் செல்லம்மா வீட்டுக்குப் போனால் பழைய சோறாவது போடமாட்டாளா?

முதல் வீடுதான் செல்லம்மாவுடைய வீடு. பார்த்ததுமே ஞாபகத்துக்கு வந்துவிட்டது. அழிக்கம்பி போட்ட அந்தத் தார்சா அப்படியே இருந்தது. அழியில் உள்ள சில கம்பிகளின் கீழ்ப்பகுதி இற்றுப்போயிருந்தது. கம்பிகளின் மீது சாக்குப் படுதா கட்டியிருந்தது. வாசல் நடையை ஒட்டிச் சின்ன குட்டிச் சாக்கில் மரப்பொடி இருந்தது. அவர்களை மிரட்டிச் சத்தம் போடுகிறபோது அந்தச் சாக்கு மூட்டையைக் காலால் எட்டி உதைத்துக் கீழே தள்ளிவிடவேண்டும் என்று நினைத்துக்கொண்டார்.

ஏதோ ரொம்ப முக்கியமான வேலை இருக்கிறமாதிரி, சந்தில் ஒரு நாய் நாக்கைத் தொங்கப் போட்டுக்கொண்டு வேகமாக ஓடிவந்துகொண்டிருந்தது. மூக்குப்பொடி கலரில் இருந்தது. அதைப் பார்த்ததும் ரொம்ப வருஷங்களுக்கு முன்னால், அவர் செயலாக இருக்கையில் வளர்த்த நாயின் நினைவு வந்தது. அந்த ஞாபகம் வந்ததும் வாடகைக்கு இருக்கிறவர்களைச் சத்தம் போடுவதற்காக மனத்தில் கூட்டிச் சேர்த்து வைத்திருந்த ஆத்திரம் அப்படியே வடிந்துபோய்விட்டது. மொளுமொளுவென்று இருந்த அந்த நாயை அப்படியே ஆவிசேர்த்துக் கட்டிக்கொள்ளவேண்டும் போல் இருந்தது. அது இவரைப் பார்த்துக்கொண்டே வேகமாக வளவுக்குள் ஓடியது. அந்த வளவில் உள்ள நாயாகத்தான் இருக்கவேண்டும். சட்டென்று ஒரு வீட்டுக்குள் நுழைந்து மறைந்துவிட்டது. சிறிதுகூடத் தயக்கம் இல்லாமல் ரொம்ப சுவாதீனமாக வீட்டுக்குள் நுழைந்த விதம், அதற்கு அந்த வீட்டிலிருந்த உரிமையைக் காட்டியது. அவரிடம் இருந்து நாயும் அப்படித்தான் சர்வ சுதந்தரமாக அடுப்படி, மச்சு, தட்டோட்டியில் எல்லாம் தன்னிஷ்டத்துக்குப் புழங்கும். அவர் எங்கே போனாலும் கூடவே வந்து முன்னங்கால்களை நீட்டி அவரருகே படுத்துக்கொள்ளும். அது நாயே இல்லை. பேசத் தெரியாத மனுஷப் பிறவி. துக்கம் தொண்டையை அடைத்தது. பேசாமல் திரும்பிப் போய்விடலாமா என்று நினைத்தார். பல மாசமாக ஒருத்தன் வாடகை கொடுக்க முடியாமல் குடியிருக்கிறான் என்றால் அவன் எவ்வளவு கஷ்டப்பட்டவனாக இருக்கவேண்டும். அவனைப் போய் மிரட்டி வீட்டைக் காலி பண்ணச் சொல்ல

வேண்டியிருக்கிறதே. செய்த பாவமெல்லாம் போதாது என்று இதையும் வேறு தூக்கிச் சுமக்கவா?

அதற்குள் பாவாடை, தாவணி அணிந்த மெலிந்த உயரமான பெண் ஒருத்தி அந்த வீட்டு வாசலில் வந்து நின்றாள். கைகள் எல்லாம் நரம்பாக இருந்தன. கன்னம் ஒட்டிப்போய், கண்கள் மட்டும் பெரிசாக இருந்தன. முகத்தைப் பார்த்தாலே சோகை இருப்பது தெரிந்தது. சமைந்த பெண்ணாகத்தான் இருக்கும். கஷ்டத்தினால் ரொம்ப நறுங்கிப்போயிருந்தாள். அவரைப் பார்த்ததும், 'ஒங்களுக்கு யார் வேணும்?' என்று கேட்டாள். இனிமேல் திரும்பிப் போக முடியாது என்று பட்டது. வேட்டி மடிப்புக்கட்டு அவிழவே இல்லை. என்றாலும் கட்டை அவிழ்த்து முன்பைவிட மேலே ஏற்றி, அண்டர்வேர் தெரியக் கட்டிக்கொண்டார்.

'மாதாங் கோயில் தெருவுல இருக்க செல்லம்மா வீடுதான இது?'

'ஆமா! அவங்க வீடுதான். நீங்க யாரைப் பாக்கணும்?'

'வீட்டுல ஆம்பளையாளு ஆரும் இல்லியா?'

'இருங்க . . . எங்க அண்ணன் இருக்கு. கூப்புடுதேன்' என்று சொல்லிக்கொண்டே பதற்றத்துடன் உள்ளே போனாள். அவருடைய தொழில் புத்தி தன்னிச்சையாக வேலை செய்தது. அழிக்கம்பி பிரேமில் கையால் ஓங்கித் தட்டினார். புளுத்துப்போயிருந்த சட்டம் ஆடியது. 'ஏய், வீட்டுல இருக்கது யாருடா?' என்று சத்தம் போட்டார்.

உள்ளேயிருந்து தோளில் துண்டைப் போர்த்திக் கொண்டு நடுத்தர வயது ஆள் ஒருத்தன் வந்தான். 'நீதான் இந்த வீட்டுல குடியிருக்கவனா?' என்று கேட்டார்.

'ஆமா! நீங்க?'

'மாசக்கணக்கா வாடகை குடுக்காம குடியிருக்கியே... நீ சோத்தத்தான் திங்கியா? இல்ல வேற எதையாவது திங்கியா?'

அவன் எந்த உணர்ச்சியும் இல்லாமல் நின்றுகொண்டிருந்தான். மரத்தில் செய்த மாதிரி முகம் இருந்தது. அவனுக்கு இந்த மாதிரி அவமானம் பல தடவை நடந்திருக்கும் போல. மெதுவாக அவரிடம், 'வாங்க. உள்ள வாங்க. பேசுவோம்' என்றான். பட்டாசலில் அந்தச் சமைந்த பெண்ணுடன் வேறு இரண்டு பெண்களும் வந்து நின்றனர். எல்லோருடைய முகத்திலும் தரித்திரம் பிடித்திருந்தது. பயத்திலும் அவமானத்திலும் குறுகிப்போய் நின்றிருந்தனர்.

‘உள்ள எதுக்கு வரணும்? ஒன் வீட்டுல விருந்து சாப்புடதுக்காகவா நான் வந்திருக்கேன் ? ஒண்ணு பைசா பாக்கி இல்லாமே வாடகையை எண்ணிக் கீழ வையி… இல்ல ஒழுங்கா வீட்டைக் காலி பண்ணிரு… வாடகை குடுக்க முடியாதவனுக்கு வீடு எதுக்குடா ? ரோட்டுல பொங்கிச் சாப்புட்டுக் குடுத்தனம் நடத்த வேண்டியதுதான ?’

அவன் எதுவுமே பேசாமல் நின்றுகொண்டிருந்தான். சத்தம் கேட்டுப் பக்கத்து வீட்டு ஆட்களெல்லாம் முற்றத்துக்கு வந்துவிட்டார்கள். திடீரென்று ரெத்தினம் பிள்ளை அவன் கழுத்தில் கிடந்த துண்டை இறுக்கிப் பிடித்தார். பட்டாசலில் நின்றுகொண்டிருந்த பெண்கள் ஓடிவந்து அவனைப் பிடித்துக் கொண்டார்கள். கொஞ்சம் உயரமாயிருந்த ஒருத்தி அவரை விலக்கித் தள்ளினாள். முற்றத்தில் நின்றுகொண்டு வேடிக்கை பார்த்தவர்களுடன் அந்த நாயும் வந்து நின்றுகொண்டது. அவரைப் பார்த்துக் குரைத்தது. படிமீது தாவி ஏறி, அவரது கால்களுக்கு அருகே நுழைந்து அந்த வீட்டுப் பட்டாசலில் போய் நின்றுகொண்டு மறுபடியும் குரைத்தது. விளக்கு மாடத்துக்கு முன்னால் படுத்திருந்த அவனுடைய அம்மா எழுந்து உட்கார்ந்து, ‘வள்ளிநாயகம் ! அது யாரு?’ என்று மகனைப் பார்த்துக் கேட்டாள். அந்தக் களேபரத்தில் அவள் கேட்டது யாருக்கும் காதில் விழவில்லை. குரைத்துக்கொண்டிருந்த நாயை ஒருத்தி வந்து வெளியே விரட்டினாள். அது குரைப்பதை நிறுத்திவிட்டு முணங்கிக்கொண்டே பட்டாசலில் படுத்துக் கொண்டு, காதுகளை உயர்த்திச் சண்டையை வேடிக்கை பார்த்தது.

‘நீங்க யாரு வாடகை கேக்கதுக்கு … நாங்க வீட்டுக்காரம்மா கிட்டே பேசிக்கிடுதோம்’ என்றாள் அவன் மனைவி.

‘நீங்க யாரா . . . நாளைக்கிக் காலையில நாலு ஆளோட வந்து சாமானை எடுத்து வெளியில போடுவோம் பாரு … அப்பம் நான் யாருன்னு தெரியும்?’ என்று கத்திச் சொன்னார்.

அவள் ஆத்திரத்தோடு புருஷனைப் பார்த்துத் திட்டினாள். ‘நான் அன்னைக்கே சொன்னேன் … வீட்டுக்காரியப் போய்ப் பாத்துச் சொல்லிட்டு வாங்கன்னு. கேட்டாத்தானே ?’ என்று சத்தம் போட்டுவிட்டு வீட்டுக்குள் போய்விட்டாள்.

‘என்னடா இடிச்ச புளி மாதிரி நின்னுக்கிட்டிருக்கே? வாடகையை எண்ணிக் கீழவைக்கியா இல்லியா?’ என்று சத்தம் போட்டுக்கொண்டே வாசல் நடைக்கல் அருகே இருந்த மரப்பொடிச் சாக்கு மூட்டையை எட்டி உதைத்தார். ஏற்கெனவே நொறுங்கித் தவிடுபொடி ஆகிப்போயிருக்கிற அந்தக் குடும்பத்தைப் போய் இப்படிப் பாடாகப் படுத்தி, வளவுக்காரர்கள் முன்னால் தலைகுனியச் செய்யும்படி

ஆகிவிட்டதே என்பதை நினைத்தபோது அவருக்கு நெஞ்சை அடைத்தது.

'வாடகை குடுக்கக்கூடாதுன்னு இல்ல. என் ஒருத்தன் சம்பளத்துலதான் குடும்பம் ஓடிக்கிட்டு இருக்கு. எப்படியாவது குடுத்திருதேன். வீட்டுக்காரம்மாகிட்டச் சொல்லுங்க' என்றான்.

'வேற பேச்செல்லாம் பேசாத. நீ இத்தனை மாச வாடகைப் பாக்கியக் குடுக்காட்டாலும் ஒழியுது. அந்தம்மா, வீடுதான் வேணும்னு கேக்கா. பேசாமெ வீட்டைக் காலி பண்ணிரு. இல்ல நான் நாலு ஆளத்தான் கூட்டிக்கிட்டு வர வேண்டியிருக்கும் . . . என்ன சொல்லுதே?'

அவன் பதிலே பேசாமல் நின்றுகொண்டிருந்தான். முற்றத்தில் நின்று வேடிக்கை பார்த்துக்கொண்டிருந்த ஒரு வயதான பெண், 'பெறவு என்ன வள்ளி, வீட்டைக் காலி பண்ணிருதேன்னு சொல்லிரேன் . . .' என்றாள்.

'சரி . . . வீட்டைக் காலி பண்ணிருதேன்.'

'காலி பண்ணிருதேன்னா, எப்பம்?' என்று கேட்டார்.

'வேற வீடு பாத்ததும் காலி பண்ணிருதேன்'

'அதான் எப்பம்?'

'வேற வீடு பாக்கணும்லா?'

'இன்னைக்கி என்ன கெழமை? பொதங்கெழம . . . ஒரு வாரம் டயம் தாரேன். அடுத்த பொதனுக்குள்ள வீட்டைக் காலி பண்ணிரணும். இல்ல நடக்கதே வேற . . .' என்று சொல்லிவிட்டு வேகமாகச் சந்துக்குள் திரும்பி நடந்தார். அழிக்கம்பிகளைத் தட்டியதில் உள்ளங்கை கன்றிச் சிவந்துபோயிருந்தது. கையைத் தடவி விட்டுக்கொண்டார். பசியும் ஆயாசமும் உடம்பை லாத்தித் தள்ளியது. தெருவுக்கு வந்ததும் முகத்தில் குளிர்ந்த காற்று பட்டது. கொஞ்ச தூரம் நடந்தபிறகு சாத்திக்கிடந்த ஒரு வீட்டின் கதவடியில் உட்கார்ந்துகொண்டார். வேட்டி முந்தியால் முகத்தைத் துடைத்துக்கொண்டார். எப்படியாவது செல்லம்மா வீட்டுக்குப் போய்விட்டால் சாப்பிடலாம். ஆனால் அவ்வளவு தூரம் நடக்க முடியாதுபோல் இருந்தது. அப்படியே ஆயாசத்துடன் படுத்துவிட்டார். தெருவிளக்குகள் மௌனமாக நீல ஒளியைச் சிந்திக்கொண்டிருந்தன. வாகனங்களும் மனிதர்களும் ஊர்ந்துகொண்டிருந்தனர்.

***இந்தியா டுடே*, 1996**

ஆடிய கால்கள்

பழைய முனிசிபல் பள்ளிக்கூடத்தில் இரண்டாவது பீரியட் முடிந்து மணி அடித்து விட்டது. இன்னும் ஒரு சவுக்கம் போட்டால் இந்தப் பெட்டி முடிந்துவிடும். பிறகு பெட்டியையும் சுளகுகளையும் எடுத்துக்கொண்டு மார்க்கெட்டுக்குப் போகவேண்டியதுதான்.

மேல வீட்டுப் பேராச்சிக் கிழவியைத் தவிர அந்த வளவில் உள்ள வீடுகளில் யாருமே இல்லை. எல்லோரும் வேலைக்குப் போய்விட்டார்கள். கிழவி தன் வீட்டுக்கு முன்னால் முற்றத்தில் கிடந்த அம்மியில் துவையல் அரைத்துக்கொண்டிருந்தாள். அரைக்கிற வேகத்தில் அம்மிக்கு அடியில் அண்டை கொடுத்திருந்த கல் விலகி விலகிப் போக, அம்மி ஆடியது. "எழவெடுப்பான் அம்மியோட கெடந்து லோல்பட வேண்டியிருக்கே..." என்று முணுமுணுத்துக்கொண்டே அரைத்தாள்.

கழுகுமலையா வீட்டு வாசலில் அந்தக் கரும்பூனை, கால்களைப் பரக்க விரித்துப் போட்டுத் தூங்கிக்கொண்டிருந்தது. ஆற்றுப் பக்கமிருந்து வீசிய காற்றில், அதன் அடிவயிற்று முடி அவ்வப்போது சிலுப்பிக்கொண்டது. அடிபம்புக்குக் கீழே காரை பெயர்ந்துக்கிடந்த தளத்தில் தேங்கியிருந்த தண்ணீரை, ஒரு காக்கை தலையைச் சாய்த்துக் குடித்துக்கொண்டிருந்தது. ரஞ்சிதத்துடைய புருஷன் பாண்டி, வாசல் நிலைப்படியில் கல் சிலை

மாதிரி ஆடாமல் அசையாமல் உட்கார்ந்துகொண்டு அவள் பெட்டி முடைகிறதையே பார்த்துக்கொண்டிருந்தான்.

பிறகு 'ஏளா! என்ன பதிலே சொல்லாமே நீ பாட்டுக்கு இருக்கே?' என்று கேட்டான்.

அவளுக்கு வந்த கோபம் இன்னமட்டும் என்றில்லை. கண்கள் அகல விரிந்தன. கோபத்தில் முகமே பெரிதான மாதிரி இருந்தது. அசப்பில் சாவித்திரி மாதிரியே இருந்தாள். அவள் ரிக்கார்டு டான்ஸ் ஆடிவந்த காலத்தில் 'சாவித்திரியின் எதிரொலி ரஞ்சிதம்' என்றுதான் போஸ்டர் போடுவார்கள்.

'எனக்கு வாற கோவத்துக்கு அப்படியே அந்தா கெடக்கச் செங்காமட்டையை எடுத்து வீசிருவேன். ஏங்கிட்டச் செப்புக் காசுகூடக் கெடையாது. மார்க்கெட்டுக்குப் போயி இதுகளப் போட்டுட்டு வந்தாத்தான் துட்டைப் பாக்கலாம் . . . எப்பம் பார்த்தாலும் துட்டுதுட்டுன்னு பஞ்சரிச்சா. இங்க என்ன துட்டு அடிக்க மிசினா இருக்கு?'

பேராச்சிக் கிழவி அரைப்பதை நிறுத்திவிட்டு அவர்களை ஏறிட்டுப் பார்த்தாள்.

'மார்க்கெட்டுக்குப் போவதுக்கு துட்டு வச்சிருக்காமயா இருப்பே . . .'

'பஸ் சார்ஜுக்கு வச்சிருக்கிறதை எடுத்து ஓம்மகிட்டக் குடுத்திட்டு நான் கழுதமேல ஏறியா போவேன்?'

'ஒரு வாரமா ஆளைக் காணலை காணலைன்னு தெருவோட பொலம்பிக்கிட்டுத் திரிஞ்சே. இப்பம் வீட்டுக்கு வந்த புள்ளய எதுக்குளா இப்படித் திட்டுதே?' என்று கேட்டாள் கிழவி.

'இவ்வளவு உருத்தாப் பேசுத, நீதான் பச்சை நோட்டை எடுத்துக் குடேன் . . .' என்று பதிலடி கொடுத்தாள் ரஞ்சிதம். அதற்குமேல் பேராச்சிக் கிழவி பேசவில்லை. காது கேளாத மாதிரி அரைத்துக்கொண்டிருந்தாள். திடீரென்று பாண்டி எழுந்து நின்றான். அவள் முடைந்துவைத்திருந்த சுளகுகளை எடுத்துத் தூங்கிக்கொண்டிருந்த பூனையின் மீது வீசினான். பூனை பதறி அடித்து எழுந்து கத்திக்கொண்டே ஓடியது. பாண்டி தெருவைப் பார்த்து வேகமாக நடந்தான். அவன் நடந்தபோது தரை திண்திண் என்று அதிர்ந்தது. ரஞ்சிதம் பக்கத்தில் கிடந்த செங்கல் துண்டை எடுத்து அவன்மேல் எறிந்தாள். அது அவன் கரண்டைக் காலில் பட்டது. தெருவில் இறங்கி ஓடினான். எங்கோ நின்று பூனை இன்னும் கத்திக்கொண்டிருந்தது. பேராச்சிக்

கிழவி ஒன்றுமே நடக்காத மாதிரி அரைப்பதை நிறுத்திவிட்டு, துவையலை வாயில் போட்டு உப்புப் பார்த்தாள்.

அம்மன் கோவிலில் நேற்றே கொடை முடிந்துவிட்டது. தெருவெல்லாம் வாடிய பூக்களும் விளம்பர நோட்டீஸ் தாள்களுமாகக் கிடந்தன. இரண்டுநாள் கொடைக்குப் பிறகு தெருவே சோர்ந்துபோயிருந்தது. கொடை பார்த்த அலுப்பில், தூக்கச் சடைவுடன் கிட்ணக் கோனார் விறகு வண்டியை இழுத்துக்கொண்டு போனார். பன்னீர், சந்தன வாசனை மட்டும் இன்னும் கோவிலைவிட்டுப் போகவில்லை. அந்தக் கலவையான மணம் மனத்தைக் கிறங்கடித்தது. முன் மண்டபத்தில் இரண்டு மூன்று பேர் விடிந்ததுகூடத் தெரியாமல் தூங்கிக்கொண்டிருந்தார்கள். அர்ச்சனை டிக்கெட் விற்கிற கவுண்டருக்குப் பக்கத்தில் கல்தூணில் சாய்ந்து உட்கார்ந்துகொண்டு ஈரத் தலையை உலர்த்திக்கொண்டிருந்தார் பூசாரி. மூலஸ்தானத்தில் சரவிளக்குச் சுடர் அசையாமல் எரிந்து கொண்டிருந்தது.

தெருவை அடைத்துப் பந்தல் போட்டிருந்தது. பந்தல் கால்களில் உரித்த மட்டைகளுடன் வாழை மரங்கள் நின்றுகொண்டிருந்தன. கோவில் மதில் சுவரை ஒட்டிக் கச்சேரிக்காகப் போட்டிருந்த மேடைக்கு முன்னால் சிறுகும்பல் நின்றுகொண்டிருந்தது. மேடையில் 'சினிமா புகழ் சிதம்பரம்' வளைந்து வளைந்து ஆடிக்கொண்டிருந்தான். கீழே நின்றிருந்த சின்னப் பையன்கள் கைதட்டிக் குதித்துக்கொண்டிருந்தார்கள். ஒரே விசில் சத்தம்.

சோகையினால் சிதம்பரத்துடைய உடம்பே மஞ்ச மஞ்சேர் என்றிருந்தது. அவன் கட்டியிருந்த வேட்டியில் தீ வைத்தால் கூட நெருப்புப் பற்றாது. அவ்வளவு அழுக்கு. மேலே போட்டிருந்த சட்டையில் கையே இல்லை. முண்டா பனியன் மாதிரி இருந்தது. இரண்டு கால்களிலும் முட்டுக்குக் கீழே மீன் செதில்கள் போல் வங்கு, படைப்படையாய் அப்பியிருந்தது. விரலால் சொறிந்த வெள்ளைக்கோடுகள் மேலும் கீழுமாய் ஓடியிருந்தன.

அதே அம்மன்கோவில் கொடையில் ஒரு காலத்தில் அவனும் ரஞ்சிதமும் எட்டு எட்டரை மணிக்கு ஆட ஆரம்பிக்கிற டான்ஸ், செகண்ட் ஷோ விடுகிறவரை நடக்கும். அந்தத் தெரு வழியாகத்தான் குறுக்குத்துறை டவுன் பஸ் போகவேண்டும். அந்தக் கூட்டத்துக்குள் பஸ்ஸை ஓட்டுவதற்குள் டிரைவர் ஞானமுத்துவுக்குப் போதும் போதும் என்றாகிவிடும். பஸ் மேடையைக் கடக்கும்போது ஞானமுத்து, 'என்னண்ணே, இப்படி பஸ்ஸைப் போக விடாமப் பண்ணிட்டியளே?' என்று

மேடையில் ஆடிக்கொண்டிருக்கும் சிதம்பரத்தைப் பார்த்துப் பொய்யாகக் கோபித்துக்கொள்வான்.

'அட ஞானமுத்தா? வருசத்துல ஒரு நாள் பாடு . . . சனங்க சந்தோஷமா இருந்துட்டுப் போகட்டும் மச்சினப்பிள்ளே!' என்று ஆடிக்கொண்டே இரைந்து சொல்வான்.

அந்தச் சுற்று வட்டாரத்தில் ராமையன்பட்டிப் பையன் ஒருத்தன்தான் அவனுக்குப் போட்டியாக ரிக்கார்டு டான்ஸ் ஆட ஆரம்பித்தான். பிறகு மடமடவென்று நாலைந்து வருஷத்தில் பல கோஷ்டிகள் ஆட ஆரம்பித்தன. சினிமாப்புகழ் சிதம்பரத்துக்கு இருந்த செல்வாக்கு கொஞ்சம் கொஞ்சமாகக் குறைய ஆரம்பித்தது. ஒரு கட்டத்தில் ரஞ்சிதத்தைத் தங்களுடன் வந்து ஆடும்படிப் புதுக்கோஷ்டிகள் கூப்பிட்டன. ரஞ்சிதம் ஆடுவதை நிறுத்திவிட்டுப் புருஷனோடு நார்ப்பெட்டி முடையத் தொடங்கிவிட்டாள்.

சிதம்பரத்துக்கு வருமானம் குறையத் தொடங்கியதும் அவன் பொஞ்சாதி செல்லி, தன் தகப்பன் வீட்டுக்குக் கருத்தப் புலியூருக்குப் போய்விட்டாள். ரஞ்சிதத்தையே கல்யாணம் செய்துகொண்டிருந்தால் எவ்வளவோ நன்றாக இருந்திருக்கலாம்.

தன் வயிற்றைக் கழுவுவதே பெரும்பாடு ஆகிவிட்டது. யாரும் அவனை வேலைக்கு வைத்துக்கொள்வதாக இல்லை. 'ஏ, நீ பெரிய ஆட்டக்காரன்டே! ஒன்னை வச்சு வேல வாங்குனா ஊருல என்னைத்தான் ஒரு மாதிரியா நெனைப்பாங்க . . .' என்று சொல்லிச் சொல்லியே அவனைப் பிச்சை எடுக்கும் நிலைக்குத் தள்ளிவிட்டார்கள்.

ஹோட்டலில் தண்ணீர் எடுத்து விட்டான். கல்யாண மண்டபங்களில் எச்சில் இலை எடுத்துப்போட்டான். டாக்ஸி ஸ்டாண்டில் கார் கழுவிவிட்டான். ஜங்ஷன் ஸ்டேஷனில்தான் படுக்கை.

விடலைப் பையன்கள் விசில் அடித்தார்கள். அவனைக் கிண்டல் செய்தார்கள். 'நல்லா ஆடுனாத்தான் துட்டு... ஆமா, அதை ஞாபகம் வச்சுக்கோ...' என்றான் ஒரு பையன்.

'பிள்ளைவாள் கடையில இட்லி சாப்புடணுமா, சாப்பிடாண்டாமா? இட்லி வேணும்னா நல்லா ஆடு!'

'சினிமாப் புகழ் செதம்பரம்கிறதை மறந்துராத... அந்தப் பேருக்குத் தகுந்தாப்புல ஆடுடே!'

'ஹைரோ ஹைரோ ஹைரோப்பா... ஹைரோ ஹைரோ ஹைரோப்பா...' என்று மேடைக்குக் கீழே நின்ற பையன்கள்

புதுப்பாட்டு பாட ஆரம்பித்தார்கள். சிதம்பரம் மூச்சு இரைக்க ஆடிக்கொண்டிருந்தான். அவனுடைய அழுக்கு வேட்டி காற்றில் உப்பிக் குடை பிடித்தது.

திடீரென்று ஆடுவதை நிறுத்தினான். 'அண்ணாச்சி! எத்தனை பாட்டுக்கு நான் ஆடியாச்சு? ஒரு டீ வாங்கிக் குடுத்தீங்கன்னா கொஞ்சம் சொரத்தோட ஆடலாம்...' என்று கீழே நின்றுகொண்டிருந்த புரோக்கர் சண்முகசுந்தரத்திடம் கேட்டான்.

'மருமகப்பிள்ளை! டீ என்னடே டீ? அதான் பிள்ளைவாள் கடையில் இட்லி வாங்கித் தாரேன்னு சொல்லியிருக்கேம்லா? நீ ஆடு மருமகனே...' என்றார்.

'ஏலேய்! இந்தக் காலத்துப் பாட்டுகளைப் பாடாதீங்கடா... அந்தக் காலத்துப் பழைய பாட்டுக்களாப் பாடுங்கடா...' என்று சொன்னார் அரிசிக்கடை பனாதானா.

'மாமா! ஒங்களுக்கு என் ஆட்டத்தைப் பத்தித் தெரியுது... இந்தச் சின்ன கழுதைகளுக்கு என்ன தெரியும் மாமா? ஒரு டீக்கி ஆர்டர் பண்ணுங்க 'மாமா... அதைக் குடிச்சிட்டு எப்பிடி ஆடுதம்னு நீங்களே பாருங்க...'

'டீதானே மாப்ளே? இந்தாச் சொல்லி அனுப்புனாப் போவுது... ஏய் அசன்பாய் கடையில் போய் ஒருத்தன் டீ வாங்கிட்டு வாங்கடா...' என்று உத்திரவு போட்டார் பனாதானா. அவருக்கு அவனைப் பார்க்கவே பாவமாக இருந்தது.

'மாமா... மாமா... ஏம்மா... ஏம்மா...' என்று அவனே பாடிக்கொண்டு மேடையைச் சுற்றி சுற்றி வந்து ஆடினான்.

முடைந்த நார்ப்பெட்டியையும் சுளகுகளையும் எடுத்துக்கொண்டு டவுனுக்கு பஸ் ஏறுவதற்காக வந்து கொண்டிருந்தாள் ரஞ்சிதம். வழியெல்லாம் புருஷனைப் பற்றியே நினைத்து வருத்தப்பட்டுக்கொண்டு வந்துகொண்டிருந்தாள். கோயிலை நெருங்க நெருங்க விசில் சத்தமும் கூச்சலும் அதிகமாகக் கேட்டன. கோயில் வாசலில் நின்று கண்களை மூடி சாமி கும்பிட்டாள். கோயிலுக்கு உள்ளிருந்து குளிர்ந்த காற்று வீசியது. அப்படியே அம்மன் சன்னதியிலேயே உட்கார்ந்து விடலாம் போல் இருந்தது. பந்தலுக்கு உள்ளிருந்து வந்த கூச்சலும் கூப்பாடும் அவளை அங்கே நிற்கவிடவில்லை.

மேடைப்பக்கம் வந்தாள் ரஞ்சிதம். வெறிபிடித்தவனைப்போல அழுக்குக் கந்தலுடன் சிதம்பரம் ஆடிக்கொண்டிருந்தான். அவனை அந்த நிலையில் பார்த்ததும் அவளுக்குக் கண் கலங்கிவிட்டது. அவளால் பொறுக்க முடியவில்லை. கோபத்தோடு

மேடைக்கு முன்னால் போய் நின்றாள். பையன்களைச் சத்தம் போட்டு விரட்டினாள். சிதம்பரத்தை மேடையை விட்டுக் கீழே இறங்கச் சொன்னாள்.

பனாதானாவைப் பார்த்து, 'அய்யா, நீங்களுமா இந்தப் பயலுக கூடச் சேர்ந்துட்டியோ?' என்றாள்.

'தப்பா எடுத்துக்கிடாதே ரஞ்சிதம் ... கொஞ்ச நேரங்கழிச்சு அவனைக் கீழே எறங்கச் சொல்லி மெல்லக் கூட்டிக்கிட்டுத் தூரப் போயிருவோம்னு நெனைச்சுக்கிட்டுத்தான் இருந்தேன். அதுக்குள்ள நீ வந்திட்டே...'

'ஏ செதம்பரம், ஒங் கூட்டாளி ரஞ்சிதமே வந்திட்டா ... பெறவு என்னடே ...' என்று புரோக்கர் சண்முகசுந்தரம் கேலி செய்தான். பனாதானாவுக்குக் கோபம் வந்துவிட்டது.

'கிண்டலா பண்ணுதே? மரியாதி கெட்டுப் போயிரும்டா... நீயும் ஒரு காலத்துல இதே மேடையில் அவன் ஆடுறதை வாயப் பொளந்துகிட்டுப் பார்த்தவந்தானலே? இன்னைக்கு அவன் கீழே எறங்கிட்டான்னதும் எகத்தாளமா பேசுதே? மருவாதியா இங்கிருந்து போயிரு ...' என்று கத்தினார். பையன்களை விரட்டினார். அசன்பாய் கடைப்பையன் சாயா கொண்டுவந்தான். அதை வாங்கி சிதம்பரத்திடம் கொடுக்கப் போனார்.

'அந்த டீயை நீங்க குடிங்க... நான் இவரைக் கூட்டிட்டுப் போயி கௌப்புக் கடையில் இட்லி வாங்கிக் குடுக்கேன் ... வாங்க ...' என்று சிதம்பரத்தைப் பார்த்துச் சொன்னாள் ரஞ்சிதம்.

***தினமணி* பொங்கல் மலர், 1999**

தாசன் கடைவழியாக அவர் செல்வதில்லை

புனித லூக்கா உயர்நிலைப் பள்ளி நூலகர் தேவ இரக்கத்துக்கு எப்போதோ விழிப்புத் தட்டிவிட்டது. வாய் எல்லாம் கசந்துகிடந்தது. நாலைந்து மாதமாகவே இப்படித்தான் இருக்கிறது. சாப்பாடும் ரொம்பச் சுருங்கிவிட்டது. உடம்பு ஒவ்வொரு நாளைக்கும் ஒவ்வொரு மாதிரி இருக்கிறது. வருகிற டிசம்பரோடு அவர் ரிட்டையர் ஆகவேண்டியதுதான். மேற்கொண்டு ஆண்டவர் எத்தனை வருஷம் எழுதியிருக்கிறாரோ தெரியவில்லை. அவர் அழைத்துக்கொள்கிறவரை வீட்டுக்கு எதிரே ஓடுகிற கன்னடியன் வாய்க்காலைப் பார்த்துக்கொண்டிருக்கவேண்டியதுதான்.

ராத்திரி படித்துக்கொண்டிருந்த ஜெப புஸ்தகம் அப்படியே மடியில் கிடந்தது. ஈஸிசேரில் சாய்ந்து படித்துக்கொண்டிருந்தவாறே தூங்கிவிட்டார். ரெபேக்காள்தான் விளக்கையும் அணைத்து, முன்வாசல் அழிக்கதவையும் தாழ்ப்பாள் போட்டிருக்க வேண்டும். உடம்பெல்லாம் படபட வென்று நடுங்கியது. வியர்த்தது. அந்தப் பிரெஞ்சு நாவலில் வருகிற நூலகர் மைக்கேல் மாதிரி நமக்கும் சாவுதான் வரப்போகிறதா? அதற்காகத்தான் இத்தனை வியர்வையும் நடுக்கமும் எடுக்கிறதோ என்னவோ? அப்படியானால் ரெபேக்காள் என்ன செய்வாள்? என் செல்ல ராணி ஜெஸிந்தாவைக்கூடப் பாராமல் கண்ணை மூடவேண்டியதுதானா?

இரண்டு உலகங்கள்

ஈஸிசேரின் பக்கவாட்டுச் சட்டத்தை இறுக்கமாகப் பிடித்துக்கொண்டார். 'னூக்...' என்று கிரீச்சிட்டது. அந்த வீட்டைப்போல ஈஸிசேரின் அந்தச் சத்தமும் ரொம்பப் பழைமையானதுதான். முப்பது நாற்பது வருஷங்களாகக் கேட்கிற னூக்... சத்தம் அது.

தெருவை ஒட்டி ஓடுகிற வாய்க்கால் பக்கமிருந்து வீசிய குளிர்ந்த காற்று, அந்த வராந்தாவில் செறுமிப்போய்க் கிடந்த கோழிக்கூண்டின் நாற்றத்தையும் புழுக்கத்தையும் விரட்ட முயற்சித்தது. 'டப்டம்...' என்று படித்துறையில் துணி துவைக்கிற சத்தம் கேட்டது. மணி நாலு நாலரை இருக்குமோ? பாலத்துப் படித்துறையில் ஆள் நடமாட்டம் தொடங்கிவிட்டதுபோல.

ஜெஸிந்தா இப்போது என்ன செய்துகொண்டிருப்பாள்? நிறைமாசச் சூலியாக இருக்கிறாள் என்று பரமார்த்தலிங்கத்துடைய பொஞ்சாதி சொன்னாளே. அந்த தாசன் பயல் அவளை நல்லபடியாகக் கவனிப்பானா? அவனுடைய அப்பனும் அம்மையும் உயிரோடு இருந்திருந்தால் கூடக் கவலைப்பட வேண்டியதில்லை. அவர்கள் ரொம்ப நல்ல மாதிரி. கல்யாணம் ஆகாத இரண்டு தங்கச்சிகள்தான் அண்ணன்காரனோடு இருந்துகொண்டிருக்கிறார்கள். அவனுக்குப் பொழுது விடிந்து பொழுது அடைந்தால் அந்தப் பலசரக்குக் கடையில் காத்துக்கிடக்கத்தான் நேரம் சரியாக இருக்கும். அவன் எங்கே இவளைக் கவனிக்கப் போகிறான்? தகப்பனையும் ஒருநடை வந்து பார்த்தால் என்ன? அவளுக்குத்தான் செவத்தையாபுரம் வம்சத்து ராங்கித்தனம் உடம்பில் ஓடுகிறது என்றால் இந்த ரெபேக்காளுக்கு என்ன வந்தது? பரமார்த்தலிங்கத்துடைய பொஞ்சாதி வந்து, அவள் முழுகாமல் இருக்கிறாள் என்று சொன்ன பிற்பாடு, இந்தக் கிழட்டு முருவமாவது மகளைப் போய்ப் பார்த்திருக்க வேண்டாமா? என் செல்ல ராணி இப்போது தூங்கிக் கொண்டிருப்பாளா, இல்லை அவளும் தூங்காமல் விழித்துக்கொண்டுதான் இருப்பாளா?

மணி பார்க்கவேண்டும் என்று தோன்றியது. படபடப்பும் அடங்கியிருந்த மாதிரி இருந்தது. ஜெபப் புஸ்தகத்தை மூடிக் கீழே வைத்தார். ஈஸிசேர் சட்டத்தைப் பிடித்துக்கொண்டே பிரயாசையுடன் எழுந்தார். அது மீண்டும் சத்தமிட்டது. அந்த பிரெஞ்சு நாவலில் கூட நூலகரின் அலுவலக நாற்காலி அவர் அசையும்போதெல்லாம் விசித்திரமாக ஒலி எழுப்பும். வாசல் நடை ஓரத்தில் சுவரில் இருந்த சுவிட்சைத் தடவித் தேடி, போடும் போது, அந்த நாவலின் ஞாபகம் வந்து உடல் நடுங்கியது. அந்த நூலகருக்கும் அவருக்கும் நிறைய ஒற்றுமைகள் இருந்தன. அந்த நாவலில் வருகிற நூலகர் மைக்கேலைப்போலவே தன்

வாழ்வும் இருப்பதாக அடிக்கடி தோன்றும். அவரும் நாவலில் ஒரு மாதத்தின் கடைசி ஞாயிற்றுக்கிழமை அன்றுதான் இறந்து போவார். இன்றும் மாசக் கடைசி ஞாயிற்றுக்கிழமைதானே? கடைசி ஞாயிற்றுக்கிழமை நாவலில் வருகிற நூலகரைப்போலவே நாமும் செத்துப்போய்விடுமோ என்று பயமாக இருந்தது அருக்கு.

பல்பு எரிந்ததும் மரக்கூட்டில் இருந்த கோழிக்குஞ்சுகள் வெளிச்சத்தைப் பார்த்துக் கத்த ஆரம்பித்தன. நூலகர் மைக்கேல் வீட்டிலும் கோழிகள் உண்டு. வடக்கு ஜன்னலுக்கும் மேலே சுவரில் மாட்டியிருந்த போட்டோ படங்களைப் பார்த்தார். அவர், ரெபேக்காள், ஜெஸிந்தா மூணுபேரும் இருக்கிற படங்கள் மூணு இருந்தன. ஒரு படம் சாத்தான்குளத்தில் இருக்கிற அவருடைய சின்ன மச்சினன் கல்யாண வீட்டில் எடுத்தது. அப்போது ஜெஸிந்தாளுக்கு எட்டுவயது. அடுத்த படம், அவள் டீச்சர் டிரெயினிங் படிக்கிற காலத்தில் கூடப் படித்த ஸ்நேகிதிமாரோடு எடுத்தது. எல்லா போட்டோக்களிலுமே ஜெஸிந்தா அழகாகத்தான் இருந்தாள்.

யாரோ வாய்க்காலில் இறங்கித் தண்ணீரை அளைகிற சத்தம் கேட்டது. வாசல் நிலைக்கும் மேலே இருந்த கடிகாரத்தைப் பார்த்தார். நாலரைக்கும்மேல் ஆகியிருந்தது. தெருவாசல் அழிக்கதவுக்குப் பக்கத்தில் வந்து நின்றார். வீட்டுவாசலுக்கு எதிரே வாய்க்கால் சுவரை ஒட்டிப் புழுதிமண்ணில், கால்களுக்குள் முகத்தைப் புதைத்தபடிச் செவலை நாய் தூங்கிக்கொண்டிருந்தது. வாய்க்கால் பாலத்தின்மேல் ஏதோ வெளியூர் பஸ் மெதுவாகச் சென்றது. கோழிகள் இப்போது அதிகமாகக் கத்த ஆரம்பித்திருந்தன. உள்ளே இருந்து ரெபேக்காள் சத்தம் போட்டாள்.

'இப்பம் எதுக்கு லைட்டைப் போட்டு அதுகள உசுப்பி விட்டிருக்கேரு?'

'மணி அஞ்சாகப் போவுது . . .' என்றார் தேவ இரக்கம்.

'அப்பம் பண்ணைக்கிப் போயிப் பாலை வேண்டிட்டு வாரும் . . .'

'அஞ்சரை மணிக்கிப் போனாப் போரும் . . . பேசாமக் கெடந்து தூங்கு . . .'

'அஞ்சரைக்கிப் போனா பால்ல தண்ணி விட்டுருவான். இப்பம் முழிச்சிக் கெடந்து என்ன பண்ணப் போறேரு? போயிப் பாலை வேண்டிட்டு வந்து மல்லாந்து கெடையும்.'

'பிடிவாதம் வம்சத்துல வந்ததுல்ல...' என்று முணுமுணுத்துக் கொண்டே நடைக்கூடத்து விளக்கை அணைத்துவிட்டு

உள்ளே போனார். அதற்குள் ரெபேக்காளே எழுந்து அடுப்படி விளக்கைப் போட்டுவிட்டுப் புறவாசலுக்குப் போயிருந்தாள். அவர் மர பீரோவைத் திறந்தார். தாழம்பூவும் பாச்சா உருண்டை வாசனையும் கலந்து வந்தது. துணிமணிகளுக்கு இடையே சில்லறையைத் தேடினார். மேல்தட்டில் ஜெஸிந்தாவுடைய உருப்படிகள் அப்படியே இருந்தன. அதைப் பார்த்ததும் தலைசுற்றுகிற மாதிரி இருந்தது. பீரோ கதவைப் பிடித்துக் கொண்டார். ரெபேக்காள் உள்ளே வந்து திரும்பவும் படுத்துக் கொண்டாள்.

'அந்த புள்ள நெறை மாசமா இருக்கே . . . ஓம் பிடிவாதத்தை வுட்டுட்டு அதைப்போயிப் பாத்துட்டு வந்தா என்ன ?'

'ஏன் நீரு போயிப் பாத்துட்டு வந்தா என்னவாம் ? பள்ளிக்கூடத்துக்குப் போறவரு அவன் கடைவழியாப் போனா அவன் மொகத்துல முழிக்கணுமேன்னுட்டு ஊரைச் சுத்திக்கிட்டுப் போயிட்டு வாரேரு. நீரு மட்டும் என்ன பெரிய ரொக்கமா ?'

அதற்குப் பிறகு அவர் எதுவும் பேசவில்லை. அடுப்படிக்குப் போய் பால் சொம்பை எடுத்துக்கொண்டார்.

'அப்பிடியே வந்திராதீரும். லைட்டை அணைச்சிட்டு வாரும். போவும்போது வாசக்கதவை ஞாபகமாகப் பூட்டிச் சாவிய எடுத்துக்கிட்டுப் போரும் . . . வூட்டவிட்டு ஓடிப்போன ஓடுகாலிக் களுதை எக்கேடு கெட்டால் எனக்கென்ன ?'

பால்சொம்பை ஸ்டூல் மீது வைத்துவிட்டு ஆணியில் கிடந்த சட்டையை எடுத்துப்போட்டுக்கொண்டார். பித்தான்களை நிதானமாக மாட்டினார். ஜன்னல்மீது இருந்த பூட்டையும் சாவியையும் எடுத்துக்கொண்டார்.

தெருக்கதவைச் சாத்திப் பூட்டும்போது, வீட்டுக்கு எதிரே படுத்திருந்த செவலை நாய், தலையைத் தூக்கிப் பார்த்துவிட்டுத் திரும்பவும் கால்களுக்குள் முகத்தைப் புதைத்துக்கொண்டது. படித்துறையில் குளிக்கிறவர்கள் பேசுகிற சத்தம் தெளிவில்லாமல் கேட்டது. பாலத்தின் மீது டியூப் லைட்டின் நீல ஒளி மங்கலாகப் பரவியிருந்தது.

செல்வராஜ் கடைக்கு முன்னால் கூனி, கூனல் முதுகோடு வேகமாகத் தண்ணீர் தெளித்துக்கொண்டிருந்தாள். சுவர் ஓரமாகத் தவலைப் பானையும் வாரியலும் இருந்தன. யாரையோ திட்டிக்கொண்டே தண்ணீர் தெளித்தாள். மீனா பேக்கரி, அன்வர் சைக்கிள் மார்ட்டை அடுத்து எலியாஸ் மரக்கடை. அவ்வளவு காலையிலேயே லாரியிலிருந்து தடிகளை இறக்கிக்கொண்டிருந்தார்கள். லாரி டிரைவர் கடைக்கு

முன்னால் கிடந்த ஆட்டு உரல்கள்மீது உட்கார்ந்து பீடி பிடித்துக்கொண்டிருந்தான். லாரிக்குப் பக்கத்தில் போகும்போது காயாத பச்சை மரத்தின் நெடி மூக்கில் ஏறியது. அவருக்கு ஒரே ஆயாசமாக இருந்தது.

பெட்ரோல் பங்க் கண்ணாடி அறைக்குள் நைட் டூட்டி ஆள், மேஜைமீது கவிழ்ந்துகிடந்து தூங்கிக்கொண்டிருந்தான். சற்றுத் தூரத்தில் சாமி இல்லாத வெறும் வாகனத்தைத் தூக்கிக்கொண்டு ஓட்டமும் நடையுமாகச் சப்பரம் தூக்கிகள் வந்துகொண்டிருந்தார்கள். அவர்களைப் பார்த்ததும் தேவ இரக்கத்துக்கு ஆச்சரியமாக இருந்தது. இவ்வளவு காலையில் கருட வாகனத்தைத் தூக்கிக்கொண்டு எங்கே போகிறார்கள் என்று நினைத்தார்.

பண்ணைக்கு எப்படி வந்து சேர்ந்தார் என்ற பிரக்ஞையே அவருக்கு இல்லை. அங்கொன்றும் இங்கொன்றுமாக மாடுகள் கறந்துகொண்டிருந்தன. பால் ஊற்றுகிற பையன் தூக்கச் சடைவுடன் பாலை அளந்து ஊற்றினான். அவர் கொடுத்த சில்லறையை அவன் எண்ணிக்கூடப் பார்க்க வில்லை. கறந்துவிட்டு வெளியேபோகிற மாடுகளுக்கு வழிவிடுவதற்காக ஒதுங்கிநின்றபோது நெஞ்சில் கொக்கியைப் போட்டு இழுப்பது போல் ஒரு வலி சுண்டி இழுத்தது. நாக்கு வறண்டது. அடைப்புக்காக வைத்திருந்த மூங்கில் பட்டியின்மேல் பால்சொம்புடன் சாய்ந்தார்.

*ச*கடையில் வைத்து அவரைக் கல்லறைத் தோட்டத்துக்குக் கொண்டுபோனார்கள். பொழுது இருட்டிக்கொண்டு வந்தது. அவரைத் தூக்கிக்கொண்டு போன பிற்பாடும் வெகுநேரம் ஜெஸிந்தா மடியிலேயே ரெபேக்காள் மயங்கிக் கிடந்தாள். தாசன் கடை இருந்த தெருவழியாகத்தான் அவரைக் கல்லறைத் தோட்டத்துக்குக் கொண்டுபோனார்கள்.

அம்பலம், 2000

துஷ்டி

திருச்செந்தூருக்கு எக்ஸ்பிரஸ் ரயில், மடிக்கணினி, செல்போன், டி.வி. பெட்டி எல்லாம் வந்துவிட்டாலும் அலங்காரம், பஸ் இஞ்ஜின் சத்தத்தைக் கேட்டுத்தான் நேரத்தைத் தெரிந்துகொள்கிறாள். வயது எழுபதுக்கும் மேலாகிவிட்டது. காது நன்றாகக் கேட்கிறது. அவளை விடத் தங்கப்பழ நாடாருக்கு ஆறேழு வயது கூடுதலாக இருக்கும். அவருக்கு அறவே காது கேட்க மாட்டேன் என்கிறது. மகன், மருமகள், பேரப்பிள்ளைகள் எல்லாரும் சைகையில் பேசுகிறார்கள். இல்லை யென்றால் அவரது உள்ளங்கையை விரித்து அதில் எழுதிக் காட்டுகிறார்கள்.

காது கேளாதவர்களுக்கே உரிய கனத்த குரலில், தான் புரிந்துகொண்டதை, "வரமாட்டான்னு சொல்லுதீயா?..." என்றோ "ஊருக்குப் போவப் போறீயா..." என்றோ கேட்டுவிட்டு லேசாகச் சிரிப்பார். புருஷன், பொஞ்சாதி இரண்டு பேருக்கும் வெற்றிலை, பாக்கு, புகையிலை, சுண்ணாம்புக் கரண்டத்தை எல்லாம் வைத்துக்கொள்ள தனித்தனியாகக் குருத்தோலையில் பின்னிய வெற்றிலைப் பை இருக்கிறது. என்றாலும் ஒருத்தர் பையில் இல்லாத தாம்பூலப் பொருளை அடுத்தவர் பையிலிருந்து தாராளமாக எடுத்துக்கொள்வார்கள்.

எப்போதும்போல எட்டுமணி முனைஞ்சிப் பட்டி பஸ் போனபிறகு அலங்காரம், ஓலைப் பையைத் திறந்து களிப்பாக்கை ஊதி வாயில்

போட்டுக் கடித்தாள். பெரிய மருமகள் தங்கக்கனியும் சின்னவள் மனோன்மணியும் புறவாசலில் அடுப்பை மூட்டிப் பதினியைக் காய்ச்சிக்கொண்டிருந்தார்கள். பதினிப் பாகு வாசனை வந்துவிட்டது. பக்கத்திலுள்ள வீடுகளிலெல்லாம் அந்த வாசனை புகுந்துவிட்டது. பாக்கைக் கடித்துப் பாக்குத் துண்டுகளை எச்சில் ஊறவைத்துக்கொண்டே, "ஏளா... வுடாமத் துடுப்புப் போட்டுக் கிண்டுங்க. அடி புடிச்சுக்கிடாம. நான் இந்த வெத்தலையைப் போட்டுட்டு வாரேன்..." என்று புறவாசல் பக்கம் பார்த்துச் சொன்னாள் அலங்காரம். அவ்வளவு காலையிலும் தங்கப்பழம் நார்க்கட்டிலில் கிடந்து தூங்கிக்கொண்டிருந்தார். வாயோரமாக எச்சில் வடிந்து தலையணையை நனைத்திருந்தது. பெருமாள், நொண்டிக் கையன் பம்புசெட்டுக்குக் குளிக்கப் போயிருந்தான். அன்று ஞாயிற்றுக்கிழமை. பிள்ளைகளுக்குப் பள்ளிக்கூடம் லீவு. மேலே இரண்டும் படுத்துத் தூங்கிக்கொண்டிருந்தன.

பாகு நெடி, அலங்காரத்துக்கு மூக்கில் ஏறிக்கொண்டிருந்தது. பாகு, கட்டி (கருப்புக்கட்டி) போடத் தோதாகத் திரண்டு விட்டதா இல்லையா என்பதை வாசனையை வைத்தே சொல்லி விடுவாள். இதில் தங்கக்கனியைவிட மனோன்மணியும் கெட்டிக்காரிதான். ஆனால் மனோன்மணியால் கை அசந்து போகாமல் துடுப்புப் போட்டுக் கிண்ட முடியாது. "கை வலிக்கி அக்கா! நீ கிண்டு," என்று துடுப்பைத் தங்கக்கனியிடம் கொடுத்துவிடுவாள்.

இரண்டாவது வெற்றிலைக்குச் சுண்ணாம்பு தடவிக் கொண்டிருந்தபோதுதான் ஏரல்காரன் வந்தான். தூணைப் பிடித்துக்கொண்டே, "அக்கா... என்ன சாவாசமா வெத்தல போட்டுக்கிட்டுருக்க... கால்வாய்ல தெய்வச்செயல் நாடார் மண்டையப் போட்டுட்டாரு தெரியும்லா..." என்றான்.

அலங்காரத்துக்குத் தூக்கிவாரிப் போட்டது. கண்கள் அவன்மீது நிலைகுத்தி நின்றன. "என்னலே சொல்லுய...?" என்று கேட்டாள். சட்டென்று எழுந்து நின்றுவிட்டாள். மடியில் வைத்திருந்த வெற்றிலைப் பை தலைகுப்புறக் கீழே விழுந்ததில் திறந்திருந்த சுண்ணாம்புக் கரண்டம் உருண்டு ஓடியது. கரண்டம் ஒரு பக்கமும் மூடி ஒரு பக்கமுமாக ஓடின. வெற்றிலை, பாக்கு எல்லாம் சிதறின.

ஏரல்காரன் எல்லாவற்றையும் குனிந்து பொறுக்கியெடுத்து அந்தப் பைக்குள் திணித்து அலங்காரத்தின் கையில் கொடுத்துக் கொண்டே, "நீ எந்த ஊருல இருக்க...? ராத்திரியே சோலி முடிஞ்சு போச்சு... பள்ளிக்கூடத்துக்குத் தெரு ஆட்கள்லாம்

போய்க்கிட்டு இருக்காவ. மத்தியானத்துக்கு மேலே எடுத்திருவாவளாம்...” என்றான். அலங்காரத்துக்கு, அவர் ‘கொண்டைக்காரி’ என்று கூப்பிடுவது போலிருந்தது. அவளை அவர் அப்படித்தான் கூப்பிடுவார். அவருடைய ஞாபகம் அவளை எங்கோ இழுத்துக்கொண்டு ஓடியது.

“ஏக்கா ... ஒம் மவன் ஒண்ணுஞ் சொல்லலையா? ... காலையில கடத்தெருவுக்கு டீ குடிக்க வந்தவன் நாங்கள்லாம் பேசிக்கிட்டு இருந்ததக் கேட்டுக்கிட்டுத்தான இருந்தான்? . . .” என்றான் ஏரல்காரன்.

“போடா கோட்டியாரா. அவன் எப்பிடிடா சொல்லுவான் ...? அவனுக்குத்தான் அவரக் கண்டா ஆகாதே...” என்றாள் அலங்காரம்.

“துட்டிக்கி நீ போகலையா ...? மாமா கெடந்து இப்பிடிச் சாளை வாயோட தூங்குதாரே ... ஒனக்கு காவாக்காரரு மொற மாப்பிள்ளதான ... மாமாவ எழுப்பி ரெண்டுபேரும் போயிட்டு வந்துருங்க...” என்று உருத்தோடு சொன்னான்.

பெருமாள் குளித்துவிட்டு வருவதற்குள் கிளம்பிவிட வேண்டும் என்று தோன்றியது அலங்காரத்துக்கு. அவன் வந்துவிட்டால் கிளம்பவே விட மாட்டான். இந்த மனுசனை எழுப்பிக் கூட்டிக்கொண்டு போகவும் முடியாது. அவரால் நடக்கவும் முடியாது. பதனீர் முறுகுகிற வாசனை நிறைந்திருந்தது. வீட்டினுள் போவதற்காகத் திரும்பினாள்.

“சரிக்கா ... நான் வரட்டுமா?” என்றான்.

“கொஞ்சம் நில்லு . . . வாரேன் . . .” என்று சொல்லிவிட்டு உள்ளே சென்றாள். தங்கக்கனியிடமும் மனோன்மணியிடமும் பாகு பதத்திற்கு வந்துவிட்டது என்றாள். புறவாசல் திண்ணையில் அடுக்கிவைத்திருந்த சிரட்டைகளைக் காட்டி, “நீங்களே பதனமா செரட்டையள்ள ஊத்திருங்க ... காவாயில ஒரு துட்டி உளுந்துட்டு . . . போயிட்டு வந்திருதேன் . . .” என்று சொல்லிவிட்டு முன்பக்கம் வந்தாள். ஏரல்காரன் திண்ணையில் உட்கார்ந்திருந்தான்.

“ஏல . . . ஒனக்கு ஏதும் சோலி இருக்கா ...?”

“எதுக்குக்கா ...?”

“காவாயிக்கு இப்பம் வண்டி இருக்கா?”

“அடுத்த பஸ்ஸு பன்னண்டு மணிக்கு மேலதான் . . .”

“நீ சைக்கிள் வச்சிருக்க இல்ல? ... அதுல என்ன வச்சுக் காவா ஊர்ல கொண்டு விட்டுரேன் . . .” என்றாள்.

268 வண்ணநிலவன்

“அக்கா . . . நீ தனியாப் போவாத . . . அவரோட மக்கமாரு துட்டி வீட்டுல ஏதாவது முன்னப்பின்னப் பேசிட்டாளுவோன்னா பெரிய வெவகாரமாயிரும்லா ...”

“அதெல்லாம் நாம் பாத்துக்கிடுதேன்டா . . . எங்க அதியாரியப் பாத்துட்டு ஒடனே ஓடியாந்துருவேன் ...” என்றாள் அலங்காரம். கண்ணில் நீர் கோத்திருந்தது.

“சரி ... பின்ன வா! காவா ஒண்ணும் ரொம்பத் தூரமில்ல. ரெண்டு குலோ மீட்டர்தான் இருக்கும். ஒன்னயச் சைக்கிள்ள வச்சு மிதிச்சிருவேன் . . . இரி . . . வூட்டுல போயி சைக்கிள எடுத்தாரேன் ...” என்று புறப்பட்டான்.

“நானும் ஒங் கூட வாரேன் ... பெருமாளு வந்துட்டான்னா என்னியப் போவவுடமாட்டான். ஒன் வூட்டுல சைக்கிள எடுத்துக்கிட்டு, அப்படியே போயிருவோம் . . .” என்று சொல்லிக்கொண்டே சேலை முந்தானையைக் கழுத்தைச் சுற்றிப்போர்த்திக்கொண்டு அவனுடன் கிளம்பினாள் அலங்காரம்.

கால்வாய் ஊருக்குப் போய்ச் சேரும்போதே பத்து, பத்தரைக்கும் மேலிருக்கும். எப்போதோ கல்யாணத்துக்கு வந்தது. ஏரல்காரன் அலங்காரத்தைத் தெருமுனையிலேயே இறக்கி விட்டுவிட்டான். “பாத்துப் போக்கா ...” என்று சொன்னான். வேகமாக நடந்தாள் அலங்காரம். சின்னத் தெருதான். கோழிகள் அங்குமிங்கும் தெருவில் அலைந்துகொண்டிருந்தன. தெருவின் மத்தியில் சாக்கடை ஓடியது. கல்யாணமான புதுசில் தங்கப் பழத்துக்கும் அவளுக்கும் எடுத்ததுக்கெல்லாம் சண்டை வந்துவிடும். கோபித்துக்கொண்டு நேரே கால்வாய்க்குத்தான் வருவாள். அவரிடம் வந்து அழுவாள். தெய்வச்செயல் நாடார் அவளைச் சமாதானப்படுத்தித் தாதன்குளத்தில் கொண்டு வந்துவிடுவார்.

தங்கப்பழ நாடாருக்கு இது பிடிக்கவே இல்லை. ‘எதுக்கு கண்டவனும் எங்குடும்ப வெசயத்துல தலையிடணும்,’ என்று சத்தம் போடுவார். அவர் பனை ஏத்த நாட்களில் பட்டி, செய்துங்கநல்லூர் என்று அசலூர் போய்விட்டால் அலங்காரம் உடனே வீட்டைப் பூட்டிக்கொண்டு கால்வாய்க்குப் புறப்பட்டு விடுவாள். பிள்ளைகள் தலையெடுத்த பிறகுதான் அதெல்லாம் நின்றது.

மர பெஞ்சுகளிலும் வாடகைக்கு வாங்கிப் போட்டிருந்த பிளாஸ்டிக் சேர்களிலும் ஆட்கள் உட்கார்ந்திருந்தார்கள். அவளைப் பார்த்ததுமே கோயில்பிச்சை, “ஏலே, இவ எதுக்கு வந்தா ?” என்று சொன்னது அவளுடைய காதிலும் விழுந்தது.

பேசாமல் உள்ளே போய்ப் பிணத்தின் பக்கத்தில் பொம்பளை களை நெருக்கிக்கொண்டு உட்கார்ந்தாள்.

தெய்வச்செயல் நாடாரின் கால்மாட்டில் உட்கார்ந்திருந்த மரிய பாக்கியம் அலங்காரத்தைப் பார்த்ததும் வேகமாக எழுந்தாள். அவள் முன்னால் வந்து இடுப்பில் கையை வைத்துக்கொண்டு, "எதுக்கு இங்க வந்த?... எந்த ஒறவைக் கொண்டாட வந்த...? எந்திரிச்சுப் போயிரு . . ." என்று சத்தம்போட்டுச் சொல்லிக்கொண்டே அலங்காரத்தின் கையைப் பிடித்து இழுத்தாள்.

"ஏட்டி ... கொஞ்ச நேரம் இருந்துட்டுப் போயிருதேன் ..." என்றாள் அலங்காரம் திமிறிக்கொண்டே.

"நீ வரலைன்னு இங்கு ஆரு அழுதாவ ... போ ... இங்க ஒனக்கு எடமில்ல..." என்று சுவப்பாடு போட்டாள். ஆட்களோடு ஆட்களாக வெளியே உட்கார்ந்திருந்த மரியபாக்கியத்துடைய அண்ணன் வேகமாக வந்து, அலங்காரத்தின் தலைமுடியைக் கொத்தாகப் பிடித்துத் தூக்கி, அவளை வெளியே இழுத்துவந்து தெருவில் தள்ளினான். சாக்கடைத் தண்ணீரில் விழுந்தாள் அலங்காரம். ஏரல்காரன் சொன்னது சரியாகிவிட்டது. மரியபாக்கியம் கையைப் பிடித்து இழுத்ததில் கையெல்லாம் வலித்தது. சேலை எல்லாம் சகதி. அழுதுகொண்டே மெதுவாக நடந்தாள்.

காலச்சுவடு, ஆகஸ்ட் 2017

வண்ணநிலவனின் படைப்புகள்

- நேசம் மறப்பதில்லை நெஞ்சம்
- கடல்புரத்தில்
- கம்பாநதி
- ரெயினீஸ் ஐயர் தெரு
- காலம்
- உள்ளும் புறமும்
- எம்.எல்
- மறக்க முடியாத மனிதர்கள்
- வண்ணநிலவன் சிறுகதைகள்
- மழைப் பயணம்
- இலக்கியமும் இலக்கியவாதிகளும்
- பின்நகர்ந்த காலம் (இரண்டு பாகங்கள்)
- சில இயக்குநர்கள் சில திரைப்படங்கள்
- வண்ணநிலவன் எண்ணமும் எழுத்தும்
- வண்ணநிலவன் கவிதைகள்